ರಾಮಚಂದ್ರ ಸರಣಿ-2

ಮಿಥಿಲೆಯ ವೀರವನಿತೆ

ಸೀತೆ

SITA - WARRIOR OF MITHILA

ಅಮೀಶ್

ಕನ್ನಡಕ್ಕೆ
ದುಶ್ಯಂತ

ಸಪ್ನ ಬುಕ್ ಹೌಸ್®
ಗಾಂಧಿನಗರ, ಬೆಂಗಳೂರು–560 009

SITA : by ***Amish*** — A translation of Amish's SITA – A Warrior of Mithila into Kannada by **Dushyanta,** published by **Sapna Book House (P) Ltd.,** R.O. # 11, 3rd Main Road, Gandhinagar, B'lore - 9. Tel. : 40114455. [K.B. 2411]

ISBN : 978-93-87308-45-9

ಪುಟಗಳು : **xii + 288 = 300**

ಪ್ರಥಮ ಮುದ್ರಣ : ಜನವರಿ 2018
ಎರಡನೇ ಮುದ್ರಣ : ಮೇ 2019
ಮೂರನೇ ಮುದ್ರಣ : ಜನವರಿ 2021
ನಾಲ್ಕನೇ ಮುದ್ರಣ : ಏಪ್ರಿಲ್ 2022

ಅಕ್ಷರ ಜೋಡಣೆ	ರಕ್ಷಾಪುಟ ವಿನ್ಯಾಸ	ಮುದ್ರಣ
ದಿವ್ಯ ಪ್ರಿಂಟ್ರಾನಿಕ್ಸ್	**ಶ್ರೀಪಾದ**	**ಪ್ರಿಂಟ್ ಫಾಸ್ಟ್**

ಓಂ ನಮಃ ಶಿವಾಯ

ಇಡೀ ವಿಶ್ವ ಭಗವಾನ್ ಶಿವನಿಗೆ ತಲೆ ಬಾಗುತ್ತದೆ.
ನಾನು ಭಗವಾನ್ ಶಿವನಿಗೆ ತಲೆ ಬಾಗುವೆ.

ಅದ್ಭುತ ರಾಮಾಯಣದಿಂದ

ಯದಾಯದಾಹಿ ಧರ್ಮಸ್ಯ ಗ್ಲಾನಿರ್ಭವತಿ ಸುವ್ರತ।
ಅಭ್ಯುತ್ತಾನಾಮಧರ್ಮಸ್ಯ ತದಾ ಪ್ರಕೃತಿಸಂಭವಃ ॥

ಧರ್ಮಾತ್ಮರೇ, ಧರ್ಮಪಾಲಕರೇ
ನೆನಪಿಡಿ
ಅಧರ್ಮ ಅಧಿಕಗೊಂಡಾಗ
ಪೂಜನೀಯ ಸ್ತ್ರೀ ಅವತರಿಸುತ್ತಾಳೆ.

ಅವಳು ಧರ್ಮವನ್ನು ಪೊರೆಯುತ್ತಾಳೆ
ಅವಳು ನಮ್ಮನ್ನು ರಕ್ಷಿಸುತ್ತಾಳೆ.

ಅಮೀಶ್

1994 ಜನನ. ಕೊಲ್ಕತ ಐ.ಐ.ಎಂ.ನ ಪದವೀಧರ. ಸ್ವಲ್ಪ ಕಾಲ ಬ್ಯಾಂಕರ್ ವೃತ್ತಿ. ನಂತರ ಈಗ ಪೂರ್ಣಾವಧಿ ಲೇಖನ ವ್ಯವಸಾಯ.

ಇಮ್ಮಾರ್ಟ್‌ಲ್ಸ್ ಆಫ್ ಮೆಲುಹಾ (ಶಿವ ತ್ರಿವಳಿಯ ಮೊದಲ ಸಂಪುಟ) ಗ್ರಂಥದ ಯಶಸ್ಸಿನಿಂದ ಉತ್ತೇಜಿತರಾದ ಅಮೀಶ್ ಹದಿನಾಲ್ಕು ವರ್ಷಗಳಿಂದ ಸೇವೆ ಯಲ್ಲಿದ್ದ ಹಣಕಾಸು ಸಂಸ್ಥೆಯನ್ನು ತ್ಯಜಿಸಿ ಈಗ ಸಂಪೂರ್ಣವಾಗಿ ಬರವಣಿಗೆ ಯಲ್ಲಿ ತೊಡಗಿಕೊಂಡಿರುವ ಉತ್ಸಾಹಿಗಳು. ಚರಿತ್ರೆ, ಪುರಾಣ ಮತ್ತು ತತ್ತ್ವಶಾಸ್ತ್ರ ಗಳಲ್ಲಿ ಅನುರಕ್ತರಾಗಿರುವ ಅಮೀಶ್‌ಗೆ ಸತ್ಯ-ಸೌಂದರ್ಯಗಳ ಅನ್ವೇಷಣೆ ಪ್ರಿಯವಾದ ಆಸಕ್ತಿ.

ಸದ್ಯ ಮುಂಬಯಿ ವಾಸಿಯಾಗಿರುವ ಅಮೀಷ್ ಅವರ ಪುಸ್ತಕಗಳು ಈವರೆಗೆ ಹತ್ತೊಂಬತ್ತು ಭಾಷೆಗಳಿಗೆ ಭಾಷಾಂತರಗೊಂಡಿದ್ದು ನಲವತ್ತು ಲಕ್ಷಕ್ಕೂ ಹೆಚ್ಚು ಪ್ರತಿಗಳ ಮಾರಾಟದ ದಾಖಲೆಯನ್ನು ನಿರ್ಮಿಸಿದೆ.

www.authoramish.com

www.facebook.com/authoramish

www.twitter.com/authoramish

ಪಾತ್ರವರ್ಗ ಮತ್ತು ಪ್ರಮುಖ ಬುಡಕಟ್ಟುಗಳು

ಅರಿಷ್ಟನೇಮಿ : ಮಲಯಪುತ್ರರ ಸೇನಾದಂಡನಾಯಕ, ವಿಶ್ವಾಮಿತ್ರನ ಬಲಗೈ ಬಂಟ.

ಅಶ್ವಪತಿ : ಕೈಕೇಯ ವಾಯುವ್ಯ ಸಾಮ್ರಾಜ್ಯದ ಮಹಾರಾಜ, ಕೈಕೇಯಿಯ ತಂದೆ, ದಶರಥನ ನಿಷ್ಠಾವಂತ ಮಿತ್ರ.

ಭರತ : ರಾಮನ ತಮ್ಮ–ದಶರಥ – ಕೈಕೇಯಿಯರ ಪುತ್ರ.

ದಶರಥ : ಕೋಸಲದೇಶದ ಚಕ್ರವರ್ತಿ, ಸಪ್ತಸಿಂಧುವಿನ ಚಕ್ರವರ್ತಿ, ಕೌಸಲ್ಯ, ಕೈಕೇಯಿ ಮತ್ತು ಸುಮಿತ್ರೆಯರ ಪತಿ, ರಾಮ, ಭರತ, ಲಕ್ಷ್ಮಣ ಮತ್ತು ಶತ್ರುಘ್ನರ ತಂದೆ.

ಹನುಮಾನ್ : ರಾಧಿಕಾಳ ಸೋದರ, ವಾಯುಕೇಸರಿಯ ಪುತ್ರ – ನಾಗಾ ಮತ್ತು ವಾಯುಪುತ್ರರ ಬುಡಕಟ್ಟಿನವನು.

ಜನಕ : ಮಿಥಿಲೆಯ ಮಹಾರಾಜ, ಸೀತೆ ಮತ್ತು ಊರ್ಮಿಳೆಯರ ತಂದೆ.

ಜಟಾಯು : ಮಲಯಪುತ್ರ ಬುಡಕಟ್ಟು ಜನಾಂಗದ ನಾಯಕ ಸೀತೆ–ರಾಮರ ನಾಗಮಿತ್ರ.

ಕೈಕೇಯಿ : ಕೈಕೇಯ ಪ್ರಾಂತದ ದೊರೆ ಅಶ್ವಪತಿಯ ಪುತ್ರಿ, ದಶರಥ ಮಹಾರಾಜನ ಪ್ರೀತಿಪಾತ್ರಳಾದ ದ್ವಿತೀಯ ಪತ್ನಿ, ಭರತನ ತಾಯಿ.

ಕೌಸಲ್ಯ : ದಕ್ಷಿಣ ಕೋಸಲದ ಭಾನುಮಾನ್ ದೊರೆ–ರಾಣಿ ಮಹೇಶ್ವರಿಯ ಮಗಳು, ದಶರಥನ ಪ್ರಥಮಪತ್ನಿ, ರಾಮನ ತಾಯಿ.

ಕುಂಭಕರ್ಣ : ರಾವಣನ ತಮ್ಮ – ನಾಗ.

ಕುಶಧ್ವಜ : ಸಾಂಕ್ಯಾದ ದೊರೆ. ಜನಕ ಮಹಾರಾಜನ ಸೋದರ.

ಲಕ್ಷ್ಮಣ : ದಶರಥನ ಅವಳಿಪುತ್ರರಲ್ಲಿ ಒಬ್ಬ. ಸುಮಿತ್ರೆಗೆ ಜನಿಸಿದವನು. ರಾಮನಲ್ಲಿ ನಿಷ್ಠಾವಂತ. ಊರ್ಮಿಳೆಯ ಪತಿ.

ಮಲಯಪುತ್ರರು : ಪರಶುರಾಮ ಬಿಟ್ಟು ಹೋದ ಬುಡಕಟ್ಟು ಜನಾಂಗ.

ಮಂಥರೆ : ಸಪ್ತಸಿಂಧುವಿನ ಶ್ರೀಮಂತ ವರ್ತಕಿ.

ಮಾರ : ಸ್ವತಂತ್ರನಾದ ಬಾಡಿಗೆ ಹಂತಕ.

ನಾರದ : ಲೊಥಾಲ್‌ನ ವ್ಯಾಪಾರಿ – ಹನುಮಾನ್ ಮಿತ್ರ.

ನಾಗಾಗಳು : ಅಂಗ ವಿರೂಪತೆಯಿಂದ ಜನಿಸಿರುವ ಮಾನವರು.

ರಾವಣ : ಲಂಕಾದ ದೊರೆ, ವಿಭೀಷಣ, ಶೂರ್ಪನಖಿ, ಕುಂಭಕರ್ಣ ಇವರುಗಳ ಅಣ್ಣ.

ರಾಧಿಕಾ : ಸೀತೆಯ ಮಿತ್ರೆ, ಹನುಮಂತನ ಸೋದರಿ.

ರಾಮ : ಅಯೋಧ್ಯೆಯ ಚಕ್ರವರ್ತಿ ದಶರಥ–ಕೌಸಲ್ಯೆಯರ ಪುತ್ರ, ನಾಲ್ವರು ಪುತ್ರರಲ್ಲಿ ದೊಡ್ಡವನು, ಸೀತೆಯ ಪತಿ.

ಸಮೀಚಿ : ಮಿಥಿಲಾ ಪೋಲೀಸ್ ಪಡೆಯ ಮುಖ್ಯಸ್ಥೆ.

ಶತ್ರುಘ್ನ : ಲಕ್ಷ್ಮಣನ ಅವಳಿ ಸೋದರ, ದಶರಥ–ಸುಮಿತ್ರೆಯರ ಪುತ್ರ.

ಶೂರ್ಪನಖಿ : ರಾವಣನ ತಂಗಿ.

ಶ್ವೇತಕೇತು : ಸೀತೆಯ ಉಪಾಧ್ಯಾಯ.

ಸೀತಾ : ಜನಕ ಮಹಾರಾಜ–ರಾಣಿ ಸುನಯನಾರ ದತ್ತು ಪುತ್ರಿ, ಮಿಥಿಲೆಯ ಪ್ರಧಾನಿ. ನಂತರ ರಾಮನನ್ನು ವಿವಾಹವಾದವಳು.

ಸುಮಿತ್ರಾ : ಕಾಶಿರಾಜನ ಮಗಳು, ದಶರಥನ ಮೂರನೆಯ ಹೆಂಡತಿ, ಲಕ್ಷ್ಮಣ–ಶತ್ರುಘ್ನರ ತಾಯಿ.

ಸುನಯನಾ : ಮಿಥಿಲೆಯ ಮಹಾರಾಣಿ, ಸೀತೆ–ಊರ್ಮಿಳೆಯರ ತಾಯಿ.

ವಾಲಿ : ಕಿಷ್ಕಿಂಧೆಯ ದೊರೆ.

ವರುಣ ರತ್ನಾಕರ : ರಾಧಿಕಾಳ ತಂದೆ, ವಲ್ಮೀಕರ ದಂಡನಾಯಕ.

ವಶಿಷ್ಠ : ಅಯೋಧ್ಯೆಯ ರಾಜಗುರು, ಅಯೋಧ್ಯೆಯ ರಾಜಕುಮಾರರ ಗುರುಗಳು.

ವಾಯುಕೇಸರಿ : ಹನುಮಂತನ ತಂದೆ, ರಾಧಿಕಾಳ ಚಿಕ್ಕಪ್ಪ.

ವಾಯುಪುತ್ರರು : ಮಹಾದೇವ ಮಹಾರುದ್ರ ಬಿಟ್ಟು ಹೋದ ಬುಡಕಟ್ಟು ಜನಾಂಗದವರು.

ವಿಭೀಷಣ : ರಾವಣನ ತಮ್ಮ.

ವಿಶ್ವಾಮಿತ್ರ : ಪರಶುರಾಮ ಬಿಟ್ಟು ಹೋದ ಮಲಯಪುತ್ರ ಜನಾಂಗದ ಮುಖ್ಯಸ್ಥ, ರಾಮಲಕ್ಷ್ಮಣರ ಹಂಗಾಮಿ ಗುರು.

ಊರ್ಮಿಳಾ : ಸೀತೆಯ ಸೋದರಿ, ಜನಕ ಸುನಯನಾರ ಹೊಟ್ಟೆಯಲ್ಲಿ ಹುಟ್ಟಿದ ಮಗಳು. ನಂತರ ಲಕ್ಷ್ಮಣನನ್ನು ಮದುವೆಯಾದಳು.

ಅಧ್ಯಾಯ – 1

ಕಾಲ : ಕ್ರಿಸ್ತಶಕ 3400 ಭಾರತದ ಗೋದಾವರಿ ನದಿ ಸಮೀಪ ಒಂದೆಡೆ.

ಸೀತೆ ಲಗುಬಗೆಯಿಂದ, ದಕ್ಷತೆಯಿಂದ ಹರಿತವಾದ ಕುಡುಗೋಲಿನಿಂದ ಬಾಳೆಯ ಮರಗಳನ್ನು ಕಡಿದು ನೆಲಕ್ಕುರುಳಿಸುತ್ತಿದ್ದಳು. ರಸಬಾಳೆಯ ಆ ಮರಗಳು ಅವಳಷ್ಟೇ ಎತ್ತರಕ್ಕಿದ್ದವು. ಅವಳು ಅವುಗಳನ್ನು ಕಡಿಯಲು ಮೆಟ್ಟಿಂಗಾಲಿನಲ್ಲಿ ನಿಲ್ಲಬೇಕಿರಲಿಲ್ಲ. ಅವಳು ಒಂದು ಕ್ಷಣ ನಿಲ್ಲಿಸಿ ತನ್ನ ಕಾರ್ಯಕ್ಷಮತೆಯನ್ನು ಗಮನಿಸಿದಳು. ನಂತರ ಅವಳು ಅನತಿ ದೂರದಲ್ಲಿದ್ದ ಸಿಪಾಯಿ ಮಲೆಯಪುತ್ರ ಮಕರಂತನತ್ತ ದೃಷ್ಟಿ ಹರಿಸಿದಳು. ಅವನು ಸೀತೆ ಕತ್ತರಿಸಿದ ಬಾಳೆ ಎಲೆಗಳ ಅರ್ಧದಷ್ಟನ್ನೂ ಕುಯ್ದಿರಲಿಲ್ಲ.

ಹವೆ ಪ್ರಶಾಂತವಾಗಿತ್ತು. ಕೆಲವೇ ಕ್ಷಣಗಳ ಹಿಂದೆ ಈ ಅರಣ್ಯದಲ್ಲಿ ಗಾಳಿ ಊಳಿಡುತ್ತಿತ್ತು. ಅಕಾಲಿಕ ಮಳೆ ಸುರಿದಿತ್ತು. ಮಳೆಯಿಂದ ತಪ್ಪಿಸಿಕೊಳ್ಳಲು ಸೀತೆ ಮತ್ತು ಮಕರಂತ ಮರಗಳ ದಟ್ಟವಾದ ಚಾವಣಿಯಡಿ ಆಶ್ರಯ ಪಡೆದಿದ್ದರು. ಗಾಳಿ ಎಷ್ಟು ರಭಸವಾಗಿ, ಭರೋ ಎಂದು ಬೀಸುತ್ತಿತ್ತೆಂದರೆ ಅವರಿಗೆ ಪರಸ್ಪರ ಮಾತನಾಡುವುದೂ ಅಸಾಧ್ಯವಾಗಿತ್ತು. ಅಷ್ಟೇ ಅನಿರೀಕ್ಷಿತ ವಾಗಿ ಧಿಡೀರನೆ ಪ್ರಶಾಂತತೆ ಆವರಿಸಿತು. ಮಳೆಗಾಳಿ ಮಾಯವಾಗಿತ್ತು. ಅವರು ರಸಬಾಳೆ ಎಲೆಗಳನ್ನು ಕೂಡಿಸುವುದರಲ್ಲಿ ತ್ವರಿತವಾಗಿ ಕಾರ್ಯೋನ್ಮುಖರಾದರು. ಅವರು ಅಲ್ಲಿಗೆ ಬಂದಿದ್ದ ಮುಖ್ಯ ಉದ್ದೇಶವೇ ಬಾಳೆ ಎಲೆಗಳನ್ನು ಕೊಯ್ಯುವುದಾಗಿತ್ತು.

"ಇಷ್ಟು ಸಾಕು, ಮಕರಂತ"

—ಎಂದಳು ಸೀತೆ.

ಮಕರಂತ ಸುತ್ತ ನೋಡಿದ. ತೇವದಿಂದಾಗಿ ಎಲೆಗಳನ್ನು ದಿಂಡುಗಳಿಂದ ಕೊಯ್ಯುವುದು ಕಷ್ಟವಾಗಿತ್ತು. ಇಂಥ ಪರಿಸ್ಥಿತಿಯಲ್ಲೂ ತಾನು ಭೇಷಾದ ಕೆಲಸ ಮಾಡಿರುವುದಾಗಿ ಅವನಿಗನ್ನಿಸಿತು. ಅವನು ಸೀತೆಯ ಬದಿಯಿದ್ದ ಎಲೆಗಳ ರಾಶಿಯನ್ನು ಗಮನಿಸಿದ. ನಂತರ ತನ್ನ ಕಾಲಬುಡದಲ್ಲಿದ್ದ ಎಲೆಗಳ ಸಣ್ಣ ರಾಶಿಯನ್ನು ನೋಡಿದ. ಅವನು ಕಸಿವಿಸಿಯಿಂದ ನಕ್ಕ.

ಸೀತೆ ಗಹಗಹಿಸಿ ನಕ್ಕಳು. "ಬೇಕಾದಷ್ಟಾಯಿತು. ನಾವು ಕುಟೀರಕ್ಕೆ ವಾಪಸಾಗೋಣ. ರಾಮಲಕ್ಷ್ಮಣರೂ ಈ ವೇಳೆಗೆ ಬೇಟೆಯಿಂದ ಹಿಂದಿರುಗಿರಬೇಕು. ಅವರಿಗೆ ಏನಾದರೂ ಬೇಟೆ ಸಿಕ್ಕಿರಬಹುದು."

ಲಂಕಾದ ಅಸುರ ದೊರೆ ರಾವಣನ ನಿರೀಕ್ಷಿತ ಸೇಡು-ಪ್ರತೀಕಾರಗಳಿಂದ ಪಾರಾಗಲು ಸೀತೆ ಪತಿ ಅಯೋಧ್ಯೆಯ ರಾಜಾರಾಮ ಮತ್ತು ಮಯ್ದುನ ಲಕ್ಷ್ಮಣನೊಡಗೂಡಿ ದಂಡಕಾರಣ್ಯದಲ್ಲಿ ಅಲೆಯುತ್ತಿದ್ದಳು. ಮಲಯ ಪುತ್ರ ಸೇನೆಯ ಸಣ್ಣ ತುಕಡಿಯೊಂದರ ನಾಯಕತ್ವ ವಹಿಸಿದ್ದ. ಜಟಾಯು ಅಯೋಧ್ಯೆ ಅರಸು ಮನೆತನದ ಈ ಮೂವರ ರಕ್ಷಣೆಯ ಪ್ರತಿಜ್ಞೆಗೈದಿದ್ದ. ವಿಮಾನಯಾನವೊಂದೇ ಲಭ್ಯವಿರುವ ಸುರಕ್ಷಿತ ಮಾರ್ಗವೆಂದು ಅವನು ದೃಢಸಲಹೆ ನೀಡಿದ್ದ-ಏಕೆಂದರೆ ಲಕ್ಷ್ಮಣನಿಂದ ಗಾಯಾಳುವಾದ ರಾಜಕುವರಿ ಶೂರ್ಪನಖಿಯ ಸೇಡು ತೀರಿಸಿಕೊಳ್ಳಲು, ರಾವಣ ಸೇನೆ ನಿಯೋಜಿಸುವುದು ಖಚಿತವಾಗಿತ್ತು.

ಗೋಪ್ಯತೆ ಅತ್ಯಗತ್ಯವಾಗಿತ್ತು. ಹೀಗಾಗಿ ಅವರು ಭೂಮಿಯಾಳದಲ್ಲಿ ತೋಡಿದ ಹಳ್ಳಗಳಲ್ಲಿ ಅಡಿಗೆ ಮಾಡಿಕೊಳ್ಳುತ್ತಿದ್ದರು. ಅವರು ಒಲೆಗೆ ಕಲ್ಲಿದ್ದಲು ಬಳಸುತ್ತಿದ್ದರು. ಕಲ್ಲಿದ್ದಲು ಹೊಗೆಯುಗುಳುತ್ತಿರಲಿಲ್ಲ. ವಿಶೇಷ ಮುನ್ನೆಚ್ಚರಿಕೆ ಕ್ರಮವಾಗಿ ಅವರು ಅಡುಗೆ ಬೇಯಿಸುತ್ತಿದ್ದ ಮಡಿಕೆ ಕುಡಿಕೆ ಗಳನ್ನು ಬಾಳೆಎಲೆಗಳಿಂದ ಮುಚ್ಚುತ್ತಿದ್ದರು. ಅದರಿಂದಾಗಿ, ಆಕಸ್ಮಿಕವಾಗಿಯೂ ಹೊಗೆ ಮೇಲೇಳುವ ಸಾಧ್ಯತೆ ಇರಲಿಲ್ಲ. ಇದಕ್ಕಾಗಿಯೇ ಸೀತೆ ಮತ್ತು ಮಕರಂತ ಬಾಳೆ ಎಲೆಗಳನ್ನು ಕೊಯ್ಯುತ್ತಿದ್ದರು. ಅಡುಗೆ ಮಾಡುವುದು ಸೀತೆಯ ಸರದಿಯಾಗಿತ್ತು.

ದೊಡ್ಡ ಹೊರೆಯನ್ನು ತಾನು ಹೊತ್ತುಕೊಳ್ಳುವುದಾಗಿ ಮಕರಂತ

ಆಗ್ರಹಪೂರ್ವಕವಾಗಿ ನುಡಿದಾಗ ಸೀತೆ ಆಗಲಿ ಎಂದಳು. ಇದರಿಂದಾಗಿ ಮಲೆಯಪುತ್ರ ಸಿಪಾಯಿಗೆ ತಾನೂ ಸಮಸಮ ದುಡಿಯುತ್ತಿರುವ ತೃಪ್ತಿ ಸಿಕ್ಕಿತ್ತು. ಆದರೆ ಆಖೈರಾಗಿ ಅದೇ ತನಗೆ ಪ್ರಾಣಾಂತಕವಾಗಲಿದೆ ಎಂಬುದು ಬಡಪಾಯಿ ಮಕರಂತನಿಗೆ ತಿಳಿದಿರಲಿಲ್ಲ.

ಸೀತೆಗೆ ಮೊದಲು ಕೇಳಿಸಿದ್ದು. ಊಳಿಡುತ್ತಿದ್ದ ಗಾಳಿಯಲ್ಲಿ ಸ್ವಲ್ಪ ಸಮಯದ ಹಿಂದೆ ಆ ಸದ್ದು ಕೇಳಿಸುವುದು ಸಾಧ್ಯವಿರಲಿಲ್ಲ. ಅದರಲ್ಲಿ ಅನುಮಾನವೇ ಇಲ್ಲ, ಬಿಲ್ಲನ್ನು ಹೆದೆಗೇರಿಸುವ ಅಪಾಯಕಾರಿ ಕಿರಿಕ್ ಸದ್ದು. ಒಂದು ಸಾಧಾರಣ ಬಿಲ್ಲು. ಶ್ರೀಮಂತ ಸೈನಿಕರು ಮತ್ತು ಸೇನಾಧಿಕಾರಿಗಳು ಇನ್ನೂ ಬೆಲೆಬಾಳುವ ಸದೃಢವಾದ ಬಿಲ್ಲುಗಳನ್ನು ಬಳಸುತ್ತಿದ್ದರು. ಆದರೆ ಮುಂಚೂಣಿ ಸಿಪಾಯಿಗಳು ಸಾಧಾರಣ ದರ್ಜೆಯ ಬಿಲ್ಲುಗಳನ್ನು ಬಳಸುತ್ತಿದ್ದರು – ಸಂಪೂರ್ಣ ಮರದಿಂದ ತಯಾರಾದ ಬಿಲ್ಲುಗಳು. ಈ ಬಿಲ್ಲುಗಳು ತುಂಬ ಗಡುಸಾಗಿದ್ದು ಹೆದೆಯೇರಿಸುವಾಗ ಶಬ್ದವಾಗುತ್ತಿತ್ತು.

"ಮಕರಂತ್ ಬಾಗು, ಬಗ್ಗು."

—ಎಂದು ಚೀರಿದ ಸೀತೆ ಬಾಳೆ ಎಲೆಗಳನ್ನು ಕೆಳಕ್ಕೆಸೆದು ನೆಲಕಚ್ಚಿದಳು.

ಮಕರಂತ ಥಟ್ಟನೆ ಅವಳು ಹೇಳಿದಂತೆ ಕೇಳಿದ. ಆದರೆ ಹೊರೆ ಭಾರವಾಗಿತ್ತು, ಮುಗ್ಗರಿಸಿದ. ಮರುಕ್ಷಣವೇ ಬಾಣವೊಂದು ಅವನ ಮೇಲೆರಗಿ ಬಲತೋಳನ್ನು ಹೊಕ್ಕಿತ್ತು. ಅವನು ಮುಂದೆ ಬಿದ್ದ. ಮುಂದೇನು ಮಾಡಬೇಕೆನ್ನುವಷ್ಟರಲ್ಲಿ ಇನ್ನೊಂದು ಬಾಣ ಅವನ ಗಂಟಲನ್ನು ಸೀಳಿತ್ತು. ಅದೃಷ್ಟದ ಹೆದೆ.

ಸೀತೆ ನೆಲಕ್ಕೆ ಬಿದ್ದವಳೇ ಉರುಳುತ್ತಾ ಬೇಗನೆ ಮರವೊಂದರ ಹಿಂದೆ ಅವಿತುಕೊಂಡಳು. ಮರಕ್ಕೆ ಬೆನ್ನೊರಗಿಸಿ ಕುಳಿತಳು. ಸದ್ಯಕ್ಕೆ ರಕ್ಷಿತಳು. ಬಲಕ್ಕೆ ತಿರುಗಿ ನೋಡಿದಳು. ಅದೃಷ್ಟಹೀನ ಮಕರಂತ ನೆಲದ ಮೇಲೆ ಬಿದ್ದಿದ್ದ. ಹರಿಯುತ್ತಿದ್ದ ತನ್ನ ರಕ್ತದಲ್ಲೇ ಮುಳುಗಲಿದ್ದ. ಬಾಣದ ಮೊನಚು ಗಂಟಲನ್ನು ತೂರಿಕೊಂಡು ಕತ್ತಿನ ಹಿಂಭಾಗದಲ್ಲಿ ಹೊರಕ್ಕೆ ಇಣುಕಿತ್ತು. ಸಾವು ಅವನಿಗೆ ಸನ್ನಿಹಿತವಾಗಿತ್ತು.

ಸೀತೆ ಕೋಪದಿಂದ ಶಪಿಸಿದಳು. ಅದರಿಂದ ಶಕ್ತಿಹ್ರಾಸವಷ್ಟೇ ಎಂದು ಬಲುಬೇಗ ಅವಳಿಗೆ ಮನವರಿಕೆಯಾಯಿತು. ನಿಟ್ಟುಸಿರುಬಿಟ್ಟಳು. ಡವಗುಟ್ಟುತ್ತಿದ್ದ ಎದೆ ಮಿಡಿತವನ್ನು ಹತೋಟಿಗೆ ತಂದುಕೊಂಡಳು. ಸುತ್ತ

ಗಮನ ಹರಿಸಿದಳು. ಎಚ್ಚರಿಕೆಯಿಂದ ನೋಡಿದಳು. ಬಾಣಗಳು ಬೇರೊಂದು ದಿಕ್ಕಿನಿಂದ ಬಂದಿದ್ದವು. ರಕ್ಷಣೆ ನೀಡಿದ್ದ ಮರ ಅವಳ ದೃಷ್ಟಿಗೆ ಅಡ್ಡಿಯಾಗಿತ್ತು. ಇಬ್ಬರಾದರೂ ಶತ್ರುಗಳಿರಬಹುದೆಂಬುದು ಅವಳಿಗೆ ಅರಿವಾಗಿತ್ತು. ಒಂದಾದ ಮೇಲೊಂದರಂತೆ ಎರಡು ಬಾಣಗಳನ್ನು ಒಬ್ಬನೇ ಬಿಲ್ಲುಗಾರ ಬಿಡುವುದು ಸಾಧ್ಯವಿಲ್ಲ ಎಂಬುದು ಅವಳಿಗೆ ತಿಳಿದಿತ್ತು.

ಮತ್ತೆ ಮಕರಂತನತ್ತ ದೃಷ್ಟಿ ಹರಿಸಿದಳು. ಅವನು ನಿಶ್ಚಲನಾಗಿದ್ದ. ಅವನ ಆತ್ಮ ದೇಹವನ್ನು ತ್ಯಜಿಸಿತ್ತು. ಅರಣ್ಯದಲ್ಲಿ ಭೀಕರ ಮೌನ. ಕೆಲವೇ ಕ್ಷಣಗಳ ಹಿಂದೆ ಕ್ರೌರ್ಯ–ಹಿಂಸೆ ವಿಜೃಂಭಿಸಿತ್ತೆಂಬುದನ್ನು ನಂಬಲಿಕ್ಕೂ ಆಗದಂಥ ಮೌನ.

ವೀರ ಪರಾಕ್ರಮಿ ಮಕರಂತ, ನಿನಗಿದೋ ವಿದಾಯ.

ನಿನ್ನಾತ್ಮ ಮತ್ತೆ ಧ್ಯೇಯಗಾಮಿಯಾಗಲಿ

ಅವಳಿಗೆ ದೂರದಲ್ಲಿ, ಪಿಸುಮಾತುಗಳಲ್ಲಿ ಆಜ್ಞೆ ಮಾಡುತ್ತಿರುವುದು ಕೇಳಿಸಿತು.

"ಹೋಗು... ದೊರೆ ಕುಂಭಕರ್ಣನಿಗೆ ತಿಳಿಸು, ಅವಳು ಇಲ್ಲೇ ಎಲ್ಲೋ ಇದ್ದಾಳೆಂದು."

ಅವಳಿಗೆ ಯಾರೋ ಧಾವಿಸಿಹೋಗುತ್ತಿರುವ ಹೆಜ್ಜೆಗಳ ಸಪ್ಪಳ ಕೇಳಿಸಿತು. ಈಗ ಶತ್ರು, ಒಬ್ಬನೇ ಒಂಟಿ ಇರಬಹುದು. "ತಾಯಿ ನನಗೆ ಸಹಾಯ ಮಾಡು, ನನ್ನ ಕಾಪಾಡು" ಎಂದು ಭೂದೇವಿಯನ್ನು ಪ್ರಾರ್ಥಿಸಿದಳು.

ಸೊಂಟದ ಪಟ್ಟಿಯಲ್ಲಿರಿಸಿದ್ದ ಒರೆಯಿಂದ ಬಾಕುವನ್ನು ಅವಳು ಹೊರಕ್ಕೆಳೆದಳು. ಅವಳು ಸುತ್ತ ಕಣ್ಣಾಡಿಸಿದಳು. ಮರದ ಮರೆಯಿಂದ ಹೊರಬಂದು ಸುತ್ತಮುತ್ತ ನೋಡುವ ಧೈರ್ಯ ಅವಳಿಂದ ಸಾಧ್ಯವಾಗಲಿಲ್ಲ. ಹಾಗಾದಲ್ಲಿ ಧಿಡೀರ್ ಬಾಣಕ್ಕೆ ಅವಳು ತುತ್ತಾಗಲಿದ್ದಳು. ಕಣ್ಣುಗಳೂ ಈಗ ನಿಷ್ಪ್ರಯೋಜಕ. ಕಿವಿಗಳನ್ನಷ್ಟೇ ನಂಬಬೇಕು. ಧ್ವನಿಮಾದಿಂದಲೇ ಬಾಣಗಳನ್ನು ಬಿಡುವಂಥ ಮಹಾನ್ ಬಿಲ್ಲುಗಾರರಿದ್ದರು. ಆದರೆ ಧ್ವನಿಯ ಜಾಡು ಹಿಡಿದು ಚೂರಿ ಎಸೆಯುವಂಥವರು ಬಹಳ ಮಂದಿ ಇರಲಿಲ್ಲ. ಅಂಥ ಕೆಲವೇ ಮಂದಿಯಲ್ಲಿ ಸೀತೆ ಒಬ್ಬಳಾಗಿದ್ದಳು.

ಗಟ್ಟಿಯಾದ, ಆದರೆ ಆಶ್ಚರ್ಯಕರವೆನಿಸುವಷ್ಟು ಸೌಮ್ಯವಾದ ದನಿಯೊಂದು ಅವಳಿಗೆ ಕೇಳಿಸಿತು.

"ಸೀತೆ, ರಾಜಕುಮಾರಿ, ಹೊರಕ್ಕೆ ಬಾ–ನಿನಗೆ ಯಾತನೆ ಕೊಡುವ ಇಚ್ಛೆ ನಮಗಿಲ್ಲ... ಉತ್ತಮವಾದೀತು..."

ವಾಕ್ಯದ ಮಧ್ಯದಲ್ಲೇ ದನಿ ನಿಂತುಹೋಯಿತು. ಆ ದನಿಯನ್ನು ಮತ್ತೆ ಕೇಳಲಾಗದು. ಏಕೆಂದರೆ ಒಂದು ಬಾಕು ಆ ದನಿಯ ಮೂಲವಾದ ಗಂಟಲನ್ನು ಹೊಕ್ಕಿತ್ತು. ಸೀತೆ ಯಾರ ಕಣ್ಣಿಗೂ ಬೀಳದಂತೆ ಥಟ್ಟನೆ ತಿರುಗಿ ಬಾಕು ಎಸೆದಿದ್ದಳು. ಅದೊಂದು ದೋಷಮುಕ್ತವಾದ, ಕರಾರುವಾಕ್ಕಾದ ಮರಣಾಂತಕ ಎಸೆತವಾಗಿತ್ತು. ಬಾಕು ತನ್ನ ಗಂಟಲೊಳಹೊಕ್ಕಂತೆ ಲಂಕಾದ ಸೈನಿಕ ಸ್ತಂಬೀಭೂತನಾದ. ಕ್ಷಣಮಾತ್ರದಲ್ಲಿ ಅವನು ಮರಣ ಹೊಂದಿದ್ದ. ಮಕರಂತ ತನ್ನ ರಕ್ತದಲ್ಲಿ ಮುಳುಗಿ ಸತ್ತಂತೆ.

ಸೀತೆ ಕಾದಳು. ಶತ್ರುಗಳು ಯಾರೂ ಉಳಿದಿಲ್ಲ ಎಂಬುದನ್ನು ಅವಳು ಖಚಿತಮಾಡಿಕೊಳ್ಳಬೇಕಿತ್ತು. ಅವಳ ಬಳಿ ಬೇರಾವ ಅಸ್ತ್ರವೂ ಇರಲಿಲ್ಲ. ಆದರೆ ಇದು ಅವಳ ಶತ್ರುಗಳಿಗೆ ತಿಳಿಯದು. ಅವಳು ತದೇಕಚಿತ್ತಳಾಗಿ ಆಲಿಸಿದಳು. ಯಾವ ಸದ್ದೂ ಕೇಳಿಬರಲಿಲ್ಲ. ಅವಳೀಗ ಮರದ ಮರೆಯಿಂದ ಹೊರಬಂದಳು – ಪೊದೆಗಳ ಮಧ್ಯೆಯಿಂದ ಹೊರಳಿಕೊಂಡು. ಯಾರ ಸದ್ದು, ಸುಳಿವೂ ಇಲ್ಲ.

ಓಡು, ಯಾರೂ ಇಲ್ಲ ಓಡು.

ಸೀತೆ ಜಿಂಕೆಯಂತೆ, ಹತನಾಗಿದ್ದ ಲಂಕಾ ಸೈನಿಕನತ್ತ ನೆಗೆದಳು. ಅವನು ಬಾಣದಿಂದ ಬಿಲ್ಲನ್ನು ಹೆದೆ ಏರಿಸಿಲ್ಲದ್ದನ್ನು ಕಂಡು ಚಕಿತಳಾದಳು. ಗಂಟಲಿನೊಳಗೆ ಹುದುಗಿದ್ದ ಬಾಕುವನ್ನು ಹೊರಕ್ಕೆಳೆಯಲು ಪ್ರಯತ್ನಿಸಿದಳು. ಅದು ಮೂಳೆಯ ಸಂದಿಯಲ್ಲಿ ಹೂತುಹೋಗಿತ್ತು. ಅದು ಅಲ್ಲಾಡಲೂ ಇಲ್ಲ.

ಕುಟೀರದಲ್ಲಿ ಗಂಡಾಂತರ ತಲೆದೋರಿದೆ.... ಓಡು...

ಸೀತೆ ಲಂಕಾ ಸೈನಿಕನ ಬತ್ತಳಿಕೆಯನ್ನೆತ್ತಿಕೊಂಡಳು. ಅದರಲ್ಲಿ ಕೆಲವು ಬಾಣಗಳಿದ್ದವು. ಲಗುಬಗೆಯಿಂದ ಬತ್ತಳಿಕೆಯನ್ನು ಹೆಗಲಿಗೇರಿಸಿಕೊಂಡಳು. ಬಿಲ್ಲನ್ನು ಕೈಗೆತ್ತಿಕೊಂಡವಳೇ ಓಡಲು ಶುರುಮಾಡಿದಳು. ಅವಳು ವೇಗದಿಂದ ಓಡಿದಳು. ಹಂಗಾಮಿ ಕುಟೀರದತ್ತ. ಅವಳು ಲಂಕಾದ ಇನ್ನೊಬ್ಬ ಸಿಪಾಯಿಯನ್ನು ಕೊಲ್ಲಬೇಕಾಯಿತು – ಅವನು ತನ್ನ ಶಿಬಿರ ಸೇರಿ ತನ್ನವರನ್ನು ಎಚ್ಚರಿಸುವ ಮೊದಲು.

—೧೮—

ಹಂಗಾಮಿ ಕುಟೀರದಲ್ಲಿ ಉಗ್ರಹೋರಾಟದ ಲಕ್ಷಣಗಳು ಗೋಚರಿಸಿದವು. ಜಟಾಯು ಮತ್ತಿಬ್ಬರು ಹೊರತಾಗಿ ಬಹುತೇಕ ಮಲಯಪುತ್ರ ಸೈನಿಕರು ಹತರಾಗಿದ್ದರು. ರಕ್ತದ ಮಡುವಿನಲ್ಲಿ ಬಿದ್ದಿದ್ದರು. ಅವರ ಕ್ರೂರ ಕಗ್ಗೊಲೆ ನಡೆದಿತ್ತು. ಜಟಾಯುವಿಗೆ ತೀವ್ರವಾದ ಗಾಯಗಳಾಗಿದ್ದವು. ಅವನ ದೇಹದ ತುಂಬ ಆಗಿದ್ದ ಗಾಯಗಳಿಂದ ರಕ್ತ ಒಸರುತ್ತಿತ್ತು. ಕೆಲವು ಖಡ್ಗದಿಂದ ಆದ ಗಾಯಗಳು. ಕೆಲವು ಮುಷ್ಟಿ ಪ್ರಹಾರದಿಂದ. ಜಟಾಯುವಿನ ಕೈಗಳನ್ನು ಹಿಂಗಟ್ಟು ಮುರಿಕಟ್ಟಲಾಗಿತ್ತು. ಲಂಕಾದ ಇಬ್ಬರು ಸಿಪಾಯಿಗಳು ಹಿಂದೆ ನಿಂತು ಬಿಗಿಯಾಗಿ ಅವನನ್ನು ಹಿಡಿದುಕೊಂಡಿದ್ದರು. ಧಡೂತಿ ಆಸಾಮಿಯೊಬ್ಬ ಮುಂದೆ ಬಂದು ಮಹಾನಾಗನನ್ನು ಪ್ರಶ್ನಿಸಲಾರಂಭಿಸಿದ.

ಅಂಗಾಂಗ ವಿರೂಪದಿಂದ ಜನಿಸಿದ ಸಪ್ತಸಿಂಧುವಿನ ಜನರಿಗೆ ನಾಗಾಗಳೆಂದು ನಾಮಕರಣ ಮಾಡಲಾಗಿತ್ತು. ವಿರೂಪದಿಂದಾಗಿ ಜಟಾಯುವಿನ ಮುಖ ಗೃಧ್ರದಂತೆ ಕಾಣುತ್ತಿತ್ತು.

"ಹೇಳಯ್ಯಾ ನಾಯಕ, ಅವರೆಲ್ಲ ಎಲ್ಲಿದ್ದಾರೆ?"

–ಲಂಕಾ ಸೈನಿಕ ಅಬ್ಬರಿಸಿದ.

ಜಟಾಯು ಉಗ್ರವಾಗಿ ತಲೆ ಅಲ್ಲಾಡಿಸಿದ. ಅವನ ತುಟಿಗಳು ಬಿಗಿಯಾಗಿ ಮುಚ್ಚಿಕೊಂಡಿದ್ದವು. ಲಂಕಾದ ಸೈನಿಕ ನಾಗಾನ ಕಿವಿಗೆ ಒಂದಂಗುಲದಷ್ಟು ಹತ್ತಿರ ಬಂದು, "ನೀನು ನಮ್ಮವನು ಜಟಾಯು, ಒಂದು ಕಾಲದಲ್ಲಿ ನೀನು ರಾವಣನಿಗೆ ನಿಷ್ಠಾವಂತನಾಗಿದ್ದಿ" ಎಂದು ಉಸುರಿದ.

ಜಟಾಯು ಲಂಕಾ ಸೈನಿಕನನ್ನು ಸೇಡಿನಿಂದ ಕೆಕ್ಕರಿಸಿ ನೋಡಿದ. ಕ್ರೋಧಾಗ್ನಿ ಕಾರುತ್ತಿದ್ದ ಅವನ ಕಂಗಳ ನೋಟವೇ ಉತ್ತರವಾಗಿತ್ತು. ಲಂಕಾ ಸೈನಿಕನ ಮಾತು ಮುಂದುವರಿಸಿದ :

"ನಾವು ಗತಕಾಲವನ್ನು ಮರೆಯಬಹುದು. ನಮಗೆ ಏನನ್ನು ಹೇಳ ಬಯಸಿರುವೆಯೋ ಅದನ್ನು ತಿಳಿಸು.

ಗೌರವಯುತವಾಗಿ ಲಂಕೆಗೆ ಮರಳಿ ಬಾ. ಇದು ಲಂಕಾದವನ ವಚನ. ಸೇನಾನಾಯಕ ಖರನ ವಚನ"

ಜಟಾಯು ಅವನಿಂದ ದೃಷ್ಟಿ ಕಿತ್ತು ದೂರದತ್ತ ಕಣ್ಣು ಹರಿಸಿದ. ಕೋಪ ಕಣ್ಮರೆಯಾಗುತ್ತಿತ್ತು. ಮುಖದಲ್ಲಿ ಶೂನ್ಯಭಾವ. ಅವನ ಮನಸ್ಸು ಬೇರೆಲ್ಲೋ ಇದ್ದಂತೆ.

ಲಂಕಾದ ತನಿಖಾಧಿಕಾರಿ ತನ್ನ ಸಿಪಾಯಿಗಳಲ್ಲೊಬ್ಬನಿಗೆ ಸಂಜ್ಞೆಮಾಡಿದ.

"ದಂಡನಾಯಕ ಖರಾ ನಿಮ್ಮಾಣತಿ"

—ಎಂದ ಸಿಪಾಯಿ ಕೈಯ್ಯಲ್ಲಿದ್ದ ಖಡ್ಗವನ್ನು ಒರೆಸಿ ಒರೆಗೆತಳ್ಳುತ್ತಾ ಅವನು ಗಾಯಾಳು ಮಲೆಯ ಪುತ್ರನೊಬ್ಬನ ಬಳಿ ಹೋಗಿ ನಿಂತು, ಗರಗಸದಂತೆ ಹಲ್ಲುಗಳಿದ್ದ ಖಡ್ಗವನ್ನು ಒರೆಯಿಂದ ಹೊರಕ್ಕೆಳೆದ. ಗಾಯಾಳು ಸೈನಿಕನ ಹಿಂದೆ ನಿಂತು ಅವನ ತಲೆಯನ್ನು ಹಿಂದಕ್ಕೆ ಸೆಳೆದು ಖಡ್ಗವನ್ನು ಗಂಟಲಿಗೆ ಅಮುಕಿದ. ನಂತರ ಮುಂದಿನ ಆಜ್ಞೆಯಾಗಿ ಖರನತ್ತ ನೋಡಿದ.

ಖರ, ನೇರವಾಗಿ ಸೈನಿಕನತ್ತ ದೃಷ್ಟಿ ಬೀಳುವ ರೀತಿಯಲ್ಲಿ ಜಟಾಯುವಿನ ತಲೆಯನ್ನು ತಿರುಗಿಸಿ ಹಿಡಿದುಕೊಂಡ. ಚೂರಿಯನ್ನು ಗಂಟಲಿಗೆ ಒತ್ತಿಹಿಡಿದ.

"ಜಟಾಯು ನಿನಗೆ ನಿನ್ನ ಜೀವದ ಮೇಲೆ ಆಸೆ ಇಲ್ಲದಿರಬಹುದು. ಆದರೆ ನಿನ್ನ ಇಬ್ಬರು ಸೈನಿಕರ ಪ್ರಾಣ ಉಳಿಸುವ ಇರಾದೆಯೂ ಇಲ್ಲವೆ?"

—ದಂಡನಾಯಕ ಖರ ಕೇಳಿದ.

ಮಲೆಯಪುತ್ರ ಸಿಪಾಯಿ ಜಟಾಯುವಿನತ್ತ ತಿರುಗಿ, "ನಾನು ಸಾಯಲು ಸಿದ್ಧನಿದ್ದೇನೆ. ನೀವೇನೂ ಹೇಳಬೇಡಿ, ನಾಯಕರೆ" ಎಂದ ಅರುಚಿದ.

ಲಂಕಾ ಸೈನಿಕ ತರುಣ ಸಿಪಾಯಿ ತಲೆಗೆ ಖಡ್ಗದ ಹಿಡಿಯಿಂದ ಬಾರಿಸಿದ. ಸಿಪಾಯಿಯ ದೇಹ ಧೈರ್ಯದಿಂದ ಸೆಟೆದು ನಿಂತಿತು. ಲಂಕಾ ಸೈನಿಕ ಖಡ್ಗವನ್ನು ಮತ್ತೆ ಸಿಪಾಯಿಯ ಗಂಟಲಿಗೆ ಒತ್ತಿಹಿಡಿದ.

"ದಂಡನಾಯಕ, ಇನ್ನಾದರೂ ಮಾತನಾಡು. ನಿನ್ನ ಸಿಪಾಯಿಯ ಜೀವ ಉಳಿಸಲಾದರು ಹೇಳು. ಅವರು ಎಲ್ಲಿದ್ದಾರೆ ಹೇಳು."

—ಖರ ರೇಷಿಮೆಯ ನಯದ ದನಿಯಲ್ಲಿ ಉಸುರಿದ.

"ಅವರನ್ನು ಸೆರೆಹಿಡಿಯುವುದು ನಿನ್ನಿಂದ ಎಂದೆಂದಿಗೂ ಸಾಧ್ಯವಾಗದು. ಅವರು ಮೂವರು ನಿರ್ಗಮಿಸಿ ಬಹಳ ಹೊತ್ತಾಯಿತು" – ಎಂದ ಜಟಾಯು.

ಖರ ಗಹಗಹಿಸಿ ನಕ್ಕ. "ಅಯೋಧ್ಯೆಯ ಇಬ್ಬರು ರಾಜಕುಮಾರರು ನಿರಂತರ ಅಲೆಯುತ್ತಿರಲಿ ಎಂಬುದೇ ನನ್ನ ಬಯಕೆ.

ನಮ್ಮ ಆಸಕ್ತಿ ಇರುವುದೆಲ್ಲ ವಿಷ್ಣುವಿನಲ್ಲಿ" ಎಂದ.

ಜಟಾಯುವಿಗೆ ಆಘಾತವಾಯಿತು. ಅವರಿಗೆ ಹೇಗೆ ಗೊತ್ತಾಯಿತು?"

"ಎಲ್ಲಿದ್ದಾನೆ ವಿಷ್ಣು? ಅವಳು ಎಲ್ಲಿದ್ದಾಳೆ?"

ಖರ ಗಡುಸಿನಿಂದ ಕೇಳಿದ.

ಜಟಾಯುವಿನ ತುಟಿಗಳು ಅಲುಗಿದವು. ಅದು ಪ್ರಾರ್ಥನೆಗಾಗಿ. ಅವನು ವೀರ ಸಿಪಾಯಿಯ ಆತ್ಮಕ್ಕಾಗಿ ಪ್ರಾರ್ಥಿಸುತ್ತಿದ್ದ.

ಖರ ನಿರ್ದಯವಾಗಿ ತಲೆ ಆಡಿಸಿದ.

ಜಟಾಯು ಹಠಾತ್ತನೆ ದೊಡ್ಡದನಿಯಲ್ಲಿ ಗಾಳಿಗುಂಟ ಮಲೆಯಪುತ್ರನ ಘೋಷ ವಾಕ್ಯವನ್ನು ಘೋಷಿಸಿದ. "ಜೈ ಪರಶುರಾಂ"

ಮಲೆಯಪುತ್ರರೆಲ್ಲ ಒಕ್ಕೊರಳಿನಿಂದ ಘೋಷಿಸಿದರು: "ಜೈ ಪರಶುರಾಂ" ಸಾವಿನ ಭೀತಿ ಅವರ ಹತ್ತಿರವೂ ಸುಳಿದಿರಲಿಲ್ಲ.

ಲಂಕಾ ಸೈನಿಕ ಮಲೆಯಪುತ್ರ ಗಂಟಲಿನೊಳಕ್ಕೆ ಖಡ್ಗವನ್ನು ನೂಕಿದ. ಮಂಥನದಂತೆ ಗಂಟಲೊಳಗೆ ಖಡ್ಗವನ್ನು ತಿರುಗಿಸಿದ. ರಕ್ತ ಉಕ್ಕಿ ಬಂತು. ಸಿಪಾಯಿ ಧರೆಗುರುಳಿದ. ಜಟಾಯು ಮನದೊಳಗೆ ಅಂದುಕೊಂಡ:

ವೀರ ಸೋದರನೇ ವಿದಾಯ ನಿನಗೆ...

ಕುಟೀರ ಸಮೀಪಿಸಿದಂತೆ ಸೀತೆಯ ನಡಿಗೆ ನಿಧಾನವಾಯಿತು. ಅವಳು ಈಗಾಗಲೇ ಲಂಕಾದ ಮತ್ತೊಬ್ಬ ಸೈನಿಕನ ಹತ್ಯೆ ಮಾಡಿದ್ದಳು. ಅವನು ಮೃತನಾಗಿ ಸ್ವಲ್ಪದೂರದಲ್ಲಿ ಬಿದ್ದಿದ್ದ. ಬಾಣವೊಂದು ಅವನೆದೆಯನ್ನು ಹೊಕ್ಕಿತ್ತು. ಅವಳು ಅವನ ಬಾಣಗಳನ್ನು ಬಾಚಿಕೊಂಡು ತನ್ನ ಬತ್ತಳಿಕೆಗೆ ಸೇರಿಸಿದ್ದಳು. ಅವಳು ಮರವೊಂದರ ಹಿಂದೆ ಅಡಗಿಕೊಂಡು ಕುಟೀರದತ್ತ ಒಂದು ಸಮೀಕ್ಷಾ ನೋಟ ಹರಿಸಿದಳು. ಎಲ್ಲ ದಿಕ್ಕಿನಿಂದಲೂ ಲಂಕಾ ಸೈನಿಕರು ಸುತ್ತುವರಿದಿದ್ದರು. ಬಹುಶಃ ನೂರಕ್ಕೂ ಹೆಚ್ಚು ಮಂದಿ ಇದ್ದರು.

ಮಲಯಪುತ್ರ ಸೈನಿಕರೆಲ್ಲ ಹತರಾಗಿದ್ದರು. ಜಟಾಯು ಒಬ್ಬ ಉಳಿದುಕೊಂಡಿದ್ದ. ಇಬ್ಬರು ಸಿಪಾಯಿಗಳ ಮೃತದೇಹಗಳು ಅವನ ಹತ್ತಿರವೇ ಬಿದ್ದಿದ್ದವು. ಸಿಪಾಯಿಗಳ ತಲೆ ತುಂಬ ಎಲ್ಲ ದಿಕ್ಕುಗಳಿಂದ ಬಂದ

ಬಾಣಗಳು. ಸುತ್ತ ರಕ್ತ ಮಡುಗಟ್ಟಿತ್ತು. ಜಟಾಯು ಮೊಣಕಾಲೂರಿ ಕುಳಿತಿದ್ದ. ಲಂಕಾದ ಇಬ್ಬರು ಸಿಪಾಯಿಗಳು ಅವನನ್ನು ಹಿಡಿದುಕೊಂಡಿದ್ದರು. ಅವನ ಕೈಗಳನ್ನು ಹಿಂಗಟ್ಟುಮುರಿಕಟ್ಟಲಾಗಿತ್ತು. ಗಾಯಗಳಿಂದ ರಕ್ತ ಹರಿಯುತ್ತಿತ್ತು. ಆದರೂ ಅವನು ವಿಚಲಿತನಾಗಿರಲಿಲ್ಲ. ಅವನ ನೋಟ ಉಲ್ಲಂಘನೀಯ ವಾಗಿ ದೂರದಲ್ಲಿ ನೆಟ್ಟಿತ್ತು. ಖರ ಅವನ ಸಮೀಪ ನಿಂತಿದ್ದ. ಚೂರಿಯನ್ನು ಜಟಾಯುವಿನ ಮೇಲ್ತೋಳಿನ ಮೇಲಿರಿಸಿದ್ದ. ಅವನು ಚೂರಿ ಆಡಿಸಿ ತೋಳಿನ ಮಾಂಸಖಂಡಗಳನ್ನು ಬಗೆಯುತ್ತಿದ್ದ. ರಕ್ತ ಹರಿಯುತ್ತಿತ್ತು.

ಸೀತೆ ಖರಾನತ್ತ ನೋಡಿ ಹುಬ್ಬುಗಂಟಿಕ್ಕಿದಳು. ನಾನು ಅವನನ್ನು ಬಲ್ಲೆ. ಈ ಮೊದಲು ನಾನು ಅವನನ್ನು ಕಂಡದ್ದು ಎಲ್ಲಿ?

ಖರಾ ನಕ್ಕ. ನಗುತ್ತಲೇ ಚೂರಿಯಿಂದ ಗೆರೆ ಕೊಯ್ದಿದ್ದ ಜಾಗದಲ್ಲಿ ಮತ್ತೆ ಮತ್ತೆ ಬಗೆದ. ಜಟಾಯುವಿನ ಕೆನ್ನೆಯ ಮೇಲೆ ಚೂರಿ ಆಡಿಸುತ್ತಾ "ನನ್ನ ಪ್ರಶ್ನೆಗೆ ಉತ್ತರಿಸು. ಎಲ್ಲಿದ್ದಾಳೆ ಅವಳು?" ಎಂದು ಆರ್ಭಟಿಸಿದ.

ಜಟಾಯು ಅವನ ಮುಖಕ್ಕೆ ಉಗಿದ. "ಈ ಕ್ಷಣ ಸಾಯಿಸು ಅಥವಾ ನಿಧಾನವಾಗಿ ಕೊಲ್ಲು. ನನ್ನಿಂದ ಒಂದಕ್ಷರವನ್ನೂ ಬಾಯಿಬಿಡಿಸಲಾರೆ" ಎಂದ.

ಖರಾ ಕೋಪಾವಿಷ್ಟನಾಗಿ ಖಡ್ಗ ಎತ್ತಿದ್ದ. ಖಡ್ಗ ಬೀಸಿ ಕೆಲಸ ಮುಗಿಸಲು. ವಾಯುವೇಗದಲ್ಲಿ ಬಂದ ಬಾಣವೊಂದು ಅವನ ಕೈಗೆ ಬಡಿಯಿತು. ಖಡ್ಗ ಕೆಳಗೆ ಬಿತ್ತು. ಅವನು ಜೋರಾಗಿ ಚೀರಿದ.

ರಾವಣ ಮತ್ತು ಕುಂಭಕರ್ಣ ಸ್ತಂಬೀಭೂತರಾಗಿ ಬಿರುಗಾಳಿಯಂತೆ ಸುತ್ತಮುತ್ತ ಅಲೆಯುತ್ತಿದ್ದರು. ಲಂಕಾದ ಅನೇಕ ಮಂದಿ ಸಿಪಾಯಿಗಳು ಧಾವಿಸಿಬಂದು ಅವರಿಬ್ಬರ ಸುತ್ತ ರಕ್ಷಣಾ ಕೋಟೆ ಕಟ್ಟುವ ಪ್ರಯತ್ನ ಮಾಡುತ್ತಿದ್ದರು. ಧುಡುಂಪ್ರವೇಶ ಪ್ರವೃತ್ತಿಯಿಂದ ಮುನ್ನುಗ್ಗುವ ಸ್ವಭಾವದ ರಾವಣನನ್ನು ನಿಯಂತ್ರಿಸಲು ಕುಂಭಕರ್ಣ ಅಣ್ಣನ ತೋಳುಗಳನ್ನು ಬಲವಾಗಿ ಹಿಡಿದುಕೊಂಡಿದ್ದ.

ಉಳಿದ ಸೈನಿಕರು ಬಿಲ್ಲಿಗೆ ಹೆದೆ ಏರಿಸಿ ಸೀತೆಯತ್ತ ಬಾಣಗಳನ್ನು ಹೂಡಿದ್ದರು. "ಬಾಣ ಬಿಡಬೇಡಿ" ದೊಡ್ಡ ಗಂಟಲಿನಲ್ಲಿ ಕುಂಭಕರ್ಣ ಹೇಳಿದ್ದು ಎಲ್ಲರಿಗೂ ಕೇಳಿಸಿತು. ಬಿಲ್ಲುಗಳನ್ನು ಕೆಳಗಿಳಿಸಲಾಯಿತು.

ಖರಾ ಬಾಣದ ಮೊನೆಯನ್ನು ಅಧೋಮುಖಿಯಾಗಿಸಿದ.

ಬಾಣವೊಂದು ಬಂದೆರಗಿದ ಮಾರ್ಗವನ್ನು, ಗಿಡಮರಗಳಿಂದ ಭರಿತವಾಗಿದ್ದ ಆ ಮಾರ್ಗದತ್ತ ದಿಟ್ಟಿಸಿ ನೋಡಿದ. 'ಆ ಬಾಣ ಬಿಟ್ಟವರು ಯಾರಿರಬಹುದು? ದೀರ್ಘಕಾಲದಿಂದ ಬವಣೆಗಳನ್ನೆದುರಿಸುತ್ತಿರುವ ರಾಜಕುಮಾರನಿರಬಹುದೆ? ಅವನ ಅತ್ಯುತ್ಸಾಹಿ ತಮ್ಮನಿರಬಹುದೆ? ಅಥವಾ ಸ್ವತಃ ವಿಷ್ಣುವೇ ಇರಬಹುದೆ?

ಅವಕ್ಕಾದ ಸೀತೆ ಭದ್ರವಾಗಿ ನೆಲದಲ್ಲಿ ಕಾಲೂರಿ ನಿಂತಳು. ವಿಷ್ಣು? ಲಂಕೆಯವರಿಗೆ ವಿಷ್ಣು ಹೇಗೆ ಗೊತ್ತು? ಯಾರು ನನಗೆ ದ್ರೋಹಬಗೆದಿರಬಹುದು?

ಅವಳು ಪ್ರಸ್ತುತ ಕ್ಷಣದಲ್ಲಿ ಮನಸ್ಸನ್ನು ಕೇಂದ್ರೀಕರಿಸಿದಳು. ಚಂಚಲತೆಗೆ ಇದು ಸಮಯವಲ್ಲ.

ಅವಳು ಸದ್ದು ಸಪ್ಪಳ ಮಾಡದಂತೆ ಮತ್ತೊಂದು ನೆಲೆಯತ್ತ ಹೆಜ್ಜೆಹಾಕಿದಳು.

ನಾನು ಒಂಟಿಯಾಗಿದ್ದೇನೆ ಎಂಬುದು ಅವರಿಗೆ ತಿಳಿದಿರಬೇಕು.

"ಬನ್ನಿ, ಬಯಲಿಗೆ ಬಂದು ನೈಜ ಯೋಧರಂತೆ ಯುದ್ಧಮಾಡಿ" – ಖರಾ ಸವಾಲೊಡ್ಡಿದ.

ಸೀತೆಗೆ ತನ್ನ ಈಗಿನ, ಹೊಸ ಸ್ಥಾನದಿಂದ ತೃಪ್ತಿಯಾಗಿತ್ತು. ಈ ನೆಲೆ, ಅವಳು ಮೊದಲು ಬಾಣಬಿಟ್ಟ ಸ್ಥಳದಿಂದ ಸ್ವಲ್ಪ ದೂರದಲ್ಲಿತ್ತು. ಅವಳು ನಿಧಾನವಾಗಿ ಬತ್ತಳಿಕೆಯಿಂದ ಮತ್ತೊಂದು ಬಾಣ ಸೆಳೆದು ಹೆದೆಗೇರಿಸಿದಳು. ಅವನತ್ತ ಹೂಡಿದಳು. ಲಂಕೆಯ ಸೇನೆಯಲ್ಲಿ ಮಹಾದಂಡನಾಯಕ ಪತನ ಹೊಂದಿದಲ್ಲಿ ಉಳಿದ ಸೇನಾಪಡೆಗಳು ಹಿಮ್ಮೆಟ್ಟುವುದು ರೂಢಿ. ಸೇನೆಯಿಂದ ಸುರಕ್ಷಿತನಾಗಿದ್ದ ರಾವಣ ಸೇನಾಪಡೆಗಳು ಗುರಾಣಿಗಳನ್ನು ಮೇಲಕ್ಕೇರಿಸಿದ್ದವು. ಅವಳಿಗೆ ಬೆಳಕಿನ ಮಾರ್ಗ ಖಚಿತವಾಗಿ ಗೊತ್ತಾಗಲಿಲ್ಲ.

ಈಗ ರಾಮ ಇರಬೇಕಾಗಿತ್ತು. ಅವನು ಹೇಗಾದರೂ ಬಾಣದ ಮಾರ್ಗ ಗುರಿ ಪತ್ತೆ ಹಚ್ಚಿ ಬಾಣ ಬಿಡುತ್ತಿದ್ದ.

ಪ್ರಾರಂಭದ ವಾತಾವರಣ ಸೃಷ್ಟಿಸುವ ಸೂಚಿಯಾಗಿ ಸೈನಿಕರ ಮೇಲೆ ತೀವ್ರ ದಾಳಿಯನ್ನು ನಡೆಸಲು ಸೀತೆ ನಿರ್ಧರಿಸಿದಳು. ಅವಳು ಒಂದಾದ ಮೇಲೊಂದರಂತೆ ತ್ವರಿತವಾಗಿ ಐದು ಬಾಣಗಳನ್ನು ಪ್ರಯೋಗಿಸಿದಳು. ಲಂಕೆಯ ಐವರು ಸೈನಿಕರು ಧರಾಶಾಯಿಯಾದರು. ಉಳಿದವರು

ಕದಲಲಿಲ್ಲ. ರಾವಣನ ಸುತ್ತ ರಕ್ಷಣಾ ಕೋಟೆ ಭದ್ರವಾಗಿತ್ತು. ಅವರೆಲ್ಲ ತಮ್ಮ ದೊರೆಗಾಗಿ ಪ್ರಾಣಾರ್ಪಣ ಮಾಡಲು ಸಿದ್ಧರಾಗಿದ್ದರು.

ರಾವಣ ಸುರಕ್ಷಿತನಾಗಿದ್ದ.

ಸೈನಿಕರಲ್ಲಿ ಕೆಲವರು ಸೀತೆ ಇದ್ದ ದಿಕ್ಕಿನತ್ತ ಚಲಿಸಲಾರಂಭಿಸಿದರು. ಅವಳು ಬಲುಬೇಗ ಸ್ಥಳ ಬದಲಾಯಿಸಿದಳು.

ಹೊಸನೆಲೆಗೆ ಬಂದ ಕೂಡಲೇ ಬತ್ತಳಿಕೆಯನ್ನು ನೋಡಿದಳು. ಮೂರು ಬಾಣಗಳು ಮಾತ್ರ ಇದ್ದವು.

ಅಯ್ಯೋ

ಸೀತೆ ಬೇಕೆಂದೇ ಮರದ ಕೊಂಬೆಯೊಂದರ ಮೇಲೆ ಕಾಲಿರಿಸಿದಳು. ಶಬ್ದವಾಯಿತು. ಶಬ್ದಬಂದ ಕಡೆ ಸೈನಿಕರು ಧಾವಿಸಿದರು. ಸೀತೆ ಮತ್ತೆ ಅಲ್ಲಿಂದ ಕಾಲ್ತೆಗೆದಳು. ರಾವಣನ ಸುತ್ತ ಇರುವ ರಕ್ಷಣಾ ಕೋಟೆಯಲ್ಲಿ ಬಿರುಕನ್ನು ಹುಡುಕುವುದು ಅವಳ ಉದ್ದೇಶವಾಗಿತ್ತು. ಆದರೆ ಖರಾ ಅವಳ ನಿರೀಕ್ಷೆ ಮೀರಿ ಸೂಕ್ಷ್ಮಮತಿಯಾಗಿದ್ದ.

ಖರಾ ಹಿಂದೆ ಸರಿದ. ಗಾಯಗಳಾಗಿಲ್ಲದ ಎಡಗೈಯ್ಯಿಂದ ಪಾದರಕ್ಷೆಯ ಅಟ್ಟೆಯಡಿ ಅವಿತಿಟ್ಟಿದ್ದ ಚೂರಿಯನ್ನು ಹೊರಸೆಳೆದ. ಅವನು ಜಟಾಯುವಿನ ಹಿಂದಕ್ಕೆ ಸರಿದು ನಿಂತು ಚೂರಿಯನ್ನು ನಾಗನ ಕೊರಳಿಗೆ ಒತ್ತಿಹಿಡಿದ.

ಖರಾ ತುಟಿಗಳ ಮೇಲೆ ರಾಕ್ಷಸಿ ನಗೆ ತಂದುಕೊಂಡು ನುಡಿದ: "ನೀನೂ ಪಾರಾಗಬಹುದಿತ್ತು. ಆದರೆ ನೀನು ತಪ್ಪಿಸಿಕೊಂಡು ಹೋಗಲಿಲ್ಲ. ನಾನು ಪಣಕಟ್ಟಿ ಹೇಳುತ್ತೇನೆ, ಮಹಾವೃಕ್ಷಗಳ ಹಿಂದೆ ಅಡಗಿರುವ ಮಹಾವಿಷ್ಣುವಿನ ಪೈಕಿ ನೀನೂ ಒಬ್ಬ."

ಖರಾ 'ಮಹಾ' ಎಂಬುದನ್ನು ವ್ಯಂಗ್ಯದಿಂದ ನುಡಿದಿದ್ದ. ನಿನ್ನನು ಆರಾಧಿಸುವವರನ್ನು ರಕ್ಷಿಸುವ ಬಯಕೆ ನಿನ್ನದು.

"ಆಹಾ! ಎಷ್ಟು ಸ್ಫೂರ್ತಿದಾಯಕ, ಎಷ್ಟು ಹೃದಯಸ್ಪರ್ಶಿ!"

ಖರಾ ಆಶ್ರುಬಿಂದುಗಳನ್ನೊರೆಸಿಕೊಳ್ಳುವಂತೆ ನಾಟಕವಾಡಿದ.

ಸೀತೆ ಕಣ್ಣೆವೆ ಅಲುಗಿಸದೆ ಅವನನ್ನೇ ದಿಟ್ಟಿಸಿ ನೋಡಿದಳು.

ಖರಾ ಮಾತು ಮುಂದುವರಿಸಿದ.

"ನಿನಗೊಂದು ಮಾತು ಹೇಳುತ್ತೇನೆ. ಮುಂದೆ ಬಾ. ನಿನ್ನ ಗಂಡನಿಗೆ ಮತ್ತು ನಿನ್ನ ಆ ದೈತ್ಯ ಮೈದುನನಿಗೂ ಹೇಳು, ಅವರೂ ಮುಂದೆ

ಬರಬೇಕೆಂದು. ಆಗ ನಾವು ಈ ನಾಯಕನನ್ನು ಜೀವಂತ ಬಿಡುತ್ತೇವೆ. ಅಯೋಧ್ಯೆಯ ಇಬ್ಬರು ರಾಜಕುಮಾರರನ್ನೂ ಘಾಸಿಗೊಳಿಸದೇ ಬಿಡುತ್ತೇವೆ. ನಮಗೆ ಬೇಕಾಗಿರುವುದೆಲ್ಲ ನಿನ್ನ ಶರಣಾಗತಿ."

ಸೀತೆ ನಿಶ್ಚಲಳಾಗಿ, ಮೌನಿಯಾಗಿ ನಿಂತಿದ್ದಳು.

ಖರಾ ಜಟಾಯುವಿನ ಕುತ್ತಿಗೆ ಮೇಲೆ ಅದುಮಿರಿಸಿದ್ದ ಚೂರಿಯ ಹಿಡಿತವನ್ನು ಸಡಿಲಿಸಿದ. ಚೂರಿಯ ಒತ್ತಿನಿಂದ ಮೂಡಿದ್ದ ಕೆಂಪು ಗೆರೆ ಕಾಣಿಸುತ್ತಿತ್ತು. ಅವನು ಗುನುಗುನಿಸಿದ : "ಇಡೀ ದಿನ ನನ್ನ ಸುಪರ್ದಿನಲ್ಲಿಲ್ಲ...."

ಜಟಾಯು ಹಠಾತ್ತನೆ ಹಿಂದಕ್ಕೆ ತಿರುಗಿ ಖರಾನ ತೊಡೆಸಂದಿಗೆ ಗುಮ್ಮಿದ. ಖರಾ ತೀವ್ರ ಯಾತನೆಯಿಂದ ಚೀರಿದಂತೆ. ಜಟಾಯು ಸೀತೆಯತ್ತ ತಿರುಗಿ ಹೇಳಿದ. "ಮಾನ್ಯಳೇ, ಓಡು, ನಿನ್ನ ಜೀವ ಪಣಕ್ಕಿಟ್ಟು ಉಳಿಸಬಹುದಾದಷ್ಟು ಯೋಗ್ಯ ನಾನಲ್ಲ."

ಲಂಕಾದ ಮೂವರು ಸೈನಿಕರು ಧಾವಿಸಿ ಬಂದು ಜಟಾಯುವಿನ ಮೇಲೆ ಮುಗಿಬಿದ್ದು ಅವನನ್ನು ನೆಲಕ್ಕೆ ಕೆಡವಿದರು. ಖರಾ ನೋವಿನಿಂದ ಚೀರುತ್ತಲೇ ಎದ್ದು ನಿಂತು ಜಟಾಯುವನ್ನು ಶಪಿಸಿದ. ಕೆಲವು ಕ್ಷಣಗಳ ನಂತರ ಜಟಾಯುವಿಗೆ ಬಲವಾಗಿ ಒದ್ದ. ಅವನು ಬಾಣ ಬಂದ ಪ್ರತಿದಿಕ್ಕಿಗೂ ತಿರುಗಿ ಅವಲೋಕಿಸಿದ. ಸಾಲುಮರಗಳನ್ನು ಅಳೆದು ಸುರಿದು ನೋಡಿದ. ಮತ್ತೆ ಮತ್ತೆ ಜಟಾಯುವಿನ ಮೇಲೆ ಪಾದಪ್ರಹಾರ ನಡೆಸಿದ. ಬಗ್ಗಿ ಜಟಾಯುವನ್ನು ತನ್ನ ಕಾಲ ಬುಡಕ್ಕೆ ಎಳೆದುಕೊಂಡ. ಸೀತೆಗೆ ಈಗ ಸೆರೆಯಾಳು ಜಟಾಯು ಸ್ಪಷ್ಟವಾಗಿ ಗೋಚರಿಸುತ್ತಿದ್ದ.

ಜಟಾಯುವಿನಿಂದ ಮತ್ತೆ ಗುಮ್ಮಿಸಿಕೊಳ್ಳುವುದನ್ನು ತಪ್ಪಿಸಲೆಂಬಂತೆ ಖರಾ ಅವನ ಜುಟ್ಟನ್ನು ಬಿಗಿಯಾಗಿ ಹಿಡಿದುಕೊಂಡ. ಮತ್ತೊಂದು ಕೈಯ್ಯಲ್ಲಿದ್ದ ಚೂರಿಯನ್ನು ಜಟಾಯುವಿನ ಗಂಟಲಿಗೆ ಒತ್ತಿ ಹಿಡಿದು ಗುನುಗುನಿಸಿದ "ಈ ಕೊರಳ ಕ್ಷಣಮಾತ್ರದಲ್ಲಿ ಸೀಳಿಬಿಡುವೆ, ವಿಷ್ಣು, ಕೆಲವೇ ಕ್ಷಣಗಳಲ್ಲಿ ನಿನ್ನ ದಂಡನಾಯಕ ಹತನಾಗುವನು." ಮಲಯಪುತ್ರ ಚೂರಿಯನ್ನು ಈಗ ಜಟಾಯುವಿನ ಕಿಬ್ಬೊಟ್ಟೆಯ ಹತ್ತಿರ ಹಿಡಿದು ಹೇಳಿದ "ಅಥವಾ ಅವನು ನಿಧಾನವಾಗಿ ಸಾಯಲೂಬಹುದು-ಆಗ ನಿನಗೆ ಯೋಚಿಸಲು ಸ್ವಲ್ಪ ಕಾಲಾವಕಾಶ ಸಿಗುತ್ತದೆ."

ಸೀತೆ ನಿಶ್ಚಲಳಾಗಿದ್ದಳು. ಅವಳ ಬತ್ತಳಿಕೆಯಲ್ಲಿ ಮೂರೇ ಮೂರು

ಬಾಣಗಳಿದ್ದವು. ಈಗ ಏನು ಮಾಡುವುದೂ ಹುಚ್ಚು ಸಾಹಸವಾಗುತ್ತದೆ. ಆದರೆ ಜಟಾಯುವನ್ನು ಹತ್ಯೆಯಾಗಲು ಬಿಡುವಂತಿಲ್ಲ. ಅವನು ಅವಳಿಗೆ ಸೋದರನಂತಿದ್ದ.

"ನಮಗೆ ಬೇಕಾಗಿರುವುದೇ ವಿಷ್ಣು. ಅವಳು ಶರಣಾಗತಳಾಗಲಿ. ಆಗ ನೀವೆಲ್ಲ ಹೋಗಬಹುದು. ನನ್ನ ವಚನ ಲಂಕಾಸೇನಾನಿಯ ಭಾಷೆ."

"ಅವನನ್ನು ಬಿಟ್ಟುಬಿಡು"

—ಮರಗಳ ಹಿಂದೆ ಅವಿತುಕೊಂಡೇ ಸೀತೆ ಅರಚಿದಳು.

"ಮುಂದೆ ಬಂದು ಶರಣಾಗು."

—ಜಟಾಯುವಿನ ಕಿಬ್ಬೊಟ್ಟೆಗೆ ಚೂರಿಯನ್ನು ಒತ್ತಿ ಹಿಡಿದೇ ಖರಾ ನುಡಿದ: "ಆಗ ನಾವು ಇವನನ್ನು ಬಿಟ್ಟುಬಿಡುತ್ತೇವೆ."

ಸೀತೆ ಅವನತಳಾಗಿ ಕಣ್ಣು ಮುಚ್ಚಿಕೊಂಡಳು. ಅಸಹಾಯಕ ಕ್ರೋಧ ದಿಂದ ಅವಳ ಭುಜಗಳು ಕುಸಿದವು. ಅವಳು ಮತ್ತಷ್ಟು ಆಲೋಚನೆಗಳಿಗೆ ಅವಕಾಶಕೊಡದೆ ಹೊರಕ್ಕೆ ಹೆಜ್ಜೆ ಇಟ್ಟಳು. ಅಂತಃಸ್ಫುರಣೆಯಿಂದ ಬತ್ತಳಿಕೆ ಯಿಂದ ಬಾಣವನ್ನು ತೆಗೆದು ಹೆದೆಗೇರಿಸಿ ಬಿಡಲು ಸಿದ್ಧಳಾದಳು.

"ಮಹಾವಿಷ್ಣು"

—ಮುಸಿಮುಸಿ ನಗುತ್ತ ಉದ್ಗರಿಸಿದ ಖರಾ. ಒಂದುಕ್ಷಣ ಜಟಾಯುವಿನ ಮೇಲಣ ಹಿಡಿತ ಸಡಿಲಿಸಿದ ಕುತ್ತಿಗೆಯ ಮೇಲಣ ಹಳೆಯ ಮಚ್ಚೆ ಯೊಂದನ್ನು ಸವರಿಕೊಳ್ಳುತ್ತಾ ಮಾಸದ ಹಳೆಯ ನೆನಪು ಮನಸ್ಸನ್ನು ಕದಡಿತು.

"ಆಹಾ! ಎಂಥ ದಯಾರ್ದ್ರಳು ನೀನು, ನಮ್ಮನ್ನು ಕೂಡಿ ಕೊಳ್ಳುತ್ತಿದ್ದೀಯ. ಎಲ್ಲಿ ನಿನ್ನ ಗಂಡ? ಅವನ ದೈತ್ಯ ಸೋದರ..."

ಸೀತೆ ಉತ್ತರಿಸಲಿಲ್ಲ. ಲಂಕೆಯ ಕೆಲವು ಸಿಪಾಯಿಗಳು ನಿಧಾನವಾಗಿ ಅವಳತ್ತ ಚಲಿಸಲಾರಂಭಿಸಿದರು. ಅವರ ಖಡ್ಗಗಳು ಒರೆಯೊಳಗಿರುವುದನ್ನು ಅವಳು ಗಮನಿಸಿದಳು. ಅವರು ಲಾಠಿಗಳು. ಬಿದರಿನ ಬೆತ್ತಗಳಿಂದ ಸಜ್ಜಿತ ರಾಗಿದ್ದರು. ಅವುಗಳಿಂದ ಗಾಯಗೊಳಿಸುವುದು ಸಾಧ್ಯವಿತ್ತೇ ವಿನಃ ಹತ್ಯೆ ಗೈಯ್ಯುವುದು ಸಾಧ್ಯವಿರಲಿಲ್ಲ. ಅವಳು ಒಂದು ಹೆಜ್ಜೆ ಮುಂದಿಟ್ಟು ಬಿಲ್ಲನ್ನು ಕೆಳಕ್ಕಿಳಿಸಿದಳು.

"ನಾನು ಶರಣಾಗುತ್ತಿದ್ದೇನೆ. ದಂಡನಾಯಕ ಜಟಾಯುವನ್ನು ಬಿಟ್ಟುಬಿಡಿ."

ಗಹಗಹಿಸಿ ನಕ್ಕ ಖರಾ ತ್ವರಿತವಾಗಿ ಚೂರಿಯಿಂದ ಜಟಾಯುವಿನ ಕಿಬ್ಬೊಟ್ಟೆಯನ್ನು ಇರಿದನು. ನಿಧಾನವಾಗಿ ಚೂರಿಯನ್ನು ಹೊಟ್ಟೆಯೊಳಕ್ಕೆ ನೂಕಿ ಪಿತ್ತಕೋಶವನ್ನು ಕತ್ತರಿಸಿದ. ನಂತರ ಮೂತ್ರಪಿಂಡ...ಕೊನೆ ಇರಲಿಲ್ಲ.

"ಬೇಡ... ಬೇಡ" ಎಂದು ಚೀರಿದ ಸೀತೆ ಬಿಲ್ಲನ್ನು ಮೇಲೆತ್ತಿ ಖರಾನ ಕಣ್ಣಿಗೆ ಗುರಿ ಇಟ್ಟು ಬಾಣಬಿಟ್ಟಳು. ಬಾಣ ಅವನ ಕಣ್ಣನ್ನು ಹೊಕ್ಕಿತು. ಕಣ್ಣುಗುಡ್ಡೆ ಭೇದಿಸಿಕೊಂಡು ಮಿದುಳಿನೊಳಕ್ಕೆ ಹೊಕ್ಕ ಬಾಣ ಕ್ಷಣಮಾತ್ರದಲ್ಲಿ ಅವನ ಹತ್ಯೆಗೈದಿತ್ತು.

ಲಂಕೆಯ ಸೈನಿಕರ ಚಕ್ರವ್ಯೂಹದೊಳಗಿದ್ದ ಕುಂಭಕರ್ಣ "ನನಗೆ ಅವಳನ್ನು ಜೀವಂತ ಹಿಡಿದುಕೊಡಿ" ಎಂದು ಅಬ್ಬರಿಸಿದ.

ಇನ್ನಷ್ಟು ಮಂದಿ ಲಾಠಿ ಹಿಡಿದ ಸಿಪಾಯಿಗಳು ಅವಳತ್ತ ಚಲಿಸಿದರು.

"ರಾಮ" ಎಂದು ಗಟ್ಟಿಯಾಗಿ ಜಪಿಸಿದ ಸೀತೆ ಇನ್ನೊಂದು ಬಾಣವನ್ನು ಹೆದೆಗೇರಿಸಿ ಪ್ರಯೋಗಿಸಿದಳು. ಲಂಕೆಯ ಮತ್ತೊಬ್ಬ ಸಿಪಾಯಿ ನೆಲಕಚ್ಚಿ ಸಾವನ್ನಪ್ಪಿದ. ಆದರೆ ಸಿಪಾಯಿಗಳು ಅವಳೆಡೆಗೆ ನುಗ್ಗುತ್ತಲೇ ಇದ್ದರು.

ಸೀತೆ ಮತ್ತೊಂದು ಬಾಣ ಪ್ರಯೋಗಿಸಿದಳು. ಅದು ಅವಳಲ್ಲಿದ್ದ ಕೊನೆಯ ಬಾಣವಾಗಿತ್ತು. ಮತ್ತೊಬ್ಬ ಲಂಕೆಯ ಸೈನಿಕ ಅದಕ್ಕೆ ಆಹುತಿ ಯಾದ. ಸಿಪಾಯಿಗಳು ಅವಳತ್ತ ಧಾವಿಸುತ್ತಿದ್ದರು.

"ರಾಮ"

ಲಂಕೆಯ ಸಿಪಾಯಿಗಳು ಬಹುಮಟ್ಟಿಗೆ ಅವಳನ್ನು ಸಮೀಪಿಸಿದ್ದರು. ಲಾಠಿಗಳನ್ನು ಮೇಲೆತ್ತಿದ್ದರು.

"ರಾಮ"

—ಸೀತೆ ಮತ್ತೆ ಗಟ್ಟಿಯಾಗಿ ಜಪಿಸಿದಳು. ಲಂಕೆಯ ಸಿಪಾಯಿಯೊಬ್ಬ ಹತ್ತಿರ ಬರುತ್ತಿದ್ದಂತೆ ಅವಳು ಬಾಣದ ಹುರಿಯೊಂದನ್ನು ಸೆಳೆದು ಅದನ್ನು ಸಿಪಾಯಿಯ ಲಾಠಿಗೆ ಸುತ್ತುವರಿಯುವಂತೆ ಎಸೆದಳು. ಹುರಿ ಲಾಠಿಗೆ ಸುತ್ತಿ ಕೊಂಡಂತೆ ಅದನ್ನು ತನ್ನತ್ತ ಸೆಳೆದುಕೊಂಡಳು. ಬಿದರಿನ ಆ ಬೆತ್ತದಿಂದ ಸಿಪಾಯಿಯ ತಲೆಗೆ ಜೋರಾಗಿ ಹೊಡೆದಳು. ಹೊಡೆತದ ರಭಸಕ್ಕೆ ಅವನು ನೆಲಕ್ಕೆ ಬಿದ್ದ. ಲಾಠಿಯನ್ನು ಚಕ್ರಾಕಾರದಲ್ಲಿ ಬೀಸಲಾರಂಭಿಸಿದಳು. ಅಪ್ರತಿಭರಾದ ಸಿಪಾಯಿಗಳು ನಿಂತರು. ಸಿಪಾಯಿಗಳು ಸ್ತಂಭೀಭೂತರಾಗಿ ನಿಂತಂತೆ, ಅವಳು ಕ್ಷಣ ಸಾವರಿಸಿಕೊಂಡು, ಶಕ್ತಿ ಎಲ್ಲವನ್ನೂ

ಒಗ್ಗೂಡಿಸಿಕೊಂಡಳು. ಸಿದ್ಧಳಾಗಿ, ಎಚ್ಚರದಿಂದ ನಿಂತಳು. ಬೆತ್ತವನ್ನು ಕಂಕುಳಲ್ಲಿ ಸಿಕ್ಕಿಸಿಕೊಂಡು ಅದರ ಮುಂತುದಿಯನ್ನು ಬಲಗೈ ಮುಷ್ಟಿಯಿಂದ ಅದುಮಿ ಹಿಡಿದುಕೊಂಡಳು. ಕಾಲನಗಲಿಸಿ ಧೀರೆಯಂತೆ ಭದ್ರವಾಗಿ ನಿಂತಳು. ಸಮತೋಲ ತಪ್ಪದಂತೆ ಲಂಕೆಯ ಸುಮಾರು ಐವತ್ತು ಮಂದಿ ಸಿಪಾಯಿಗಳು ಅವಳನ್ನು ಸುತ್ತುವರಿದಿದ್ದರು. ಆದರೆ ದೂರದಲ್ಲಿದ್ದರು.

"ರಾಮ"

ಸೀತೆ ಮತ್ತೊಮ್ಮೆ ಗಟ್ಟಿಯಾಗಿ ಕೂಗಿದಳು. ಕಾಡಿನಲ್ಲಿ ಎಲ್ಲೋ ಇದ್ದ ರಾಮನನ್ನು ತನ್ನ ಕೂಗು ಮುಟ್ಟುವುದೆಂಬಂತೆ.

"ಶ್ರೀಮತಿ ವಿಷ್ಣು, ನಿನಗೆ ನೋವುಂಟುಮಾಡುವುದು ನಮ್ಮ ಇರಾದೆಯಲ್ಲ. ದಯವಿಟ್ಟು ಶರಣಾಗು. ನಿನಗೇನೂ ಮಾಡುವುದಿಲ್ಲ."

ಲಂಕೆಯ ಸೈನಿಕನೊಬ್ಬ ಆಶ್ಚರ್ಯಕರ ರೀತಿಯಲ್ಲಿ ಸೌಮ್ಯದಿಂದ ನುಡಿದ.

ಸೀತೆ ಜಟಾಯುವಿನತ್ತ ದೃಷ್ಟಿ ಹರಿಸಿದಳು.

"ಅವನಿನ್ನೂ ಉಸಿರಾಡುತ್ತಿರುವನೆ?"

"ನಮ್ಮ ಪುಷ್ಪಕ ವಿಮಾನದಲ್ಲಿ ಅವನ ಜೀವ ಉಳಿಸುವ ಔಷಧಿ ಇದೆ."

ಲಂಕೆಯ ಸೈನಿಕನೊಬ್ಬ ಹೇಳಿದ.

"ನಿನ್ನ ಮೇಲೆ ಬಲಪ್ರಯೋಗಮಾಡುವಂತೆ ನಮ್ಮನ್ನು ಒತ್ತಡದಲ್ಲಿ ಸಿಲುಕಿಸದಿರು. ದಯವಿಟ್ಟು"

ಸೀತೆ ಉಸಿರು ಕಟ್ಟಿ ಜೋರಾಗಿ ಕೂಗಿದಳು

"ರಾಮಾ..."

ದೂರದಿಂದ ಕ್ಷೀಣವಾದ ದನಿಯೊಂದು ಕೇಳಿಸುತ್ತಿರುವಂತೆ ಅವಳಿಗೆ ಭಾಸವಾಯಿತು.

"ಸೀತಾ..."

ಸೈನಿಕನೊಬ್ಬ ಹಠಾತ್ತನೆ ಲಾಠಿ ಬೀಸುತ್ತಾ ಅವಳತ್ತ ಸಾಗಿಬಂದ. ಅವಳ ಕಾಲಿಗೆ ಹೊಡೆಯುವಂತೆ ಲಾಠಿ ಬೀಸುತ್ತಿದ್ದ. ಸೀತೆ ಚಂಗನೆ ಮೇಲಕ್ಕೆಗರಿ ಲಾಠಿಯ ಹೊಡೆತದಿಂದ ಪಾರಾದಳು. ಮೇಲೆಗರಿದಂತೆಯೇ ಕಂಕುಳಲ್ಲಿದ್ದ ಲಾಠಿಯನ್ನು ಬಲಗೈಗೆ ಸೆಳೆದುಕೊಂಡು ಬೀಸಿದಳು. ಲಾಠಿ ಲಂಕೆಯ ಸಿಪಾಯಿಯ ತಲೆಗೆ ಅಪ್ಪಳಿಸಿತು. ಅವನು ಪ್ರಜ್ಞಾಶೂನ್ಯನಾಗಿ ಕೆಳಕ್ಕೆ ಬಿದ್ದ.

ಸೀತೆ ನೆಲದ ಮೇಲೆ ಪಾದ ಊರುತ್ತ ಮತ್ತೊಮ್ಮೆ ಕೂಗಿದಳು—

ರಾಮಾ...

ಅದೇ ಕ್ಷೀಣ ದನಿ ಮತ್ತೆ ಅವಳ ಕಿವಿಗೆ ಬಿತ್ತು. ಗಂಡನ ದನಿ. ಸೌಮ್ಯ ದನಿ.

"ಅವಳನ್ನು ಮುಟ್ಟದಿರಿ...ಅವಳನ್ನು ಹಿಡಿಯಬೇಡಿ."

ರಾಮನ ದನಿಯಿಂದ ಲಂಕೆಯ ಸೈನಿಕರ ಮೈಯ್ಯಲ್ಲಿ ವಿದ್ಯುತ್ ಪ್ರವಹಿಸಿದಂತಾಯಿತು. ಹತ್ತು ಮಂದಿ ಸಿಪಾಯಿಗಳು ಅವಳ ಮೇಲೆ ಬೀಳುವ ಸನ್ನಾಹ ನಡೆಸಿದಂತೆ ಸೀತೆ ಚಕ್ರಾಕಾರದಲ್ಲಿ ಲಾಠಿ ತಿರುಗಿಸಿದಳು. ಅವಳ ಈ ಲಾಠಿ ವರಸೆ ಎದುರಿಸಲಾಗದೆ ಕೆಲವು ಸೈನಿಕರು ಕೆಳಕ್ಕೆ ಬಿದ್ದರು.

"ರಾಮಾ..."

ಅವಳಿಗೆ ಮತ್ತೆ ಆ ದನಿ ಕೇಳಿಸಿತು. ಈ ಸಲ ಹತ್ತಿರದಿಂದಲೇ ಆ ದನಿ ಕೇಳಿಬರುತ್ತಿದೆ ಎನಿಸಿತು.

ಅವನು ಬಂದ...ಹತ್ತಿರದಲ್ಲೇ ಇದ್ದಾನೆ. ಲಂಕೆಯ ಸಿಪಾಯಿಗಳು ಅವಳತ್ತ ಮುನ್ನುಗ್ಗುತ್ತಿದ್ದರು. ಸೀತೆ ಲಯಬದ್ಧವಾಗಿ ಲಾಠಿ ತಿರುಗಿಸುತ್ತಿದ್ದಳು. ಅವಳೊಬ್ಬಳೇ. ಶತ್ರುಗಳ ಹಲವಾರು ಮಂದಿ. ಲಂಕೆಯ ಸಿಪಾಯಿಯೊಬ್ಬ ಹಿಂಬದಿಯಿಂದ ಬಂದು ಅವಳ ಬೆನ್ನ ಮೇಲೆ ಲಾಠಿ ಪ್ರಹಾರಮಾಡಿದ.

"ರಾಮ..."

ಸೀತೆ ಆ ಲಾಠಿ ಏಟಿಗೆ ನೆಲಕ್ಕೆ ಕುಸಿದಳು. ಅವಳು ಈ ಏಟಿನಿಂದ ಚೇತರಿಸಿಕೊಳ್ಳುವುದಕ್ಕೂ ಮೊದಲೇ ಲಂಕೆಯ ಸಿಪಾಯಿಗಳು ಧಾವಿಸಿ ಮುನ್ನುಗ್ಗಿ ಅವಳನ್ನು ಸೆರೆಹಿಡಿದಿದ್ದರು.

ಸೀತೆ ಸಿಪಾಯಿಗಳ ಬಿಗಿಹಿಡಿತದಿಂದ ತಪ್ಪಿಸಿಕೊಳ್ಳಲು ಶತಪ್ರಯತ್ನ ಮಾಡಿದಳು. ಸಿಪಾಯಿಯೊಬ್ಬ ಬೇವಿನ ಸೊಪ್ಪಿನ ಎಸಳುಗಳನ್ನು ಅವಳ ಮೂಗಿಗೆ ಒತ್ತಿಹಿಡಿದಿದ್ದ.

ಕ್ರಮೇಣ ಕತ್ತಲು ಆವರಿಸುತ್ತಿತ್ತು. ಹಗ್ಗದಿಂದ ತನ್ನ ಕೈಕಾಲುಗಳನ್ನು ಬಂಧಿಸುತ್ತಿರುವುದನ್ನು ಅವಳು ಅವಡುಗಚ್ಚಿ ನೋಡಿದಳು.

ರಾಮ... ನಂಗೆ ಸಹಾಯಮಾಡು

ರಾಮ...ನನ್ನ ಸಹಾಯಕ್ಕೆ ಬಾ...

ಕತ್ತಲು ಸಂಪೂರ್ಣ ಆವರಿಸಿತು.

ಅಧ್ಯಾಯ – 2

ಮುವತ್ತೆಂಟು ವರ್ಷಗಳಿಗೂ ಮುಂಚೆ. ಸ್ಥಳ : ಭಾರತದ ದೇವಗಢದಲ್ಲಿನ ತ್ರಿಕೂಟ ಪರ್ವತದ ಉತ್ತರದಲ್ಲಿ.

"ಒಂದು ಕ್ಷಣ ನಿಲ್ಲು."

ಸುನಯನಾ ಕುದುರೆಯ ಲಗಾಮನ್ನು ಎಳೆಯುತ್ತಾ ಉಸುರಿದಳು.

ಮಿಥಿಲೆಯ ಮಹಾರಾಜ ಜನಕ ಮತ್ತು ಅವನ ರಾಣಿ ಸುನಯನಾ ತ್ರಿಕೂಟ ಪರ್ವತಕ್ಕೆ ಹೋಗಲು ಬಹಳ ದೂರ ಕ್ರಮಿಸಿ ಬಂದಿದ್ದರು. ಗಂಗಾ ನದಿಯ ದಕ್ಷಿಣಕ್ಕೆ ಸುಮಾರು ನೂರು ಕಿ.ಮೀ. ದೂರ. ದೇವಕನ್ನಿಕೆ ಕನ್ಯಾ ಕುಮಾರಿಯ ದರ್ಶನ ಪಡೆಯುವುದು ಅವರ ಪಯಣದ ಉದ್ದೇಶವಾಗಿತ್ತು. ಏಳು ನದಿಗಳ ನಾಡಾದ ಸಪ್ತಸಿಂಧುವಿನಲ್ಲಿ ಕನ್ಯಾಕುಮಾರಿ ನೆಲೆ ನಿಂತಿದ್ದಳು. ಈ ಸಜೀವ ದೇವತೆ ನಿರ್ಮಲಹೃದಯಿಗಳಾಗಿ ಬಂದವರಿಗೆಲ್ಲ ಕೃಪೆದೋರಿ ಆಶೀರ್ವದಿಸುತ್ತಿದ್ದಳು. ಮಿಥಿಲೆಯ ಅರಸುಮನೆತನಕ್ಕೆ ನಿಶ್ಚಯವಾಗಿಯೂ ಅವಳ ಕೃಪೆ ಬೇಕಿತ್ತು.

ಮಿಥಿಲೆ, ಮಹಾರಾಜ ಮಿಥಿ ಗಂಡಕಿ ನದಿಯ ದಂಡೆಯಲ್ಲಿ ಕಟ್ಟಿಸಿದ ರಾಜಧಾನಿ. ಒಂದು ಕಾಲಕ್ಕೆ ಇದು ಬಂದರು ನಗರಿಯಾಗಿ ಅಭ್ಯುದಯ ಹೊಂದಿತ್ತು. ಕೃಷಿ ಅದರ ಮುಖ್ಯ ಸಂಪನ್ಮೂಲವಾಗಿತ್ತು. ಜೊತೆಗೆ ಸಪ್ತ ನದಿ ದಂಡೆಗಳ ಮುಖೇನ ವ್ಯಾಪಾರವೂ ಅಭಿವೃದ್ಧಿ ಹೊಂದಿತ್ತು. ದುರದೃಷ್ಟವಶಾತ್ ಹದಿನೈದು ವರ್ಷಗಳ ಹಿಂದೆ ಸಂಭವಿಸಿದ ಭೂಕಂಪ ದಿಂದಾಗಿ ಗಂಡಕಿ ನದಿಯ ಮಾರ್ಗ ಬದಲಾಗಿತ್ತು. ಅದು ಮಿಥಿಲೆಯ

ಅದೃಷ್ಟವನ್ನೂ ಬದಲಾಯಿಸಿತ್ತು. ನದಿ ಪಥ ಬದಲಿಸಿ ಪಶ್ಚಿಮದತ್ತ, ಸಾಂಕ್ಷ್ಯಾ ನಗರದ ಬದಿಯಲ್ಲಿ ಮತ್ತಷ್ಟು ಮುಂದಕ್ಕೆ ಹರಿಯಿತು. ಜನಕ ಮಹಾರಾಜನ ಕೊನೆಯ ತಮ್ಮ ಕುಶಧ್ವಜ ಆಳುತ್ತಿದ್ದ ಸಾಂಕ್ಷ್ಯಾ ಮಿಥಿಲೆಯ ಅಂಗರಾಜ್ಯವಾಗಿತ್ತು. ಮಿಥಿಲೆಯ ಕಷ್ಟಕೋಟಲೆಗಳನ್ನು ಮತ್ತಷ್ಟು ಹೆಚ್ಚಿಸಲೋ ಎಂಬಂತೆ ಕೆಲವು ವರ್ಷಗಳ ಕಾಲ ಅನಾವೃಷ್ಟಿ ತಲೆದೋರಿತು. ಗಂಡಕಿಯ ಪಥ ಬದಲಾದ ಮೇಲೆ ಬರ ಕಾಡಲಾರಂಭಿಸಿತು.

ಮಿಥಿಲೆಗಾದ ನಷ್ಟದಿಂದ ಸಾಂಕ್ಷ್ಯಾಗೆ ಲಾಭವಾಗಿತ್ತು. ಕುಶಧ್ವಜ ಮಿಥಿಲೆ ವಂಶಜನಾಗಿ ಅಭ್ಯುದಯ ಹೊಂದಿದ.

ಗಂಡಕಿ ನದಿಯ ಹರಿವನ್ನು ಮೊದಲಿನ ಪಥಕ್ಕೆ ತರಲು ಮಿಥಿಲೆಯ ಹಳೆಯ ಸಂಪತ್ತನ್ನು ಬಳಸಿ ಎಂಜಿನಿಯರಿಂಗ್ ಯೋಜನೆಯೊಂದನ್ನು ಕೈಗೆತ್ತಿಕೊಳ್ಳುವಂತೆ ಅನೇಕ ಮಂದಿ ಜನಕ ಮಹಾರಾಜನಿಗೆ ಸಲಹೆ ಮಾಡಿದರು. ಆದರೆ ಕುಶಧ್ವಜ ಈ ಸಲಹೆಯನ್ನು ವಿರೋಧಿಸಿದ. ಬೃಹತ್ ಎಂಜಿನಿಯರಿಂಗ್ ಯೋಜನೆಗಾಗಿ ಹಣ ಖರ್ಚುಮಾಡುವುದರಲ್ಲಿ ಅರ್ಥವಿಲ್ಲ. ಸಾಂಕ್ಷ್ಯಾದಿಂದ ಮಿಥಿಲೆಗೆ ನದಿಯ ಪಥ ತಿರುಗಿಸುವುದಕ್ಕಾಗಿ ಏಕೆ ವೃಥಾಹಣ ಖರ್ಚುಮಾಡಬೇಕು. ಸಾಂಕ್ಷ್ಯಾದ ಸಂಪತ್ತೆಲ್ಲವೂ ಆಖೈರಾಗಿ ಮಿಥಿಲೆಯದೇ ಅಲ್ಲವೇ ಎಂಬುದು ಕುಶಧ್ವಜನ ತರ್ಕವಾಗಿತ್ತು.

ಜನಕಮಹಾರಾಜ ಅಧ್ಯಾತ್ಮದಲ್ಲಿ ಮಗ್ನನಾಗಿದ್ದ. ರಾಜಧಾನಿಯ ಅದೃಷ್ಟ ಇಳಿಮುಖವಾಗಿ ಸಂಪತ್ತು ಕರಗಿಹೋಗುತ್ತಿರುವ ಬಗ್ಗೆ ಅವನು ತಾತ್ವಿಕ ದೃಷ್ಟಿ ಹೊಂದಿದ್ದ. ಆದರೆ ಎರಡು ವರ್ಷಗಳ ಹಿಂದೆಯಷ್ಟೆ ಜನಕನನ್ನು ವಿವಾಹವಾಗಿದ್ದ ಹೊಸ ರಾಣಿ ಸುನಯನಾ ಮನೋಭಾವ ಆ ರೀತಿಯ ಆಲಸ್ಯದ್ದಾಗಿರಲಿಲ್ಲ. ಮಿಥಿಲೆಗೆ ಗತವೈಭವವನ್ನು ಮತ್ತೆ ತಂದುಕೊಡಲು ಅವಳು ಯೋಜನೆಯೊಂದನ್ನು ರೂಪಿಸಿದಳು. ಯೋಜನೆಯ ಬಹುಭಾಗ ಗಂಡಕಿ ನದಿಯ ಹರಿವನ್ನು ಹಳೆಯ ಪಥಕ್ಕೆ ತಿರುಗಿಸುವುದಕ್ಕೆ ಮುಡಿಪಾಗಿತ್ತು. ಆದರೆ ಕೆಲವು ವರ್ಷಗಳ ಕೆಲಸ ಕಾರ್ಯಗಳ ನಂತರ ಈ ಯೋಜನೆಯನ್ನು ಸಮರ್ಥಿಸಿಕೊಳ್ಳುವುದು ಕಷ್ಟವಾಯಿತು. ಈ ಎಂಜನಿಯರಿಂಗ್ ಯೋಜನೆಯ ದುಬಾರಿ ವೆಚ್ಚಕ್ಕೆ ತರ್ಕಬದ್ಧ ಸಮರ್ಥನೆ ನೀಡುವುದು ಕಷ್ಟವಾಯಿತು.

ತರ್ಕ ಸೋತಲ್ಲಿ ನಂಬಿಕೆ ಗೆಲ್ಲಬಹುದು.

ಕನ್ಯಾಕುಮಾರಿಯ ದರ್ಶನ ಪಡೆದು ಅವಳ ಕೃಪೆಗೆ ಪಾತ್ರರಾಗುವ ಎಂದು ಜನಕರಾಜನ ಮನ ಒಲಿಸಿದಳು. ಅವಳೊಂದಿಗೆ ಕನ್ಯಾಕುಮಾರಿ ದರ್ಶನಕ್ಕೆ ಹೋಗಲು ರಾಜ ಒಪ್ಪಿದ. ಕುಶಧ್ವಜನಿಗೂ ಈ ದೇವತೆಯ ದರ್ಶನ ವಿರುದ್ಧ ಆಡುವುದು ಕಷ್ಟವೆನಿಸಿತು. ಕನ್ಯಾಕುಮಾರಿಯ ಸೊಲ್ಲು ದೇವತೆಯ ಸೊಲ್ಲೇ ಸರಿ. ಮಿಥಿಲೆಯವರು ಮಾತ್ರವಲ್ಲ ಭಾರತದ ಉದ್ದಗಲ ಜನ ನಂಬಿದ್ದರು. ದುರದೃಷ್ಟವಶಾತ್ ಕನ್ಯಾಕುಮಾರಿ ವರ ಕೊಡಲಿಲ್ಲ. ಪ್ರತಿಯಾಗಿ ಪ್ರಕೃತಿಯ ನ್ಯಾಯವನ್ನು ಗೌರವಿಸಿ ಎಂದು ತಾಕೀತು ಮಾಡಿದಳು.

ಇದರಿಂದ ನಿರಾಶರಾದ ಸುನಯನಾ ಮತ್ತು ಜನಕ ಮಹಾರಾಜ ಕಾವಲು ಪಡೆಯೊಂದಿಗೆ ತ್ರಿಕೂಟ ಪರ್ವತದ ಉತ್ತರ ಮಾರ್ಗದಿಂದ ಮಿಥಿಲಾಗೆ ಮರಳಿ ಪಯಣಿಸುತ್ತಿದ್ದರು.

"ಜನಕ"

–ಸುನಯನಾ ದನಿ ಏರಿಸಿ ಕರೆದಳು. ಅವಳ ಗಂಡ ಮುಂದೆ ಹೋಗಿದ್ದ. ಜನಕ ಮಹಾರಾಜ ಲಗಾಮು ಎಳೆದು ಸಾರೋಟು ನಿಲ್ಲಿಸಿ ಹಿಂದಿರುಗಿ ನೋಡಿದ. ಅವನ ಹೆಂಡತಿ ಮಾತನಾಡಲಿಲ್ಲ. ಅನತಿ ದೂರದಲ್ಲಿದ್ದ ಮರವೊಂದರತ್ತ ಬೆರಳು ಮಾಡಿದಳು. ಜನಕ ಅವಳ ಸೂಚನೆ ಪಾಲಿಸಿದ. ಕೆಲವು ಮೀಟರ್ ದೂರದಲ್ಲಿ ತೋಳಗಳ ಗುಂಪೊಂದು ಏಕಾಂಗಿಯಾಗಿದ್ದ ರಣಹದ್ದೊಂದನ್ನು ಸುತ್ತುವರಿದಿದ್ದವು. ತೋಳಗಳು ದಾಳಿ ಮಾಡಲು ಪ್ರಯತ್ನಿಸುತ್ತಿದ್ದವು. ರಣಹದ್ದು ಅವುಗಳನ್ನು ಹಿಮ್ಮೆಟ್ಟಿಸುತ್ತಿತ್ತು. ರಣಹದ್ದು ಚೀರುತ್ತಿತ್ತು. ರಣಹದ್ದಿನ ಕರ್ಕಶ ಚೀರುವಿಕೆ ಸಾಮಾನ್ಯವಾಗಿ ಆರ್ತಮೊರೆಯಾಗಿರುತ್ತದೆ. ಈ ರಣಹದ್ದು ತೀವ್ರ ಹತಾಶೆಯಿಂದ ಚೀರುತ್ತಿತ್ತು.

ಸುನಯನಾ ಕಣ್ಣಲ್ಲಿ ಕಣ್ಣಿಟ್ಟು ನೋಡಿದಳು. ಅದೊಂದು ಅನ್ಯಾಯದ ಹೋರಾಟವಾಗಿತ್ತು. ಆರು ತೋಳಗಳು ಒಟ್ಟಾಗಿ ರಣಹದ್ದಿನ ಮೇಲೆರಗಲು ಸನ್ನದ್ಧವಾಗಿದ್ದವು. ಆದರೆ ರಣಹದ್ದು ಒಂಟಿಯಾದರೂ ಧೈರ್ಯದಿಂದಿತ್ತು. ತನ್ನ ಭಯಂಕರ ಹಾವಭಾವಗಳಿಂದ ಹೆದರಿಸುತ್ತಾ ತೋಳಗಳನ್ನು ಹಿಮ್ಮೆಟ್ಟಿಸುತ್ತಿತ್ತು. ತೋಳಗಳು ಅದರ ಹತ್ತಿರ ಹತ್ತಿರ ಬಂದು ನಿಂತಿದ್ದವು. ತೋಳವೊಂದು ತನ್ನ ಪಂಜದಿಂದ ರಣಹದ್ದಿನ ಮೇಲೆ ದಾಳಿ ನಡೆಸಿತು. ದಾಳಿಯಿಂದ ಗಾಯಗೊಂಡ ರಣಹದ್ದಿನ ಮೈಯ್ಯಿಂದ ರಕ್ತ ಹರಿಯಲಾರಂಭಿಸಿತು.

ಅದೇಕೆ ಹಾರಿಹೋಗುತ್ತಿಲ್ಲ?

ಸುನಯನಾ ಕುತೂಹಲದಿಂದ ಅವುಗಳ ಸೆಣಸಾಟವನ್ನು ಗಮನಿಸಿದಳು. ಅಂಗರಕ್ಷಕರು ಅವಳನ್ನು ಹಿಂಬಾಲಿಸುತ್ತಿದ್ದರು. ಮುಂದೆ ಹೋಗಬೇಡ ಎಂದು ಪತಿಗೆ ಎಚ್ಚರಿಸಿದಳು.

ಹಠಾತ್ತನೆ ಮತ್ತೊಂದು ತೋಳ ರಣಹದ್ದಿನ ಮೇಲೆ ಎರಗಿತು. ಅದು ಬಲಗಡೆಯಿಂದ ದಾಳಿ ನಡೆಸಿದರೂ ಹದ್ದಿನ ಎಡರೆಕ್ಕೆಗೆ ತೀವ್ರ ಹಾನಿ ಉಂಟುಮಾಡಿತು. ತೋಳ ರಣಹದ್ದಿನ ಮೇಲೆ ಕೈಬೀಸಿ ಅದನ್ನು ಎಳೆದು ಕೊಂಡು ಹೋಗಲು ಪ್ರಯತ್ನಿಸಿತು. ರಣಹದ್ದು ಕರ್ಕಶವಾಗಿ ಚೀರಿತು. ಅದು ಪ್ರಲಾಪಿಸಿತು. ಅದು ತನ್ನೆಲ್ಲ ಶಕ್ತಿ ಒಗ್ಗೂಡಿಸಿ ಹಿಂದೆ ಸರಿಯುವ ಪ್ರಯತ್ನ ಮಾಡಿತು. ಆದರೆ ತೋಳದ ದವಡೆಗಳು ಸಶಕ್ತವಾಗಿದ್ದವು. ಅದರ ಹಿಡಿತವೂ ಬಿಗಿಯಾಗಿತ್ತು. ರಣಹದ್ದಿನ ಮೈಯ್ಯಿಂದ ರಕ್ತ ಚಿಲುಮೆಯಂತೆ ಚಿಮ್ಮಿತು. ತೋಳ ಹದ್ದಿನ ರೆಕ್ಕೆಗಳನ್ನು ಸೀಳುವ ಪ್ರಯತ್ನಮಾಡಿತು.

ಸುನಯನಾ ಕುದುರೆಗಳ ಲಗಾಮು ಸಡಿಲಿಸಿ ಅವುಗಳನ್ನು ವೇಗದಿ ಓಡುವಂತೆ ಪ್ರಚೋದಿಸಿದಳು. ಕುದುರೆಗಳು ನಾಗಾಲೋಟದಲ್ಲಿ ಅವಳು ತೋರಿದ ದಿಕ್ಕಿನತ್ತ ಓಡಿದವು. ರಣಹದ್ದು ಹಾರಿಹೋಗುವುದೆಂಬುದು ಅವಳ ನಿರೀಕ್ಷೆಯಾಗಿತ್ತು. ಆದರೆ ರಣಹದ್ದು ಇದ್ದಲ್ಲೇ ಸ್ಥಿರವಾಗಿ ನಿಂತು ಮೇಲೆ ಬೀಳಲು ಮುಂದಾದ ಮತ್ತೊಂದು ತೋಳವನ್ನು ಹಿಮ್ಮೆಟ್ಟಿಸಿತು.

ತೋಳಗಳು ದಾರಿಮಾಡಿಕೊಟ್ಟಿವೆ ಹಾರಿಹೋಗು.

ಸುನಯನಾ ಹೋರಾಟದ ಸ್ಥಳಕ್ಕೆ ದೌಡಾಯಿಸುತ್ತಿದ್ದಳು. ಅಂಗರಕ್ಷಕರು ಕತ್ತಿ ಹಿಡಿದು ರಾಣಿಯನ್ನು ಹಿಂಬಾಲಿಸಿದರು. ಕೆಲವರು ರಾಜನ ರಕ್ಷಣೆಗೆ ಹಿಂದೆ ನಿಂತರು.

"ಸುನಯಾನಾ"

ಜನಕಮಹಾರಾಜ ರಾಣಿಯ ಸುರಕ್ಷತೆ ಬಗ್ಗೆ ಚಿಂತಾಕುಲನಾಗಿದ್ದ. ಕುದುರೆಯನ್ನು ಹುರಿದುಂಬಿಸಿದ. ಆದರೆ ಅವನು ಒಳ್ಳೆಯ ಸವಾರ ಆಗಿರಲಿಲ್ಲ. ಅವನ ಕುದುರೆ ಮಂದಗತಿಯಲ್ಲಿ ಸಾಗುತ್ತಿತ್ತು.

ಸುನಯನಾ ಹೋರಾಟಕ್ಕೆ ಐವತ್ತು ಮೀಟರುಗಳಷ್ಟು ದೂರದಲ್ಲಿದ್ದಂತೆ ಮೊದಲ ಬಾರಿಗೆ ಗಂಟೊಂದು ಅವಳ ಕಣ್ಣಿಗೆ ಬಿತ್ತು. ರಣಹದ್ದು ಆ ಗಂಟನ್ನು ತೋಳಗಳಿಂದ ರಕ್ಷಿಸಲು ಹೆಣಗಾಡುತ್ತಿತ್ತು.

ಗಂಟು ಚಲಿಸಲಾರಂಭಿಸಿತು.

"ದೇವರೇ, ರಾಮ, ಪರಶುರಾಮ, ಅದೋ, ಅದೊಂದು ಕೂಸು."

—ಎಂದು ಸುನಯನಾ ಉದ್ಗರಿಸಿದಳು. ಸುನಯನಾ ಕುದುರೆಗಳನ್ನು ನಾಗಾಲೋಟದಲ್ಲಿ ಓಡಿಸಿದಳು. ಅವಳು ತೋಳಗಳ ಗುಂಪನ್ನು ಸಮೀಪಿಸಿ ದಂತೆ ಕೂಸಿನ ಅಳುವಿನ ಆಕ್ರಂದನ ಕೇಳಿಸಿತು.

ಓಹ್! ದೇವರೇ

—ಎಂದು ಸುನಯನಾಳ ಬಾಯಿಂದ ಉದ್ಗಾರ ಹೊರಟಿತು. ಅಂಗರಕ್ಷಕರು ಅವಳ ಹಿಂದೆಯೇ ಇದ್ದರು.

ಅಶ್ವಪಡೆಯನ್ನು ಕಂಡದ್ದೇ ತೋಳಗಳು ಅಲ್ಲಿಂದ ಕಾಡಿನತ್ತ ಕಾಲಿಗೆ ಬುದ್ಧಿ ಹೇಳಿದವು. ಅಂಗರಕ್ಷಕನೊಬ್ಬ ರಣಹದ್ದಿನ ಮೇಲೆ ಖಡ್ಗಪ್ರಹಾರ ನಡೆಸಲು ಯತ್ನಮಾಡಿದ. ಸುನಯನ "ನಿಲ್ಲು" ಎಂದು ಆದೇಶಿಸಿ ಅವನನ್ನು ತಡೆದಳು. ಅಂಗರಕ್ಷಕ ಪಡೆ ನಿಂತಿತು.

ಸುನಯನಾ ಬ್ರಂಗಾದ ಪೂರ್ವದೇಶದಲ್ಲಿ ಹುಟ್ಟಿ ಬೆಳೆದವಳು. ಅವಳ ತಂದೆ ಅಸ್ಸಾಮಿನವನು. ಪ್ರಾಗ್ ಜ್ಯೋತಿಶ–ಪೂರ್ವದ ಬೆಳಕು–ಎಂಬುದು ಅಸ್ಸಾಮಿನ ಪ್ರಾಚೀನ ಹೆಸರು. ಅವಳ ತಾಯಿ ಮಿಜೋರಾಂನವಳು. ರಾಮ ಭಕ್ತರ ಸ್ಥಳ. ವಿಷ್ಣುವಿನ ಆರನೆಯ ಅವತಾರವಾದ ಪರಶುರಾಮನ ಭಕ್ತರು. ಮಿಜೋಗಳು ಉಗ್ರ ಪರಾಕ್ರಮಿಗಳು. ಅವರಿಗೆ ಪಶು–ಪ್ರಾಣಿಗಳ ಬಗ್ಗೆ ವಿಶೇಷವಾದ ತಿಳುವಳಿಕೆಯಿತ್ತು. ಹಾಗೂ ಅವರು ಪ್ರಕೃತಿಯ ಲಯವನ್ನು ಬಲ್ಲವರಾಗಿದ್ದರು.

ಮೂಟೆ–ರಣಹದ್ದಿನ ಆಹಾರವಲ್ಲವೆಂಬುದು ಸುನಯನಳಿಗೆ ಅಂತಃಸ್ಫುರಣೆಯಿಂದ ಗೊತ್ತಾಯಿತು. ಅದನ್ನು ರಕ್ಷಿಸಬೇಕೆಂದು ಹೊಳೆಯಿತು.

"ಸ್ವಲ್ಪ ನೀರು ತನ್ನಿ"

—ಸುನಯನಾ ಕುದುರೆಯಿಂದಿಳಿಯುತ್ತಾ ಅಂಗರಕ್ಷಕರಿಗೆ ಆಜ್ಞಾಪಿಸಿ ದಳು.

"ಮಹಾರಾಣಿಯವರೇ, ಅದು ಸುರಕ್ಷಿತವಲ್ಲ."

—ಎಂದು ಅಂಗರಕ್ಷಕನೊಬ್ಬ ಅವಳನ್ನು ತಡೆಯಲೆತ್ನಿಸಿದ.

ಸುನಯನಾ ಚಂಚಲ ನೇತ್ರಿತಳಾಗಿ ಅವನ ಮಾತನ್ನು ಅರ್ಧಕ್ಕೇ ತಡೆದಳು. ಅವಳ ಮುಖದಲ್ಲಿನ ಸೌಮ್ಯಭಾವದಲ್ಲಿ ಹೆಂಗರುಳಿನ ಸಂದೇಶ ವಿತ್ತು. ಅವಳು ನುಡಿದಳು: "ಸ್ವಲ್ಪ ನೀರು ತಾ"

"ಅಪ್ಪಣೆ ಮಹಾರಾಣಿ"

ಎಂದವನೇ ಅಂಗರಕ್ಷಕ ಕ್ಷಣಮಾತ್ರದಲ್ಲಿ ನೀರು ತುಂಬಿದ ಬೋಗುಣಿಯನ್ನು ಅವಳ ಮುಂದಿರಿಸಿದ.

ಸುನಯನಾ ರಣಹದ್ದನ್ನೇ ದಿಟ್ಟಿಸಿ ನೋಡಿದಳು. ತೋಳಗಳ ದಾಳಿ ಎದುರಿಸಿ ಆಯಾಸಗೊಂಡಿದ್ದ ಹದ್ದು ಏದುಸಿರು ಬಿಡುತ್ತಿತ್ತು. ಅದರ ದೇಹದಲ್ಲಾದ ಗಾಯಗಳಿಂದ ರಕ್ತ ಒಸರುತ್ತಿತ್ತು. ರಕ್ತಸ್ರಾವದಿಂದಾಗಿ ಅದು ನಿತ್ರಾಣಗೊಂಡಿತ್ತು. ಅದರಿಂದ ಚಲಿಸಲಾಗುತ್ತಿರಲಿಲ್ಲ. ಅದು ಸುನಯನಳನ್ನು ಎವೆಯಿಕ್ಕದೆ ನೋಡುತ್ತಿತ್ತು. ಅದರ ಬಾಯಿಂದ ಆರ್ತನಾದ ಹೊರಡುತ್ತಿತ್ತು.

ಸುನಯನಾಗೆ ಈಗ ಹದ್ದು ತನ್ನ ಹಿಂದೆ ಅಡಗಿಸಿಟ್ಟುಕೊಂಡಿದ್ದ ಮೂಟೆಯ ಕಡೆ ಗಮನ ಹರಿಯಲಿಲ್ಲ. ಹದ್ದನ್ನೇ ದಿಟ್ಟಿಸಿ ನೋಡುತ್ತ ಸಾಂತ್ವನದ ರಾಗವೊಂದನ್ನು ಗುನುಗುನಿಸಿದಳು. ರಣಹದ್ದಿಗೆ ಸ್ವಲ್ಪ ಸಮಾಧಾನವಾದಂತೆ ತೋರಿತು. ಅದರ ಆರ್ತನಾದ ಕಮ್ಮಿಯಾಯಿತು.

ಸುನಯನಾ ಮುಂದಕ್ಕೆ ಅಡಿ ಇಟ್ಟಳು. ಹತ್ತಿರ ಹತ್ತಿರ ಹೋಗಿ ನೀರಿನ ಬೋಗುಣಿಯನ್ನು ಹದ್ದಿನ ಮುಂದಿರಿಸಿದಳು. ನಂತರ ಹಿಂದಕ್ಕೆ ಸರಿದು ಇನಿದನಿಯಲ್ಲಿ ನುಡಿದಳು:

"ನಾನು ನಿನಗೆ ಸಹಾಯ ಮಾಡಲು ಬಂದಿದ್ದೇನೆ. ನನ್ನ ನಂಬು."

ಮೂಕ ಪ್ರಾಣಿಗೆ ಮನದಾಳದ ಮಾತು ಅರ್ಥವಾಗಿತ್ತು. ಅದು ಕೊಕ್ಕನ್ನು ಬಾಗಿಸಿ ಬೋಗುಣಿಯಿಂದ ಎರಡು ಹನಿ ನೀರು ಹೀರಿ ನೆಲಕ್ಕುರುಳಿತು.

ಸುನಯನಾ ಮುಂದಕ್ಕೆ ಧಾವಿಸಿ ಪಕ್ಷಿಯನ್ನು ಎತ್ತಿಕೊಂಡು ಅದರ ತಲೆ ನೇವರಿಸಿದಳು. ಕೆಂಪು ರೇಶಿಮೆ ಬಟ್ಟೆಯಲ್ಲಿ ಅವುಚಿದ್ದ ಕೂಸು ಅಳಲು ತೊಡಗಿತು. ಅವಳು ಆ ಗಂಟನ್ನು ಎತ್ತಿಕೊಳ್ಳುವಂತೆ ಅಂಗರಕ್ಷಕನಿಗೆ ಸೂಚಿಸಿದಳು. ಹದ್ದಿಗೆ ಸಾಂತ್ವನ ಮುಂದುವರಿಸಿದಳು.

— ೭ —

"ಎಷ್ಟು ಮುದ್ದಾದ ಕೂಸು"

ಜನಕ ಮಹಾರಾಜ ಸಪೂರ ದೇಹವನ್ನು ಬಾಗಿಸಿ ಮಹಾರಾಣಿಯತ್ತ ದೃಷ್ಟಿಸಿ ಕುಕಿಲಿದ. ಅವನ ಕಣ್ಣುಗಳಲ್ಲಿ ಪ್ರೀತಿ ತುಳುಕುತ್ತಿತ್ತು.

ಜನಕ ಮಹಾರಾಜ ಮತ್ತು ಮಹಾರಾಣಿ ಸುನಯನಾ ಹಂಗಾಮಿಯಾಗಿ ವ್ಯವಸ್ಥೆ ಮಾಡಲಾಗಿದ್ದ ಪೀಠಗಳ ಮೇಲೆ ಆಸೀನರಾದರು. ಕೂಸು ಸುನಯನಳ ತೋಳುಗಳ ಆಸರೆಯಲ್ಲಿ ಸುಖ ನಿದ್ರೆಯಲ್ಲಿತ್ತು. ಬಿಸಿಲಿಗೆ ಮರೆಯಾಗಿ ರಾಜದಂಪತಿಗಳಿಗೆ ದೊಡ್ಡ ಛತ್ರಿಯನ್ನು ಹಿಡಿಯಲಾಗಿತ್ತು. ಅರಮನೆಯ ವೈದ್ಯರು ಕೂಸಿನ ಹಣೆಯ ಬಲಭಾಗದಲ್ಲಿ ಆಗಿದ್ದ ಗಾಯಕ್ಕೆ ಔಷಧಿ ಹಚ್ಚಿ ಪಟ್ಟಿಕಟ್ಟಿದರು. ಸ್ವಲ್ಪ ಸಮಯದಲ್ಲೇ ಗಾಯದ ಮಚ್ಚೆ ಹೊರಟುಹೋಗುವುದೆಂದು ವೈದ್ಯರು ರಾಜದಂಪತಿಗಳಿಗೆ ಆಶ್ವಾಸನೆ ಇತ್ತರು. ವೈದ್ಯರು ಮತ್ತೊಬ್ಬ ವೈದ್ಯನ ನೆರವಿನಿಂದ ರಣಹದ್ದಿನ ಗಾಯಗಳಿಗೂ ಔಷಧಿ ಹಚ್ಚಿ ಚಿಕಿತ್ಸೆ ನೀಡಿದರು.

"ಒಂದೆರಡು ತಿಂಗಳ ಕೂಸಿರಬಹುದು. ಈ ಕಷ್ಟಗಳನ್ನೆಲ್ಲ ಸಹಿಸಿ ಕೊಳ್ಳುವಷ್ಟು ಸದೃಢಳಾಗಿರುವಂತಿದೆ" ಎಂದಳು ಸುನಯನಾ ತೋಳಿನಲ್ಲೇ ಮಗುವನ್ನು ತೂಗುತ್ತ

"ಹೌದು, ನಿನ್ನಂತೆಯೇ ಸದೃಢಳು, ಸುಂದರಳು"

ಸುನಯನಾ ಗಂಡನತ್ತ ವಾರೆನೋಟ ಬೀರುತ್ತ ಮಗುವನ್ನು ಮುದ್ದಾಡಿದಳು.

"ಯಾರಿಂದ ಸಾಧ್ಯ, ಇಂಥ ಮುದ್ದಾದ ಕೂಸನ್ನು ಹೀಗೆ ಬಿಟ್ಟುಹೋಗುವುದು."

ಜನಕ ಮಹಾರಾಜ ನಿಟ್ಟುಸಿರು ಬಿಟ್ಟು ನುಡಿದ : "ಅನೇಕ ಮಂದಿಗೆ ಬದುಕಿನ ಭಾಗ್ಯವನ್ನು, ಕೃಪೆಯನ್ನು ಅರ್ಥಮಾಡಿಕೊಳ್ಳುವಷ್ಟು ವಿವೇಕವಿರು ವುದಿಲ್ಲ. ತಾವು ಏನೆಲ್ಲದರಿಂದ ವಂಚಿತರಾಗಿದ್ದೇವೆ ಎಂದು ವ್ಯಥೆ ಪಡುವುದರಲ್ಲೇ ಮಗ್ನರಾಗಿರುತ್ತಾರೆ."

ಸುನಯನಾ ಹೌದೆಂಬಂತೆ ಗಂಡನ ಮಾತಿಗೆ ತಲೆದೂಗಿದಳು. ಮಗುವಿನತ್ತ ತಿರುಗಿದಳು. "ಒಳ್ಳೆ ದೇವತೆಯಂತೆ ನಿದ್ದೆಮಾಡುತ್ತಿದ್ದಾಳೆ."

"ಹೌದು ಅದೇ ಅವಳ ಕೆಲಸ' ಎಂದ ಜನಕ ರಾಜ. ಸುನಯನಾ ಮಗುವನ್ನು ಹತ್ತಿರ ಸೆಳೆದುಕೊಂಡು ಮೃದುವಾಗಿ ಅದರ ಹಣೆಯನ್ನು ಚುಂಬಿಸಿದಳು. ರಾಜ ಅವಳ ಬೆನ್ನನ್ನು ಮೃದುವಾಗಿ ತಟ್ಟಿಕೇಳಿದ. "ಸುನಯನಾ ನೀನು ನಿಜವಾಗಿಯೂ..."

"ಹೌದು ಖಂಡಿತವಾಗಿಯೂ ಇದು ನಮ್ಮ ಕೂಸು. ದೇವಿ

ಕನ್ಯಾಕುಮಾರಿ ನಾವು ಬಯಸಿದ್ದನ್ನು ಕೊಡದಿರಬಹುದು. ಆದರೆ ಅದಕ್ಕೂ ಮಿಗಿಲಾದ ಕರುಣೆಯನ್ನು ಅವಳು ತೋರಿದ್ದಾಳೆ."

"ನಾವು ಇವಳನ್ನು ಏನೆಂದು ಕರೆಯೋಣ?"

ಸುನಯನಾ ಆಕಾಶದತ್ತ ಮುಖಮಾಡಿದಳು. ದೀರ್ಘವಾಗಿ ಉಸಿರೆಳೆದು ಕೊಂಡಳು. ಅವಳ ಮನಸ್ಸಿನಲ್ಲೊಂದು ಹೆಸರು ಈಗಾಗಲೇ ನಿಶ್ಚಯವಾಗಿತ್ತು. ಅವಳು ಜನಕನತ್ತ ತಿರುಗಿದಳು.

"ನಾವು ಅವಳನ್ನು ಭೂದೇವಿಯ ಮಡಿಲಲ್ಲಿ ಕಂಡಿದ್ದೇವೆ. ಭೂಮಿ ಅವಳಿಗೆ ತಾಯಿಯ ಗರ್ಭದಂತಿತ್ತು. ನಾವು ಅವಳನ್ನು ಸೀತೆ ಎಂದು ಕರೆಯೋಣ."

—೫—

ಸುನಯನಾ ಜನಕ ಮಹಾರಾಜನ ಅಂತಃಪುರದ ಕಚೇರಿಗೆ ಧಾವಿಸಿ ಬಂದಳು. ಮಿಥಿಲೆಯ ಮಹಾರಾಜ ಜಾಬಾಲಿ ಉಪನಿಷತ್ತನ್ನು ಓದುವುದ ರಲ್ಲಿ ಮಗ್ನನಾಗಿದ್ದ. ಅದು ಸತ್ಯಕಾಮ ಜಾಬಾಲಿಯವರು ಬರೆದು ವ್ಯಾಖ್ಯಾನ ವಾಗಿತ್ತು. ಜನಕ ಹೆಂಡತಿಯತ್ತ ಗಮನಹರಿಸಿ ಗ್ರಂಥವನ್ನು ಬದಿಗಿರಿಸಿದ.

"ಹಾಗಾದರೆ ಚಕ್ರಾಧಿಪತಿಗೆ ಜಯವಾಯಿತೆ?"

ಸೀತೆ ಅವರ ಜೀವನದಲ್ಲಿ ಪ್ರವೇಶಿಸಿ ಐದು ವರ್ಷಗಳಾಗಿದ್ದವು.

"ಇಲ್ಲ"

—ಸ್ತಂಭಿಭೂತಳಾಗಿ ಸುನಯನಾ ನುಡಿದಳು.

ಜನಕ ಮಹಾರಾಜ ಛಟಂ ಎಂದು ಕುಳಿತ.

"ದಶರಥ ಮಹಾರಾಜ ಶ್ರೀಲಂಕಾದ ವ್ಯಾಪಾರಿಯೊಬ್ಬನಿಗೆ ಸೋತನೆ?"

"ಹೌದು, ರಾವಣ, ಸಪ್ತಸಿಂಧುವಿನ ಸೇನೆಯನ್ನು ಕರ್ಚಪಾದಲ್ಲಿ ಧ್ವಂಸ ಮಾಡಿದ್ದಾನೆ. ಚಕ್ರವರ್ತಿ ದಶರಥ ಸ್ವಲ್ಪದರಲ್ಲಿ ಜೀವಂತ ಪಾರಾಗಿದ್ದಾನೆ."

"ಮಹಾರುದ್ರ, ನಿನ್ನ ದಯೆ ನಮ್ಮ ಮೇಲಿರಲಿ"

ಜನಕಮಹಾರಾಜ ಗುನುಗುನಿಸಿದ.

"ಹೇಳಬೇಕಾದ್ದು ಇನ್ನೂ ಇದೆ. ದಶರಥ ಮಹಾರಾಜನ ಹಿರಿಯ ರಾಣಿ ಕೌಸಲ್ಯಾ, ದೊರೆ ಕರ್ಚಪಾದಲ್ಲಿ ಪರಾಜಿತನಾದ ದಿನ ಗಂಡು ಕೂಸಿಗೆ

ಜನ್ಮವಿತ್ತಿದ್ದಳು. ಅನೇಕರು ರಾಜನ ಪರಾಜಯಕ್ಕೆ ಮಗುವನ್ನು ದೂಷಿಸಿದರು. ಗಂಡು ಕೂಸಿನ ಜನನ ಅಪಶಕುನವೆಂದರು. ಏಕೆಂದರೆ ದಶರಥ ಮಹಾರಾಜ ಇಲ್ಲಿಯವರೆಗೆ ಒಂದು ಯುದ್ಧದಲ್ಲೂ ಪರಾಜಿತನಾಗಿರಲಿಲ್ಲ."

"ಏನು ಅಪದ್ಧವದು... ಜನ ಇಷ್ಟೊಂದು ಮೂರ್ಖರಾಗುವುದು ಹೇಗೆ ಸಾಧ್ಯ?"

—ಎಂಬುದು ಜನಕನ ಪ್ರತಿಕ್ರಿಯೆ.

"ಪುಟ್ಟ ಬಾಲಕನ ಹೆಸರು ರಾಮ. ಆರನೆಯ ವಿಷ್ಣು ಪರಶುರಾಮನ ಹೆಸರು."

"ಈ ಹೆಸರು ಅವನಿಗೆ ಅದೃಷ್ಟ ತರುವುದೆಂದು ಆಶಿಸೋಣ. ಬಡಪಾಯಿ ಕೂಸು."

ಜನಕ ಅಸಹಾಯಕತೆಯಿಂದ ನಿಟ್ಟುಸಿರ್ಗೆದ.

"ಏನಾಗಬಹುದು? ನೀನು ಏನಂತೀಯ?"

ಇಚೀನ ದಿನಗಳಲ್ಲಿ ಸುನಯನಾ ಏಕಾಂಗಿಯಾಗಿ ರಾಜ್ಯಭಾರ ನಿರ್ವಹಿಸುತ್ತಿದ್ದಳು. ಜನಕ ಮಹಾರಾಜ ತತ್ವಶಾಸ್ತ್ರಗಳ ಅಧ್ಯಯನದಲ್ಲಿ ಮುಳುಗಿಹೋಗಿದ್ದ. ರಾಣಿ ರಾಜ್ಯದಲ್ಲಿ ದಿನಕಳೆದಂತೆ ಜನಪ್ರಿಯಳಾದಳು. ಅವಳು ಮಿಥಿಲೆಯ ಭಾಗ್ಯ ಎಂದು ಅನೇಕರು ಭಾವಿಸಿದರು. ಏಕೆಂದರೆ ಅವಳು ಜನಕ ಮಹಾರಾಜನ ರಾಣಿಯಾಗಿ ಮಿಥಿಲೆಗೆ ಬಂದ ನಂತರ ಮಿಥಿಲೆಯಲ್ಲಿ ಮಳೆ ಬೆಳೆಯಾಗಿ ಸುಭಿಕ್ಷದ ದಿನಗಳು ಕಾಣಿಸಿಕೊಂಡಿದ್ದವು.

"ನನಗೆ ಭದ್ರತೆಯದೇ ಯೋಚನೆ?"

–ಸುನಯನಾ ಅಲವತ್ತುಕೊಂಡಳು.

"ಹಣಕಾಸಿನ ವಿಷಯ ಹೇಗೆ?" ಜನಕನ ಪ್ರಶ್ನೆ.

"ರಾವಣ ಎಲ್ಲ ದೇಶಗಳ ಮೇಲೆ ವಾಣಿಜ್ಯ ವ್ಯಾಪಾರಗಳ ಬೇಡಿಕೆಗಳನ್ನು ಹೇರುವನು ಎಂದು ನೀನು ಭಾವಿಸುವಿಯಾ? ಸಪ್ತಸಿಂಧುವಿನ ಹಣ ಶ್ರೀಲಂಕಾದ ಖಜಾನೆಗೆ ಹರಿದುಹೋಗಲಿದೆ."

"ಆದರೆ ಈಚಿನ ದಿನಗಳಲ್ಲಿ ನಮ್ಮ ವ್ಯಾಪಾರ ವಹಿವಾಟು ಹೆಚ್ಚಾಗಿ ನಡೆಯುತ್ತಿಲ್ಲ. ಅವನು ನಮ್ಮ ಮೇಲೆ ಏನೊಂದು ಬೇಡಿಕೆಯನ್ನೂ ಮಂಡಿಸಲಾಗದು. ಉಳಿದ ದೇಶಗಳಿಗೆ ಭಾರಿ ನಷ್ಟವಾಗಲಿದೆ. ಸಪ್ತ ಸಿಂಧುವಿನ ಸೇನೆಯ ಹಾನಿ ಬಗ್ಗೆಯೇ ನನಗೆ ಯೋಚನೆ. ಅರಾಜಕತೆ

ಹೆಚ್ಚುವುದು. ಇಡೀ ದೇಶದಲ್ಲಿ ಅರಾಜಕತೆ ಭುಗಿಲೆದ್ದರೆ ನಾವೆಷ್ಟರಮಟ್ಟಿಗೆ ಸುರಕ್ಷಿತ?"

"ನಿಜ"

ಜನಕಮಹಾರಾಜನ ಮನಸ್ಸಿನಲ್ಲಿ ಯೋಚನೆಯ ಲಹರಿಯೊಂದು ಮಿಂಚಿತು.

ವಿಧಿ ಬರಹವನ್ನು ಯಾರಿಂದ ತಾನೆ ತಪ್ಪಿಸಲು ಸಾಧ್ಯ. ದೇಶವಾಗಲಿ, ಜನತೆಯಿಂದಾಗಲೀ ಸಾಧ್ಯವೇ? ನಾವು ಪರಿಸ್ಥಿತಿಯನ್ನು ಅರ್ಥಮಾಡಿ ಕೊಳ್ಳಬೇಕು. ಅದು ನಮ್ಮ ಕರ್ತವ್ಯ. ಯುದ್ಧ ಮಾಡಬಾರದು—ಏನೇ ಬರಲಿ.

ಮುಂದಿನ ಜನ್ಮಕ್ಕೆ ಪಾಠಕಲಿಯಬೇಕು. ಅಥವಾ ಮೋಕ್ಷಕ್ಕೆ ಸಿದ್ಧರಾಗಬೇಕು.

ಅಸಹಾಯಕತೆಯನ್ನು ಸುನಯನಾ ಇಷ್ಟಪಡುತ್ತಿರಲಿಲ್ಲ ಎಂಬುದು ಜನಕನಿಗೆ ತಿಳಿದಿತ್ತು.

"ರಾವಣ ಜಯಶಾಲಿಯಾಗುತ್ತಾನೆ ಎಂದು ನನಗನ್ನಿಸುತ್ತಿಲ್ಲ"

—ರಾಣಿ ಮಾತು ಮುಂದುವರಿಸಿದಳು.

ಜನಕ ನಕ್ಕುಬಿಟ್ಟ.

"ಜಯಶಾಲಿಯಾಗುವುದು ಎಲ್ಲರೂ ಬಯಸುವಂಥದೇ. ಆದರೆ ಪರಾಜಿತರು ತಮ್ಮ ಸ್ತ್ರೀಯರಿಗೆ ಹೆಚ್ಚು ಪ್ರೀತಿಪಾತ್ರರಾಗುತ್ತಾರೆ."

ಸುನಯನಾ ದುರುಗುಟ್ಟಿಕೊಂಡು ಜನಕನನ್ನು ನೋಡಿದಳು. ಗಂಡನ ತಮಾಷೆ ಮಾತುಗಳು ಅವಳಿಗಿಷ್ಟವಾಗಲಿಲ್ಲ.

"ಜನಕ ಮಹಾರಾಜ... ನಾವು ಏನಾದರೂ ಯೋಜನೆಗಳನ್ನು ರೂಪಿಸಬೇಕು. ನಾವು ಅನಿವಾರ್ಯತೆ ಎದುರಿಸಲು ಸಿದ್ಧರಾಗಿರಬೇಕು."

ಮತ್ತೆ ತಮಾಷೆ ಮಾತಾಡುವ ಇಚ್ಛೆಯುಂಟಾಯಿತು ಜನಕನಲ್ಲಿ. ಆದರೆ ವಿವೇಕ ಅವನನ್ನು ತಡೆಯಿತು.

"ನಾನು ನಿನ್ನನ್ನು ಸಂಪೂರ್ಣವಾಗಿ ನಂಬುವೆ. ನೀನು ಏನಾದರೂ ಯೋಚಿಸು... ಖಂಡಿತವಾಗಿಯೂ"

ಎಂದು ಜನಕ ನಸುನಕ್ಕ. ಜಬಾಲಿ ಉಪನಿಷತ್ತಿನ ಪುಟಗಳತ್ತ ದೃಷ್ಟಿಹರಿಸಿದ.

ಅಧ್ಯಾಯ – 3

ದಶರಥ ರಾವಣನಿಂದ ಪರಾಜಿತನಾದ ನಂತರದ ಆಘಾತದಿಂದ ಇಡೀ ಭಾರತ ದುಗುಡದಿಂದ ತತ್ತರಿಸಿಹೋಗಿತ್ತು. ಮಿಥಿಲೆಯಲ್ಲಿ ಈ ದುಗುಡ ದುಮ್ಮಾನ ಅಷ್ಟಾಗಿರಲಿಲ್ಲ. ಇದರಿಂದಾಗಿ ದುಷ್ಪರಿಣಾಮ ಬೀರುವಷ್ಟು ವ್ಯಾಪಾರ ವಹಿವಾಟುಗಳೂ ಇರಲಿಲ್ಲ. ಸುನಯನಾ ಕೆಲವೊಂದು ಸುಧಾರಣಾ ಕಾರ್ಯಕ್ರಮಗಳನ್ನು ಜಾರಿಗೆ ತಂದಿದ್ದು ಅವು ಚೆನ್ನಾಗಿ ಕಾರ್ಯಗತವಾಗುತ್ತಿದ್ದವು. ಉದಾಹರಣೆಗೆ ಹೇಳುವುದಾದರೆ ಸ್ಥಳೀಯ ತೆರಿಗೆ ಸಂಗ್ರಹ ಮತ್ತು ಆಡಳಿತವನ್ನು ಗ್ರಾಮಮಟ್ಟಕ್ಕೆ ವಿಕೇಂದ್ರೀಕರಣಗೊಳಿಸಲಾಗಿತ್ತು. ಇದರಿಂದಾಗಿ ಮಿಥಿಲೆಯ ಅಧಿಕಾರಶಾಹಿಯ ಮೇಲಣ ಕೆಲಸ ಕಾರ್ಯಗಳ ಹೊರೆ ಕಮ್ಮಿಯಾಗಿ ದಕ್ಷತೆ ಹೆಚ್ಚಿತ್ತು.

ಕೃಷಿಯಿಂದ ಬಂದ ಹೆಚ್ಚಿನ ವರಮಾನವನ್ನು ಬಳಸಿ ಸುನಯನಾ ಅಧಿಕಾರ ಶಾಹಿಯ ತರಬೇತಿಗೆ ವ್ಯವಸ್ಥೆ ಮಾಡಿದಳು. ಮಿಥಿಲಾ ಪೊಲೀಸ್ ಪಡೆಯನ್ನು ಹೆಚ್ಚಿಸಿದಳು. ಇದರಿಂದಾಗಿ ರಾಜ್ಯದಲ್ಲಿ ಭದ್ರತಾ ವ್ಯವಸ್ಥೆ ಸುಧಾರಿಸಿತು. ಮಿಥಿಲೆಯಲ್ಲಿ ಕಾಯಂ ಸೈನ್ಯ ಇರಲಿಲ್ಲ. ಅದರ ಅಗತ್ಯವೂ ಇರಲಿಲ್ಲ. ಅಗತ್ಯವೆನಿಸಿದಾಗ ಕುಶಧ್ವಜನ ಸಾಂಕ್ಯಾಸೇನೆ ಮಿಥಿಲೆಯ ಹೊರಗಿನ ಶತ್ರುಗಳೊಡನೆ ಹೋರಾಡುವಂತೆ ಒಪ್ಪಂದವಾಗಿತ್ತು. ಇದಾವುದೂ ಪ್ರಮುಖ ಬದಲಾವಣೆಗಳಾಗಿರಲಿಲ್ಲ. ಮಿಥಿಲೆಯ ದೈನಂದಿನ ಜೀವನಕ್ಕೆ ಅಡಚಣೆಯಾಗದಂತೆ ಸುಧಾರಣಾ ಕಾರ್ಯಗಳನ್ನು ಜಾರಿಗೆ

ತರಲಾಯಿತು. ರಾವಣ ಹೇರಿದ ಒಪ್ಪಂದಗಳ ಅನುಷ್ಠಾನದಲ್ಲಿ ಉಳಿದ ದೇಶಗಳಲ್ಲಿ ಸಾಮೂಹಿಕ ಗಲಭೆಗಳಾಗಿದ್ದವು.

ಸೀತೆಯ ಹುಟ್ಟು ಹಬ್ಬವನ್ನು ಅರಮನೆಯ ಉತ್ಸವವಾಗಿ ಆಚರಿಸಲು ನಿರ್ಧರಿಸಲಾಗಿತ್ತು. ಸೀತೆಯ ಹುಟ್ಟಿದ ತಾರೀಕು ಅವರಿಗೆ ಕರಾರುವಾಕ್ಕಾಗಿ ತಿಳಿದಿರಲಿಲ್ಲ. ಹೀಗಾಗಿ ಸೀತೆ ನೇಗಿಲ ಗುಳಕ್ಕೆ ಸಿಕ್ಕಿದ ದಿನವನ್ನೇ ಅವಳ ಹುಟ್ಟುಹಬ್ಬದ ದಿನವಾಗಿ ಆಚರಿಸಲಾಗುತ್ತಿತ್ತು. ಇಂದು ಅವಳ ಆರನೆಯ ಹುಟ್ಟುಹಬ್ಬದ ದಿನವಾಗಿತ್ತು. ನಗರದ ಬಡಬಗ್ಗರಿಗೆ ಉದಾರವಾಗಿ ಅನ್ನ ಆಹಾರ ಉಡುಗೊರೆಗಳನ್ನು ವಿತರಿಸಲಾಯಿತು – ಎಲ್ಲ ವಿಶೇಷ ದಿನ ಗಳಂತೆಯೇ. ಆದರೆ ಸ್ವಲ್ಪ ಭಿನ್ನತೆ ಇತ್ತು. ಸುನಯನಾ ಆಡಳಿತ ವ್ಯವಸ್ಥೆ ಯನ್ನು ಸುಧಾರಿಸಿದ್ದಳು. ಮೊದಲು ವಿಶೇಷ ದಿನಗಳಲ್ಲಿ ಉಡುಗೊರೆಗಳನ್ನೆಲ್ಲ ಕೆಲಸದವರೇ ಬಾಚಿಕೊಳ್ಳುತ್ತಿದ್ದರು. ಕೆಲಸದಾಳುಗಳು ಶ್ರೀಮಂತರಾಗಿರಲಿಲ್ಲ. ಹಾಗೆಂದು ನಿಜವಾದ ಅರ್ಥದಲ್ಲಿ ಅವರು ಕಡುಬಡವರೂ ಆಗಿರಲಿಲ್ಲ. ಸುನಯನಾಳ ಆಡಳಿತ ಸುಧಾರಣಾಕ್ರಮಗಳಿಂದ ಉಡುಗೊರೆಗಳು ಈ ಸಲ ಪ್ರಪ್ರಥಮ ದಟ್ಟದಾರಿದ್ರ್ಯರನ್ನು ತಲುಪಿದ್ದವು. ಅರಮನೆಯ ದಕ್ಷಿಣ ದ್ವಾರದ ಸಮೀಪ ಇದ್ದ ಕೊಳೆಗೇರಿಯ ದೀನದಲಿತರನ್ನು ತಲುಪಿದ್ದವು.

ಸಾರ್ವಜನಿಕ ಸಮಾರಂಭಗಳ ನಂತರ ರಾಜ ದಂಪತಿಗಳು ಮಹಾರುದ್ರನ ದೇವಸ್ಥಾನಕ್ಕೆ ಆಗಮಿಸಿದರು.

ಮಹಾರುದ್ರನ ದೇವಸ್ಥಾನವನ್ನು ಕೆಂಪು ಮರಳುಗಲ್ಲಿನಲ್ಲಿ ನಿರ್ಮಿಸ ಲಾಗಿತ್ತು. ದೇವಾಲಯ ಮಿಥಿಲೆಯ ಬೃಹತ್ ನಿರ್ಮಾಣಗಳಲ್ಲಿ ಒಂದಾಗಿತ್ತು. ದೇವಾಲಯದ ಮುಂಭಾಗದಲ್ಲಿ ದೊಡ್ಡ ಉದ್ಯಾನವನವಿತ್ತು. ಉದ್ಯಾನವನ ದಾಚೆಗೆ ಕೊಳೆಗೇರಿ ಇತ್ತು. ದೇವಾಲಯದ ಗರ್ಭಗೃಹದಲ್ಲಿ ಮಹಾರುದ್ರ ಮತ್ತು ಮೋಹಿನಿ ದೇವಿಯ ವಿಗ್ರಹಗಳನ್ನು ಪ್ರತಿಷ್ಠಾಪಿಸಲಾಗಿತ್ತು. ಮಹಾರುದ್ರನ ಮೂರ್ತಿ ಮಾಮೂಲಿನಂತೆ ರುದ್ರಾವತಾರದಲ್ಲಿರಲಿಲ್ಲ. ಈ ಮೂರ್ತಿಯಲ್ಲಿ ಮಹಾರುದ್ರ ಪ್ರಶಾಂತನಾಗಿ ಕಾಣುತ್ತಿದ್ದ. ಮಹಾರುದ್ರ ಪಕ್ಕದಲ್ಲಿ ಆಸೀನಳಾಗಿದ್ದ ಮೋಹಿನಿ ದೇವಿಯ ಕರವನ್ನು ಪಿಡಿದಿದ್ದ.

ಪೂಜೆ–ಪ್ರಾರ್ಥನೆಗಳ ನಂತರ ದೇವಾಲಯದ ಅರ್ಚಕರು ಪ್ರಸಾದ ವಿನಿಯೋಗ ಮಾಡಿದರು. ಸುನಯನ ಅರ್ಚಕರ ಪಾದಮುಟ್ಟಿ ನಮಸ್ಕರಿಸಿದಳು. ನಂತರ ಸೀತೆಯನ್ನು ಕೈಹಿಡಿದು ಗರ್ಭಗೃಹದ ಪಕ್ಕಕ್ಕೆ

ನಡೆಸಿದಳು. ಪಕ್ಕದ ಗೋಡೆಯ ಮೇಲೆ ಸೀತೆಯನ್ನು ತೋಳಗಳಿಂದ ರಕ್ಷಿಸಿದ ರಣಹದ್ದಿನ ಸ್ಮರಣಾರ್ಥ ಅಲಂಕಾರ ಫಲಕವೊಂದನ್ನು ಕೆತ್ತಲಾಗಿತ್ತು. ಅದು ರಣಹದ್ದಿನ ಮರಣದ ಮುಖವಾಡವಾಗಿತ್ತು-ಅಂತ್ಯ ಸಂಸ್ಕಾರಕ್ಕೆ ಮೊದಲಿನ ರಣಹದ್ದಿನ ಮುಖದ ಬಿಂಬ. ನೋಡಿದರೆ ಮತ್ತೆ ಮತ್ತೆ ನೋಡಬೇಕೆನ್ನುವಂಥ ಚಿತ್ರ. ಸೀತೆ ಅನೇಕ ಸಲ ತಾಯಿಯಿಂದ ಇಡೀ ಕಥೆಯನ್ನು ಮತ್ತೆ ಮತ್ತೆ ಕೇಳಿದ್ದಳು. ಸೀತೆ ಕೇಳಿದಾಗಲೆಲ್ಲ ಸುನಯನಾ ಈ ಕಥೆಯನ್ನು ಹೇಳುತ್ತಿದ್ದಳು. ರಣಹದ್ದಿನ ಮರಣ ಮುಖ ಬಿಂಬದಲ್ಲಿ ಒಂದು ಬಗೆಯ ಉದಾತ್ತತೆ ಮುಖ್ಯ ಲಕ್ಷಣವಾಗಿ ಎದ್ದು ಕಾಣುತ್ತಿತ್ತು. ಸೀತೆಗೆ ಅದನ್ನು ಕಂಡಾಗಲೆಲ್ಲ ಪೂಜ್ಯಭಾವನೆ ಉಕ್ಕಿಬರುತ್ತಿತ್ತು. ತನಗೆ ಜೀವದಾನ ಮಾಡಿದ ಆ ಪಕ್ಷಿಗೆ ಅವಳು ಸದಾ ಅಶ್ರುತರ್ಪಣ ಅರ್ಪಿಸುತ್ತಿದ್ದಳು.

ಕೃತಜ್ಞತಾಭಾವದಿಂದ ಸೀತೆ ಪಶುಗಳ ಒಡೆಯನಾದ ಪಶುಪತಿಗೆ ಪೂಜೆ ಸಲ್ಲಿಸಿದಳು. ರಾಜ ಕುಟುಂಬ ಮಹಾರುದ್ರನ ದೇವಾಲಯದಿಂದ ನಿರ್ಗಮಿಸಿತು. ದೇವಾಲಯದ ಸೋಪಾನದಿಂದ ಸಮೀಪದ ಕೊಳೆಗೇರಿ ಸ್ಪಷ್ಟವಾಗಿ ಗೋಚರಿಸುತ್ತಿತ್ತು.

"ನನಗೆ ಅಲ್ಲಿ ಹೋಗಲು ನೀವೇಕೆ ಅಡ್ಡಿಪಡಿಸುವಿರಿ?"

ಸೀತೆ ಕೇಳಿದಳು.

"ಸದ್ಯದಲ್ಲೇ ಹೋಗುವಿಯಂತೆ"

—ಸುನಯನಾ ಸೀತೆಯ ತಲೆಯನ್ನು ಮೂಸಿ ಹೇಳಿದಳು.

"ನೀವು ಯಾವಾಗಲೂ ಹೀಗೆ ಹೇಳುವಿರಿ."

"ಹೌದು ಹೋಗುವಿಯಂತೆ. ಶೀಘ್ರದಲ್ಲೇ... ಆದರೆ ಎಷ್ಟು ಶೀಘ್ರದಲ್ಲಿ ಎಂದು ನಾನು ಹೇಳಿಲ್ಲ."

—೧೭—

ಆಯಿತು – ಜನಕ ಸೀತೆಯ ತಲೆಗೂದಲನ್ನು ನೇವರಿಸುತ್ತ ಹೇಳಿದ.

"ನೀನು ಇನ್ನು ಹೊರಡು. ನನಗೆ ಗುರುಜಿಗಳ ಜೊತೆ ಮಾತನಾಡುವುದಿದೆ."

ಜನಕ ಮಹಾರಾಜನ ಪ್ರಧಾನಗುರು ಅಷ್ಟಾವಕ್ರ ಆಗಮಿಸಿದಾಗ ಏಳು

ವರ್ಷದ ಬಾಲೆ ಸೀತೆ ಖಾಸಗಿ ಬೈಠಕ್ ಖಾನೆಯಲ್ಲಿ ಅವನೊಂದಿಗೆ ಆಟ ವಾಡುತ್ತಿದ್ದಳು. ಸಂಪ್ರದಾಯಾನುಸಾರವಾಗಿ ಜನಕ ಗುರುಗಳಿಗೆ ತಲೆಬಾಗಿ ನಮಸ್ಕರಿಸಿದ. ಅವರಿಗಾಗಿ ಮೀಸಲಾಗಿದ್ದ ಪೀಠದಲ್ಲಿ ಆಸೀನರಾಗುವಂತೆ ಕೇಳಿಕೊಂಡ.

ಸಪ್ತಸಿಂಧುವಿನ ರಾಜಕೀಯ ರಂಗದಲ್ಲಿ ಮಿಥಿಲಾ ಮಹತ್ವದ ಅಂಗ ವಾಗಿರಲಿಲ್ಲ. ಮಿಥಿಲೆಗೆ ಕಾಯಂ ರಾಜಗುರು ಒಬ್ಬರು ಇರಲಿಲ್ಲ. ಆದರೆ ಜನಕನ ಆಸ್ಥಾನದಲ್ಲಿ ಭಾರತದ ಋಷಿಮುನಿಗಳು, ಪ್ರಕಾಂಡ ಪಂಡಿತರು ಗಳು, ತತ್ತ್ವಶಾಸ್ತ್ರಜ್ಞರು ವಿಜ್ಞಾನಿಗಳು ಇದ್ದರು. ಬುದ್ಧಿಜೀವಿಗಳಿಗೆ ಮಿಥಿಲೆಯ ಹವಾ ಪ್ರಿಯವಾಗಿತ್ತು. ಜ್ಞಾನ–ವಿವೇಕಗಳಿಂದ ಭರಿತವಾದ ಪರಿಸರ. ಈ ಬುದ್ಧಿಜೀವಿ ಚಿಂತಕರಲ್ಲಿ ಪ್ರಮುಖನಾದವನು ಜನಕನ ಪ್ರಧಾನ ಗುರು ಋಷಿ ಅಷ್ಟಾವಕ್ರ. ಮಲಯಪುತ್ರ ಕುಲದ ಮುಖಂಡನಾದ ಮಹರ್ಷಿ ವಿಶ್ವಾಮಿತ್ರನೂ ಕೆಲವು ಸಂದರ್ಭಗಳಲ್ಲಿ ಮಿಥಿಲೆಗೆ ಭೇಟಿಕೊಡುತ್ತಿದ್ದುದುಂಟು.

"ಬೇಕಾದಲ್ಲಿ ನಾವು ನಂತರ ಮಾತನಾಡಬಹುದು, ಮಹಾರಾಜ."

—ಎಂದರು ಅಷ್ಟಾವಕ್ರ.

"ಅದಾಗದು. ನನ್ನನ್ನು ಬಾಧಿಸುತ್ತಿರುವ ಸಮಸ್ಯೆಯೊಂದರಲ್ಲಿ ನನಗೆ ನಿಮ್ಮ ಮಾರ್ಗದರ್ಶನ ಅಗತ್ಯವಾಗಿದೆ"

—ಎಂದ ಜನಕ.

ಅಷ್ಟಾವಕ್ರನ ದೇಹ ಎಂಟು ಕಡೆಗಳಲ್ಲಿ ವಿರೂಪ ಹೊಂದಿತ್ತು. ಅವನ ತಾಯಿ ಹೆರಿಗೆಗೆ ಕೆಲವೇ ದಿನಗಳಿದ್ದಾಗ ಅಪಘಾತಕ್ಕೀಡಾಗಿದ್ದಳು. ಆದರೆ ವಿಧಿ ಮತ್ತು ಕರ್ಮ ದೈಹಿಕ ನ್ಯೂನತೆಯನ್ನು ಅಸಾಧಾರಣ ಬುದ್ಧಿಮತ್ತೆ ಯಿಂದ ಸರಿದೂಗಿಸಿತ್ತು. ಅಷ್ಟಾವಕ್ರ ಬಾಲ್ಯದಲ್ಲೇ ಅಸಾಧಾರಣ ಬುದ್ಧಿವಂತಿಕೆ ಯನ್ನು ಪ್ರದರ್ಶಿಸಿದ್ದ. ಯೌವನದಲ್ಲಿ ಅವನು ಜನಕನ ಆಸ್ಥಾನದ ಆಗಿನ ಪ್ರಧಾನ ಗುರುಗಳನ್ನು ಪರಾಜಯಗೊಳಿಸಿದ್ದ. ತನ್ಮೂಲಕ ಈ ಮೊದಲು ಸಂವಾದದಲ್ಲಿ ಗೌರವವನ್ನು ಪುನರ್ ಸ್ಥಾಪಿಸಿದ್ದ. ಬಂಡಿಋಷಿ ಪರಾಜಯ ವನ್ನೊಪ್ಪಿಕೊಂಡು ಪೂರ್ವ ಸಮುದ್ರ ತೀರದಲ್ಲಿ ಜ್ಞಾನ ಸಂಪಾದನೆಗಾಗಿ ತಪೋನಿರತನಾಗಿದ್ದ. ಹೀಗೆ ಯುವಕ ಅಷ್ಟಾವಕ್ರ ಜನಕನ ಆಸ್ಥಾನದ ಪ್ರಧಾನ ಗುರುವಿನ ಪೀಠ ಅಲಂಕರಿಸಿದ್ದ.

ಮಿಥಿಲೆಯ ಮುಕ್ತ ವಾತಾವರಣದಲ್ಲಿ ಅಷ್ಟಾವಕ್ರನ ವಿರೂಪತೆಗೆ ಯಾರೂ ಗಮನಕೊಡಲಿಲ್ಲ.

"ಬಾಬಾ ನಾನು ಸಂಜೆ ಮತ್ತೆ ಬರ್ತೀನಿ" ಎಂದಳು. ಸೀತೆ ತಂದೆಯ ಪಾದಮುಟ್ಟಿ

ಜನಕ ಮಗಳಿಗೆ ಆಶೀರ್ವದಿಸಿದ. ಸೀತೆ ಅಷ್ಟಾವಕ್ರನಿಗೂ ನಮಸ್ಕರಿಸಿದಳು. ಸೀತೆ ಹೊರ ನಡೆದಂತೆ ಹೊಸ್ತಿಲ ಬಳಿ ನಿಂತು ಬಾಗಿಲಹಿಂದೆ ಅವಿತು ಕೊಂಡಳು. ತಂದೆಯನ್ನು ಕಾಡುತ್ತಿರುವ ಸಮಸ್ಯೆಯನ್ನು ತಿಳಿಯುವುದು ಅವಳ ಇರಾದೆಯಾಗಿತ್ತು.

"ವಾಸ್ತವತೆಯನ್ನು ತಿಳಿಯುವುದೆಂತು, ಗುರುಗಳೇ?" ಜನಕ ರಾಜ ಕೇಳಿದ.

ಸೀತೆ ತಬ್ಬಿಬ್ಬಾಗಿ ನಿಂತಳು. ಅವಳ ತಂದೆಯ ವಿಚಿತ್ರ ವರ್ತನೆ ಹೆಚ್ಚಾಗುತ್ತಿತ್ತು. ಅವರ ಅದೃಷ್ಟ. ರಾಜ್ಯಭಾರ ನೋಡಿಕೊಳ್ಳಲು ವಿವೇಕಿಯಾದ ಸುನಯನಾ ಇದ್ದಳು.

ವಾಸ್ತವತೆ ಎಂದರೇನು?

ಸೀತೆ ಹಿಂದಕ್ಕೆ ತಿರುಗಿ ತಾಯಿ ಇದ್ದ ಅಂತಃಪುರಕ್ಕೆ "ಮಾ" ಎಂದು ಅಲಾಪಿಸುತ್ತ ಓಡಿದಳು.

—ೞೱ—

ಸೀತೆ ಸುದೀರ್ಘವಾಗಿ ಕಾದಳು. ಅವಳಿಗೀಗ ಎಂಟು ವರ್ಷ. ಅವಳ ತಾಯಿ ಅವಳನ್ನು ಇನ್ನೂ ಕೋಟೆಯ ಗೋಡೆಗಳಿಗೆ ಹೊಂದಿಕೊಂಡಿದ್ದ ಕೊಳೆಗೇರಿಗೆ ಕರೆದೊಯ್ದಿರಲಿಲ್ಲ. ಕರೆದುಕೊಂಡು ಹೋಗೆಂದು ಕೊನೆಯ ಸಲ ಕೇಳಿದಾಗ ಅವಳಿಗೊಂದು ಕಾರಣ ಸಿಕ್ಕಿತ್ತು. ಅದು ಅಪಾಯದ ಜಾಗ. ಅಲ್ಲಿಗೆ ಹೋದರೆ ಕೆಲವರಿಂದ ಹೊಡೆತ ಬೀಳಲೂಬಹುದು. ತಾಯಿ ಒಂದು ಸುಳ್ಳು ನೆಪ ಹೇಳುತ್ತಿದ್ದಾಳೆಂದು ಸೀತೆಗೆ ಈಗ ಖಚಿತವಾಗಿತ್ತು.

ಆಖೈರಾಗಿ ಸೀತೆಯಲ್ಲಿದ್ದ ಕುತೂಹಲ ಗೆದ್ದಿತ್ತು. ಸೀತೆ ಬಾಲಕನ ಪೋಷಾಕು ಧರಿಸಿ ಅರಮನೆಯಿಂದ ನುಸುಳಿ ಬಂದಿದ್ದಳು. ದೊಡ್ಡದಾದ ಅಂಗವಸ್ತ್ರವೊಂದನ್ನು ಕಿವಿಮುಚ್ಚುವಂತೆ ಭುಜದವರೆಗೆ ಹೊದ್ದುಕೊಂಡಿದ್ದಳು. ಅದು ಗೊಂಗಡಿಯಂತಿತ್ತು. ಹೆದರಿಕೆ ಮತ್ತು ಉದ್ವೇಗದಿಂದ ಅವಳೆದೆ ಡವಗುಟ್ಟುತ್ತಿತ್ತು. ಈ ಪುಟ್ಟ ಸಾಹಸದಲ್ಲಿ ತನ್ನನ್ನು ಯಾರೂ ಗಮನಿಸುತ್ತಿಲ್ಲ

ಎಂದು ಖಾತ್ರಿಮಾಡಿಕೊಳ್ಳಲು ಹಿಂದಿರುಗಿ ನೋಡಿದಳು. ಯಾರೂ ಗಮನಿಸಿರಲಿಲ್ಲ.

ಮಧ್ಯಾಹ್ನದ ವೇಳೆಗೆ ಸೀತೆ ಮಹಾರುದ್ರನ ದೇವಾಲಯದ ಉದ್ಯಾನವನ ದಾಟಿ ಕೊಳೆಗೇರಿ ತಲುಪಿದ್ದಳು ಒಂಟಿಯಾಗಿ. ತಾಯಿಯ ಮಾತುಗಳು ಅವಳ ಕಿವಿಗಳಲ್ಲಿ ಅನುರಣಿಸುತ್ತಿದ್ದವು. ಅವಳು ಕೈಯ್ಯಲ್ಲಿ ದೊಡ್ಡ ದೊಣ್ಣೆ ಯೊಂದನ್ನು ಹಿಡಿದು ಸಜ್ಜಾಗಿದ್ದಳು. ಕಳೆದ ಒಂದು ವರ್ಷದಿಂದ ಅವಳು ದೊಣ್ಣೆವರಸೆ ಅಭ್ಯಾಸಮಾಡುತ್ತಿದ್ದಳು.

ಕೊಳೆಗೇರಿ ಪ್ರವೇಶಿಸಿದಂತೆ ಅವಳು ಮೂಗು ಮುಚ್ಚಿಕೊಂಡಳು. ದುರ್ನಾತ ಹೊಡೆಯುತ್ತಿತ್ತು. ಅವಳು ಹಿಂದಿರುಗುವ ಪ್ರಬಲ ಅನ್ನಿಸಿಕೆಯಿಂದ ದೇವಾಲಯದ ಉದ್ಯಾನವನದತ್ತ ತಿರುಗಿ ನೋಡಿದಳು. ಆದರೆ ಹಠಾತ್ತನೆ ಅವಳಲ್ಲಿ ತಾನು ಮಾಡಬಾರದ್ದನ್ನು ಮಾಡುತ್ತಿರುವೆ ಎನ್ನುವ ಉದ್ವೇಗ ಶುರುವಾಯಿತು. ಇದಕ್ಕಾಗಿ ಅವಳು ಬಹಳ ದಿನಗಳಿಂದ ಕಾಯುತ್ತಿದ್ದಳು. ಅವಳು ಕೊಳೆಗೇರಿಯ ಜೋಪಡಿಗಳತ್ತ ಹೆಜ್ಜೆಹಾಕಿದಳು. ಬೊಂಬುಗಳು ಥಡಿಕೆಗಳಿಂದ ಕಟ್ಟಿದ ಜೋಪಡಿಗಳು. ಮುಂದೆ ಥಡಿಕೆಗಳಿಗೆ ಬಟ್ಟೆಗಳನ್ನು ನೇತುಹಾಕಲಾಗಿತ್ತು. ಜೋಪಡಿಗಳ ಸಾಲಿನ ಮಧ್ಯದ ಸಣ್ಣ ಓಣಿಯೇ ಓಡಾಟಕ್ಕೆ ರಸ್ತೆಯಾಗಿತ್ತು. ಈ ಓಣಿಗಳೇ ಚರಂಡಿ, ಶೌಚಾಲಯ, ದನಗಳ ಕೊಟ್ಟಿಗೆ ಎಲ್ಲವೂ ಆಗಿದ್ದವು. ಕಸಕಡ್ಡಿ, ಹೇಲು ಉಚ್ಚೆಗಳಿಂದ ಕೊಳಗೇರಿ ಗಬ್ಬುನಾರುತ್ತಿತ್ತು. ಸೀತೆ ಅಂಗವಸ್ತ್ರದಿಂದ ಮೂಗು ಮುಚ್ಚಿಕೊಂಡಳು. ಅವಳಿಗೆ ಆಶ್ಚರ್ಯವಾಯಿತು.

ಜನ ಈ ರೀತಿಯೂ ಬದುಕುತ್ತಿದ್ದಾರೆಯೇ? ಮಹಾರುದ್ರ ಅವರ ಮೇಲೆ ನಿನ್ನ ಕರುಣೆ ಇರಲಿ.

ರಾಣಿ ಸುನಯನಾ ಮಿಥಿಲೆಗೆ ಬಂದನಂತರ ಕೊಳೆಗೇರಿಯ ಬದುಕು ಸುಧಾರಿಸಿದೆಯೆಂದು ಅರಮನೆ ಸಿಬ್ಬಂದಿ ಅವಳಿಗೆ ತಿಳಿಸಿದ್ದರು.

ಈಗಿನದನ್ನು ಸುಧಾರಿತ ಸ್ಥಿತಿ ಎನ್ನುವುದಾದರೆ ಅದಕ್ಕೆ ಮೊದಲು ಇನ್ನೆಷ್ಟು ಕೆಟ್ಟದಾಗಿರಬಹುದು?

ಅವಳು ದಾರಿಗಡ್ಡವಾದ ಕಸದ ಕುಪ್ಪೆಗಳನ್ನು ದಾಟಿಕೊಂಡು ಮುಂದೆ ಸಾಗಿದಂತೆ, ಅವಳಿಗೆ ಥಟ್ಟನೆ ಏನೋ ಅಡ್ಡ ಬಂದು ತನ್ನನ್ನು ತಡೆದು ನಿಲ್ಲಿಸಿದಂತೆ ಭಾಸವಾಯಿತು.

ತಾಯಿಯೊಬ್ಬಳು ಜೋಪಡಿಯ ಮುಂದೆ ಕುಳಿತು ಮಗುವಿಗೆ ಊಟ ಮಾಡಿಸುತ್ತಿದ್ದಳು. ಅವಳ ಮಗುವಿಗೆ ಎರಡು ಮೂರು ವರ್ಷ ವಯಸ್ಸಿರಬಹುದು. ಮಗು ತಾಯಿಯ ತೊಡೆಯ ಮೇಲೆ ಕುಳಿತು ಅವಳು ಉಣಿಸುತ್ತಿದ್ದ ತುತ್ತನ್ನು ಉಣ್ಣುತ್ತಿತ್ತು. ಮಗು ಆಗೊಮ್ಮೆ ಈಗೊಮ್ಮೆ ಬಾಯಿ ತೆರೆದು ತುತ್ತನ್ನು ಉಣ್ಣುತ್ತಿತ್ತು ಅಥವಾ ಬೇಡವೆಂದು ಹಟಮಾಡುತ್ತಿತ್ತು. ಮಗುವನ್ನು ರಮಿಸಿ ಉಣಿಸಲು ತಾಯಿ 'ಕುಹುಕುಹೂ' ಎಂದು ಸದ್ದು ಮಾಡುತ್ತಿದ್ದಳು. ಈ ನೋಟ ಸೀತೆಯಲ್ಲಿ ಮುದ ಉಂಟುಮಾಡಿತಾದರೂ ಅದು ಆಕರ್ಷಕವೆನಿಸಲಿಲ್ಲ. ಕಾಗೆಯೊಂದು ಮಹಿಳೆಯ ಪಕ್ಕದಲ್ಲಿ ಕುಳಿತಿತ್ತು. ಅವಳು ಮಗುವಿಗೆ ಉಣಿಸಿದಂತೆ ತಡೆದು ತಡೆದು ಕಾಗೆಗೂ ಒಂದೊಂದು ತುತ್ತು ಅನ್ನ ಹಾಕುತ್ತಿದ್ದಳು. ಕಾಗೆ ತನ್ನ ಸರದಿಗಾಗಿ ಸಹನೆಯಿಂದ ಕಾದುಕುಳಿತಿತ್ತು.

ಮಹಿಳೆ, ಮಗು ಮತ್ತು ಕಾಗೆಗೆ ಒಂದರ ನಂತರ ಮತ್ತೊಂದಕ್ಕೆ ತುತ್ತು ಅನ್ನವನ್ನು ಉಣಿಸುತ್ತಿದ್ದಳು.

ಸೀತೆಗೆ ನಗು ಬಂತು. ಕೆಲವು ದಿನಗಳ ಹಿಂದೆ ತಾಯಿ ಹೇಳಿದ ಮಾತುಗಳು ನೆನಪಾದವು : ಅನೇಕ ವೇಳೆ ಬಡವರಲ್ಲಿ ಔದಾರ್ಯವೆನ್ನುವುದು ವಾಸ್ತವದ ಔದಾರ್ಯಕ್ಕಿಂತ ಜಾಸ್ತಿ ಇರುತ್ತದೆ.

ಆಗ ಸೀತೆಗೆ ತಾಯಿಯ ಮಾತು ಅರ್ಥವಾಗಿರಲಿಲ್ಲ. ಈಗ ಅರ್ಥವಾಗಿತ್ತು. ಅವಳು ಒಂದು ಸುತ್ತು ತಿರುಗಿದಳು. ಕೊಳೆಗೇರಿಯ ದರ್ಶನ ಸಾಕಷ್ಟಾಗಿತ್ತು. ಹಿಂದಿರುಗುವ ಮನಸ್ಸಾಯಿತು. ಅರಮನೆಗೆ ವಾಪಸಾಗುವ ವೇಳೆಯಾಗಿತ್ತು.

ಎದುರು ನಾಲ್ಕು ಓಣಿಗಳಿದ್ದವು. ಯಾವ ಓಣಿಯಲ್ಲಿ ಸಾಗಬೇಕು? ತಿಳಿಯದಾಯಿತು. ಎಡ ಓಣಿಯಲ್ಲಿ ನಡೆಯ ತೊಡಗಿದಳು. ಅವಳು ಎಷ್ಟು ದೂರ ಸಾಗಿದರೂ ಕೊಳೆಗೇರಿಯ ಗಡಿ ಕಾಣಿಸಲೇ ಇಲ್ಲ. ಅವಳೆದೆ ಡವಗುಟ್ಟಲಾರಂಭಿಸಿತು. ಅಧೀರಳಾದ ಅವಳು ವೇಗದಿಂದ ನಡೆದಳು.

ಸೂರ್ಯ ಮಸುಕಾಗುತ್ತಿದ್ದ. ಕೊಳೆಗೇರಿಯ ಪ್ರತಿಯೊಂದು ಗಲ್ಲಿಯೂ ಮತ್ತೊಂದು ಗಲ್ಲಿಯನ್ನು ಸಂಧಿಸುತ್ತಿತ್ತು. ಅಲ್ಲಿ ಮತ್ತಷ್ಟು ಗಲ್ಲಿಗಳು ಕಾಣಿಸಿಕೊಳ್ಳುತ್ತಿದ್ದವು. ಸಂದುಗೊಂದುಗಳು ಒಂದಕ್ಕೊಂದು ಹೆಣೆದುಕೊಂಡಂತೆ. ಅವಳಿಗೆ ಗೊಂದಲವಾಯಿತು. ಹೆಚ್ಚು ಗಲಾಟೆ ಗೌಜುಗಳಿಲ್ಲದ ದಾರಿಗೆ

ತಿರುಗಿದಳು. ಹೆದರಿಕೆ ಶುರುವಾಗಿತ್ತು. ಜೋರಾಗಿ ಹೆಜ್ಜೆ ಹಾಕತೊಡಗಿದಳು. ಅವಳು ದಾರಿ ತಪ್ಪಿದ್ದಳು. ಜೋರಾಗಿ ನಡೆದಂತೆ ಎದುರಾದ ಯಾರಿಗೊ ಡಿಕ್ಕಿ ಹೊಡೆದು "ಕ್ಷಮಿಸಿ" ಎಂದಳು.

ಕರ್‍ರಗಿನ ಹದಿಹರಯದ ಹುಡುಗಿ. ಸೀತೆಗಿಂತ ದೊಡ್ಡವಳು. ನೋಡಲು ದರಿದ್ರವಾಗಿ ಕಾಣುತ್ತಿದ್ದಳು. ಅವಳು ತೊಟ್ಟಿದ್ದ ಬಟ್ಟೆ ಹರಿದಿತ್ತು. ವಾಸನೆ ಹೊಡೆಯುತ್ತಿತ್ತು. ಉಟ್ಟ ಬಟ್ಟೆಯನ್ನು ಬಹಳ ದಿನಗಳಿಂದ ಬದಲಿಸಲಿರಲಿಲ್ಲ ವೇನೋ. ಅವಳ ತಲೆಗೂದಲಲ್ಲಿ ಹೇನುಗಳು ಹರಿದಾಡುತ್ತಿದ್ದವು. ಅವಳು ತೆಳ್ಳಗೆ ಸಪೂರ ಇದ್ದಳು–ಗಂಡಸಿನಂತೆ. ಅವಳ ಮೈಲಿಮುಖ, ಮರ್ಮಭೇದಕ ನೋಟ ಹೆದರಿಕೆ ಹುಟ್ಟಿಸುವಂತಿತ್ತು.

ಅವಳು ಸೀತೆಯ ಮುಖವನ್ನೇ ದಿಟ್ಟಿಸಿ ನೋಡಿದಳು, ನಂತರ ಕೈಗಳನ್ನು ಅವಳ ಕಂಗಳಲ್ಲಿ ಗುರುತು ಪತ್ತೆ ಹಚ್ಚಿದ ಮಿಂಚು! ಎಂಥ ಅವಕಾಶ ಎನ್ನಿಸಿತು. ಸೀತೆ ಮಿಂಚಿನಂತೆ ಪಕ್ಕದ ಓಣಿಗೆ ತಿರುಗಿ ದಾಪುಗಾಲು ಹಾಕಿದಳು. ಮಿಥಿಲೆಯ ರಾಜಕುಮಾರಿ ಈಗ ಹೆದರಿ ಓಡುತ್ತಿದ್ದಳು. ದೇವರೇ, ಇದು ಕೊಳೆಗೇರಿಯಿಂದ ಹೊರಕ್ಕೆ ಕರೆದೊಯ್ಯುವ ಸರಿದಾರಿ ಯಾಗಿರಲಿ ಎಂದು ಮನದಲ್ಲೇ ಪ್ರಾರ್ಥಿಸಿದಳು.

ಹಣೆಯ ಮೇಲೆ ಬೆವರಿನ ಹನಿಗಳು – ಎದುಸಿರು ಬಿಡುತ್ತಿದ್ದಳು. ಉಸಿರನ್ನು ಹತೋಟಿಗೆ ತರಲು ಪ್ರಯತ್ನಿಸಿದಳು ಅವಳಿಂದಾಗಲಿಲ್ಲ. ಅವಳು ಓಡುತ್ತಲೇ ಇದ್ದಳು – ನಿಲ್ಲುವುದು ಅನಿವಾರ್ಯವೆನ್ನಿಸುವವರೆಗೆ.

"ದೇವರೇ, ಮಹಾರುದ್ರ ಕಾಪಾಡು"

ದೊಡ್ಡ ಗೋಡೆಯೊಂದು ಎದುರಾಗಿ ಅವಳು ನಿಲ್ಲಲೇಬೇಕಾಯಿತು. ಅವಳು ನಿಜಕ್ಕೂ ದಾರಿತಪ್ಪಿ ಕೋಟೆಯ ಇನ್ನೊಂದು ಅಂಚಿನ ಗೋಡೆ ಹತ್ತಿರ ಬಂದು ನಿಂತಿದ್ದಳು. ಅಲ್ಲಿಂದ ಮಿಥಿಲಾ ನಗರ ಬಹಳ ದೂರವೇ ಇದ್ದೀತು. ಕೋಟೆಯ ಆ ಪರಿಸರ ಪ್ರಶಾಂತವಾಗಿತ್ತು. ಸೂರ್ಯ ಮುಳುಗಿದ್ದ. ಮುಸ್ಸಂಜೆಯ ಕತ್ತಲು ಆವರಿಸುತ್ತಿತ್ತು. ಅವಳಿಗೆ ಏನು ಮಾಡಬೇಕೆಂದು ತೋಚಲಿಲ್ಲ.

"ಯಾರದು, ಇಷ್ಟೊತ್ತಿನಲ್ಲಿ?"

—ಹಿಂದಿನಿಂದ ದನಿಯೊಂದು ಕೇಳಿಬಂತು. ಅವಳು ಗಿರಿಗಿಟ್ಟಳೆಯಂತೆ ತಿರುಗಿದಳು, ಹೊಡೆಯಲು ಕೈಯೆತ್ತಿದಳು. ಇಬ್ಬರು ಪೌಗಂಡ ವಯಸ್ಸಿನ

ಹುಡುಗರು ಬಲಗಡೆಯಿಂದ ಅವಳತ್ತ ಬರುತ್ತಿದ್ದರು. ಅವಳು ಎಡಕ್ಕೆ ತಿರುಗಿ ಓಡತೊಡಗಿದಳು. ಹೆಚ್ಚು ದೂರ ಹೋಗಲಾಗಲಿಲ್ಲ. ಕಾಲಿಗೆ ಏನೋ ತಗುಲಿದಂತಾಗಿ ಮಖಾಡೆ ಮುಗ್ಗರಿಸಿಬಿದ್ದಳು. ಕೊಚ್ಚೆಯಲ್ಲಿ ಕಾಲು ಸಿಕ್ಕಿಕೊಂಡಿತ್ತು. ತಡಬಡಿಸಿ ಎದ್ದು ನಿಂತು ದೊಣ್ಣೆಯನ್ನು ಕೈಗೆತ್ತಿಕೊಂಡಳು. ಐವರು ಬಾಲಕರು ಅವಳನ್ನು ಸುತ್ತುವರಿದಿದ್ದರು. ಅವರ ಮುಖಗಳಲ್ಲಿ ಕೇಡು ಕುಣಿಯುತ್ತಿತ್ತು.

ಕೊಳೆಗೇರಿಗಳಲ್ಲಿ ನಡೆಯುವ ಹಿಂಸಾಚಾರಗಳ ಬಗ್ಗೆ ತಾಯಿ ಎಚ್ಚರಿಸಿದ್ದಳು. ಜನ ಸಿಕ್ಕವರ ಮೇಲೆಲ್ಲ ಕೈ ಮಾಡುತ್ತಾರೆ, ಜಗಳವಾಡುತ್ತಾರೆ ಎಂದು. ಆದರೆ ಸೀತೆ ಅದನ್ನೆಲ್ಲ ನಂಬಿರಲಿಲ್ಲ. ಪಾಪದವರು...ಭಿಕ್ಷೆಗಾಗಿ ಬರುವ ಆ ಜನ ಯಾರ ಮೇಲೂ ಕೈ ಮಾಡುವುದಿಲ್ಲ ಎಂದೇ ಭಾವಿಸಿದ್ದಳು.

ನಾನು ಅಮ್ಮನ ಮಾತು ಕೇಳಬೇಕಿತ್ತು.

ಅವಳು ಅಂಜಿಕೆಯಿಂದ ಸುತ್ತ ದೃಷ್ಟಿ ಹರಿಸಿದಳು. ಐವರು ಹುಡುಗರು ಈಗ ಅವಳೆದುರೇ ನಿಂತಿದ್ದರು. ಅವಳ ಹಿಂದೆ ಕಡಿದಾದ ಗೋಡೆಯ ಕೋಟೆ ಇತ್ತು. ತಪ್ಪಿಸಿಕೊಳ್ಳಲು ದಾರಿಯೇ ಇರಲಿಲ್ಲ.

ಅವಳು ಹುಡುಗರನ್ನು ಹೆದರಿಸುವಂತೆ ದೊಣ್ಣೆಯನ್ನು ಝಳಪಿಸಿದಳು. ಅವಳ ಈ ಆವುಟ ಕಂಡು ಹುಡುಗರು ನಕ್ಕುಬಿಟ್ಟರು.

"ನಾವು ಹೆದರಿಯೇ ಬಿಟ್ಟಿದ್ದೆವು" ಎಂದ ಒಬ್ಬ ಉಗುರು ಕಚ್ಚುತ್ತ. ಮತ್ತೆ ಎಲ್ಲ ಗಹಗಹಿಸಿ ನಕ್ಕರು.

"ಓಹ್ ನಿನ್ನ ಕೈಯಲ್ಲಿರುವುದು ಪ್ರಶಸ್ತ ಹರಳಿನ ಉಂಗುರ. ನಾವು ಐವರೂ ಜೀವಮಾನ ಪೂರ್ತಿ ಕುಳಿತು ಉಣ್ಣಲು ಸಾಕು"

ಎಂದ ಒಬ್ಬ.

"ಈ ಉಂಗುರ ನಿನಗೆ ಬೇಕೆ?"

ಸೀತೆ ಬೆರಳಿನ ಉಂಗುರ ತೆಗೆಯುತ್ತ ನುಡಿದಳು :

"ತೆಗೆದುಕೊಳ್ಳಿ. ನನ್ನ ಹೋಗಲು ಬಿಡಿ"

ಹುಡುಗ ಗೊಗ್ಗರು ದನಿಯಲ್ಲಿ ಹೇಳಿದ: "ನಿನ್ನ ಹೋಗಲು ಬಿಡ್ತೀವಿ. ಅದಕ್ಕೆ ಮೊದಲು ಉಂಗುರವನ್ನು ಅಲ್ಲಿ ಎಸಿ."

ಸೀತೆ ಕೈಯ್ಯಲ್ಲಿನ ದೊಣ್ಣೆಯನ್ನು ಸರಿದೂಗಿಸಿಕೊಂಡು ಬೆರಳಿನಿಂದ ಉಂಗುರ ತೆಗೆದಳು. ಉಂಗುರವನ್ನು ಎಡಗೈ ಮುಷ್ಟಿಯಲ್ಲಿ ಮುಚ್ಚಿಟ್ಟು

ಕೊಂಡು ದೊಣ್ಣೆಯನ್ನು ಅವರತ್ತ ತಿರುಗಿಸಿ "ಇದನ್ನು ಬಳಸುವುದು ಹೇಗೆಂದು ನನಗೆ ಗೊತ್ತು" ಎಂದಳು.

ಹುಡುಗ ಸ್ನೇಹಿತರತ್ತ ನೋಡಿದ. ಹುಬ್ಬೇರಿಸಿದ. ಹುಡುಗಿಯತ್ತ ತಿರುಗಿ–

"ನಿನ್ನ ಮಾತನ್ನು ನಂಬ್ತೀವಿ. ಉಂಗುರವನ್ನು ಇತ್ತ ಎಸೆದುಬಿಡು."

ಸೀತೆ ಉಂಗುರ ಎಸೆದಳು. ಅದು ಹುಡುಗ ನಿಂತ ಸ್ಥಳದಿಂದ ಸ್ವಲ್ಪ ದೂರದಲ್ಲಿ ಬಿತ್ತು.

"ಇನ್ನಷ್ಟು ಜೋರಾಗಿ ಎಸೆಯಬಹುದಿತ್ತು" ಎಂದು ನಗುತ್ತಲೇ ಹುಡುಗ ಉಂಗುರವನ್ನೆತ್ತಿಕೊಳ್ಳಲು ನೆಲಕ್ಕೆ ಬಗ್ಗಿದ. ಉಂಗುರವನ್ನು ಕೈಗೆತ್ತಿಕೊಂಡು ಸಿಳ್ಳೆ ಹಾಕುತ್ತ ಅದನ್ನು ಸೊಂಟಕ್ಕೆ ಸಿಕ್ಕಿಸಿಕೊಂಡು "ಇನ್ನು ಏನೇನಿದೆ?" ಎಂದು ಕೇಳಿದ. ಹೀಗೆ ಹೇಳುತ್ತಿದ್ದಂತೆ ನೆಲಕ್ಕೆ ಬಿದ್ದ. ಅವನ ಬೆನ್ನಿಗೆ ಸ್ವಲ್ಪ ಸಮಯದ ಹಿಂದೆ ಸೀತೆಗೆ ಡಿಕ್ಕಿ ಹೊಡೆದ ಮೈಲಿ ಮುಖದ ಕಪ್ಪು ಹುಡುಗಿ ನಿಂತಿದ್ದಳು. ಅವಳ ಕೈಯ್ಯಲ್ಲಿ ಬಿದರಿನ ದೊಣ್ಣೆ ಇತ್ತು. ಹುಡುಗರು ಅವಳನ್ನು ಕೆಕ್ಕರಿಸಿ ನೋಡಿದರು. ಅವಳು ಅವರಿಗಿಂತ ಎತ್ತರವಾಗಿದ್ದಳು. ಸಪೂರ ಗಂಡಸಿನಂತೆ. ಹುಡುಗರ ಜಂಘಾಬಲ ಉಡುಗಿ ಹೋಯಿತು. ಇದಕ್ಕೂ ಮುಖ್ಯವಾದುದೆಂದರೆ ಹುಡುಗರಿಗೆ ಕರಿಹುಡುಗಿಯ ಪರಿಚಯವಿತ್ತು. ಅವಳ ಖ್ಯಾತಿಯೂ ಗೊತ್ತಿತ್ತು.

"ಸಮೀಚಿ ಇದಕ್ಕೂ ನಿನಗೂ ಸಂಬಂಧವಿಲ್ಲ. ನೀನು ಹೊರಡು ಇಲ್ಲಿಂದ"

—ಎಂದ ಒಬ್ಬ ಹುಡುಗ.

ಸಮೀಚಿ ಕೈಯ್ಯಲ್ಲಿದ್ದ ದೊಣ್ಣೆಯಿಂದಲೇ ಉತ್ತರಕೊಟ್ಟಳು. ಅವಳ ರೋಷಾವೇಶದ ಏಟಿಗೆ ಹುಡುಗ ತತ್ತರಿಸಿಹೋದ. ನೋವಿನಿಂದ ಅರಚುತ್ತಾ ಕೈಯ್ಯನ್ನು ಒತ್ತಿಹಿಡಿದಿದ್ದ.

"ಇಲ್ಲಿಂದ ತೊಲಗದಿದ್ದರೆ ಇನ್ನೊಂದು ಕೈಯ್ಯನ್ನೂ ಮುರಿಯುತ್ತೇನೆ."

—ಸಮೀಚಿ ಅಬ್ಬರಿಸಿದಳು.

ಹುಡುಗ ಅಲ್ಲಿಂದ ಓಡಿದ. ಉಳಿದ ಮೂವರು ಬಾಲಾಪರಾಧಿಗಳು ದೃಢವಾಗಿ ನಿಂತಿದ್ದರು. ಆಗಲೇ ಕೆಳಕ್ಕೆ ಬಿದ್ದಿದ್ದವನು ಈಗ ಎದ್ದು ನಿಂತಿದ್ದ. ಅವರು ಸೀತೆಗೆ ಬೆನ್ನು ತಿರುಗಿಸಿ ಸಮೀಚಿಯನ್ನೇ ಕೆಕ್ಕರಿಸಿ ನೋಡುತ್ತಿದ್ದರು. ಸೀತೆ ದೊಣ್ಣೆ ಎತ್ತಿ ಅವರ ತಲೆಗೆ ಹಿಡಿದಿದ್ದು ಕಾಣಿಸಲಿಲ್ಲ. ಸೀತೆ ಉಂಗುರವನ್ನು ಕಸಿದುಕೊಂಡವನ ತಲೆಗೆ ಬಲವಾಗಿ ದೊಣ್ಣೆ ಬೀಸಿದಳು.

ಹುಡುಗ ಹಠಾತ್ತನೆ ಎರಗಿದ ಏಟಿನಿಂದ ನೆಲಕಚ್ಚಿದ. ತಲೆಯಿಂದ ರಕ್ತ
ಹರಿಯಲಾರಂಭಿಸಿತು. ಉಳಿದವರು ಆಘಾತದಿಂದ ಸ್ತಂಭೀಭೂತರಾಗಿ
ನಿಂತರು.

"ಬೇಗ.....ಬೇಗ"

—ಎನ್ನುತ್ತಾ ಸಮೀಚಿ ಸೀತೆಯತ್ತ ಧಾವಿಸಿ ಅವಳ ಕೈ ಹಿಡಿದು
ಎಳೆದಳು. ಇಬ್ಬರು ಹುಡುಗಿಯರು ಓಡತೊಡಗಿದರು. ಓಡುತ್ತಲೇ ಸಮೀಚಿ
ಹಿಂದಕ್ಕೆ ಕಣ್ಣು ಹರಿಸಿದಳು. ಸೀತೆಯ ದೊಣ್ಣೆ ಪ್ರಹಾರದಿಂದ ನೆಲಕಚ್ಚಿದವನು
ನಿಶ್ಚೇಷ್ಟಿತನಾಗಿ ಬಿದ್ದಿದ್ದ. ಉಳಿದವರು ಅವನನ್ನು ಎಬ್ಬಿಸುವ ಪ್ರಯತ್ನ
ಮಾಡುತ್ತಿದ್ದರು.

"ಬೇಗ, ಬೇಗ....ಓಡು"

—ಸಮೀಚಿ ಸೀತೆಯ ಕೈ ಹಿಡಿದು ಎಳೆದು ಆತುರಪಡಿಸಿದಳು.

ಅಧ್ಯಾಯ – 4

ಸೀತೆ ಬೆನ್ನ ಹಿಂದೆ ಕೈಕಟ್ಟಿ ಅವನತ ಮುಖಿಯಾಗಿ ನಿಂತಿದ್ದಳು. ಮಿಥಿಲೆಯ ಕೊಳಚೆ ಪ್ರದೇಶ ತ್ಯಾಜ್ಯಗಳು ಅವಳ ಬಟ್ಟೆಗಳಿಗೆ ಅಂಟಿ–ಕೊಂಡಿದ್ದವು. ಮುಖಕ್ಕೆ ಮಣ್ಣು ಮೆತ್ತಿಕೊಂಡಿತ್ತು. ಅವಳ ಬೆರಳಲ್ಲಿದ್ದ ಬೆಲೆ ಬಾಳುವ ಉಂಗುರ ಮಾಯವಾಗಿತ್ತು. ಅವಳು ಭಯದಿಂದ ಕಂಪಿಸುತ್ತಿದ್ದಳು. ತಾಯಿ ಇಷ್ಟು ವ್ಯಗ್ರಳಾದುದನ್ನು ಅವಳೆಂದೂ ಕಂಡಿರಲಿಲ್ಲ.

ಸುನಯನಾ ನೆಟ್ಟ ಕಣ್ಣುಗಳಿಂದ ಮಗಳನ್ನು ನೋಡುತ್ತಿದ್ದಳು. ಮಾತಾಡಲಿಲ್ಲ. ಅವಳ ನೋಟದಲ್ಲೇ ಅಸಮ್ಮತಿ ಎದ್ದು ಕಾಣುತ್ತಿತ್ತು. ತಾಯಿಗೆ ತುಂಬ ನೋವುಂಟುಮಾಡಿದ್ದೇನೆ ಎನಿಸಿತು ಸೀತೆಗೆ.

"ಅಮ್ಮಾ ದಯವಿಟ್ಟು ಕ್ಷಮಿಸು"

—ಸೀತೆ ಗೋಗರೆದಳು. ಕಣ್ಣೀರಿನಿಂದ ಕಪೋಲಗಳು ತೊಯ್ದವು. ಅಮ್ಮಾ ಏನಾದರೂ ಮಾತನಾಡಬಾರದೆ ಎನಿಸಿತು ಅವಳಿಗೆ ಅಥವಾ ಒಂದೇಟಾದರೂ ಹೊಡೆಯಬಾರದೆ. ಮೌನ ಭಯಾನಕವಾಗಿತ್ತು.

"ಅಮ್ಮಾ"

ಸುನಯನಾ ಕಠೋರ ಮೌನದಿಂದ ಕುಳಿತಿದ್ದಳು. ಕೆಂಗಣ್ಣುಗಳಿಂದ ಮಗಳನ್ನು ನೋಡುತ್ತ,

"ಮಹಾರಾಣಿ"

ಸುನಯನಾ ಅಂತಃಪುರದ ಬಾಗಿಲತ್ತ ದೃಷ್ಟಿ ಹರಿಸಿದಳು. ಮಿಥಿಲೆಯ ಪೋಲೀಸನೊಬ್ಬ ಬಾಗಿಲಲ್ಲಿ ತಲೆತಗ್ಗಿಸಿ ನಿಂತಿದ್ದ.

"ಏನು ಸಮಾಚಾರ?"

—ಸುನಯನಾ ಕೇಳಿದಳು.

"ಐವರು ಹುಡುಗರೂ ಕಣ್ಮರೆಯಾಗಿದ್ದಾರೆ... ಬಹುಶಃ ಪರಾರಿಯಾಗಿರ ಬಹುದು."

"ಐದೂ ಜನ"

"ಗಾಯಗೊಂಡಿರುವ ಹುಡುಗನ ಬಗ್ಗೆ ನಂಗೇನೂ ಮಾಹಿತಿ ಸಿಗಲಿಲ್ಲ, ಮಹಾರಾಣಿಯವರೇ"

ಎಂದು ಪೊಲೀಸಿನವನು ಸೀತೆಯಿಂದ ಪೆಟ್ಟುತಿಂದವನ ಬಗ್ಗೆ ವರದಿಮಾಡಿದ.

"ಉಳಿದ ಹುಡುಗರು ಅವನನ್ನು ಎತ್ತಿ ಒಯ್ದರೆಂದು ಪ್ರತ್ಯಕ್ಷ ದರ್ಶಿಗಳ ಅಂಬೋಣ. ಅವನಿಗೆ ತುಂಬ ರಕ್ತಸ್ರಾವವಾಗುತ್ತಿತಂತೆ"

"ತುಂಬಾ"

"ಒಬ್ಬ ಸಾಕ್ಷಿದಾರನ ಪ್ರಕಾರ, ಅವನು ಬದುಕಿ ಉಳಿದರೆ ಆಶ್ಚರ್ಯ ವಂತೆ..."

"ಆಯಿತು ನೀನಿನ್ನು ಹೊರಡು"

ಸುನಯನಾ ಆಜ್ಞೆ ಮಾಡಿದಳು.

ಪೊಲೀಸಿನವನು ಸಲ್ಯೂಟ್ ಹೊಡೆದು ಅಲ್ಲಿಂದ ನಿರ್ಗಮಿಸಿದ.

ಸುನಯನಾ ಸೀತೆಯತ್ತ ತಿರುಗಿದಳು. ಮಗಳು ಮುದುಡಿಕೊಂಡು ನಿಂತಿದ್ದಳು. ಮಗಳಿಗೆ ಸಮೀಪದಲ್ಲಿ, ಹಿಂದೆ ಕೊಳಕು ಹುಡುಗಿಯೊಬ್ಬಳು ನಿಂತಿರುವುದು ಅವಳ ಗಮನಕ್ಕೆ ಬಂತು.

"ಮಗೂ, ಏನು ನಿನ್ನ ಹೆಸರು?"

"ಸಮೀಚಿ ಅಂತಾರೆ ಮಹಾರಾಣಿಯವರೆ"

"ಸಮೀಚಿ, ನೀನಿನ್ನು ಕೊಳೆಗೇರಿಗೆ ಹಿಂದಿರುಗಲಾರೆ. ನಮ್ಮ ಜೊತೆ ಅರಮನೆಯಲ್ಲೇ ಇರ್ತೀಯ"

ಸಮೀಚಿ ಸಂತಸದಿಂದ ನಗುತ್ತ ಮಹಾರಾಣಿಗೆ ಕೈ ಮುಗಿದು ನಮಸ್ಕರಿಸಿದಳು.

"ಮಹಾರಾಣಿಯವರೇ, ಅದು ನನ್ನ ಪುಣ್ಯ..."

ಸಮೀಚಿ ಮಾತನಾಡಲೆತ್ನಿಸಿದಂತೆ ಸುನಯನಾ ಬಲಗೈ ಎತ್ತಿ ಅವಳನ್ನು

ತಡೆದಳು. ಸೀತೆಯತ್ತ ತಿರುಗಿ–

"ಹೋಗು ನಿನ್ನ ಕೊಠಡಿಗೆ ಹೋಗು. ಸ್ನಾನ ಮಾಡು. ವೈದ್ಯರು ನಿನ್ನ ಮತ್ತು ಸಮೀಚಿಯ ಗಾಯಗಳಿಗೆ ಇಲಾಜು ಮಾಡಲಿ. ನಾಳೆ ಮಾತಾಡೋಣ."

"ಅಮ್ಮಾ..."

"ನಾಳೆ"

—೧೮—

ಸೀತೆ, ನೆಲದ ಮೇಲೆ ಕುಳಿತಿದ್ದ ಸುನಯನಳ ಪಕ್ಕದಲ್ಲಿ ನಿಂತಿದ್ದಳು. ಇಬ್ಬರೂ ರಾಣಿಯ ಅಂತಃಪುರವಾಸದ ಹೊರವಲಯದಲ್ಲಿದ್ದ ಖಾಸಗಿ ದೇವಾಲಯದಲ್ಲಿದ್ದರು. ಸುನಯನಾ ನೆಲದ ಮೇಲೆ ರಂಗೋಲಿ ಹಾಕುವುದರಲ್ಲಿ ಮಗ್ನಳಾಗಿದ್ದಳು. ಬಣ್ಣದ ಹುಡಿಗಳ ರಂಗೋಲಿ. ರಂಗೋಲಿ ಗಣಿತಶಾಸ್ತ್ರ, ತತ್ವಶಾಸ್ತ್ರ ಮತ್ತು ಆಧ್ಯಾತ್ಮಿಕತೆಗಳ ಸಂಕೇತವಾಗಿತ್ತು.

ಸುನಯನಾ ಪ್ರತಿದಿನ ಮುಂಜಾನೆ ದೇವಸ್ಥಾನದ ಮುಂದೆ ರಂಗೋಲಿ ಹಾಕುತ್ತಿದ್ದಳು. ದೇವಸ್ಥಾನದ ಒಳಗೆ, ಗರ್ಭಗುಡಿಯಲ್ಲಿ ಸುನಯನಾ ಪೂಜಿಸುತ್ತಿದ್ದ ವಿಷ್ಣುವಿನ ಅವತಾರವಾದ ಪರಶುರಾಮ, ಮಹಾರುದ್ರ ಮತ್ತು ಬ್ರಹ್ಮದೇವರ ವಿಗ್ರಹಗಳಿದ್ದವು. ದೇವಸ್ಥಾನದೊಳಗೆ ಅಗ್ರಪೀಠದಲ್ಲಿ ಶಕ್ತಿದೇವತೆ ವಿರಾಜಮಾನಳಾಗಿದ್ದಳು. ಸುನಯನಳ ತೌರೂರಾದ ಅಸ್ಸಾಮಿನಲ್ಲಿ ಶಕ್ತಿ ದೇವತೆಗೆ ವಿಶೇಷ ಪೂಜೆ ಸಲ್ಲುತ್ತಿತ್ತು. ಬ್ರಹ್ಮಪುತ್ರೆ ಹರಿಯುವ ಅಸ್ಸಾಂ ಫಲವತ್ತಾದ ದೇಶವಾಗಿತ್ತು.

ಸೀತೆ ಸಹನೆಯಿಂದ ಬಾಯಿ ಮುಚ್ಚಿಕೊಂಡಿದ್ದಳು. ಅವಳಿಗೆ ಮಾತನಾಡಲಾಗದಷ್ಟು ಹೆದರಿಕೆಯಾಗಿತ್ತು.

"ಯಾವುದನ್ನಾದರೂ, ಮಾಡು, ಮಾಡಬೇಡ ಎಂದು ನಾನು ಹೇಳುವುದರ ಹಿಂದೆ ಕಾರಣವಿರುತ್ತದೆ, ಸೀತೆ" ಸುನಯನಾ ರಂಗೋಲಿಯಲ್ಲೇ ದೃಷ್ಟಿನೆಟ್ಟು ನುಡಿದಳು.

ಸೀತೆ ತುಟಿಪಿಟಕ್ಕೆನ್ನದೆ ಕುಳಿತಿದ್ದಳು.

"ಜೀವನದಲ್ಲಿ ವಿಷಯಗಳನ್ನು ತಿಳಿದುಕೊಳ್ಳುವುದಕ್ಕೂ ಒಂದು ವಯಸ್ಸು ಇರುತ್ತದೆ. ನೀನು ಅದಕ್ಕೆ ಸಿದ್ಧಳಾಗಿ ಕಾಯಬೇಕಷ್ಟೆ."

ಸುನಯನಾ ರಂಗೋಲಿ ಮುಗಿಸಿ, ಸೀತೆಯತ್ತ ನೋಡಿದಳು. ತಾಯಿಯತ್ತ ದೃಷ್ಟಿ ಹರಿಸಿದಂತೆ ಸೀತೆಗೆ ಹಾಯೆನಿಸಿತು. ತಾಯಿ ಮಗಳಲ್ಲಿ ಪರಸ್ಪರ ಪ್ರೀತಿ ತುಂಬಿ ತುಳುಕುತ್ತಿತ್ತು. ಸೀತೆಯ ಹೆದರಿಕೆ ಹೋಗಿತ್ತು. ಸುನಯನಳ ಕೋಪವೂ ಹೋಗಿತ್ತು.

"ಕೆಟ್ಟ ಜನರೂ ಇರುತ್ತಾರೆ, ಸೀತಾ. ಅವರು ಅಪರಾಧಗಳನ್ನು ಮಾಡುತ್ತಾರೆ. ಅವರು ನಗರದಲ್ಲೂ ಇರುತ್ತಾರೆ, ಕೊಳೆಗೇರಿಗಳಲ್ಲೂ ಇರುತ್ತಾರೆ"

"ಅಮ್ಮಾ..."

"ಮಾತಾಡದಿರು. ನನ್ನ ಮಾತು ಕೇಳಿಸಿಕೋ." ಸುನಯನಾ ದೃಢವಾದ ದನಿಯಲ್ಲಿ ಹೇಳಿದಳು. ಸೀತೆ ಮೌನಿಯಾದಳು. ಸುನಯನಾ ಮುಂದುವರಿಸಿದಳು.

"ಶ್ರೀಮಂತರಲ್ಲಿ ಕಾಣುವ ಅಪರಾಧಿಗಳು ದುರಾಸೆಗೆ ಬಲಿಯಾದವರು. ದುರಾಸೆಯವರೊಂದಿಗೆ ಮಾತನಾಡಲಾಗದು. ಆದರೆ ಬಡವರಲ್ಲೂ ಅಪರಾಧಿಗಳಿದ್ದಾರೆ. ಕೋಪ, ಹತಾಶೆಗಳು ಅವರನ್ನು ಅಪರಾಧಗಳಿಗೆ ದೂಡಿರುತ್ತದೆ. ಕೆಲವೊಮ್ಮೆ ಹತಾಶೆಯೂ ಅವರಲ್ಲಿನ ಮಾನವೀಯ ಗುಣಗಳನ್ನು ಹೊರಹೊಮ್ಮಿಸುತ್ತದೆ. ಎಂದೇ ಎಷ್ಟೋ ಸಲ ಬಡವರೂ ಉದಾರಿಗಳಾಗಿರುತ್ತಾರೆ. ಅವರಿಗೆ ನಷ್ಟವೇನೂ ಆಗದು. ಉಳಿದವರಲ್ಲಿ ಅಪಾರ ಶ್ರೀಮಂತಿಕೆ ಇದ್ದು ತಮ್ಮಲ್ಲಿ ಏನೂ ಇಲ್ಲ ಎಂಬುದು ಅರಿವಾದಾಗ ಕೋಪಗೊಳ್ಳುತ್ತಾರೆ. ಅದು ಅರ್ಥವಾಗುವಂಥಾದ್ದೇ. ಆಳುವ ಮಂದಿಯಾಗಿ ನಾವು ಸುಧಾರಣೆಗೆ ಪ್ರಯತ್ನಗಳನ್ನು ಮಾಡಬೇಕು. ಆದರೆ ಸುಧಾರಣೆ ರಾತ್ರೋರಾತ್ರಿ ಆಗದು. ಬಡವರಿಗೆ ನೆರವಾಗಲು ಶ್ರೀಮಂತರಿಗೆ ನಾವು ಹೆಚ್ಚಿನ ತೆರಿಗೆ ಹಾಕಿದರೆ ಅವರು ದಂಗೆ ಏಳುತ್ತಾರೆ. ಅದರಿಂದ ಅರಾಜಕತೆ ಉಂಟಾಗಬಹುದು. ಆಗ ಪ್ರತಿಯೊಬ್ಬರು ಕಷ್ಟಪಡಬೇಕಾಗುತ್ತೆ. ಆದ್ದರಿಂದ ನಾವು ನಿಧಾನವಾಗಿ ಕಾರ್ಯೋನ್ಮುಖರಾಗಬೇಕು. ಬಡವರಿಗೆ ಸಹಾಯ ಮಾಡಬೇಕು. ಅದು ಧರ್ಮ. ಹೊಟ್ಟೆ ಖಾಲಿ ಇದ್ದಾಗ ಎಲ್ಲರೂ ಸಜ್ಜನರಾಗಿರುತ್ತಾರೆಂದು ಹೇಳಲಿಕ್ಕಾಗದು."

ಸುನಯನಾ ಸೀತೆಯನ್ನು ಸೆಳೆದು ತೊಡೆಯ ಮೇಲೆ ಕೂಡಿಸಿಕೊಂಡಳು. ಸೀತೆ ಸುಖವಾಗಿ ಕುಳಿತಳು.

"ಮಿಥಿಲೆಯ ಆಡಳಿತದಲ್ಲಿ ನೀನು ಮುಂದೊಂದು ದಿನ ನನಗೆ

ಸಹಾಯ ಮಾಡುತ್ತೀಯ. ನೀನು ಪ್ರಬುದ್ಧಳಾಗಬೇಕು, ವಿಚಾರಪರಳಾಗಬೇಕು. ಮುಂದಿನಗತಿ ನಿರ್ಧರಿಸುವ ಮುನ್ನ ಆತ್ಮಾವಲೋಕನ ಮಾಡಿಕೊಳ್ಳಬೇಕು. ಮುಂದಿನ ಪಯಣಕ್ಕೆ ಮೊದಲು ಯೋಚಿಸಬೇಕು. ಹೃದಯದಿಂದ ಮಾತ್ರ ಇನ್ನೊಬ್ಬರ ಬಗ್ಗೆ ಯೋಚಿಸುವಂತೆ ಮಾಡಲು ಸಾಧ್ಯ. ಧರ್ಮದ ಸಲುವಾಗಿ ಸಮಾಜದಲ್ಲಿ ಸಮಾನತೆ, ಸಮತೂಕ ಸಾಧಿಸುವ ಪ್ರಯತ್ನ ಮಾಡಬೇಕು. ಪರಿಪೂರ್ಣವಾಗಿ ಸಮಾನತೆ ಸಾಧಿಸುವುದು ಸಾಧ್ಯವಿಲ್ಲ. ಆದರೆ ಅಸಮಾನತೆಯನ್ನು ತಗ್ಗಿಸಬಹುದು. ಆದರೆ ಏಕತಾನತೆಯ ಬಲೆಗೆ, ಸಿದ್ಧಮಾದರಿಗಳಿಗೆ ಬಲಿಯಾಗಬೇಡ. ಸಬಲರು ಸದಾ ಕೆಟ್ಟವರು, ದುರ್ಬಲರು ಸದಾ ಒಳ್ಳೆಯವರು ಎಂದು ಭಾವಿಸಬೇಡ. ಪ್ರತಿಯೊಬ್ಬರಲ್ಲೂ ಒಳ್ಳೆಯ ಗುಣಗಳು ಕೆಟ್ಟಗುಣಗಳು ಇರುತ್ತವೆ."

ಸೀತೆ ಮೌನದಿಂದ ತಲೆ ಆಡಿಸಿದಳು.

"ನೀನು ಉದಾರಶೀಲಳಾಗಿರಬೇಕು. ಏಕೆಂದರೆ ಅದು ಭಾರತೀಯತೆ. ಆದರೆ ಕುರುಡು ಔದಾರ್ಯ ಸಲ್ಲದು."

"ಆಗಲಿ ಅಮ್ಮಾ"

"ಮತ್ತೆ ಇನ್ನೊಮ್ಮೆ ಬುದ್ಧಿಪೂರ್ವಕವಾಗಿ ಅಪಾಯಕ್ಕೀಡಾಗಬೇಡ"

ಸೀತೆ ತಾಯಿಯನ್ನು ಅಪ್ಪಿಕೊಂಡಳು. ಅವಳ ಕಣ್ಣಲ್ಲಿ ಕಂಬನಿ ಹರಿಯಿತು. ಸುನಯನಾ ಮಗಳ ಕಣ್ಣೀರನ್ನು ಒರೆಸಿದಳು.

"ನೀನು ನನಗೆ ಮರಣಾಂತಕ ಹೆದರಿಕೆ ಉಂಟುಮಾಡಿದ್ದೆ. ನಿನಗೇನಾದರೂ ಕೇಡು ಸಂಭವಿಸಿದ್ದರೆ ನಾನೇನು ಮಾಡಬಹುದಿತ್ತು?"

"ಅಮ್ಮಾ, ನನ್ನ ಕ್ಷಮಿಸು."

ಸುನಯನಾ ನಸುನಗುತ್ತಾ ಮಗಳನ್ನು ಮತ್ತೆ ಬರಸೆಳೆದು ಅಪ್ಪಿಕೊಂಡಳು.

"ನನ್ನ ಮುದ್ದಿನ ಮಗಳೇ..."

ಸೀತೆ ನಿಡಿದಾಗಿ ಉಸಿರೆಳೆದುಕೊಂಡಳು. ಅಪರಾಧ ಪ್ರಜ್ಞೆ ಅವಳನ್ನು ಕಾಡುತ್ತಿತ್ತು. ಅವಳಿಗೆ ಆ ಹುಡುಗನಿಗೇನಾಯಿತೆಂದು ತಿಳಿದುಕೊಳ್ಳುವ ಕಾತರವಿತ್ತು.

"ಅಮ್ಮಾ ನಾನು ಹೊಡೆದ ಆ ಹುಡುಗನ ಗತಿ..."

"ಯೋಚಿಸಬೇಡ ಮಗಳೇ..."

"ಆದರೆ..."

"ಆ ವಿಷಯ ಯೋಚಿಸದಿರು ಎಂದೆ"

—೬—

"ಥ್ಯಾಂಕ್ಯು ಚಾಚಾ"

–ಎಂದು ಹರ್ಷೋದ್ಗಾರ ಮಾಡುತ್ತ ಸೀತೆ ಕುಶಧ್ವಜನ ತೋಳುಗಳ ಆಸರೆ ಪಡೆದಳು.

ಜನಕನ ತಮ್ಮನಾದ ಸಾಂಕ್ಯ್ಯಾದ ರಾಜ ಕುಶಧ್ವಜ ಮಿಥಿಲೆಗೆ ಆಗಮಿಸಿದ್ದ. ಅವನು ಅಣ್ಣನ ಮಗಳಿಗೊಂದು ಉಡುಗೊರೆ ತಂದಿದ್ದ. ಅದೊಂದು ಬಲು ಪ್ರಿಯವಾದ ಉಡುಗೊರೆ–ಅರೇಬಿಯಾದ ಕುದುರೆ. ಭಾರತೀಯ ತಳಿಯ ಕುದುರೆಗಳು ಅರೇಬಿಯಾ ತಳಿಯ ಕುದುರೆಗಳಿಗಿಂತ ಭಿನ್ನವಾಗಿದ್ದವು. ಭಾರತೀಯ ತಳಿಯ ಕುದುರೆಗಳು ಸಾಮಾನ್ಯವಾಗಿ ಮುವತ್ನಾಲ್ಕು ಪಕ್ಕೆಲುಬುಗಳನ್ನು ಹೊಂದಿದ್ದರೆ ಅರಬ್ಬಿ ಕುದುರೆಗಳು ಮೂವತ್ತಾರು ಪಕ್ಕೆಲುಬುಗಳನ್ನು ಹೊಂದಿರುತ್ತವೆ. ಹೆಚ್ಚಿನದೆಂದರೆ ಅರಬ್ಬಿ ಕುದುರೆಗಳು ಗಿಡ್ಡಗೆ, ತೆಳ್ಳಗಿರುತ್ತಿದ್ದವು. ಅವುಗಳನ್ನು ತರಬೇತುಗೊಳಿಸುವುದು ಸುಲಭವಾಗಿತ್ತು. ಅದು ಹೆಚ್ಚು ಕಷ್ಟ–ಸಹಿಷ್ಣುವೂ ಹೌದು. ಅರಬ್ಬಿ ಕುದುರೆ ಎಂದರೆ ಅಮೂಲ್ಯ ಸಂಪತ್ತಿನಂತೆ. ಅದರ ಬೆಲೆಯೂ ಹೆಚ್ಚು ಎಂದೇ ಸೀತೆಯ ಮೇರೆ ಮೀರಿದ ಸಂತೋಷಕ್ಕೆ ಅರ್ಥವಿತ್ತು.

ಕುಶಧ್ವಜ ಸೀತೆಗೆ ಸರಿಹೊಂದುವಂಥ ಜೀನನ್ನೂ ಮಾಡಿಸಿಕೊಟ್ಟಿದ್ದ. ತೊಗಲಿನ ಜೀನು. ಅದರ ಮೇಲೆ ಬಂಗಾರ ಲೇಪದ ಅಡ್ಡಪಟ್ಟಿ ಇತ್ತು. ಅಡ್ಡಪಟ್ಟಿಯ ಮೇಲೆ ಖಡ್ಗದ ರೇಖಾಚಿತ್ರ ಬಿಡಿಸಲಾಗಿತ್ತು. ಜೀನು ಚಿಕ್ಕದಾಗಿದ್ದರೂ ಸೀತೆಗೆ ಅದು ಭಾರವೆನಿಸಿತ್ತು. ಆದರೆ ಅದನ್ನು ಹೊರಲು ಅರಮನೆಯ ಸಿಬ್ಬಂದಿಯ ಸಹಾಯ ನಿರಾಕರಿಸಿದ್ದಳು.

ಸೀತೆ ಜೀನನ್ನು ಅರಮನೆಯ ಖಾಸಗಿ ಒಳಾಂಗಣಕ್ಕೆ ಎಳೆದೊಯ್ದಳು. ಅಲ್ಲಿ ಅವಳ ಕುದುರೆ ಇತ್ತು. ಕುಶಧ್ವಜನ ಅಂಗರಕ್ಷಕರಲ್ಲೊಬ್ಬ ಕುದುರೆಯನ್ನು ಹಿಡಿದುನಿಂತಿದ್ದ.

ಸುನಯನಾ ನಸುನಕ್ಕಳು. "ಧನ್ಯವಾದಗಳು. ಇನ್ನು ಒಂದೆರಡು ವಾರ

ಸೀತೆ ಇದರಲ್ಲೇ ಮಗ್ನಳಾಗಿರುತ್ತಾಳೆ. ಕುದುರೆ ಸವಾರಿ ಕಲಿಯುವವರೆಗೆ ಅವಳಿಗೆ ಊಟ ತಿಂಡಿಗಳೂ ಬೇಕಾಗುವುದಿಲ್ಲವೆನಿಸುತ್ತದೆ."

"ಅವಳು ತುಂಬ ಒಳ್ಳೆಯ ಹುಡುಗಿ" ಎಂದ ಕುಶಧ್ವಜ.

"ಅದರೆ ಕುಶಧ್ವಜ, ಇದೊಂದು ದುಬಾರಿ ಉಡುಗೊರೆಯಾಯಿತು"

"ಅತ್ತಿಗೆ, ಅವಳು ನನ್ನಣ್ಣನ ಏಕಮಾತ್ರ ಪುತ್ರಿ. ನಾನಲ್ಲದೆ ಬೇರೆ ಯಾರು ಅವಳನ್ನು ಮುದ್ದುಮಾಡುತ್ತಾರೆ."

ಸುನಯನಾ ನಗುತ್ತಾ, ಒಳಾಂಗಣಕ್ಕೆ ಹೊಂದಿಕೊಂಡಂತಿದ್ದ ವೆರಾಂಡಾಗೆ ತೆರಳಲು ಸೂಚಿಸಿದಳು. ಅಲ್ಲಿ ಜನಕನಿದ್ದ. ಹೆಂಡತಿ ಮತ್ತು ಸೋದರನ ಆಗಮನವಾದಂತೆ ಜನಕ ಓದುತ್ತಿದ್ದ ಬೃಹದಾರಣ್ಯಕ ಉಪನಿಷತ್ತಿನ ಹಸ್ತ ಪ್ರತಿಯನ್ನು ಬದಿಗಿರಿಸಿದ. ಪರಿಚಾರಕರು ಮಜ್ಜಿಗೆಯ ಬಟ್ಟಲುಗಳನ್ನು ಮೇಜಿನ ಮೇಲೆ ತಂದಿರಿಸಿದರು. ಹಾಗೂ ಬೆಳ್ಳಿಯ ದೀಪಸ್ತಂಭವನ್ನು ಬೆಳಗಿಸಿ ಮೇಜಿನ ಮಧ್ಯೆ ಇರಿಸಿದರು.

ಕುಶಧ್ವಜ ಬೆರಗಿನಿಂದ ದೀಪಸ್ತಂಭದತ್ತ ನೋಡಿದ. ಹಗಲು ಹೊತ್ತು. ಅವನು ಮಾತಾಡಲಿಲ್ಲ.

ಸುನಯನಾ ಪರಿಚಾರಕರು ನಿರ್ಗಮಿಸುವವರೆಗೆ ಸುಮ್ಮನಿದ್ದಳು. ನಂತರ ಜನಕನತ್ತ ನೋಡಿದಳು. ಅವಳ ಪತಿ ಮತ್ತೆ ಓದುವುದರಲ್ಲಿ ಮಗ್ನನಾಗಿದ್ದ. ಕಣ್ಣ ನೋಟದಿಂದ ಗಂಡನ ಗಮನ ಸೆಳೆಯುವುದರಲ್ಲಿ ವಿಫಲಳಾದ ಅವಳು 'ಖೊಕ್–ಖೊಕ್' ಎಂದು ಗಂಟಲು ಸರಿಪಡಿಸಿಕೊಂಡಳು. ಜನಕ ಓದಿನಲ್ಲೇ ತಲ್ಲೀನನಾಗಿದ್ದ.

"ಅತ್ತಿಗೆ ಏನು ವಿಷಯ?"

—ಕುಶಧ್ವಜ ಕೇಳಿದ.

ಸುನಯನಳಿಗೆ ಅನ್ಯಮಾರ್ಗವಿಲ್ಲವೆನಿಸಿತು. ತಾನೀಗ ಮಾತಾಡಲೇಬೇಕು. ಅವಳು ಸೊಂಟದ ಪಟ್ಟಿಯ ದುಕೂಲದಿಂದ ದೊಡ್ಡದೊಂದು ದಸ್ತಾವೇಜನ್ನು ಹೊರತೆಗೆದಳು. ಮೇಜಿನ ಮೇಲಿಟ್ಟಳು. ಕುಶಧ್ವಜ ಉದ್ದೇಶ ಪೂರ್ವಕವಾಗಿ ಅದರತ್ತ ದೃಷ್ಟಿಹರಿಸಲಿಲ್ಲ.

"ಕುಶಧ್ವಜ ಸಾಂಕ್ಷ್ಯಾ ಮತ್ತು ಮಿಥಿಲೆಗೆ ರಸ್ತೆ ಸಂಪರ್ಕ ಕಲ್ಪಿಸುವ ಬಗ್ಗೆ ನಾವು ಬಹಳ ವರ್ಷಗಳಿಂದ ಮಾತನಾಡುತ್ತಿದ್ದೇವೆ. ಮಹಾಪ್ರವಾಹ

ಬಂದಾಗ ರಸ್ತೆ ಕೊಚ್ಚಿಹೋಯಿತು. ಅದಾಗಿ ಇಪ್ಪತ್ತು ವರ್ಷಗಳಾದವು. ರಸ್ತೆ, ಇಲ್ಲದೆ ಪ್ರಜೆಗಳಿಗೆ ಹಾಗೂ ವರ್ತಕರಿಗೆ ತುಂಬ ತೊಂದರೆಯಾಗುತ್ತಿದೆ"

—ಸುನಯನಾ ಹೇಳಿದಳು.

"ಅತ್ತಿಗೆ, ವರ್ತಕರೆಂದರೆ ಯಾರು?" -ಕುಶಧ್ವಜ ಸೌಮ್ಯ ನಗೆಯಿಂದ ಕೇಳಿದ.

"ಮಿಥಿಲಾದಲ್ಲಿ ಯಾರಾದರೂ ಇದ್ದಾರೇನು?"

ಸುನಯನ ಮೈದುನನ ಕಟುಕಿಯನ್ನು ಅಲಕ್ಷಿಸಿದಳು.

"ರಸ್ತೆ ನಿರ್ಮಾಣ ವೆಚ್ಚದಲ್ಲಿ ಮಿಥಿಲೆ ಮೂರನೇ ಒಂದು ಭಾಗ ಭರಿಸಬೇಕು ಉಳಿದ ಮೂರನೆ ಎರಡು ಭಾಗವನ್ನು ಕೊಡಲು ನೀನು ಒಪ್ಪಿದ್ದಿ"

ಕುಶಧ್ವಜ ಮಾತನಾಡಲಿಲ್ಲ.

"ಮಿಥಿಲೆ ತನ್ನ ಪಾಲಿನ ಹಣವನ್ನು ಸಂಗ್ರಹಿಸಿದೆ" ಎನ್ನುತ್ತಾ ಸುನಯನಾ ದಸ್ತಾವೇಜಿನತ್ತ ಬೆರಳುಮಾಡಿದಳು.

"ಒಪ್ಪಂದ ಮಾಡಿಕೊಳ್ಳೋಣ. ನಿರ್ಮಾಣಕಾರ್ಯ ಶುರುವಾಗಲಿ"

ಕುಶಧ್ವಜ ನಸುನಕ್ಕ

"ಆದರೆ ಅತ್ತಿಗೆ, ಸಮಸ್ಯೆ ಏನೆಂಬುದು ನನಗೆ ತಿಳಿಯದು. ರಸ್ತೆ ಅಷ್ಟೇನೂ ಕೆಟ್ಟದಾಗಿಲ್ಲ. ಪ್ರತಿದಿನ ಜನ ಓಡಾಡುತ್ತಿದ್ದಾರೆ. ನಿನ್ನೆ ನಾನು ಆ ರಸ್ತೆಯಲ್ಲೇ ಮಿಥಿಲೆಗೆ ಬಂದೆ"

ಸುನಯನಾ ಮಾತನಾಡಲಿಲ್ಲ.

"ನನಗೊಂದು ವಿಚಾರ ಹೊಳೆಯುತ್ತಿದೆ. ಅತ್ತಿಗೆ, ಮಿಥಿಲೆ ರಸ್ತೆ ನಿರ್ಮಾಣ ಕಾರ್ಯ ಆರಂಭಿಸಲಿ. ನಿಮ್ಮ ಪಾಲಿನ ಮೂರನೇ ಒಂದು ಭಾಗ ಕಾಮಗಾರಿ ಮುಗಿದ ನಂತರ ಸಾಂಕ್ಷ್ಯ ಉಳಿದ ಮೂರನೇ ಎರಡು ಭಾಗವನ್ನು ಮಾಡಿ ಮುಗಿಸುವುದು."

"ಹಾಗೇ ಆಗಲಿ"

–ಸುನಯನಾ ದಸ್ತಾವೇಜನ್ನು ಕೈಗೆತ್ತಿಕೊಂಡಳು. ಬದಿಯಲ್ಲಿದ್ದ ಲೇಖನಿ ಎತ್ತಿಕೊಂಡು ಕೊನೆಯಲ್ಲಿ ಶರಾ ಬರೆದಳು. ನಂತರ ತನ್ನ ಸಂದೂಕಿನಿಂದ ಅರಮನೆಯ ಮುದ್ರೆಯನ್ನು ಹೊರತೆಗೆದು ದಸ್ತಾವೇಜಿನ ಮೇಲೆ

ಮುದ್ರೆಯೊತ್ತಿದಳು. ನಂತರ ದಸ್ತಾವೇಜನ್ನು ಕುಶಧ್ವಜನ ಕೈಗಿತ್ತಳು. ಆಗ ಕುಶಧ್ವಜನಿಗೆ ಹಗಲು ಹೊತ್ತಿನಲ್ಲಿ ದೀಪ ಉರಿಸಿದ್ದರ ಅರ್ಥವಾಗಿತ್ತು.

ಅಗ್ನಿ, ಬೆಳಕಿನ ದೇವತೆ, ಸಾಕ್ಷಿಯಾಗಿದ್ದ.

ಅಗ್ನಿ ಮಹಾನ್ ಶುದ್ಧಿಕಾರಿ ಎಂಬುದು ಪ್ರತಿಯೊಬ್ಬ ಭಾರತೀಯನ ನಂಬಿಕೆ. ಭಾರತದ ಪವಿತ್ರ ಗ್ರಂಥವಾದ ಋಗ್ವೇದದ ಪ್ರಥಮ ಅಧ್ಯಾಯದ ಮೊದಲಮಂತ್ರ ಅಗ್ನಿದೇವರನ್ನು ವೈಭವೀಕರಿಸಿದೆ. ಅಗ್ನಿಸಾಕ್ಷಿಯಾಗಿ ಮಾಡಲಾದ ಯಾವುದೇ ಒಪ್ಪಂದವನ್ನು ಎಂದೆಂದಿಗೂ ಭಗ್ನಗೊಳಿಸಲಾಗದು. ಯಾಗಯಜ್ಞಗಳು, ವಿವಾಹಗಳು ಅಗ್ನಿಸಾಕ್ಷಿಯಾಗಿ ನಡೆಯುತ್ತವೆ. ರಸ್ತೆ ನಿರ್ಮಾಣದ ಆಶ್ವಾಸನೆಗಳೂ...

ಕುಶಧ್ವಜ ಅತ್ತಿಗೆಯಿಂದ ದಸ್ತಾವೇಜಿನ ಪ್ರತಿಯನ್ನು ಪಡೆದುಕೊಳ್ಳಲಿಲ್ಲ. ಅವನು ತನ್ನ ಸಂದೂಕದಿಂದ ಅರಮನೆಯ ರಾಜಮುದ್ರೆಯನ್ನು ಹೊರ ತೆಗೆದ–

"ನನಗೆ ನಿಮ್ಮ ಮಾತಿನಲ್ಲಿ ಪೂರ್ಣನಂಬಿಕೆ ಇದೆ, ಅತ್ತಿಗೆ. ದಸ್ತಾವೇಜಿನ ಮೇಲೆ ನೀವೆ ನನ್ನ ಮುದ್ರೆಯನ್ನೊತ್ತಬಹುದು"

ಸುನಯನಾ ರಾಜಮುದ್ರೆಯನ್ನು ಪಡೆದು ದಸ್ತಾವೇಜಿನ ಮೇಲೆ ಇನ್ನೇನು ಒತ್ತುವುದರಲ್ಲಿದ್ದಳು. ಅಷ್ಟರಲ್ಲಿ ಕುಶಧ್ವಜ

"ಅದು ಹೊಸ ಮುದ್ರೆ ಅತ್ತಿಗೆ. ಸಾಂಕ್ಷ್ಯಾವನ್ನು ಸೂಕ್ತವಾಗಿ ಬಿಂಬಿಸುತ್ತದೆ"–ಎಂದ.

ಸುನಯನಾ ಹುಬ್ಬು ಗಂಟಿಕ್ಕಿ ಮುದ್ರೆಯನ್ನು ಅದರಲ್ಲಿನ ಗುರುತುಗಳನ್ನು ಗಮನಿಸಿದಳು. ಅದು ದಸ್ತಾವೇಜಿನ ಮೇಲೆ ಒತ್ತಬೇಕಿದ್ದ ರಾಜಮುದ್ರೆಯ ಪ್ರತಿಬಿಂಬವೇ ಆಗಿತ್ತು. ಮಿಥಿಲೆಯ ರಾಣಿ ಥಟ್ಟನೆ ಗಮನಿಸಿದಳು – ಅದು ಡಾಲ್ಫಿನ್‌ಮೀನು–ಮಿಥಿಲೆಯ ವಂಶಲಾಂಛನವಾಗಿತ್ತು. ಸಾಂಕ್ಷ್ಯಾ ಐತಿಹಾಸಿಕವಾಗಿ ಮಿಥಿಲೆಯ ಅಧೀನ ರಾಜ್ಯವಾಗಿತ್ತು. ರಾಜವಂಶದ ಕಿರಿಯ ಅರಸರು ಅದನ್ನು ಆಳುತ್ತಿದ್ದರು. ಹಾಗೂ ಸಾಂಕ್ಷ್ಯಾ ಪ್ರತ್ಯೇಕ ರಾಜಲಾಂಛನವನ್ನು ಹೊಂದಿತ್ತು–ಅದು ಹಿಲ್ಸಾ ಮೀನಿನ ಚಿತ್ರವುಳ್ಳ ಲಾಂಛನವಾಗಿತ್ತು.

ಸುನಯನಾಗೆ ಕೋಪ ಉಕ್ಕಿ ಬಂತು. ಆದರೆ ಕೋಪವನ್ನು ನಿಯಂತ್ರಿಸಿಕೊಳ್ಳಬೇಕೆಂಬುದೂ ಅವಳಿಗೆ ಗೊತ್ತಿತ್ತು. ಅವಳು ನಿಧಾನವಾಗಿ ದಸ್ತಾವೇಜನ್ನು ಮೇಜಿನ ಮೇಲಿಟ್ಟಳು. ಸಾಂಕ್ಷ್ಯಾ ಮುದ್ರೆಯನ್ನು ಬಳಸಲಿಲ್ಲ.

"ಕುಶಧ್ವಜ ನಿನ್ನ ಅಸಲಿ ಮುದ್ರೆಯನ್ನೇಕೆ ಕೊಡಬಾರದು?" ಸುನಯನಾ ಕೇಳಿದಳು.

"ಅದು ನನ್ನ ರಾಜ್ಯದ ಹೊಸಮುದ್ರೆ ಅತ್ತಿಗೆ"

"ಮಿಥಿಲೆಯ ಅಂಗೀಕಾರ ಪಡೆಯದೆ ನೀನು ಹೊಸ ಮುದ್ರೆಯನ್ನು ಹೊಂದಲಾಗದು. ಮಿಥಿಲೆ ಸಾರ್ವಜನಿಕವಾಗಿ ಅಂಗೀಕಾರ ನೀಡುವವರೆಗೆ ಯಾವ ರಾಜ್ಯವೂ ಈ ನಿನ್ನ ಮುದ್ರೆಗೆ ಮಾನ್ಯತೆ ನೀಡುವುದಿಲ್ಲ."

"ಸಪ್ತ ಸಿಂಧು ಸಾಮ್ರಾಜ್ಯದ ಪ್ರತಿಯೊಬ್ಬರಿಗೂ ಗೊತ್ತು ಡಾಲ್ಫಿನ್ ಮೀನಿನ ಗುರುತು ಮಿಥಿಲೆಯ ರಾಜವಂಶದ ಲಾಂಛನವೆಂದು."

"ನೀವು ಹೇಳುವುದು ನಿಜ ಅತ್ತಿಗೆ. ಆದರೆ ಅದನ್ನು ಬದಲಾಯಿಸ ಬಹುದು. ದಸ್ತಾವೇಜಿನ ಮೇಲೆ ಅದನ್ನು ಬಳಸುವ ಮೂಲಕ ಹೊಸ ಲಾಂಛನವನ್ನು ಕಾಯಿದೆ ಬದ್ಧಗೊಳಿಸಬಹುದು."

ಸುನಯನಾ ಗಂಡನತ್ತ ದೃಷ್ಟಿ ಹರಿಸಿದಳು. ಮಿಥಿಲೆಯ ಮಹಾರಾಜ ತಲೆ ಎತ್ತಿ ಒಂದುಕ್ಷಣ ಹೆಂಡತಿಯನ್ನು ನೋಡಿದ. ಮರುಕ್ಷಣ ಬೃಹದಾರಣ್ಯಕ ಉಪನಿಷತ್ತಿನಲ್ಲಿ ಮುಳುಗಿಹೋದ.

"ಇದಕ್ಕೆ ನನ್ನ ಒಪ್ಪಿಗೆ ಇಲ್ಲ ಕುಶಧ್ವಜ."

ಸುನಯನಾ ಒಳಗೆ ಕುದಿಯುತ್ತಿದ್ದ ಕೋಪವನ್ನು ಹತ್ತಿಕ್ಕಿ ಪ್ರಶಾಂತಳಾಗಿ ನುಡಿದಳು – "ನಾನು ಜೀವಂತ ಇರುವವರೆಗೆ ಇದು ಸಾಧ್ಯವಿಲ್ಲ."

"ನಿಮಗೇಕೆ ಇಷ್ಟೊಂದು ಅಸಮಾಧಾನ, ಅತ್ತಿಗೆ. ಏಕೋ ನಂಗೆ ಗೊತ್ತಾಗ್ತಾ ಇಲ್ಲ. ನೀವು ಮಿಥಿಲೆ ರಾಜಮನೆತನದ ಸೊಸೆ. ನಾನು ಆ ರಾಜ ವಂಶದಲ್ಲೇ ಜನಿಸಿದವನು. ನನ್ನ ಧಮನಿಗಳಲ್ಲೂ ಮಿಥಿಲೆಯ ರಾಜವಂಶದ ರಕ್ತವೇ ಹರಿಯುತ್ತಿದೆ. ನಿಮ್ಮದಲ್ಲ. ನಾನು ಹೇಳಿದ್ದು ಸರಿಯಲ್ಲವೆ ಜನಕ ರಾಜ?"

ಜನಕ ತಲೆ ಎತ್ತಿ ನೋಡಿದ. ಸಾವಧಾನದಿಂದ ಹೇಳಿದ : "ಕುಶಧ್ವಜ, ಸುನಯನಾ ಏನು ಹೇಳುತ್ತಾಳೋ ಅದು ನನ್ನ ತೀರ್ಮಾನವೂ ಹೌದು."

ಕುಶಧ್ವಜ ಎದ್ದುನಿಂತ. "ಇದೊಂದು ದುರ್ದಿನ. ರಕ್ತದಿಂದ ರಕ್ತಕ್ಕೆ ಅಪಮಾನ... ಸಲುವಾಗಿ..."

ಸುನಯನಳೂ ಎದ್ದು ನಿಂತಳು.

"ಮುಂದಿನ ಮಾತುಗಳ ಬಗ್ಗೆ ಎಚ್ಚರವಿರಲಿ ಕುಶಧ್ವಜ."

ಸುನಯನಾ ಸಮಾಧಾನದಿಂದ ನುಡಿದಳು. ಕುಶಧ್ವಜ ನಕ್ಕ. ಅವನು ಅಡಿ ಮುಂದಿಟ್ಟು ಸುನಯನಳಿಂದ ಸಾಂಕ್ಷ್ಯ ಮುದ್ರೆಯನ್ನು ವಾಪಸು ಪಡೆದುಕೊಂಡ.

"ಇದು ನನ್ನದು"

ಸುನಯನಾ ಮೌನವಾಗಿದ್ದಳು.

"ಮಿಥಿಲೆಯ ರಾಜವಂಶ ಪರಂಪರೆಯ ಪಾಲಕರಂತೆ ನಟಿಸಬೇಡಿ. ನೀವು ನಮ್ಮ ರಕ್ತ ಬಂಧುವಲ್ಲ ಹೊರಗಿನಿಂದ ಬಂದವರು"

ಎಂದು ಕುಶಧ್ವಜ ಕಿಡಿಕಿಡಿಯಾಗಿ ನುಡಿದ.

ಸುನಯನಾ ಏನೋ ಹೇಳಲೆಂದು ಬಾಯಿ ತೆರೆಯಲಿದ್ದಳು. ಅಷ್ಟರಲ್ಲಿ ಸುಮಕೋಮಲೆ ಕೈಯ್ಯೊಂದು ಅವಳ ಸೊಂಟವನ್ನು ಬಳಸಿತ್ತು. ಪಕ್ಕಕೆ ತಿರುಗಿ ನೋಡಿದಳು. ಸೀತೆ ಅವಳ ಪಕ್ಕ ನಿಂತಿದ್ದಳು. ಸೀತೆ ಕೋಪದಿಂದ ಕಂಪಿಸುತ್ತಿದ್ದಳು. ಅವಳ ಇನ್ನೊಂದು ಕೈಯ್ಯಲ್ಲಿ ಕುಶಧ್ವಜ ಸ್ವಲ್ಪ ಸಮಯದ ಹಿಂದೆ ಉಡುಗೊರೆಯಾಗಿ ಕೊಟ್ಟಿದ್ದ ಜೇನು ಇತ್ತು. ಅವಳು ಜೇನನ್ನು ಚಿಕ್ಕಪ್ಪನತ್ತ ಎಸೆದಳು. ಅದು ಅವನ ಕಾಲಬುಡದಲ್ಲಿ ಬಿತ್ತು.

ಕುಶಧ್ವಜ ನೋವಿನಿಂದ ಕಾಲೆಳೆದುಕೊಂಡ. ಅವನ ಕೈಯ್ಯಲ್ಲಿದ್ದ ಮುದ್ರೆ ಜಾರಿ ಕೆಳಕ್ಕೆ ಬಿತ್ತು. ಸೀತೆ ಬಾಗಿ ಆ ಮುದ್ರೆಯನ್ನು ಎತ್ತಿಕೊಂಡು ನೆಲಕ್ಕೆ ಅಪ್ಪಳಿಸಿದಳು. ಮುದ್ರೆ ಒಡೆದು ಎರಡು ಹೋಳಾಯಿತು. ರಾಜ ಮುದ್ರೆ ಒಡೆದು ಹೋಗುವುದೆಂದರೆ ಅಪಶಕುನ. ಅದೊಂದು ದೊಡ್ಡ ಅಪಮಾನ ವಾಗಿತ್ತು.

"ಸೀತೆ"

ಜನಕ ಅಬ್ಬರಿಸಿದ

ಸೀತೆ ಈಗ ತಾಯಿಗೆದುರಾಗಿ ನಿಂತಿದ್ದಳು. ಅವಳನ್ನು, ಚಿಕ್ಕಪ್ಪನನ್ನು ದುರುಗುಟ್ಟಿಕೊಂಡು ನೋಡಿದಳು. ತಾಯಿಗೆ ರಕ್ಷಣೆಯಾಗಿ ಅವಳ ಸುತ್ತ ಕೈಗಳನ್ನು ಹರಡಿದಳು.

ಸಾಂಕ್ಷ್ಯದ ದೊರೆ ಒಡೆದ ಮುದ್ರೆಯನ್ನೆತ್ತಿಕೊಂಡು ಅಲ್ಲಿಂದ ಬಿರುಗಾಳಿ ಯಂತೆ ನಿರ್ಗಮಿಸಿದ.

"ದಾದಾ ಇದು ಕೊನೆಯಲ್ಲ."

ಸುನಯನ ಕುಳಿತುಕೊಂಡಳು. ಸೀತೆಯತ್ತ ತಿರುಗಿ – "ನೀನು ಹಾಗೆ ಮಾಡಬಾರದಿತ್ತು" ಎಂದಳು.

ಸೀತೆ ಕೆಂಡದಂಥ ಕಣ್ಣುಗಳಿಂದ ತಾಯಿಯತ್ತ ನೋಡಿದಳು. ನಂತರ ತಂದೆಯತ್ತ ತಿರುಗಿದಳು. ಅವಳ ಮುಖದ ಮೇಲೆ ಎಳ್ಳಷ್ಟೂ ಪಶ್ಚಾತ್ತಾಪ ವಿರಲಿಲ್ಲ.

"ಸೀತೆ ನೀನು ಹಾಗೆ ಮಾಡಬಾರದಿತ್ತು."

—೧೮—

ಸೀತೆ ತಾಯಿಯನ್ನು ಹೋಗಗೊಡಲಿಲ್ಲ. ಅವಳ ಸೆರಗಿಗೆ ಅಂಟಿಕೊಂಡು ಕಣ್ಣೀರು ಹರಿಸುತ್ತಲೇ ಇದ್ದಳು. ನಗೆಮೊಗದಿಂದ ಹತ್ತಿರ ಬಂದ ಜನಕ ಮಗಳ ಬೆನ್ನು ಚಪ್ಪರಿಸಿದ. ರಾಜ ಕುಟುಂಬ ದೊರೆಯ ಖಾಸಗಿ ಕಚೇರಿಯಲ್ಲಿ ಸೇರಿತ್ತು. ಕುಶಧ್ವಜನ ರಂಪ ನಡೆದು ಕೆಲವು ವಾರಗಳಾಗಿದ್ದವು. ಸೀತೆಗೆ ಈಗ ಗುರುಕುಲಕ್ಕೆ ಹೋಗುವ ವಯಸ್ಸಾಗಿದೆ ಎಂದು ಅವಳ ತಂದೆ ತಾಯಿ ನಿರ್ಧರಿಸಿದ್ದರು. ಅಂದರೆ ಅವಳನ್ನು ವಸತಿಶಾಲೆಗೆ ಕಳುಹಿಸಲಿದ್ದರು. ಜನಕ ಮತ್ತು ಸುನಯನ ಮಗಳ ವಿದ್ಯಾಭ್ಯಾಸಕ್ಕೆ ಶ್ವೇತಕೇತು ಋಷಿಯ ಗುರುಕುಲವನ್ನು ಆಯ್ಕೆ ಮಾಡಿದ್ದರು. ಶ್ವೇತಕೇತು ಜನಕನ ಗುರುಗಳಾದ ಅಷ್ಟಾವಕ್ರನ ಚಿಕ್ಕಪ್ಪ. ತತ್ವಶಾಸ್ತ್ರ, ಗಣಿತಶಾಸ್ತ್ರ, ವಿಜ್ಞಾನ ಮತ್ತು ಸಂಸ್ಕೃತವನ್ನು ಶ್ವೇತಕೇತುವಿನ ಗುರುಕುಲದಲ್ಲಿ ಬೋಧಿಸಲಾಗುತ್ತಿತ್ತು, ಸೀತೆಗೆ, ಭೂಗೋಳ, ಚರಿತ್ರೆ, ಅರ್ಥಶಾಸ್ತ್ರ, ರಾಜಾಡಳಿತದಂಥ ವಿಷಯಗಳಲ್ಲಿ ವಿಶೇಷ ಶಿಕ್ಷಣಕ್ಕೆ ವ್ಯವಸ್ಥೆ ಮಾಡಲಾಗಿತ್ತು.

ಸಮರಕಲೆ ಮತ್ತು ಯುದ್ಧದ ಬಗ್ಗೆಯೂ ಸೀತೆಗೆ ತರಬೇತಿ ಅಗತ್ಯವೆಂದು ಸುನಯನಾ ಆಗ್ರಹಪಡಿಸಿದ್ದಳು. ಇದಕ್ಕೆ ಜನಕನ ಆಕ್ಷೇಪವಿತ್ತು. ಜನಕ ಅಹಿಂಸಾವಾದಿ. ವ್ಯಾವಹಾರಿಕವಾಗಿರಬೇಕೆಂಬುದು ಸುನಯನಳ ನಂಬಿಕೆ.

ಸೀತೆಗೆ ತಾನು ಅರಮನೆ ತ್ಯಜಿಸಿ ಗುರುಕುಲಕ್ಕೆ ಹೋಗಬೇಕೆನ್ನುವುದು ತಿಳಿದಿತ್ತು. ಆದರೆ ಅವಳಿನ್ನೂ ಬಾಲೆ. ಬಾಲೆಗೆ ಮನೆ ಬಿಟ್ಟುಹೋಗಲು ಹೆದರಿಕೆ ಸಹಜವಾಗಿತ್ತು.

"ಮಗೂ, ನೀನು ಮನೆಗೆ ಬಂದೂ ಹೋಗಿ ಮಾಡ್ತಿರ್ತಿ" ಎಂದು ಜನಕ ಸಮಾಧಾನ ಹೇಳಿದ. "ನಾವೂ ನಿನ್ನನ್ನು ನೋಡಲು ಬರ್ತಿರ್ತೇವೆ. ಆಶ್ರಮ ಗಂಗಾನದಿ ತಟದಲ್ಲಿದೆ. ಹೆಚ್ಚು ದೂರವೇನಲ್ಲ."

ಸೀತೆ ತಾಯಿಯನ್ನು ಬಿಗಿಯಾಗಿ ಅಪ್ಪಿಕೊಂಡಳು. ಸುನಯನಾ ಕಪೋಲಗಳನ್ನು ಹಿಡಿದೆತ್ತಿ ಸೀತೆಯ ಮೊಗವನ್ನು ತನ್ನತ್ತ ತಿರುಗಿಸಿಕೊಂಡಳು.

"ನೀನು ಅಲ್ಲಿ ಚೆನ್ನಾಗಿರ್ತೀಯ. ಬದುಕನ್ನು ಎದುರಿಸಲು ನಾನು ನಿನ್ನನ್ನು ಸಜ್ಜುಗೊಳಿಸುವೆ."

"ಚಾಚಾಗೆ ಹಾಗೆ ಮಾಡಿದೆ ಅಂತ ನನ್ನ ದೂರ ಕಳಿಸ್ತಿದೀಯ."

ಸೀತೆ ಬಿಕ್ಕಳಿಸುತ್ತ ನುಡಿದಳು. ಸುನಯನ ಮತ್ತು ಜನಕ ಇಬ್ಬರೂ ಸೀತೆಯನ್ನು ಬರಸೆಳೆದು ಎದೆಗವಚಿಕೊಂಡರು. "ಇಲ್ಲ ಮಗಳೆ" ಎಂದು ಸುನಯನಾ ಸಾಂತ್ವನ ಹೇಳಿದಳು.

"ಚಿಕ್ಕಪ್ಪನ ಘಟನೆಗೂ ಇದಕ್ಕೂ ಏನೂ ಸಂಬಂಧವಿಲ್ಲ. ನೀನು ವಿದ್ಯಾರ್ಜನೆ ಮಾಡಬೇಕು. ನೀನು ಶಿಕ್ಷಣ ಪಡೆದು ಈ ಸಾಮ್ರಾಜ್ಯ ನಡೆಸಲು ನೆರವಾಗಬೇಕು."

"ಹೌದು ಸೀತೆ. ನಿನ್ನಮ್ಮ ಹೇಳುತ್ತಿರುವುದು ಸರಿ. ಕುಶಧ್ವಜನೊಂದಿಗೆ ಏನಾಯಿತೊ ಅದಕ್ಕೂ ನಿನಗೂ ಸಂಬಂಧವಿಲ್ಲ. ಅದೇನಿದ್ದರೂ ಚಿಕ್ಕಪ್ಪ, ನಾನು ಮತ್ತು ನಿನ್ನಮ್ಮ–ನಾವು ಮೂವರಿಗೆ ಸಂಬಂಧಿಸಿದ್ದು"

—ಎಂದ ಜನಕರಾಜ.

ಸೀತೆ ಮತ್ತೆ ಬುಳುಬುಳು ಅಳಲು ಶುರುಮಾಡಿದಳು. ತಾಯಿಯ ಮಡಿಲ ಮೊರೆ ಹೊಕ್ಕಳು. ತಂದೆ–ತಾಯಿಯನ್ನು ಬಿಟ್ಟು ಹೋಗುವುದು ಅವಳಿಗೆ ಬೇಡವಾಗಿತ್ತು.

೫

ಅಧ್ಯಾಯ – 5

ಸೀತೆ ಶ್ವೇತಕೇತುವಿನ ಗುರುಕುಲಕ್ಕೆ ಬಂದು ಎರಡು ವರ್ಷಗಳು ಕಳೆದಿವೆ. ಬುದ್ಧಿಮತ್ತೆ ಮತ್ತು ಚುರುಕುತನಗಳಿಂದ ಹತ್ತು ವರ್ಷದ ಬಾಲೆ ಗುರುಗಳ ಗಮನ ಸೆಳೆದಿದ್ದಳು. ಹೊರಗಣ ಶಿಕ್ಷಣದಲ್ಲಿ ಅವಳಿಗಿದ್ದ ಉತ್ಸಾಹ ಅಸಾಧಾರಣವಾಗಿತ್ತು. ದೊಣ್ಣೆವರಸೆ ಹೋರಾಟದಲ್ಲಿ ಅವಳ ಕೌಶಲ ಗಮನಾರ್ಹವಾಗಿತ್ತು.

ಆದರೆ ಅವಳ ತೀಕ್ಷ್ಣ ಮನೋಭಾವ ಕೆಲವೊಮ್ಮೆ ಸಮಸ್ಯೆಗಳನ್ನುಂಟು ಮಾಡಿದ್ದುಂಟು. ಸಹವಿದ್ಯಾರ್ಥಿಯೊಬ್ಬ ಅವಳ ತಂದೆಯನ್ನು ಅದಕ್ಷ ದೊರೆ, ರಾಜನಾಗಲು ಅರ್ಹನಲ್ಲ, ಶಿಕ್ಷಕನಾಗಬೇಕಿತ್ತು ಎಂದು ಟೀಕಿಸಿದಾಗ ಸೀತೆಯ ಸಿಟ್ಟು ನೆತ್ತಿಗೇರಿತ್ತು. ಹಗಲೇ ಕಣ್ಣುಕತ್ತಲಿಟ್ಟುಕೊಂಡು ಬರುವಷ್ಟು ಅವನನ್ನು ಥಳಿಸಿದ್ದಳು. ಆ ವಿದ್ಯಾರ್ಥಿ ಗುರುಕುಲದ ಆಯುರ್ವೇದ ಶಾಲೆಯಲ್ಲಿ ಒಂದು ತಿಂಗಳ ಕಾಲ ಇರಬೇಕಾಗಿ ಬಂತು.

ಚಿಂತಾಕುಲನಾದ ಶ್ವೇತಕೇತು ಅಹಿಂಸೆ ಬಗ್ಗೆ, ಹಠಾತ್ ಪ್ರತಿಕ್ರಿಯೆ ನಿಯಂತ್ರಣದ ಬಗ್ಗೆ, ವಿಶೇಷ ತರಗತಿಗಳನ್ನು ನಡೆಸಬೇಕಾಯಿತು. ಗುರು ಕುಲದಲ್ಲಿ ಹಿಂಸಾಚರಕ್ಕೆ ಅವಕಾಶವಿಲ್ಲ ಎಂದು ಕೋಪಿಷ್ಟ ಬಾಲೆಗೆ ತಿಳಿಸ ಬೇಕಾಯಿತು. ಸ್ವಯಂ ಶಿಸ್ತು ಹಾಗೂ ಭವಿಷ್ಯದ ರಾಜಕರ್ತವ್ಯಗಳ ನಿರ್ವಹಣೆ ದೃಷ್ಟಿಯಿಂದ ಯುದ್ಧಕಲೆಯನ್ನು ಕಲಿಸಲಾಗುತ್ತಿದೆಯೇ ವಿನಃ ಗುರುಕುಲದಲ್ಲಿ ಒಬ್ಬರ ಮೇಲೊಬ್ಬರು ಪ್ರಯೋಗಿಸಲಿಲ್ಲ ಎಂದು ತಿಳಿಯ ಹೇಳಬೇಕಾಗಿ ಬಂತು.

ತಂದೆ–ತಾಯಿಯರಿಗೂ ಗೊತ್ತಿರಲಿ ಎಂಬ ದೃಷ್ಟಿಯಿಂದ ಗುರುಕುಲಕ್ಕೆ ಆಗಮಿಸಿದಾಗ ಸುನಯನಳಿಗೂ ಸೀತೆಯ ಮುಂಗೋಪ ಸ್ವಭಾವವನ್ನು ಅರುಹಲಾಯಿತು. ತಾಯಿ ಬುದ್ಧಿಹೇಳಿದಳು. ಬುದ್ಧಿಮಾತು ಸೀತೆಯ ಮೇಲೆ ಪ್ರಭಾವ ಬೀರಿತ್ತು. ಸಹ ವಿದ್ಯಾರ್ಥಿಗಳ ಮೇಲೆ ಕೈ ಮಾಡುವುದನ್ನು ನಿಲ್ಲಿಸಿದಳು. ಆದರೆ ಒಂದೆರಡು ಸಲ ಅವಳ ಈ ನಿರ್ಧಾರವೂ ಪರೀಕ್ಷೆಗೆ ಗುರಿಯಾಗಿತ್ತು.

ಅಂಥ ಒಂದು ಸಂದರ್ಭ.

"ನೀನು ರಾಜನ ದತ್ತುಪುತ್ರಿಯಲ್ಲವೇ?"ಎಂದು ಸಹವಿದ್ಯಾರ್ಥಿ ಕಮಲರಾಜ್ ಛೇಡಿಸಿದ್ದ.

ಐವರು ವಿದ್ಯಾರ್ಥಿಗಳು ಗುರುಕುಲದ ಸರೋವರದ ಸಮೀಪ ಸೇರಿದ್ದರು. ಮೂವರು ಸೀತೆಯ ಸುತ್ತ ಜ್ಯಾಮಿತೀಯ ಆಕಾರದಲ್ಲಿ ನೆಲದ ಮೇಲೆ ಕುಳಿತಿದ್ದರು. ಸೀತೆ **ಬೌಧ್ಧಯಾನ ಸುಲಭಸೂತ್ರ** ಪ್ರಮೇಯವನ್ನು ವಿವರಿಸುವುದರಲ್ಲಿ ಮಗ್ನಳಾಗಿದ್ದಳು. ಅವಳು ಉಳಿದವರಂತೆ ಕಮಲನ ಮಾತನ್ನು ಉಪೇಕ್ಷಿಸಿದ್ದರು. ಕಮಲ ಸುತ್ತಮುತ್ತ ಅಡ್ಡಾಡುತ್ತ ಸಹಪಾಠಿಗಳ ಗಮನಭಂಗಮಾಡುವ ಪ್ರಯತ್ನ ನಡೆಸಿದ್ದ. ಅವನ ಮಾತುಗಳನ್ನು ಕೇಳಿಸಿಕೊಂಡ ಎಲ್ಲರೂ ಸೀತೆಯತ್ತ ದೃಷ್ಟಿಹರಿಸಿದರು.

ರಾಧಿಕಾ, ಸೀತೆಯ ಆಪ್ತಗೆಳತಿ. ರಾಧಿಕಾ, ಪ್ರತಿಕ್ರಿಯಿಸದಂತೆ ಸೀತೆಯನ್ನು ತಡೆದಳು. "ಸೀತೆ, ಅವನೊಬ್ಬ ಮೂರ್ಖ, ಅವನ ಮಾತಿಗೆ ಗಮನಕೊಡ ಬೇಡ" ಎಂದಳು.

ಸೀತೆ ಛಟಂ ಎಂದು ಕುಳಿತಳು. ಒಂದು ಕ್ಷಣ ಕಣ್ಣುಗಳನ್ನು ಮುಚ್ಚಿ ಕೊಂಡಳು. ಅವಳು ಎಷ್ಟೋ ಸಲ ತನಗೆ ಜನ್ಮವಿತ್ತ ತಾಯಿ ಬಗ್ಗೆ ಚಿಂತಿಸಿ ದ್ದಳು. ಅವಳೇಕೆ ನನ್ನನ್ನು ತ್ಯಜಿಸಿದಳು? ಅವಳು ಸಾಕು ತಾಯಿಯಂತೆಯೇ ಉಜ್ವಲಳಾಗಿದ್ದಳೆ? ಆದರೆ ಒಂದು ವಿಷಯದಲ್ಲಿ ಅವಳ ಮನಸ್ಸಿನಲ್ಲಿ ಸಂದೇಹಕ್ಕೆಡೆಯಿರಲಿಲ್ಲ. ಅವಳು ಸುನಯನಾಳ ಪುತ್ರಿ.

"ನಾನು ನನ್ನಮ್ಮನ ಮಗಳು."

—ಸೀತೆ ಗೊಣಗುಟ್ಟಿದಳು. ತನ್ನನ್ನು ಛೇಡಿಸಿದವನತ್ತ ಕೆಂಗಣ್ಣು ಬೀರಿ ಸ್ನೇಹಿತೆಯ ಹಿತವಾದವನ್ನು ಅಲಕ್ಷಿಸಿದ್ದಳು.

"ಹೌದು, ಹೌದು. ನನಗದು ಗೊತ್ತು. ನಾವೆಲ್ಲ ನಮ್ಮ ಅಮ್ಮನ ಮಕ್ಕಳೆ.

ಆದರೆ ನೀನು ದತ್ತು ಪುತ್ರಿಯಲ್ಲವೆ? ನಿನ್ನಮ್ಮನಿಗೆ ನಿಜವಾದ ಮಗಳೊಬ್ಬಳು ಹುಟ್ಟಿದಾಗ ನಿನ್ನ ಗತಿ ಏನಾಗುವುದು?"

"ನಿಜವಾದ ಮಗಳು! ನಾನು ಅವಾಸ್ತವ ಮಗಳಲ್ಲ ಕಮಲ್. ನಾನೂ ನನ್ನಮ್ಮನ ನೈಜಪುತ್ರಿಯೇ."

"ಹೌದು...ಆದರೆ ನೀನಲ್ಲ...."

"ನೀನು ಇಲ್ಲಿಂದ ತೊಲಗು"

—ಎನ್ನುತ್ತಾ ಸೀತೆ ಬೌದ್ಧಯಾನ ಪ್ರಮೇಯ ವಿವರಿಸುವಾಗ ಬಳಸುತ್ತಿದ್ದ ಕೋಲನ್ನು ಕೈಗೆತ್ತಿಕೊಂಡಳು.

"ಇಲ್ಲ. ನಿಂಗೆ ನಾನು ಹೇಳುತ್ತಿರುವುದು ಅರ್ಥವಾಗ್ತಾ ಇಲ್ಲ. ನೀನು ದತ್ತುಪುತ್ರಿಯಾದಲ್ಲಿ ನಿನ್ನನ್ನು ಯಾವಾಗ ಬೇಕಾದರೂ ಮನೆಯಿಂದ ಹೊರ ದೂಡಬಹುದು. ಆಗೇನು ಮಾಡ್ತೀಯ?"

ಸೀತೆ ಕೋಲನ್ನು ಕೆಳಕ್ಕೆಸೆದಳು. ಕಮಲನತ್ತ ಹನಿದುಂಬಿದ ಕಂಗಳಿಂದ ನೋಡಿದಳು.

ಹುಡುಗನಿಗೆ ಮಾತು ನಿಲ್ಲಿಸಲು ಇದು ಸರಿಯಾದ ಸಮಯವಾಗಿತ್ತು. ವಿಷಾದವೆಂದರೆ, ಅವನು ಹಾಗೆ ಮಾಡಲಿಲ್ಲ.

"ನಿನ್ನಂಥ ಗುರುಗಳನ್ನು ನಾನು ಬಲ್ಲೆ. ಗುರೂಜಿಗೆ ನಿನ್ನ ಬಗ್ಗೆ ತುಂಬ ಅಭಿಮಾನವಿದೆ. ಮನೆಯಿಂದ ಹೊರಹಾಕಿದಾಗ ನೀನು ದಿನವಿಡೀ ಪಾಠ ಮಾಡಬಹುದು" ಎಂದ ಕಮಲ್ ತಲೆತಿರುಕನಂತೆ ನಕ್ಕ. ಉಳಿದವರ್ಯಾರೂ ನಗಲಿಲ್ಲ. ವಾತಾವರಣ ಪ್ರಕ್ಷುಬ್ಧಗೊಳ್ಳುತ್ತಿತ್ತು.

"ಸೀತೆ..." — ರಾಧಿಕಾ ಮತ್ತೆ ಗೆಳತಿಯನ್ನು ಕೋಪಗೊಳ್ಳದಂತೆ ತಡೆಯುವ ಯತ್ನ ಮಾಡಿದಳು. ಸೀತೆ ಎದ್ದು ನಿಂತಳು. ನಿಧಾನವಾಗಿ ಕಮಲನತ್ತ ಹೆಜೆ ಹಾಕಿದಳು. ಹುಡುಗ ಹಿಂದೆ ಸರಿಯಲಿಲ್ಲ. ಸೀತೆ ಬಿಗಿಮುಷ್ಟಿಯಿಂದ ಬೆನ್ನ ಹಿಂದೆ ಕೈಕಟ್ಟಿದ್ದಳು. ತನ್ನ ಎದುರಾಳಿಗೆ ಒಂದು ಅಂಗುಲ ಸಮೀಪ ಎದುರುಬದುರಾಗಿ ನಿಂತಳು. ನೇರ ಅವನ ಕಣ್ಣಲ್ಲಿ ಕಣ್ಣಿಟ್ಟು ನೋಡಿದಳು. ಕಮಲ್ ಏದುಸಿರು ಬಿಡಲಾರಂಭಿಸಿದ. ಅವನ ಧೈರ್ಯ ಕುಸಿಯುತ್ತಿತ್ತು. ಆದರೆ ದೃಢವಾಗಿ ನಿಂತಿದ್ದ. ಸೀತೆ ಮತ್ತೊಂದು ಹೆಜ್ಜೆ ಮುಂದಿಟ್ಟಳು. ಕಮಲನತ್ತ ಅಪಾಯಕಾರಿ ನಡೆ. ಅವಳ ಮೂಗಿನ ತುದಿ ಅವನ ಮುಖಕ್ಕೆ ಒಂದು ಸೆಂಟಿಮೀಟರಿನಷ್ಟು ದೂರದಲ್ಲಿತ್ತು. ಅವಳ ಕಂಗಳಲ್ಲಿ ಬೆಂಕಿಯ ಹೊಳೆ...

ಕಮಲನ ಹಣೆಯಲ್ಲಿ ಬೆವರಿನ ಮಣಿಗಳು ಸಾಲುಗಟ್ಟಿದವು.

"ನೋಡಿಲ್ಲಿ, ನೀನು ಯಾರ ಮೇಲೂ ಕೈ ಮಾಡುವಂತಿಲ್ಲ."

ಅವಳು ಎವೆಯಿಕ್ಕದೆ ಅವನನ್ನೇ ದಿಟ್ಟಿಸಿ ನೋಡಿದಳು. ಕಮಲ್ ಕೀಚಲು ದನಿಯಲ್ಲಿ ಹೇಳಿದ... "ಸ್ವಲ್ಪ ಕೇಳು."

ಸೀತೆ ಕಿವಿಗಡಚಿಕ್ಕುವ ದನಿಯಲ್ಲಿ ಅವನ ಮುಖದ ಮುಂದೆ ಚೀರಿದಳು. ಅದೊಂದು ಬಲವಾದ ಪೆಟ್ಟಾಗಿತ್ತು. ಅವಳ ಮಾತಿನಾಘಾತಕ್ಕೆ ಕಮಲ್ ನೆಲಕ್ಕೆ ಬಿದ್ದ. ಅವನ ಕಣ್ಣಲ್ಲಿ ನೀರು. ಉಳಿದ ಮಕ್ಕಳು ಗಹಗಹಿಸಿ ನಗಲಾರಂಭಿಸಿದರು.

ಗುರುಗಳೊಬ್ಬರು ತಕ್ಷಣ ಎಲ್ಲಿಂದಲೋ ಪ್ರತ್ಯಕ್ಷರಾದರು.

"ನಾನು ಅವನಿಗೆ ಹೊಡೆಯಲಿಲ್ಲ. ನಾನು ಹೊಡೆಯಲಿಲ್ಲ.'

"ಸೀತೆ..."

ಸೀತೆ ವಿಧೇಯ ಶಿಷ್ಯಳಂತೆ ಗುರುಗಳನ್ನು ಹಿಂಬಾಲಿಸಿದಳು.

"ಆದರೆ ನಾನು ಅವನಿಗೆ ಹೊಡೆಯಲಿಲ್ಲ."

— ೮ —

"ಹನೂ ಅಣ್ಣಾ" - ರಾಧಿಕಾ ತನ್ನಣ್ಣನನ್ನು ಅಪ್ಪಿಕೊಂಡು ಕುಕಿಲದಳು. ನಿರ್ದಿಷ್ಟವಾಗಿ ಹೇಳುವುದಾದರೆ ಅವಳ ದೊಡ್ಡಪ್ಪನ ಮಗ.

ಪ್ರಿಯ ಬಂಧುವನ್ನು ಭೇಟಿಯಾಗಲು ತನ್ನೊಡನೆ ಬರುವಂತೆ ರಾಧಿಕಾ ಸೀತೆಯನ್ನೂ ಆಮಂತ್ರಿಸಿದ್ದಳು. ಅವರು ಭೇಟಿಮಾಡಲಿದ್ದ ಸ್ಥಳ ಗುರುಕುಲದಿಂದ ಅರ್ಧಗಂಟೆ ನಡಿಗೆಯ ದೂರದಲ್ಲಿತ್ತು. ಅದೊಂದು ದಟ್ಟ ಅಡವಿ. ಇಲ್ಲಿ ಸಾಮಾನ್ಯವಾಗಿ ಸೋದರ ಸಂಬಂಧಿಗಳು ಭೇಟಿಯಾಗುತ್ತಿದ್ದರು ರಹಸ್ಯವಾಗಿ. ಗುರುಕುಲದ ಅಧಿಕಾರಿಗಳ ಕಣ್ಣಿಗೆ ಬೀಳದಿರಲು ರಾಧಿಕಾಳ ಅಣ್ಣನಿಗೆ ಸಕಾರಣವಿತ್ತು.

ಅವನೊಬ್ಬ ನಾಗಾ. ವಿರೂಪಗಳೊಂದಿಗೆ ಜನಿಸಿದವನು.

ಅವನು ಕಂದುಬಣ್ಣದ ಧೋತಿ ಉಟ್ಟು ಮೇಲೆ ಬಿಳಿಯ ಅಂಗವಸ್ತ್ರ ಧರಿಸಿದ್ದ. ಸುಂದರವಾದ ಮೈಬಣ್ಣ. ಮೈ ತುಂಬ ಉದ್ದಕ್ಕಿದ್ದ ಕೂದಲು. ಬೆನ್ನಹಿಂದೆ ಬಾಲ ಬೆಳೆದಿತ್ತು. ಆ ಬಾಲ ತನ್ನದೇ ಮನಸ್ಸಿರುವಂತೆ ಅತ್ತಿತ್ತ

ಲಯಬದ್ಧವಾಗಿ ಓಲಾಡುತ್ತಿತ್ತು. ಅವನ ಅಜಾನುಬಾಹು ಶರೀರದಿಂದಾಗಿ ಥಟ್ಟನೆ ಎಲ್ಲರೂ ಅವನ ಉಪಸ್ಥಿತಿಯನ್ನು ಗಮನಿಸುತ್ತಿದ್ದರು. ಅವನ ಬಾಯಿ ಸುತ್ತ ಕೂದಲು ಬೆಳೆದಿರಲಿಲ್ಲ. ಕೆಂಪು ಮುಸುಡಿ. ತುಟಿಗಳು ಸಣ್ಣದಾಗಿದ್ದವು. ದಟ್ಟವಾದ ಹುಬ್ಬುಗಳು. ಅವನನ್ನು ನೋಡಿದರೆ ಸರ್ವಶಕ್ತನಾದ ಭಗವಂತನೇ ಹನುಮಂತನ ರೂಪ ತಾಳಿದ್ದಾನೇನೋ ಎಂದು ಭಾಸವಾಗುತ್ತಿತ್ತು.

ಅವನು ಪಿತೃವಾತ್ಸಲ್ಯದಿಂದ ರಾಧಿಕಾಳನ್ನು ನೋಡುತ್ತಾ, "ಹೇಗಿದ್ದೀಯಾ ತಂಗೀ?" ಎಂದು ಕುಶಲ ವಿಚಾರಿಸಿದ. ರಾಧಿಕಾ ಕೋಪ ನಟಿಸುತ್ತಾ, ತುಟಿಕೊಂಕಿಸಿ, "ನಿನ್ನ ನೋಡಿ ಎಷ್ಟೊಂದು ದಿನಗಳಾದವು ಎಂದಳು." ಹೊಸ ಗುರುಕುಲ ಸ್ಥಾಪನೆಗೆ ತಂದೆಯವರು ಅವಕಾಶ ಮಾಡಿ ಕೊಟ್ಟಂದಿನಿಂದ ನಾವು ಭೇಟಿಯಾಗಿಲ್ಲ" ಎಂದಳು.

ರಾಧಿಕಾಳ ತಂದೆ ಷಾನ್ ನದಿಯ ದಂಡೆಯಲ್ಲಿದ್ದ ಗ್ರಾಮವೊಂದರ ಪಟೇಲನಾಗಿದ್ದ. ಹಳ್ಳಿಗೆ ಸಮೀಪದಲ್ಲೇ ಗುರುಕುಲ ಆರಂಭಿಸಲು ಅವನು ಅನುಮತಿ ನೀಡಿದ್ದ. ನಾಲ್ವರು ಬಾಲಕರನ್ನು ಗುರುಕುಲಕ್ಕೆ ಸೇರಿಸಿಕೊಳ್ಳಲಾಗಿತ್ತು. ಬೇರಾರೂ ವಿದ್ಯಾರ್ಥಿಗಳಿರಲಿಲ್ಲ. ಮನೆಯ ಹತ್ತಿರದಲ್ಲೆ ಗುರುಕುಲವಿರುವಾಗ ರಾಧೆ ಏಕೆ ಶ್ವೇತಕೇತು ಋಷಿಯ ಗುರುಕುಲ ಸೇರಿದಳು ಎಂದು ಸೀತೆಗೆ ಆಶ್ಚರ್ಯವಾಗಿತ್ತು. ಬಹುಶಃ ನಾಲ್ವರು ವಿದ್ಯಾರ್ಥಿಗಳ ಸಣ್ಣ ಗುರುಕುಲ ಗುರೂಜಿಯವರ ಸುವಿಖ್ಯಾತ ಗುರುಕುಲದಷ್ಟು ಚೆನ್ನಾಗಿರ–ಲಿಲ್ಲವೇನೋ.

"ತುಂಬ ಕೆಲಸ ರಾಧಿಕಾ... ನನಗೊಂದು ಹೊಸ ಕೆಲಸ ವಹಿಸಲಾಗಿದೆ. ನಿನ್ನ ಹೊಸ ಗೆಳತಿಯನ್ನು ಪರಿಚಯಿಸುವುದಿಲ್ಲವೆ?" – ಎಂದ ಅಣ್ಣ.

"ನಿನ್ನ ಹೊಸ ಕೆಲಸ ಕಟ್ಟಿಕೊಂಡು ನನಗೇನಾಗಬೇಕಿದೆ" ಎನ್ನುತ್ತಾ ರಾಧಿಕಾ ಅಣ್ಣನನ್ನು ಕೆಲಕ್ಷಣಗಳ ಕಾಲ ದಿಟ್ಟಿಸಿ ನೋಡಿ ಹುಸಿ ಮುನಿಸು ತೋರೆದು ನಕ್ಕಳು. ನಂತರ ಗೆಳತಿಯ ಕಡೆ ತಿರುಗಿ–

'ಇವಳು ಸೀತೆ. ಮಿಥಿಲೆಯ ರಾಜಕುಮಾರಿ... ಇವನು ನನ್ನಣ್ಣ ಹನೂಭಯ್ಯ"

ಹನು ಅಣ್ಣ ಕೈ ಮುಗಿದು 'ನಮಸ್ಕಾರ' ಎಂದ

"ನನ್ನ ಹೆಸರು ಹನುಮಾನ್, ರಾಧಿಕಾ ಹನೂಭಯ್ಯಾ ಅಂತ ಕರೀತಾಳೆ."

ಸೀತೆಯೂ ಪ್ರತಿಯಾಗಿ ನಮಸ್ಕರಿಸಿದಳು.

"ನಾನೂ ಹನೂಭೈಯ್ಯಾ ಎಂದೇ ಕರೆಯಲಿಚ್ಛಿಸುವೆ."

ಹನುಮಾನ್ ಹೃತ್ಪೂರ್ವಕವಾಗಿ ನಕ್ಕ

"ಹಾಗಿದ್ದಲ್ಲಿ ಅದು ಹನೂಭೈಯ್ಯಾನೇ."

—೧೭—

ಸೀತೆ ಐದು ವರ್ಷಗಳ ಕಾಲ ಗುರುಕುಲದಲ್ಲಿದ್ದಳು. ಈಗ ಅವಳಿಗೆ ಹದಿಮೂರರ ಪ್ರಾಯ.

ಪವಿತ್ರ ಗಂಗಾನದಿಯ ದಕ್ಷಿಣದ ತಟದಲ್ಲಿ ಗುರುಕುಲವಿತ್ತು. ನದಿಯಿಂದ ಕೆಳಕ್ಕೆ ಮಗಧ. ಮಗಧದಲ್ಲಿ ಸರಯೂ ನದಿ ಗಂಗಾನದಿಯಲ್ಲಿ ಸಂಗಮಿಸು-ತ್ತಿತ್ತು. ಆ ಜಾಗ ಎಷ್ಟು ಅನುಕೂಲಕರವಾಗಿತ್ತೆಂದರೆ, ವಿವಿಧ ಆಶ್ರಮಗಳ ಹಲವಾರು ಮಂದಿ ಋಷಿಮುನಿಗಳು ಗುರುಕುಲಕ್ಕೆ ಆಗಾಗ್ಗೆ ಭೇಟಿ ನೀಡುತ್ತಿದ್ದರು. ಸಂದರ್ಶಕ ಪ್ರಾಧ್ಯಾಪಕರಾಗಿ ಕೆಲ ತಿಂಗಳುಗಳ ಕಾಲ ಗುರುಕುಲದಲ್ಲಿ ಬೋಧಿಸುತ್ತಿದ್ದರು.

ಹಾಲಿ ಮಹರ್ಷಿ ವಿಶ್ವಾಮಿತ್ರರು ಗುರುಕುಲಕ್ಕೆ ಆಗಮಿಸಿದ್ದರು. ಸುಮಾರು ಇಪ್ಪತ್ತೈದು ವಿದ್ಯಾರ್ಥಿಗಳಿದ್ದ ಗುರುಕುಲಕ್ಕೆ ವಿಶ್ವಾಮಿತ್ರರು ಶಿಷ್ಯರೊಂದಿಗೆ ಬಂದಿದ್ದರು.

"ಮಹಾನ್ ಮಲಯಪುತ್ರರಿಗೆ ನಮೋನ್ನಮಃ" ಎಂದು ಶ್ವೇತಕೇತು ವಿಶ್ವಾಮಿತ್ರರನ್ನು ಸ್ವಾಗತಿಸಿದ. ಭಗವಾನ್ ಪರಶುರಾಮನ ಕುಲದ ನೇತಾರರಾದ ವಿಶ್ವಾಮಿತ್ರರು ಸುವಿಖ್ಯಾತ ಋಷಿಗಳು. ಮಲಯಪುತ್ರರಿಗೆ ಎರಡು ಕರ್ತವ್ಯಗಳನ್ನು ನಿಯೋಜಿಸಲಾಗಿತ್ತು. ಒಂದು ಲಯ ಕಾರಣನಾದ ದುಷ್ಟಸಂಹಾರಿ ಮಹಾದೇವನಿಗೆ ಅವನ ಮುಂದಿನ ಅವತಾರದಲ್ಲಿ ನೆರವಾಗುವುದು. ಎರಡನೆಯದು ಕಾಲಪಕ್ವವಾದಾಗ ವಿಷ್ಣುವಿನ ಮುಂದಿನ ಅವತಾರಕ್ಕೆ ಅನುವು ಮಾಡಿಕೊಡುವುದು.

ಸಪ್ತ ಋಷಿಗಳ ಉತ್ತರಾಧಿಕಾರಿ ಎಂದು ಪ್ರಖ್ಯಾತರಾಗಿದ್ದ ಮಹರ್ಷಿ ವಿಶ್ವಾಮಿತ್ರರ ಆಗಮನದಿಂದ ಆಶ್ರಮದಲ್ಲಿ ವಿದ್ಯುತ್ಸಂಚಾರವಾದಂತಾಗಿತ್ತು.

"ನಮಸ್ತೆ ಶ್ವೇತಕೇತು"

–ವಿಶ್ವಾಮಿತ್ರರು ಪ್ರತಿವಂದಿಸುತ್ತ ನಸುನಕ್ಕರು.

ಗುರುಕುಲದ ಸಿಬ್ಬಂದಿ ಋಷಿಗಳ ವಾಸ್ತವ್ಯಕ್ಕೆ ಕೂಡಲೆ ಸಿದ್ಧತೆ ನಡೆಸಿದರು. ಕೆಲವರು ಮಹರ್ಷಿಗಳ ಶಿಷ್ಯರಿಗೆ ಕುದುರೆಯ ಬೆನ್ನ ಮೇಲಿದ್ದ ಸಾಮಾನು ಸರಂಜಾಮುಗಳನ್ನು ಇಳಿಸುವ ಕಾರ್ಯದಲ್ಲಿ ನೆರವಾದರು. ಉಳಿದವರು ಅತಿಥಿಗಳ ಕುಟೀರಗಳನ್ನು ಶುಚೀಕರಿಸುವುದರಲ್ಲಿ ತೊಡಗಿದರು. ಮಲಯಪುತ್ರರ ಸೇನೆಯ ದಂಡನಾಯಕನೂ ವಿಶ್ವಾಮಿತ್ರರ ಬಲಗೈ ಬಂಟನೂ ಆದ ಅರಿಷ್ಟನೇಮಿ ಈ ಕಾರ್ಯಗಳ ಉಸ್ತುವಾರಿ ನೋಡಿಕೊಂಡನು.

"ಮಹರ್ಷಿಗಳು ಇತ್ತ ಪಾದ ಬೆಳೆಸಿದ್ದರ ಮಹಾಕಾರ್ಯವಾದರೂ ಏನು?"

ಶ್ವೇತಕೇತು ವಿನಯದಿಂದ ಕೇಳಿದ.

"ನದಿಯ ಮೇಲಣ ದಂಡೆಯಲ್ಲಿ ಸ್ವಲ್ಪ ಕೆಲಸವಿತ್ತು" ವಿಶ್ವಾಮಿತ್ರರು ಸೂಚ್ಯವಾಗಿ ಹೇಳಿದರು.

ಹೆಚ್ಚಿನ ಪ್ರಶ್ನೆಗಳನ್ನು ಕೇಳಬಾರದೆಂದು ತಿಳಿದಿದ್ದ ಶ್ವೇತಕೇತು ಮುಂದೆ ಮಾತನಾಡಲಿಲ್ಲ. ಆದರೆ ಸಂಭಾಷಣೆಗೆ ನಾಂದಿ ಹಾಡಿಯಾಗಿತ್ತು.

"ರಾವಣನ ವಾಣಿಜ್ಯ ವ್ಯಾಪಾರ ಒಪ್ಪಂದಗಳಿಂದ ಸಪ್ತಸಿಂಧು ಸಾಮ್ರಾಜ್ಯಗಳಿಗೆ ಅಪಾರ ತೊಂದರೆಯುಂಟಾಗಿದೆ. ಮಹರ್ಷಿಗಳೇ. ಜನಕ ಕಷ್ಟಕ್ಕೆ ಸಿಲುಕಿದ್ದಾರೆ. ಬಡತನ ಅವರನ್ನು ಕಿತ್ತು ತಿನ್ನುತ್ತಿದೆ. ಅವರ ಪರವಾಗಿ ರಾವಣನನ್ನು ಯಾರಾದರೂ ಎದುರಿಸಬೇಕಾಗಿದೆ."

ಏಳು ಅಡಿ ಎತ್ತರದ, ನೀಲವರ್ಣದ ವಿಶ್ವಾಮಿತ್ರರು ದೈಹಿಕವಾಗಿ ಮತ್ತು ಬೌದ್ಧಿಕವಾಗಿ ಮೇರುಪರ್ವತದಂತೆ. ವಿಶಾಲವಾದ ಎದೆ, ಆಜಾನುಬಾಹುಗಳು, ಎದೆ ಮಟ್ಟ ಬೆಳೆದಿದ್ದ ಬಿಳಿಯಗಡ್ಡ. ತಲೆಯಲ್ಲಿ ಬ್ರಾಹ್ಮಣರಿಗೆ ಸಹಜವಾದ ಗೋಪಾದದಷ್ಟು ಜುಟ್ಟು, ದೊಡ್ಡ ಕಣ್ಣುಗಳು, ಭುಜಗಳ ಮಧ್ಯೆ ಪವಿತ್ರ ಯಜ್ಞೋಪವೀತ. ಇದಕ್ಕೆ ವಿದೃಶವೆಂಬಂತೆ ಮೈಮುಖಗಳ ಮೇಲೆ ಯುದ್ಧದಿಂದಾದ ಗಾಯದ ಕಲೆಗಳು.

"ರಾವಣನನ್ನು ಎದುರಿಸುವಂಥ ರಾಜಮಹಾರಾಜರುಗಳು ಯಾರೂ ಇಲ್ಲವೆ?" – ವಿಶ್ವಾಮಿತ್ರರ ಪ್ರಶ್ನೆ.

"ಇಲ್ಲ ಋಷಿವರ್ಯರೆ ಅಳಿದುಳಿದವರು ಪ್ರಜೆಗಳು. ಅವರಿಗೆ ನಾಯಕರಿಲ್ಲ."

"ಇದು ಬಹುಶಃ ಕೇವಲ ರಾಜರಿಂದ ಆಗುವ ಕೆಲಸವಲ್ಲ... ಮಹಾನು ಭಾವರಿಂದ...." ವಿಶ್ವಾಮಿತ್ರರು ನಿಗೂಢವಾಗಿ ನಕ್ಕರು. ಮಾತಾಡಲಿಲ್ಲ. ಆದರೆ ಶ್ವೇತಕೇತು ಮಹರ್ಷಿಗಳೊಂದಿಗೆ ಮಾತುಕತೆಗೆ ಸಮಾಪ್ತಿ ಹೇಳುವ ಆತುರದಲ್ಲಿರಲಿಲ್ಲ.

"ಮಹರ್ಷಿಗಳೇ, ನನ್ನ ಉದ್ಧಟತನವನ್ನು ಕ್ಷಮಿಸಿ. ತಾವು ಎಷ್ಟು ಕಾಲ ನಮ್ಮಲ್ಲಿ ಬಿಡಾರ ಮಾಡುವಿರಿ? ನಮ್ಮ ಶಿಷ್ಯರಿಗೆ ತಮ್ಮಿಂದ ಮಾರ್ಗದರ್ಶನ ದೊರೆತರೆ ಅದು ಅವರ ಪುಣ್ಯವಿಶೇಷವೇ ಸರಿ."

"ಕೆಲವು ದಿನಗಳ ಮಟ್ಟಿಗೆ ಮಾತ್ರ ಇರುತ್ತೇನೆ ಶ್ವೇತಕೇತು. ಪಾಠಪ್ರವಚನ ಸಾಧ್ಯವಾಗದೇ ಹೋಗಬಹುದು."

ಶ್ವೇತಕೇತು ಮತ್ತೊಮ್ಮೆ ತನ್ನ ಪ್ರಾರ್ಥನೆಯನ್ನು ಮಂಡಿಸುವ ಸನ್ನಾಹದಲ್ಲಿದ್ದಾಗಲೇ ಭಯಂಕರ ಶಬ್ದವೊಂದು ಕೇಳಿಬಂತು. ತರುವಾಯ 'ಉಷ್' ಎಂಬ ಉದ್ಗಾರ, ಬಲವಾದ ಹೊಡೆತ.

ವಿಶ್ವಾಮಿತ್ರ ಒಂದು ಕಾಲಕ್ಕೆ ವೀರಸೇನಾನಿ ರಾಜರಾಗಿದ್ದವರು. ಅವರು ತಕ್ಷಣವೇ ಭಯಂಕರ ಸದ್ದನ್ನು ಗುರುತಿಸಿದರು. ಅದು ಬಾಣವೊಂದು ಮರದ ಗುರಿಯನ್ನು ಭೇದಿಸಿದ ಸದ್ದಾಗಿತ್ತು. ಅವರು ಸದ್ದು ಬಂದ ದಿಕ್ಕಿನತ್ತ ತಿರುಗಿದರು, ಮೆಚ್ಚುಗೆಯಿಂದ ಹುಬ್ಬೇರಿಸಿದರು.

"ಶ್ವೇತಕೇತು ನಿನ್ನ ಆಶ್ರಮದಲ್ಲಿ ಎಸೆತದ ತೋಳ್ಬಲ ಉಳ್ಳವರು ಯಾರೋ ಇರುವಂತಿದೆ."

ಶ್ವೇತಕೇತು ಹೆಮ್ಮೆಯ ನಗು ಬೀರುತ್ತಾ "ಗುರೂಜಿ ಅವರನ್ನು ನಿಮ್ಮ ಕಣ್ಣಿಗೆ ಬೀಳಿಸುವೆ" ಎಂದ.

— ೫೮ —

"ಸೀತೆ"

—ವಿಶ್ವಾಮಿತ್ರ ಸಖೇದಾಶ್ಚರ್ಯದಿಂದ ಕೇಳಿದ. "ಜನಕನ ಮಗಳು, ಸೀತೆ?"

ವಿಶ್ವಾಮಿತ್ರ ಮತ್ತು ಶ್ವೇತಕೇತು ಆಶ್ರಮದ ಒಂದು ತುದಿಯಲ್ಲಿದ್ದರು. ಅದೊಂದು ತರಬೇತಿಯ ಹೊರಾಂಗಣ ಮೈದಾನ. ಅಲ್ಲಿ ವಿದ್ಯಾರ್ಥಿಗಳು

ಬಿಲ್ಲುಗಾರಿಕೆ, ಭಲ್ಲೆಎಸೆತ ಮೊದಲಾದ ಶಸ್ತ್ರವಿದ್ಯೆಗಳ ತರಬೇತಿ ಪಡೆಯುತ್ತಿದ್ದರು. ಮತ್ತೊಂದೆಡೆ ಕತ್ತಿವರಸೆ, ಚೂರಿಚಾಕುಗಳ ತಿವಿತ ತಂತ್ರಗಳ ಬಗ್ಗೆ ತರಬೇತಿ ನೀಡಲಾಗುತ್ತಿತ್ತು. ಅಭ್ಯಾಸದಲ್ಲಿ ನಿರತಳಾಗಿದ್ದ ಸೀತೆ ಋಷಿಗಳ ಆಗಮನವನ್ನು ಗಮನಿಸಲಿಲ್ಲ. ಋಷಿಗಳು ಪ್ರವೇಶಿಸಿದಂತೆ ಅವಳು ಮುಂದಿನ ಎಸೆತದಲ್ಲಿ ಗಮನ ಕೇಂದ್ರೀಕರಿಸಿದ್ದಳು.

ಆದರೆ ಅವಳ ತೀಕ್ಷ್ಣಮನೋಭಾವ ಕೆಲವು ಸಂದರ್ಭಗಳಲ್ಲಿ ಸಮಸ್ಯೆಗಳನ್ನು ಸೃಷ್ಟಿಸಿದ್ದುಂಟು. ಸಹವಿದ್ಯಾರ್ಥಿಯೊಬ್ಬ ಅವಳ ತಂದೆಯನ್ನು ಅಸಮರ್ಥ ದೊರೆ, ರಾಜಾಡಳಿತಕ್ಕಿಂತ ಮಾಸ್ತರನಾಗಿರಲು ಮೇಲು ಎಂದು ಬಣ್ಣಿಸಿದಂಥ ಸಂದರ್ಭಗಳಲ್ಲಿ ಗುರುಕುಲದಲ್ಲಿ ದೈಹಿಕ ಹಿಂಸೆಗೆ ಅವಕಾಶವಿಲ್ಲ ಎಂದು ಮಂಡೆ ಬಿಸಿಯ ಹುಡುಗಿಗೆ ಹಲವು ಸಲ ನೆನಪಿಸಿದ್ದೂ ಉಂಟು. ಭವಿಷ್ಯದಲ್ಲಿ ನಿರ್ವಹಿಸಬೇಕಾದ ರಾಜಾಡಳಿತಕ್ಕೆ ಅನುಕೂಲವಾಗಲೆಂಬಂತೆ ಆತ್ಮಸಂಯಮ, ಶಿಸ್ತುಸಂಹಿತೆ ಮೊದಲಾದವುಗಳನ್ನು ಕಲಿಸಲಾಗುತ್ತಿತ್ತು.

"ಮಹಾನ್ ಮಲಯಪುತ್ರ ಜನಕ ಮಹಾರಾಜನ ವಿವೇಕ ಅವಳಲ್ಲಿದೆ. ಜೊತೆಗೆ ಮಹಾರಾಣಿ ಸುನಯನಾಳ ವ್ಯಾವಹಾರಿಕ ದೃಷ್ಟಿ ಮತ್ತು ಹೋರಾಟದ ಮನೋಭಾವವೂ ಇದೆ. ನಮ್ಮ ಗುರುಕುಲದ ಗುರುಗಳು ಅವಳ ಮನೋವೃತ್ತಿಯನ್ನು ಚೆನ್ನಾಗಿ ರೂಪಿಸಿದ್ದಾರೆ."

ಶ್ವೇತಕೇತು ಹೇಳಿದ.

ವಿಶ್ವಾಮಿತ್ರರು ನೆಟ್ಟ ನೋಟದಿಂದ ಸೀತೆಯನ್ನು ಗಮನಿಸಿದರು. ಹದಿಮೂರು ವರ್ಷಕ್ಕೇ ಸಪೂರ ಬೆಳೆದಿದ್ದಳು. ಆಗಲೇ ಸ್ನಾಯುಗಳನ್ನು ಬಳಸಲಾರಂಭಿಸಿದ್ದಳು. ಅವಳು ಕಡುಗಪ್ಪು ಕೂದಲನ್ನು ಹೆರಳಾಗಿ ಹೆಣೆದು ಮುಡಿಕಟ್ಟಿಕೊಂಡಿದ್ದಳು. ಅವಳು ಕಾಲಿನಿಂದ ನೆಲದ ಮೇಲಿದ್ದ ಭಲ್ಲೆಯನ್ನು ಮೇಲಕ್ಕೆಸೆದು ತಜ್ಞಳಂತೆ ಅದನ್ನು ಕೈಯ್ಯಲ್ಲಿ ಹಿಡಿದಳು. ವಿಶ್ವಾಮಿತ್ರರು ಅವಳ ಚಲನೆಯ ಶೈಲಿಯನ್ನು ಗಮನಿಸಿದರು. ಆದರೆ ಅವರು ಅವಳ ಮತ್ತೊಂದು ವಿಶೇಷತೆಯಿಂದ ಆಕರ್ಷಿತರಾಗಿದ್ದರು. ಅದು ಅವಳು ಭರ್ಜಿಯ ಎಸೆತ, ಬಾಣಹೂಡುವಿಕೆಗಳಲ್ಲಿ ಸಾಧಿಸಿದ್ದ ಸಮತೋಲವಾಗಿತ್ತು. ಅವಳ ಹಿಡಿತ ದೋಷರಹಿತವಾಗಿದ್ದುದನ್ನು ಅವರು ದೂರದಿಂದಲೇ ಗಮನಿಸಿದ್ದರು. ಭರ್ಜಿ ಅವಳ ಅಂಗೈಮೇಲೆ, ತೋರುಬೆರಳು ಮತ್ತು ತರ್ಜನಿ ಬೆರಳುಗಳ ಮಧ್ಯೆ ಬಂದು ಕುಳಿತಿತ್ತು.

ಅವಳು ಗುರಿಹಲಗೆಯತ್ತ ತಿರುಗಿದಳು. ಅದೊಂದು ಮರದ ಹಲಗೆ. ಅದರ ಮೇಲೆ ಕಡು ವರ್ಣಗಳ ವೃತ್ತಗಳನ್ನು ರಚಿಸಲಾಗಿತ್ತು. ಅವಳು ಅದೇ ದಿಕ್ಕಿನಲ್ಲಿ ತನ್ನ ಎಡಗೈಯನ್ನು ಮೇಲಕ್ಕೆತ್ತಿದಳು. ಎಸೆತಕ್ಕೆ ಬಲಬರುವಂತೆ ಅವಳ ದೇಹ ಕೊಂಚ ಬಾಗಿ ಬಳುಕಿತು. ಅವಳು ಬಲಗೈಯ್ಯನ್ನು ಹಿಂದಕ್ಕೆ ಎಳೆದುಕೊಂಡಳು. ನೆಲಕ್ಕೆ ಸಮಾನಾಂತರವಾಗಿ ಒಂದು ಕಲಾಕೃತಿಯ ಭಂಗಿಯಂತೆ.

ಪರಿಪೂರ್ಣ

ಶ್ವೇತಕೇತು ನಸುನಕ್ಕ. ಅವನು ತನ್ನ ವಿದ್ಯಾರ್ಥಿಗಳಿಗೆ ಸಮರಕಲೆಯನ್ನು ಕಲಿಸಿರಲಿಲ್ಲವಾದರೂ ಸೀತೆಯ ಕೌಶಲ ಕಂಡು ಹೆಮ್ಮೆ ಎನಿಸಿತ್ತು. 'ಅವಳು ಎಸೆತಕ್ಕೆ ಮುನ್ನ ಸಂಪ್ರದಾಯದಂತೆ ಒಂದೆರಡು ಹೆಜ್ಜೆ ಮುಂದಕ್ಕೆ ಅಡಿ ಇಡುವುದಿಲ್ಲ. ಅವಳ ದೇಹದ ಬಾಗುಬಳುಕು ಮತ್ತು ಹೆಗಲ ಬಲದಿಂದಾಗಿ ಅಗತ್ಯವಾದ ಶಕ್ತಿ ಲಭ್ಯವಾಗುತ್ತದೆ.

ವಿಶ್ವಾಮಿತ್ರ ಈ ಮಾತುಗಳನ್ನು ಅಲ್ಲಗಳೆಯುವವನಂತೆ ಶ್ವೇತಕೇತುವಿನತ್ತ ನೋಡಿದ. ಮತ್ತೆ ಸೀತೆಯತ್ತ ದೃಷ್ಟಿಹರಿಸಿದ. ಆ ಕೆಲವು ಹೆಜ್ಜೆಗಳು ಶಕ್ತಿ ನೀಡಬಹುದಾದರೂ ಗುರಿತಪ್ಪುವ ಸಾಧ್ಯತೆಯೂ ಇದೆ. ವಿಶೇಷವಾಗಿ ಗುರಿ ಕಿರಿದಾದ ಸಂದರ್ಭದಲ್ಲಿ. ವಿಶ್ವಾಮಿತ್ರರು ಈ ಸಣ್ಣ ಪುಟ್ಟ ವಿವರಗಳನ್ನು ಶ್ವೇತಕೇತುವಿಗೆ ವಿವರಿಸುವ ಗೋಜಿಗೆ ಹೋಗಲಿಲ್ಲ.

ಸೀತೆ ದೇಹವನ್ನು ಎಡಕ್ಕೆ ಬಾಗಿಸಿ ಭಲ್ಲೆಯನ್ನು ಎಸೆದಳು.

ಭಲ್ಲೇ ಗುರಿ ಮುಟ್ಟಿತ್ತು. ಗುರಿ ಹಲಗೆಯ ಕೇಂದ್ರಬಿಂದುವಿಗೆ ಹೋಗಿ ನಾಟಿಕೊಂಡಿತ್ತು.

ವಿಶ್ವಾಮಿತ್ರರು ತುಸುವೇ ನಕ್ಕರು. "ಪರವಾಗಿಲ್ಲ... ಪರವಾಗಿಲ್ಲ" ಎಂದು ತಲೆದೂಗಿದರು.

ಹನುಮಾನ್ ಸೋದರಿಯರನ್ನು ನೋಡಲೆಂದು ಬಂದಾಗಲೆಲ್ಲ ಸೀತೆ ಅವನಿಂದ ಭಲ್ಲೆ ಎಸೆತದ ವಿದ್ಯೆ ಕಲಿತಿದ್ದಳು ಎಂಬುದು ಶ್ವೇತಕೇತುವಿಗಾಗಲೀ ವಿಶ್ವಾಮಿತ್ರರಿಗಾಗಲೀ ತಿಳಿಯದು. ಸೀತೆ ಹನುಮಂತನಿಂತ ಭಲ್ಲೆ ಎಸೆತದ ಕೌಶಲವನ್ನು ಕರಗತ ಮಾಡಿಕೊಂಡಿದ್ದಳು.

ಶ್ವೇತಕೇತು ಹೆಮ್ಮೆಯ ಪೋಷಕರಂತೆ ನಕ್ಕ. "ಅವಳು ಅಸಾಧಾರಣಳು."

"ಮಿಥಿಲೆಯಲ್ಲಿ ಅವಳ ಸ್ಥಾನಮಾನವೇನು?"

ಶ್ವೇತಕೇತು ದೀರ್ಘವಾಗಿ ಉಸಿರೆಳೆದುಕೊಂಡ. "ನನಗೆ ಖಚಿತವಾಗಿ ತಿಳಿಯದು. ಅವಳು ಅವರ ದತ್ತುಪುತ್ರಿ. ಜನಕ ಮಹಾರಾಜ ಮತ್ತು ರಾಣಿ ಸುನಯನಾರಿಗೆ ಅವಳಲ್ಲಿ ತುಂಬ ಅಕ್ಕರೆ. ಆದರೆ ಈಗ..."

"ಕೆಲವು ವರ್ಷಗಳ ಹಿಂದೆ ಸುನಯನಳಿಗೆ ಪುತ್ರಿಯೊಬ್ಬಳು ಜನಿಸಿದ್ದಳೆಂದು ನನ್ನ ನಂಬಿಕೆ."

—ವಿಶ್ವಾಮಿತ್ರರು ಶ್ವೇತಕೇತುವಿನ ಮಾತನ್ನು ತಡೆದು ಹೇಳಿದರು.

"ಹೌದು. ಮದುವೆಯಾದ ಹತ್ತು ವರ್ಷಗಳ ನಂತರ ಅವರಿಗೆ ಹೊಟ್ಟೆಯಲ್ಲಿ ಹುಟ್ಟಿದ ಮಗಳೊಬ್ಬಳಿದ್ದಾಳೆ."

"ಊರ್ಮಿಳಾ, ಸರಿತಾನೆ."

"ಹೌದು. ಅದೇ ಅವಳ ಹೆಸರು. ಇಬ್ಬರು ಪುತ್ರಿಯರಲ್ಲೂ ತನಗೆ ಭೇದಭಾವ ಇಲ್ಲವೆಂದು ರಾಣಿ ಸುನಯನಾ ಹೇಳುತ್ತಾರೆ. ಆದರೆ ಒಂಭತ್ತು ತಿಂಗಳಿನಿಂದ ಅವಳು ಸೀತೆಯನ್ನು ನೋಡಲು ಬಂದಿಲ್ಲ. ಈ ಮೊದಲು ಆರು ತಿಂಗಳಿಗೊಮ್ಮೆ ಬರುತ್ತಿದ್ದರು. ಆದರೆ ಸೀತೆಯನ್ನೇ ನಿಯತವಾಗಿ ಕರೆಸಿಕೊಳ್ಳುತ್ತಿರುತ್ತಾರೆ. ಆರು ತಿಂಗಳ ಹಿಂದೆ ಸೀತೆ ಹೋಗಿ ಬಂದಳು. ಆದರೆ ಹಿಂದಿರುಗಿ ಬಂದಾಗ ಅವಳು ಹಸನ್ಮುಖಿಯಾಗಿರಲಿಲ್ಲ."

ವಿಶ್ವಾಮಿತ್ರರು ಗಲ್ಲದ ಮೇಲೆ ಕೈ ಇಟ್ಟುಕೊಂಡು ಸೀತೆಯತ್ತ ನೋಡಿದರು. ಯೋಚನಾಮಗ್ನರಾದರು. ಈಗ ಸೀತೆಯ ಮುಖ ಅವರಿಗೆ ನಿಚ್ಚಳವಾಗಿ ಕಾಣುತ್ತಿತ್ತು. ಬಹಳ ಪರಿಚಿತವಾದ ಮುಖ ಎನಿಸಿತು. ಆದರೆ ಎಲ್ಲಿ, ಹೇಗೆ ಎಂಬುದು ಅರಿವಿಗೆ ಬರಲಿಲ್ಲ.

—१८—

ಗುರುಕುಲದಲ್ಲಿ ಅದು ಊಟದ ವೇಳೆ. ವಿಶ್ವಾಮಿತ್ರರು ಮತ್ತು ಮಲಯಪುತ್ರರು ಹೊರಗೆ ಅಂಗಳದ ಮಧ್ಯೆ ಕುಳಿತಿದ್ದರು. ಅವರು ಕುಳಿತಿದ್ದ ಸ್ಥಳದ ಸುತ್ತ ಮಣ್ಣಿನ ಗೋಡೆಯ ಗುಡಿಸಲುಗಳಿದ್ದವು. ಇವು ವಿದ್ಯಾರ್ಥಿ ನಿವಾಸಗಳಾಗಿದ್ದವು. ಮಧ್ಯದ ಜಾಗ ಬಯಲು ಶಾಲೆಯಾಗಿತ್ತು. ಬಯಲಲ್ಲೇ ಪಾಠಗಳನ್ನು ಬೋಧಿಸಲಾಗುತ್ತಿತ್ತು. ಸ್ವಲ್ಪ ದೂರದಲ್ಲೇ ಉಪಾಧ್ಯಾಯರುಗಳ ಗುಡಿಸಲುಗಳಿದ್ದವು.

'ಗುರೂಜಿ ಶುರೂ ಮಾಡೋಣವೆ?"

ಮಲಯಪುತ್ರರ ಸೇನೆಯ ದಂಡನಾಯಕನಾದ ಅರಿಷ್ಟನೇಮಿ ಕೇಳಿದ. ವಿದ್ಯಾರ್ಥಿಗಳು ಮತ್ತು ಗುರುಕುಲದ ಸಿಬ್ಬಂದಿ ಬಾಳೆ ಎಲೆ ಹಾಕಿ ಗೌರವಾನ್ವಿತ ಅತಿಥಿಗಳಿಗೆ ಊಟ ಬಡಿಸಿದರು. ಶ್ವೇತಕೇತು ವಿಶ್ವಾಮಿತ್ರರ ಪಕ್ಕದಲ್ಲಿ ಕುಳಿತಿದ್ದ. ವಿಶ್ವಾಮಿತ್ರರು ಬಲಗೈ ನೀರು ಬಗ್ಗಿಸಿಕೊಂಡು ಎಲೆಯ ಸುತ್ತ ಪರಿಶಂಚಯಾಮಿ ಮಾಡಿದರು. ಅನ್ನಪಾನ ಅನುಗ್ರಹಿಸಿದ್ದಕ್ಕಾಗಿ ಅನ್ನಪೂರ್ಣೇಶ್ವರಿಗೆ ಕೃತಜ್ಞತೆ ಸೂಚಿಸಿದರು. ಚಿತ್ರಾವತಿ ಇಟ್ಟರು. ಎಲ್ಲರೂ ವಿಶ್ವಾಮಿತ್ರರನ್ನು ಅನುಸರಿಸಿದರು. ವಿಶ್ವಾಮಿತ್ರರು ಊಟ ಶುರುಮಾಡುವ ಮುನ್ನ, ಅವರು ಯಾರನ್ನೋ ಹುಡುಕುವಂತೆ ಸುತ್ತ ಕಣ್ಣಾಡಿಸಿದರು. ಅವರ ಸೇನೆಯಲ್ಲಿದ್ದ ನಾಗಾ ಸೈನಿಕರಲ್ಲಿ ಜಟಾಯು ಒಬ್ಬನಾಗಿದ್ದ. ಹುಟ್ಟುವಾಗಲೇ ವಿಕಾರ ಅಂಗನಾಗಿದ್ದರಿಂದ ಅವನನ್ನು ನಾಗ ಎಂದು ಕರೆಯಲಾಗುತ್ತಿತ್ತು. ವಿಕಾರದಿಂದಾಗಿ ಜಟಾಯುವಿನ ಮುಖ ಹದ್ದಿನ ಮುಖದಂತೆ ಕಾಣುತ್ತಿತ್ತು. ಇದರಿಂದಾಗಿ ಅನೇಕ ಮಂದಿ ಅವನನ್ನು ಅಸ್ಪೃಶ್ಯನಂತೆ ಕಾಣುತ್ತಿದ್ದರು. ಆದರೆ ವಿಶ್ವಾಮಿತ್ರರು ಹಾಗೆ ಕಂಡಿರಲಿಲ್ಲ.

ಆ ದಿನಗಳಲ್ಲಿ ಆಚರಣೆಯಲ್ಲಿದ್ದ ಭೇದಭಾವಗಳನ್ನು ವಿಶ್ವಾಮಿತ್ರರು ಅರಿತಿದ್ದರು. ಈ ಆಶ್ರಮದಲ್ಲೂ ಜಟಾಯುವಿನ ಊಟತಿಂಡಿಗಳ ಬಗ್ಗೆ ಕಾಳಜಿವಹಿಸಿರುವುದಿಲ್ಲ ಎಂಬುದು ವಿಶ್ವಾಮಿತ್ರರಿಗೆ ತಿಳಿದಿತ್ತು. ಅವರು ಜಟಾಯುವಿಗಾಗಿಯೇ ಸುತ್ತಲೂ ಕಣ್ಣಾಡಿಸಿದ್ದರು. ದೂರದಲ್ಲಿ ಮರವೊಂದರ ಕೆಳಗೆ ಜಟಾಯು ಒಂಟಿಯಾಗಿ ಕುಳಿತಿರುವುದು ಅವರ ದೃಷ್ಟಿಗೆ ಬಿತ್ತು. ವಿದ್ಯಾರ್ಥಿಯೊಬ್ಬನಿಗೆ ಜಟಾಯುವಿನ ಊಟದ ಬಗ್ಗೆ ಸೂಚನೆ ಕೊಡುವುದಕ್ಕೂ ಮೊದಲೇ ಸೀತೆ ಬಾಳೆ ಎಲೆ ಮತ್ತು ಅನ್ನ ಭಕ್ಷ್ಯಗಳ ಪಾತ್ರೆ ಹಿಡಿದು ಅವನತ್ತ ಸಾಗಿರುವುದು ವಿಶ್ವಾಮಿತ್ರರ ಗಮನಕ್ಕೆ ಬಂತು. ಜಟಾಯು ವಿಸ್ಮಯದಿಂದ ಎದ್ದುನಿಂತಿದ್ದನ್ನೂ ಅವರು ಗಮನಿಸಿದರು.

ದೂರದಿಂದಾಗಿ ಅಲ್ಲಿ ಏನಾಗುತ್ತಿದೆ ಎಂಬುದು ವಿಶ್ವಾಮಿತ್ರರಿಗೆ ಕೇಳಿಸಲಿಲ್ಲ. ಆದರೆ ಅಂಗಾಂಗ ಸಂಜ್ಞೆಯ ಭಾಷೆ ಅವರಿಗೆ ಅರ್ಥವಾಗಿತ್ತು. ಸೀತೆ ಅತ್ಯಂತ ಗೌರವದಿಂದ ಜಟಾಯುವಿನ ಮುಂದೆ ಬಾಳೆಲೆ ಹರಡಿದಳು. ನಂತರ ಊಟ ಬಡಿಸಿದಳು. ಜಟಾಯು ನಾಚಿಕೊಳ್ಳುತ್ತಲೆ ಎಲೆಯ ಮುಂದೆ ಕುಳಿತ. ಸೀತೆ ಬಾಗಿ ಅವನಿಗೆ ನಮಸ್ಕರಿಸಿ ಹಿಂದೆ ಸರಿದಳು.

ವಿಶ್ವಾಮಿತ್ರರು ಸೀತೆಯನ್ನು ಎವೆಯಿಕ್ಕದೆ ನೋಡಿದರು.

ಈ ಮುಂಚೆ **ನಾನೆಲ್ಲಿ** ಈ ಮುಖವನ್ನು ನೋಡಿದ್ದೆ?

ಅರಿಷ್ಟ ನೇಮಿಯೂ ಸೀತೆಯನ್ನೇ ದಿಟ್ಟಿಸಿನೋಡುತ್ತಿದ್ದ.

"ಗುರೂಜಿ ಆಕೆ ಅಸಾಧಾರಣ ಹುಡುಗಿಯಂತೆ ಕಾಣುತ್ತಾಳೆ."

—ಎಂದ ವಿಶ್ವಾಮಿತ್ರರತ್ತ ತಿರುಗಿ

"ಹ್ಞಾಂ..."

ಎಂದು ಅವರು ಅರಿಷ್ಟ ನೇಮಿಯತ್ತ ಕಣ್ಣು ಬಿಟ್ಟರು. ಅರಿಷ್ಟ ನೇಮಿ ಭುಜಿಸಲಾರಂಭಿಸಿದ.

ಅಧ್ಯಾಯ – 6

"ಕೌಶಿಕ್, ಇದು ಒಳ್ಳೆಯ ಆಲೋಚನೆಯಲ್ಲ."

—ಎಂದ ದಿವೋದಾಸ್.

"ಸೋದರ ನನ್ನ ಮಾತನ್ನು ನಂಬು"

ಕೌಶಿಕ್ ಮತ್ತು ದಿವೋದಾಸ್ ಗುರುಕುಲದ ಹೊರಗೆ, ಕಾವೇರಿ ನದಿ ತೀರದಲ್ಲಿ ದೊಡ್ಡ ಕಲ್ಲು ಬಂಡೆಯೊಂದರ ಮೇಲೆ ಕುಳಿತಿದ್ದರು. ಇಬ್ಬರು ಮಿತ್ರರೂ ನಲವತ್ತರ ಸಮೀಪದ ವಯೋಮಾನದವರು. ಸಪ್ತರ್ಷಿ ಉತ್ತರಾಧಿಕಾರಿಯಾದ ಮಹರ್ಷಿ ಕಶ್ಯಪನ ಗುರುಕುಲದಲ್ಲಿ ಅಧ್ಯಾಪಕರು. ಕೌಶಿಕ್ ಮತ್ತು ದಿವೋದಾಸ್ ಬಾಲ್ಯದಲ್ಲಿ ಗುರುಕುಲದ ವಿದ್ಯಾರ್ಥಿಗಳಾಗಿದ್ದರು. ಸ್ನಾತಕರಾದ ನಂತರ ಇಬ್ಬರೂ ಬೇರೆ ಬೇರೆ ದಾರಿ ಹಿಡಿದಿದ್ದರು. ದಿವೋದಾಸ್, ಅಧ್ಯಾಪಕ ವೃತ್ತಿಯಲ್ಲಿ ಖ್ಯಾತಿವೇತ್ತನಾಗಿದ್ದ. ಎರಡು ದಶಕಗಳ ನಂತರ ಇಬ್ಬರೂ ಈ ಪ್ರತಿಷ್ಠಿತ ಗುರುಕುಲದಲ್ಲಿ ಅಧ್ಯಾಪಕರಾಗಿದ್ದರು. ಇಬ್ಬರೂ ಬಾಲ್ಯದ ಒಡನಾಟವನ್ನು ಜ್ಞಾಪಿಸಿಕೊಂಡು ಸಂಭ್ರಮಿಸಿದ್ದರು. ಈಗ ಅವರು ಒಡಹುಟ್ಟಿದ ಸೋದರರರಂತೆಯೇ ಇದ್ದರು. ಖಾಸಗಿಯಾಗಿ ಅವರು ವಿದ್ಯಾರ್ಥಿ ದಿನಗಳ ಗುರುಕುಲ ನಾಮದಿಂದಲೇ ಸಂಬೋಧಿಸುತ್ತಿದ್ದರು.

"ಅದೇಕೆ ಒಳ್ಳೆಯ ಆಲೋಚನೆಯಲ್ಲ, ದಿವೋದಾಸ್?"

–ಕೌಶಿಕ್ ಪ್ರಶ್ನೆ.

"ಅದು ವಾನರರ ವಿರುದ್ಧ ಪಕ್ಷಪಾತದಿಂದ ಕೂಡಿದೆ. ಭಾರತದ ಒಳಿತಿನ ದೃಷ್ಟಿಯಿಂದ ನಾವು ಈ ಪೂರ್ವಾಗ್ರಹವನ್ನು ಪ್ರಶ್ನಿಸಬೇಕಾಗಿದೆ."

ದಿವೋದಾಸ್ ತಲೆ ಅಲ್ಲಾಡಿಸಿದ. ಈ ವಿಷಯದಲ್ಲಿ ಮತ್ತಷ್ಟು ಚರ್ಚೆ ಅವನಿಗೆ ಅರ್ಥಹೀನವೆನಿಸಿತು. ಕೌಶಿಕನ ಹಠಮಾರಿ ಧೋರಣೆಯನ್ನು ಪ್ರಶ್ನಿಸುವುದನ್ನು ಅವನು ಬಹಳ ಹಿಂದೆಯೇ ನಿಲ್ಲಿಸಿದ್ದ. ಅದೊಂದು ರೀತಿ ಬಂಡೆಗೆ ತಲೆ ಚಚ್ಚಿಕೊಂಡಂತೆ ಒಳ್ಳೆಯ ಆಲೋಚನೆಯಲ್ಲ!

ಅವನು ಪಕ್ಕದಲ್ಲಿದ್ದ ಮಣ್ಣಿನ ಬಟ್ಟಲನ್ನು ಕೈಗೆತ್ತಿಕೊಂಡ. ಅದರಲ್ಲಿ ಕ್ಷೀರಸದೃಶ ಪೇಯವಿತ್ತು.

ಕೌಶಿಕ್ ಮಿತ್ರನ ಬೆನ್ನುತಟ್ಟುತ್ತಾ ಗಹಗಹಿಸಿ ನಕ್ಕ.

"ಇಷ್ಟೆಲ್ಲ ವರ್ಷಗಳ ನಂತರವೂ ಅದು ಕುದುರೆ ಮೂತ್ರದಂತೆಯೇ ವಾಸನೆ ಹೊಡೆಯುತ್ತದೆ."

ದಿವೋದಾಸ್ ಬಾಯಿ ಒರೆಸಿಕೊಂಡು ನಕ್ಕ.

"ನೀನು ಹೊಸದೇನನ್ನಾದರೂ ಹೇಳಬೇಕು. ಕುದುರೆ ಮೂತ್ರದಂತೆ ವಾಸನೆ ಹೊಡೆಯುತ್ತದೆ ಎಂದು ನಿಂಗೆ ಹೇಗೆ ಗೊತ್ತು? ನೀನು ಎಂದಾದರೂ ಕುದುರೆ ಮೂತ್ರ ಕುಡಿದಿದ್ದೀಯ?"

ದಿವೋದಾಸ್ ಜೋರಾಗಿ ನಗುತ್ತಾ ಗೆಳೆಯನ ಹೆಗಲ ಮೇಲೆ ಕೈ ಹಾಕಿದ. ಇಬ್ಬರೂ ಕಾವೇರಿಯ ಪ್ರವಾಹವನ್ನೇ ನೋಡುತ್ತಾ ಬಂಡೆಯ ಮೇಲೆ ಕುಳಿತಿದ್ದರು. ಅವರು ಕುಳಿತಿದ್ದ ಸ್ಥಳ ಮಯೂರಂ ಗ್ರಾಮ, ಗುರುಕುಲವಿದ್ದ ಗ್ರಾಮ. ಇದು ನೂರಾರು ವಿದ್ಯಾರ್ಥಿಗಳಿಗೆ ಕಲಿಸುತ್ತಿದ್ದ ದೊಡ್ಡ ಗುರುಕುಲವಿದ್ದ ಪಟ್ಟಣದಿಂದ ಸ್ವಲ್ಪ ದೂರದಲ್ಲಿತ್ತು. ಆ ಗುರುಕುಲದಲ್ಲಿ ಉನ್ನತ ಶಿಕ್ಷಣವನ್ನು ನೀಡಲಾಗುತ್ತಿತ್ತು. ಅದು ಸಮುದ್ರ ತೀರದಲ್ಲಿದ್ದುದರಿಂದ ಉತ್ತರದಲ್ಲಿನ ಸಪ್ತಸಿಂಧುವಿನ ವಿದ್ಯಾರ್ಥಿಗಳಿಗೆ ಇಲ್ಲಿಗೆ ಕಲಿಯಲು ಬರುವುದು ಅನುಕೂಲವಾಗಿತ್ತು. ಹೀಗಾಗಿ ವಿದ್ಯಾರ್ಥಿಗಳು ಉತ್ತರದಿಂದ ದಕ್ಷಿಣಕ್ಕೆ ಹೋಗಲು ನರ್ಮದಾ ನದಿಯನ್ನು ದಾಟಬೇಕಿರಲಿಲ್ಲ. ನರ್ಮದೆಯನ್ನು ದಾಟಬಾರದೆಂಬ ಮೂಢ ನಂಬಿಕೆಯನ್ನು ಉಲ್ಲಂಘಿಸುವ ಅಗತ್ಯತೆ ಇರಲಿಲ್ಲ. ಜೊತೆಗೆ ಈ ಗುರುಕುಲ, ಪಶ್ಚಿಮ ಭಾರತದ, ಮುಳುಗಿ ಹೋದ ಪ್ರಾಚೀನ ದ್ವಾರಕಾ ನಗರಕ್ಕೆ ಸಮೀಪದಲ್ಲಿತ್ತು. ದ್ವಾರಕಾ ವೇದ ಸಂಸ್ಕೃತಿಯ ಪಿತೃಭೂಮಿಗಳಲ್ಲೊಂದು.

ದಿವೋದಾಸ್ ಏನೋ ನಿರ್ಧಾರಕ್ಕೆ ಬಂದವನಂತೆ ಹೆಗಲನ್ನು ಕೊಡವಿಕೊಂಡ. ಕೌಶಿಕ್ ಮಿತ್ರನ ಮನಸ್ಸನ್ನು ಅರಿತವನಂತೆ, "ಏನದು?" ಎಂದು ಕೇಳಿದ.

ದಿವೋದಾಸ್ ನಿಡಿದಾದ ಉಸಿರೆಳೆದುಕೊಂಡ. ಇದೊಂದು ತ್ರಾಸದಾಯಕ ಸಂವಾದವಾಗಲಿದೆ ಎಂಬುದು ಅವನಿಗೆ ಗೊತ್ತಿತ್ತು. ಆದರೆ ಮತ್ತೊಮ್ಮೆ ಯತ್ನಿಸುವ ನಿರ್ಧಾರ ಮಾಡಿದ್ದ.

"ಕೌಶಿಕ ನನ್ನ ಮಾತು ಕೇಳಿಸಿಕೊ. ತ್ರಿಶಂಕುವಿಗೆ ಸಹಾಯಮಾಡುವ ನಿನ್ನ ಮನದಿಂಗಿತ ನನಗೆ ಗೊತ್ತು. ನಿನ್ನ ಮನಸ್ಸನ್ನು ನಾನು ಒಪ್ಪುತ್ತೇನೆ. ಅವನಿಗೆ ನೆರವಿನ ಅಗತ್ಯವಿದೆ. ಅವನು ಸಜ್ಜನ. ಬಹುಶಃ ಅಪ್ರಬುದ್ಧ, ಭೋಳೆ ಸ್ವಭಾವದವ. ಆದರೆ ವಾಯುಪುತ್ರನಾಗಲಾರ. ಅವನು ಅವರ ಪರೀಕ್ಷೆಯಲ್ಲಿ ಫೇಲಾಗಿದ್ದಾನೆ. ಅದನ್ನು ಅವನು ಒಪ್ಪಿಕೊಳ್ಳಬೇಕು. ಅವನು ಹೇಗೆ ಕಾಣುತ್ತಾನೆ, ಎಲ್ಲಿ ಹುಟ್ಟಿದವ ಇವೆಲ್ಲ ಅಪ್ರಸ್ತುತ. ಅವನ ಸಾಮರ್ಥ್ಯವಷ್ಟೆ ಇಲ್ಲಿ ಗಣನೆಗೆ ಬರುವುದು."

ವಾಯುಪುತ್ರರು, ಹಿಂದಿನ ಮಹಾರುದ್ರ ಮಹಾದೇವನ ಕುಲಸಂಜಾತರು. ಅವರು ಪಾರಿಹಾ ಎಂಬ ಹೆಸರಿನ ಭಾರತದ ಪಶ್ಚಿಮ ಗಡಿಯ ಊರಿನ ನಿವಾಸಿಗಳಾಗಿದ್ದರು. ವಿಷ್ಣುವಿನ ಅಥವಾ ಅವನ ಅವತಾರವಾದಾಗಲೆಲ್ಲ ಅವರಿಗೆ ಬೆಂಬಲವಾಗಿ ನಿಲ್ಲುವುದು ವಾಯುಪುತ್ರರ ಕರ್ತವ್ಯವಾಗಿತ್ತು. ದುಷ್ಟಶಕ್ತಿ ತಲೆ ಎತ್ತಿದಾಗ ಈ ಅವತಾರಗಳಲ್ಲಿ ಒಂದು ಮಹಾದೇವನಾಗುತ್ತಿದ್ದ.

ಕೌಶಿಕ್ ಕೊಂಚ ಗಡುಸಾದ : "ವಾನರರ ಬಗ್ಗೆ ವಾಯುಪುತ್ರರಿಗೆ ಅಸಹನೆಯಿರುವುದು ನಿನಗೆ ತಿಳಿದ ವಿಷಯವೇ ಆಗಿದೆ."

ವಾನರರು ಬಲಿಷ್ಠರಾದ ಬುಡಕಟ್ಟಿನವರು. ಕಾವೇರಿಯ ಉತ್ತರಕ್ಕೆ ತುಂಗಭದ್ರಾ ನದಿ ತೀರದ ನಿವಾಸಿಗಳು. ತುಂಗಭದ್ರೆ ಕಾವೇರಿಯ ಉಪನದಿ. ವಾನರರದು ತೀರ ವಿಭಿನ್ನವಾದ ಅಸ್ಮಿತೆ. ಕುಬ್ಜರು, ಆದರೂ ದಷ್ಟಪುಷ್ಟವಾಗಿ ಬೆಳೆದ ಬಲಿಷ್ಠರು. ಅವರ ಮುಖದಲ್ಲಿ ಬಲೂನಿನಾಕಾರದಲ್ಲಿ ಬೆಳೆದು ಉಬ್ಬಿದ ಗಡ್ಡ. ಹೊರಕ್ಕೆ ಚಾಚಿಕೊಂಡ ದಪ್ಪ ತುಟಿಗಳು. ರೋಮಭರಿತ ಮೈ. ವಾನರರು ಮಾನವರಿಗಿಂತ ಹೆಚ್ಚಾಗಿ ಕಪಿಗಳಂತೆ ಕಾಣುತ್ತಿದ್ದರು. ಅವರ ಕುಲಜರು ಪಾರಿಹಾದಾಚೆಗೆ ಪಶ್ಚಿಮ ದಿಕ್ಕಿನಲ್ಲೂ ನೆಲೆಸಿದ್ದರು. ನಿಯಾಂಡರ್ ಅವರ ಪ್ರಾಚೀನ ನೆಲೆಗಳಲ್ಲೊಂದು.

"ಯಾವ ಅಸಹನೆ ಬಗ್ಗೆ ನೀನು ಮಾತನಾಡುತ್ತಿರುವೆ?"

–ದಿವೋದಾಸ್ ಪ್ರಶ್ನೆ.

"ಅವರು ಮಾರುತಿಯನ್ನು ತಮ್ಮ ಕುಲಕ್ಕೆ ಸೇರಿಸಿಕೊಂಡರು.

ಮಾರುತಿಯೂ ಒಬ್ಬ ವಾನರ. ಆದರೆ ಅವನಿಗೆ ಅರ್ಹತೆ ಇದೆ. ತ್ರಿಶಂಕುವಿಗೆ ಅದಿಲ್ಲ."

"ಆದರೆ ಕೌಶಿಕ್, ನಿನ್ನದೇ ಆದ ಕಲ್ಪನೆಯ ಪರಿಹಾರವನ್ನು ಸೃಷ್ಟಿಸುವುದು ಹೇಗೆ ಸಾಧ್ಯ? ಇದು ಬುದ್ಧಿವಂತಿಕೆಯಲ್ಲ."

"ದಿವೋದಾಸ್ ನಾನು ಅವನಿಗೆ ವಚನವಿತ್ತಿದ್ದೇನೆ. ನೀನು ನನಗೆ ಸಹಾಯ ಮಾಡುವಿಯೋ, ಇಲ್ಲವೋ?"

"ಹ್ಞಾಂ; ಸಹಾಯಮಾಡ್ತೀನಿ"

ಹಠಾತ್ತನೆ, ದೂರದಿಂದ ಹೆಣ್ಣು ದನಿಯೊಂದು ಕೇಳಿಬಂತು.

"ದಿವೋದಾಸ್"

ಕೌಶಿಕ ಮತ್ತು ದಿವೋದಾಸ್ ದನಿ ಬಂದ ದಿಕ್ಕಿನತ್ತ ತಿರುಗಿದರು. ಅದು ನಂದಿನಿ. ಗುರುಕುಲದ ಶಿಕ್ಷಕಿ. ಅವರಿಬ್ಬರ ಗೆಳತಿ. ಕೌಶಿಕ್ ಮೆಲ್ಲಗೆ ಹಲ್ಲು ಕಡಿಯುತ್ತ ಕೌಶಿಕನತ್ತ ನೋಡಿದ.

"ಗುರೂಜಿ"

ವಿಶ್ವಾಮಿತ್ರರ ಕಣ್ಣುಗಳು ತೆರೆದುಕೊಂಡವು. ಪ್ರಾಚೀನ ಕಾಲದಿಂದ ಅವರನ್ನು ಮತ್ತೆ ವರ್ತಮಾನಕ್ಕೆ ತಂದಿದ್ದವು. ಶತಮಾನಕ್ಕೂ ಹಿಂದಿನ ನೆನಪು.

"ಗುರುಗಳೇ, ನಿಮಗೆ ಭಂಗ ಉಂಟುಮಾಡಿದೆ ಕ್ಷಮಿಸಿ."

—ಎಂದ ಅರಿಷ್ಟನೇಮಿ. ಅವನು ಕೈಜೋಡಿಸಿದ್ದ.

"ವಿದ್ಯಾರ್ಥಿಗಳು ಬಂದ ಕೂಡಲೇ ಎಚ್ಚರಗೊಳಿಸುವಂತೆ ನೀವು ನನಗೆ ಹೇಳಿದ್ದಿರಿ."

ವಿಶ್ವಾಮಿತ್ರರು ಎದ್ದು ಅಂಗವಸ್ತ್ರ ಸರಿಪಡಿಸಿಕೊಂಡರು.

"ಸೀತೆ ಇದ್ದಾಳೆಯೆ?"

"ಹೌದು ಗುರೂಜಿ"

—೧೮—

ಶ್ವೇತಕೇತು ಮೂಲೆಯೊಂದರಲ್ಲಿದ್ದ ಕುರ್ಚಿಯಲ್ಲಿ ಆಸೀನನಾಗಿದ್ದ. ತನ್ನ ಗುರುಕುಲದ ಇಪ್ಪತ್ತೈದು ಮಂದಿ ವಿದ್ಯಾರ್ಥಿಗಳು ಬಯಲು ಚೌಕದಲ್ಲಿ

ಸಮಾವೇಶಗೊಂಡಿದ್ದು ಕಂಡು ಅವನು ಹೆಮ್ಮೆಯಿಂದ ಬೀಗುತ್ತಿದ್ದ. ಬಯಲಿನ ಅಶ್ವತ್ಥ ವೃಕ್ಷದ ಅಡಿ ನಿರ್ಮಿಸಲಾಗಿದ್ದ ದುಂಡು ವೇದಿಕೆಯಲ್ಲಿ ವಿಶ್ವಾಮಿತ್ರರು ಆಸೀನರಾಗಿದ್ದರು. ಅದು ಗುರುಪೀಠವಾಗಿತ್ತು. ಮಲಯಪುತ್ರರ ಮಹಾನ್ ನೇತಾರರು ಅಪರೂಪಕ್ಕೊಮ್ಮೆ ಒಂದು ತರಗತಿಗೆ ಮಾತ್ರ ಭೋಧಿಸುತ್ತಿದ್ದರು.

ಶ್ವೇತಕೇತು ಮತ್ತು ಅವನ ವಿದ್ಯಾರ್ಥಿಗಳಿಗೆ ಅಂಥದೊಂದು ಅಪರೂಪದ ಅವಕಾಶ ಈಗ ಒದಗಿ ಬಂದಿತ್ತು.

ಗುರುಕುಲದ ಉಪಾಧ್ಯಾಯರುಗಳು ಮತ್ತು ಮಲಯಪುತ್ರರು ಶ್ವೇತಕೇತು ವಿನ ಹಿಂದೆ ಮೌನದಿಂದ ನಿಂತಿದ್ದರು.

"ಪ್ರಾಚೀನ ಮಹಾನ್ ಸಾಮ್ರಾಜ್ಯಗಳ ಬಗ್ಗೆ ನಿಮಗೆ ತಿಳಿದಿದೆಯೆ?" – ವಿಶ್ವಾಮಿತ್ರರು ಕೇಳಿದರು.

"ಅವರ ಉತ್ಥಾನ ಮತ್ತು ಪತನದ ಕಾರಣಗಳು ತಿಳಿದಿವೆಯೆ?"

ವಿದ್ಯಾರ್ಥಿಗಳು ಗೊತ್ತೆಂದು ತಿಳಿಸಿದರು.

"ಒಳ್ಳೆಯದು. ಮಹಾನ್ ಚಕ್ರವರ್ತಿ ಭರತನ ವಂಶಜರ ಸಾಮ್ರಾಜ್ಯವೇಕೆ ಅವನತಿ ಹೊಂದಿತು? ಶತಮಾನಗಳ ಕಾಲ ಅಭ್ಯುದಯ ಹೊಂದಿ ವಿಜೃಂಭಿಸಿದ ಮಹಾನ್ ಸಾಮ್ರಾಜ್ಯ ಒಂದೆರಡು ತಲೆಮಾರುಗಳ ಆಳ್ವಿಕೆಯಲ್ಲಿ ಏಕೆ ಅವಸಾನ ಹೊಂದಿತು? ಯಾರಾದರೂ ತಿಳಿಸುವಿರಾ?"

ಕಾಮಲ್ ರಾಜ್ ಕೈ ಎತ್ತಿದ. ಶ್ವೇತಕೇತು ಮಿದು ದನಿಯಲಿ ಗೊಣಗಿದ.

"ಹೇಳು"

–ವಿಶ್ವಾಮಿತ್ರರು ನುಡಿದರು.

"ಗುರೂಜಿ, ಅವರು ವಿದೇಶೀಯರ ಆಕ್ರಮಣಕ್ಕೊಳಗಾದರು. ಅದೇ ಕಾಲಕ್ಕೆ ಆಂತರಿಕ ಬಂಡಾಯವೂ ಕಾಣಿಸಿಕೊಂಡಿತು. ಅವರು ನಾವು ಆಡುವ ಅಮೃತ ಶಿಲೆಯ ಗೋಲಿಗಳಂತಿದ್ದರು. ಮತ್ತೆ ಮತ್ತೆ ಎಲ್ಲಾ ಕಡೆಯಿಂದಲೂ ಅವರಿಗೆ ಹೊಡೆತಬಿತ್ತು. ಹೀಗಾದಾಗ ಸಾಮ್ರಾಜ್ಯ ಹೇಗೆ ತಾನೆ ಉಳಿದೀತು?"

ತಾನು ಮಾನವ ಇತಿಹಾಸದಲ್ಲೇ ಅದ್ಭುತವಾದ ತಮಾಷೆಯನ್ನು ಹೇಳಿದಂತೆ ಕಾಮಲ್ ಗಹಗಹಿಸಿ ನಗತೊಡಗಿದ. ಎಲ್ಲರೂ ಮೌನ ದಿಂದಿದ್ದರು. ಕೆಲವು ವಿದ್ಯಾರ್ಥಿಗಳು ನಾಚಿಕೆಯಿಂದ ತಲೆ ತಗ್ಗಿಸಿದರು.

ವಿಶ್ವಾಮಿತ್ರರು ಕಾಮಲನತ್ತ ದುರುಗುಟ್ಟಿ ನೋಡಿದರು. ನಂತರ ಶ್ವೇತಕೇತುವಿನತ್ತ ತಿರುಗಿದರು.

ಕಾಮಲನನ್ನು ಅವನ ಮನೆಗೆ ವಾಪಸು ಕಳುಹಿಸುವುದೊಳಿತೆಂದು ಶ್ವೇತಕೇತು ಅನೇಕ ಸಲ ಯೋಚಿಸಿದ್ದುಂಟು. ಕಾಮಲ ತಿದ್ದಲಾಗದ ವಿಚಿತ್ರ ಬಾಲಕನಾಗಿದ್ದ.

ವಿಶ್ವಾಮಿತ್ರರು ಕಾಮಲನ ಉತ್ತರಕ್ಕೆ ಲಕ್ಷ್ಯಕೊಡದೆ ಪ್ರಶ್ನೆಯನ್ನು ಪುನರುಚ್ಚರಿಸಿ ನೇರವಾಗಿ ಸೀತೆಯತ್ತ ದೃಷ್ಟಿಹರಿಸಿದರು. ಆದರೆ ಮಿಥಿಲೆಯ ರಾಜಕುಮಾರಿ ಉತ್ತರಿಸಲಿಲ್ಲ.

"ಭೂಮಿ, ಏಕೆ ಉತ್ತರ ಕೊಡ್ತಿಲ್ಲ. ನೀನೇಕೆ ಉತ್ತರಿಸಬಾರದು ಈ ಪ್ರಶ್ನೆಗೆ?"

ವಿಶ್ವಾಮಿತ್ರರು ಗುರುಕುಲದ ಹೆಸರು ಹಿಡಿದು ಸೀತೆಯನ್ನು ಕೇಳಿದರು.

"ಏಕೆಂದರೆ ನನಗೆ ಖಚಿತವಾಗಿ ತಿಳಿಯದು ಗುರೂಜಿ"

"ಇತ್ತ ಬಾ ಮಗು"

—ವಿಶ್ವಾಮಿತ್ರರು ಮುಂಚೂಣಿಯತ್ತ ಬೆರಳು ಮಾಡಿ ಕರೆದರು.

ಮಿಥಿಲೆಗೆ ಹೋಗಿ ಬಂದಂದಿನಿಂದ ಸೀತೆ ಏಕಾಂತ ಬಯಸುತ್ತಿದ್ದಳು. ಬಹುತೇಕ ತರಗತಿಯಲ್ಲಿ ಹಿಂದಿನ ಸಾಲಿನಲ್ಲಿ ಕೂರುತ್ತಿದ್ದಳು. ಗೆಳತಿ ರಾಧಿಕಾ ಸೀತೆಯ ಬೆನ್ನುತಟ್ಟಿ ಮುಂಚೂಣಿಗೆ ಹೋಗುವಂತೆ ಪ್ರೋತ್ಸಾಹಿಸಿದಳು. ಸೀತೆ ಮುಂದೆ ಬಂದಂತೆ ವಿಶ್ವಾಮಿತ್ರರು ಕುಳಿತುಕೊಳ್ಳಲು ಸಂಜ್ಞೆ ಮಾಡಿದರು. ನಂತರ ಅವರು ನೇರವಾಗಿ ಅವಳನ್ನು ಕಣ್ಣಲ್ಲಿ ಕಣ್ಣಿಟ್ಟು ನೋಡಿದರು. ಋಷಿಗಳಿಗೆ ಕಣ್ಣುಗಳ ಮುಖೇನ ಮನಸ್ಸನ್ನು ಅರ್ಥಮಾಡಿಕೊಳ್ಳುವುದು ಸಾಧ್ಯವಾಗುತ್ತಿತ್ತು. ವಿಶ್ವಾಮಿತ್ರರೂ ಅಂಥ ಮಹರ್ಷಿಗಳು. "ಹೇಳು.... ಭರತನ ವಂಶಜರು ಏಕೆ ಹಠಾತ್ತನೆ ವಿಘಟನೆ ಹೊಂದಿದರು."

—ವಿಶ್ವಾಮಿತ್ರರು ಚೂಪು ದೃಷ್ಟಿಯಿಂದ ಅವಳ ಮನಸ್ಸನ್ನು ಭೇದಿಸುತ್ತ ಕೇಳಿದರು.

ಸೀತೆಗೆ ಮುಜುಗರವಾಯಿತು. ತಕ್ಷಣ ಅಲ್ಲಿಂದ ಎದ್ದು ಓಡಿಹೋಗು ವಂತಾಯಿತು. ಆದರೆ ಹಾಗೆ ಮಾಡುವುದರಿಂದ ಮಹರ್ಷಿಗಳಿಗೆ ಅವಮಾನವಾದೀತು. ಅವಳು ಉತ್ತರಿಸಲು ನಿಶ್ಚಯಿಸಿದಳು.

"ಭರತವಂಶಜರು ಬೃಹತ್ ಸೇನೆ ಹೊಂದಿದ್ದರು. ಅವರು ಬಹು

ರಣರಂಗಗಳಲ್ಲಿ ಹೋರಾಡುವ ಸಾಮರ್ಥ್ಯ ಹೊಂದಿದ್ದರು. ಆದರೆ ಅವರು ಯೋಧರು...."

"ಅವರು ನಿಷ್ಪ್ರಯೋಜಕರಾಗಿದ್ದರು..." ಎಂದು ವಿಶ್ವಾಮಿತ್ರರು ಸೀತೆಯ ಮಾತನ್ನು ಪೂರ್ತಿಗೊಳಿಸಿದ್ದರು.

"ಅವರೇಕೆ ನಿಷ್ಪ್ರಯೋಜಕರಾಗಿದ್ದರು. ಅವರಿಗೆ ಹಣದ ಕೊರತೆ ಇರಲಿಲ್ಲ. ತರಬೇತಿ, ಶಸ್ತ್ರಾಸ್ತ್ರಗಳು ಯಾವುದರ ಕೊರತೆಯೂ ಇರಲಿಲ್ಲ."

ಸೀತೆ, ಹಿಂದೊಮ್ಮೆ ಸಮೀಚಿಯಿಂದ ಕೇಳಿದ್ದನ್ನೇ ಪುನರುಚ್ಚರಿಸಿದಳು.

"ಅಸ್ತ್ರ ಮುಖ್ಯವಲ್ಲ. ಮುಖ್ಯವಾಗುವುದು ಅಸ್ತ್ರವನ್ನು ಪ್ರಯೋಗಿಸುವ ಸ್ತ್ರೀ."

ವಿಶ್ವಾಮಿತ್ರರು ಸಮ್ಮತಿ ಸೂಚಿಸುವ ಮಾದರಿ ನಕ್ಕರು.

"ಯೋಧರು ಶಸ್ತ್ರಾಸ್ತ್ರ ಬಳಕೆಯಲ್ಲಿ ಏಕೆ ಅಸಮರ್ಥರಾಗಿದ್ದರು? ಅವರ ಶಸ್ತ್ರಾಸ್ತ್ರಗಳು ತಂತ್ರಜ್ಞಾನದಲ್ಲಿ ಶತ್ರುಗಳ ಶಸ್ತ್ರಾಸ್ತ್ರಗಳಿಗಿಂತ ಉತ್ತಮವಾಗಿದ್ದವು ಎಂಬುದನ್ನು ಮರೆಯದಿರು."

ಸೀತೆ ಈ ಬಗ್ಗೆ ಯೋಚಿಸಿರಲಿಲ್ಲ. ಅವಳು ಉತ್ತರಿಸಲಿಲ್ಲ.

"ಭರತವಂಶಜರ ಕಾಲದಲ್ಲಿ ಭಾರತದ ಸಮಾಜ ಹೇಗಿತ್ತು?"

ವಿಶ್ವಾಮಿತ್ರರು ಆಗ್ರಹಪೂರ್ವಕ ಪ್ರಶ್ನಿಸಿದರು. ಸೀತೆಗೆ ಉತ್ತರ ಗೊತ್ತಿತ್ತು.

"ಅದು ಶಾಂತವಾಗಿತ್ತು. ಮುಕ್ತವಾದ, ಪ್ರಶಾಂತವಾದ ನೆಮ್ಮದಿಯ ಸಮಾಜ. ಕಲಾವಿದರು, ಸಾಹಿತಿಗಳು, ಸಂಗೀತಗಾರರ ತೌರುಮನೆಯಾಗಿತ್ತು. ಅಹಿಂಸೆಯನ್ನು ಬೋಧಿಸುವುದಷ್ಟೇ ಅಲ್ಲ ಆಚರಣೆಯಲ್ಲಿ ಅದು ಅಹಿಂಸಾತ್ಮಕವಾಗಿತ್ತು. ಅದೊಂದು ಪರಿಪೂರ್ಣ ಸಮಾಜವಾಗಿತ್ತು. ಸ್ವರ್ಗದಂತೆ"

"ನಿಜ. ಆದರೆ ಕೆಲವರಿಗೆ ಅದು ನರಕ ಸದೃಶವಾಗಿತ್ತು."

ಸೀತೆ ಉತ್ತರಿಸಲಿಲ್ಲ. ಆದರೆ ಅವಳು ಮನಸ್ಸಿನೊಳಗೇ ಕೇಳಿಕೊಂಡಳು: "ಯಾರಿಗೆ?"

ವಿಶ್ವಾಮಿತ್ರರು ಅವಳ ಮನಸ್ಸನ್ನು ತಿಳಿದವರಂತೆ "ಯೋಧರಿಗೆ" ಎಂದು ನುಡಿದರು.

"ಯೋಧರಿಗೆ?"

"ಯೋಧರ ಮುಖ್ಯ ಗುಣಗಳೇನು? ಯಾವುದು ಅವರನ್ನು

ಸಂಚಲನರನ್ನಾಗಿಸುತ್ತದೆ? ಯಾವುದು ಅವರಲ್ಲಿ ಕಾರ್ಯೋತ್ಸಾಹವನ್ನು ತುಂಬುತ್ತದೆ? ಮಾನರಕ್ಷಣೆಗಾಗಿ, ದೇಶರಕ್ಷಣೆಗಾಗಿ, ನೀತಿ ಸಂಹಿತೆಗಾಗಿ ಹಲವಾರು ಯುದ್ಧಗಳು ನಡೆದಿವೆ. ಅದೇ ರೀತಿ ಕೆಲವರಿಗೆ ಹತ್ಯೆ ಮಾಡಲು ಸಮಾಜದ ಸಮ್ಮತಿಯೂ ಬೇಕಾಗುತ್ತದೆ. ಸಮಾಜ ಶಿಕ್ಷಿಸುವ ಈ ಮಾರ್ಗವನ್ನು ತೋರದಿದ್ದಲ್ಲಿ ಅವರು ಅಪರಾಧಗಳಲ್ಲಿ ತೊಡಗಬಹುದು. ಸಮಾಜ ಅವನತಿಯ ಮಾರ್ಗ ಹಿಡಿದಂತೆ ಅನೇಕ ಮಂದಿ ಮಹಾ ಯೋಧರನ್ನು ಮರೆತುಬಿಡುತ್ತದೆ. ಈ ಮಹಾನ್ ಯೋಧರು ಅಪರಾಧಿ ಗಳಾಗಲಿಲ್ಲ. ಅವರನ್ನು ಯಾವುದು ವೀರಯೋಧರನ್ನಾಗಿಸಿತು? ಉತ್ತರ : ಹತ್ಯೆಗೆ ಸಕಾರಣ."

ಬಾಲೆಗೆ ಈ ಸೂಕ್ಷ್ಮತೆಗಳನ್ನೆಲ್ಲ ಅರ್ಥಮಾಡಿಕೊಳ್ಳುವುದು ಕಷ್ಟವಾಗಿತ್ತು. ಸೀತೆ ಇನ್ನೂ ಹದಿಮೂರರ ಬಾಲೆ.

"ಪ್ರಶಂಸೆ ಮತ್ತು ವೀರಾರಾಧನೆ ಯೋಧರಿಗೆ ಜೀವದುಸಿರಿದ್ದಂತೆ. ಅವರ ಅಭ್ಯುದಯದ ಪ್ರೇರಕ ಶಕ್ತಿಗಳು. ಪ್ರಶಂಸೆ, ವೀರ ಪೂಜೆಗಳಿಲ್ಲದಿದ್ದಲ್ಲಿ ಯೋಧರ ಉತ್ಸಾಹ ಕುಂದುತ್ತದೆ. ಯೋಧನ ಸಂಹಿತೆ ಶೀಲಗಳೆಲ್ಲ ಹಾಳಾಗುತ್ತವೆ. ವಿಷಾದದ ಸಂಗತಿ ಎಂದರೆ ಆನಂತರದ ಭಾರತ ಸಮಾಜ ಯೋಧರನ್ನು ನಿಕೃಷ್ಟವಾಗಿ ಕಂಡಿತು. ಅವರನ್ನು ಖಂಡಿಸಿತು. ಸೇನೆಯ ಪ್ರತಿಯೊಂದು ಕಾರ್ಯವನ್ನೂ ಕಟುವಾಗಿ ಟೀಕಿಸಲಾಯಿತು. ಧಾರ್ಮಿಕ ಹಿಂಸಾಚಾರವೂ ಸೇರಿದಂತೆ ಎಲ್ಲ ಬಗೆಯ ಹಿಂಸೆಯನ್ನೂ ವಿರೋಧಿಸ ಲಾಯಿತು. ವಾಚ್ಯ ಹಿಂಸೆ ತಡೆಯಲು ಅಭಿವ್ಯಕ್ತಿ ಸ್ವಾತಂತ್ರ್ಯವನ್ನು ಹತ್ತಿಕ್ಕಲಾಯಿತು. ಭಿನ್ನ ಮತಕ್ಕೆ ತಣ್ಣೀರೆರಚಲಾಯಿತು. ಈ ರೀತಿ ಧರೆಯ ಮೇಲೆ ಸ್ವರ್ಗ ಸೃಷ್ಟಿಸಬಹುದೆಂದು ಭರತ ವಂಶಜರು ಭಾವಿಸಿದ್ದರು. ಬಲಿಷ್ಠರನ್ನು ದುರ್ಬಲರನ್ನಾಗಿಸುವ ಮೂಲಕ, ದುರ್ಬಲರನ್ನು ಬಲಿಷ್ಠರನ್ನಾಗಿಸುವ ಮೂಲಕ."

ವಿಶ್ವಾಮಿತ್ರರ ದನಿ ಮೃದುವಾಯಿತು – ಸೀತೆಯೊಬ್ಬಳಿಗೇ ಹೇಳುತ್ತಿರು ವಂತೆ. ಅಲ್ಲಿದ್ದವರು ಗಮನವಿಟ್ಟು ಕೇಳಿಸಿಕೊಳ್ಳುತ್ತಿದ್ದರು.

"ವಿಶೇಷವಾಗಿ ಭರತರು ಕ್ಷತ್ರಿಯರನ್ನು ತುಳಿದುಹಾಕಿದರು. ವೀರ್ಯ ವಂತಿಕೆಯನ್ನು ನಿಸ್ಸತ್ತ್ವಗೊಳಿಸಲಾಯಿತು. ಮಹರ್ಷಿಗಳು ಪ್ರೀತಿ–ಅಹಿಂಸೆ ಬೋಧಿಸಿದರು. ಅವರ ಅಹಿಂಸಾ ಸಂದೇಶವನ್ನು ವೈಭವೀಕರಿಸಲಾಯಿತು.

ಭಾರತದ ಸ್ತ್ರೀಪುರುಷರು ಆಕ್ರಮಣ ಎದುರಿಸಿ ಯುದ್ಧಮಾಡುವುದರಲ್ಲಿ ಅಸಮರ್ಥರಾದರು. -ಕ್ರೂರ ವಿದೇಶಿ ಆಕ್ರಮಣಕಾರರನ್ನು ಎದುರಿಸಲು ಅಸಮರ್ಥರಾದರು. ಮ್ಲೇಚ್ಛ ಯೋಧರು ಪ್ರೀತಿಯ ಸಂದೇಶಕ್ಕೆ ಕಿವಿಗೊಡಲಿಲ್ಲ. ಪ್ರೀತಿಗೆ ಅವರು ಉತ್ತರ ಕಗ್ಗೊಲೆ. ಅವರು ಕ್ರೂರಿಗಳಾಗಿದ್ದರು. ತಮ್ಮದೇ ಸಾಮ್ರಾಜ್ಯ ಕಟ್ಟಲು ಅಸಮರ್ಥರಾಗಿದ್ದರು. ಆದರೆ ಅವರು ಭಾರತದ ಕೀರ್ತಿ ಪ್ರತಿಷ್ಠೆ, ಶಕ್ತಿ ಸಾಮರ್ಥ್ಯಗಳನ್ನು ಮಣ್ಣುಗೂಡಿಸಿದರು. ಒಳಗಿನ ಬಂಡಾಯಗಾರರು ವಿನಾಶದ ಅವರ ಕರ್ತವ್ಯವನ್ನು ಪೂರ್ಣಗೊಳಿಸಿದರು."

"ಗುರೂಜಿ ಹೊರಗಿನ ರಾಕ್ಷಸರ ವಿರುದ್ಧ ಹೋರಾಡಲು ನಾವೂ ರಾಕ್ಷಸರಾಗಬೇಕೆ? ರಾಕ್ಷಸ ಸೇನೆ ಹೊಂದಿರಬೇಕೆ?"

"ಹಾಗಲ್ಲ, ಸಮಾಜ ಎಲ್ಲ ಅಲೆಗಳನ್ನೂ ಎದುರಿಸುವ ಶಕ್ತಿ ಸಾಮರ್ಥ್ಯಗಳನ್ನು ಹೊಂದಿರಬೇಕು. ಸೈದ್ಧಾಂತಿಕ ಸಂಘರ್ಷಗಳಲ್ಲಿ ಸಮತೋಲ ಸಾಧಿಸಲು ಸತತ ಪ್ರಯತ್ನಿಸುತ್ತಿರಬೇಕು. ಸಮಾಜ ಅಪರಾಧಿಗಳಿಂದ ಮುಕ್ತವಾಗಿರಬೇಕು. ಅರ್ಥಹೀನ ಹಿಂಸಾಚಾರವಿರಬಾರದು. ವಿರೋಧಾತ್ಮತೆಯನ್ನು ಅಳಿಸಿಹಾಕುವಂಥ ಸಮಾಜ ಸೃಷ್ಟಿಸಬೇಡಿ. ಯಾವುದೇ ಅತಿಯಾದ ಸೃಷ್ಟಿಯೂ ಬದುಕಿನಲ್ಲಿ ಅಸಮತೋಲನ ಉಂಟುಮಾಡುತ್ತದೆ. ಅಹಿಂಸೆಯಂಥ ಮೌಲ್ಯಗಳ ವಿಷಯದಲ್ಲೂ ಇದು ನಿಜ. ಬದಲಾವಣೆಯ ಗಾಳಿ ಯಾವ ಆಘಾತ ಉಂಟುಮಾಡುತ್ತದೆ ನಿಮಗೆ ಗೊತ್ತಾಗುವುದಿಲ್ಲ. ಸಮಾಜವನ್ನು ರಕ್ಷಿಸಲು ಹಿಂಸೆ ಅಗತ್ಯವಾಗಬಹುದು – ಜೀವ ಉಳಿಸಿಕೊಳ್ಳಲೂ ಹಿಂಸೆ ಅಗತ್ಯವಾಗಬಹುದು."

ಸಭೆ ಗಾಢ ಮೌನಕ್ಕೆ ಸಂದಿತ್ತು.

"ರಾವಣನಿಂದ ಪರಾಜಯ ಹೊಂದುವಂಥ ಸ್ಥಿತಿಗೆ ಸಪ್ತಸಿಂಧುಗಳನ್ನು ದೂಡಿದ ಅತಿಶಯವೇನಾದರೂ ಇತ್ತೆ?"

ಸೀತೆ ಸ್ವಲ್ಪ ಕಾಲ ನಿರುದ್ವಿಗ್ನತೆಯಿಂದ ಯೋಚಿಸಿ ಹೇಳಿದಳು : "ಹೌದು. ವಣಿಕ ವರ್ಗದ ವಿರುದ್ಧ ದ್ವೇಷ ಮತ್ತು ಪ್ರತಿರೋಧ."

"ಅದು ಸರಿ. ಹಿಂದೆ. ಕೆಲವು ಯೋಧರಿಂದಾಗಿ ಭರತರು ಇಡೀ ಕ್ಷತ್ರಿಯ ಕುಲದ ಮೇಲೆ ದಾಳಿ ನಡೆಸಿದರು. ಅವರು ಅಹಿಂಸಾವಾದಿಗಳಾದರು. ಬ್ರಾಹ್ಮಣರ ಜೀವನ ವಿಧಾನದ ಮೇಲೆ ಆಕ್ರಮಣ ನಡೆಸಿದ

ಸಮಾಜಗಳಿವೆ. ಈ ಸಮಾಜಗಳು ಬುದ್ಧಿಜೀವಿ ವಿರೋಧಿಗಳಾದವು. ಬ್ರಾಹ್ಮಣರು ತಮ್ಮ ಬುದ್ಧಿಮನಸ್ಸುಗಳನ್ನು ಮುಚ್ಚಿಕೊಂಡರು. ಅತಿ ಗಣ್ಯ ರಾದರು, ಪ್ರತ್ಯೇಕ ವಾದಿಗಳಾಗಿ ಪ್ರತ್ಯೇಕ ಉಳಿದರು. ನಮ್ಮ ಕಾಲದಲ್ಲೇ ವೈಶ್ಯರು ಕೆಲವರು ಸ್ವಾರ್ಥಿಗಳಾದಾಗ, ಧನದಾಹಿಗಳಾದಾಗ, ಸಪ್ತಸಿಂಧು ವಾಣಿಜ್ಯವನ್ನು, ವೈಶ್ಯಕುಲವನ್ನು ಹೀನಾಯವಾಗಿ ಕಂಡಿತು. ಕ್ರಮೇಣ ನಾವು ವಾಣಿಜ್ಯ ವ್ಯಾಪಾರವನ್ನು ಧನದಾಹಿ ಬಂಡವಾಳಷಾಹಿ ವೈಶ್ಯರ ಕೈ ತಪ್ಪಿಸಿ ಹೊರಗಿನವರಿಗೊಪ್ಪಿಸಿದೆವು. ಕುಬೇರ ಮತ್ತು ರಾವಣ ಕ್ರಮೇಣ ಹಣ ಸಂಪಾದಿಸಿ ಆರ್ಥಿಕ ಶಕ್ತಿಯಾಗಿ ಬೆಳೆದರು. ಸುದೀರ್ಘ ಐತಿಹಾಸಿಕ ಪ್ರವೃತ್ತಿ ಗಳನ್ನು ಕರಭಾಪ ಯುದ್ಧ ವಿದ್ಯುಕ್ತವಾಗಿ ಅಂತ್ಯಗೊಳಿಸಿತು. ಸಮತೋಲನ ಸಮಾಜದ ಗುರಿಯಾಗಿರಬೇಕು. ಸಮಾಜವೊಂದಕ್ಕೆ ಬುದ್ಧಿಜೀವಿಗಳು, ವೀರಯೋಧರಷ್ಟೇ ವಣಿಕರು ವ್ಯಾಪಾರಿಗಳ ಅಗತ್ಯವೂ ಇರುತ್ತದೆ. ಕಲಾವಿದರು, ಕುಶಲಕರ್ಮಿಗಳೂ ಬೇಕಾಗುತ್ತದೆ. ಒಂದು ಸಮುದಾಯವನ್ನು ಸಬಲಗೊಳಿಸಿ ಮತ್ತೊಂದನ್ನು ತುಳಿದಾಗ ಅರಾಜಕತೆ ಉಂಟಾಗುತ್ತದೆ."

ಸೀತೆಗೆ ತಾನು ಕೇಳಿದ ಒಂದು ಸಂಗತಿ ನೆನಪಿಗೆ ಬಂತು. ತಂದೆ ಹೇಳುತ್ತಿದ್ದ ಧರ್ಮ ಸಭೆಗಳ ವಿಚಾರ.

"ನಾನು ನಂಬುವ ಏಕೈಕ ಸಿದ್ಧಾಂತವೆಂದರೆ ವ್ಯಾವಹಾರಿಕತೆ" ಎನ್ನುವುದು ತತ್ತ್ವಜ್ಞಾನಿ ಚಾರ್ವಾಕರ ಮಾತು.

"ನೀವು ಚಾರ್ವಾಕ ಸಿದ್ಧಾಂತಕ್ಕೆ ಬದ್ಧರೇ?"

—ವಿಶ್ವಾಮಿತ್ರರು ಕೇಳಿದರು.

ಚಾರ್ವಾಕ ಸಿದ್ಧಾಂತದ ಕರ್ತೃ ಲೌಕಿಕ ಭೋಗವನ್ನು ನಂಬಿದ್ದ ನಿರೀಶ್ವರವಾದಿ. ಅವನು ಪವಿತ್ರ ಗಂಗೆಯ ಮೂಲತಾಣವಾದ ಗಂಗೋತ್ರಿ ಯಲ್ಲಿ ವಾಸಿಸುತ್ತಿದ್ದ. ಇಂದ್ರಿಯಾನುಭವಕ್ಕೆ ಬರುವಂಥಾದ್ದನ್ನು ಮಾತ್ರ ಚಾರ್ವಾಕರು ನಂಬುತ್ತಿದ್ದರು. ಅವರ ಪ್ರಕಾರ ಭಗವಂತನಾಗಲೀ ಆತ್ಮವಾಗಲಿ ಇರಲಿಲ್ಲ. ಹಲವು ಭೂತಗಳ ಮಿಶ್ರಣವಾದ ದೇಹ ಮಾತ್ರ ಸತ್ಯ ಎಂದು ಅವರು ನಂಬಿದ್ದರು. ಅವರು ಸುಖಭೋಗಿಗಳಾಗಿದ್ದರು. ಅವರ ಸ್ವಚ್ಛಂದ ಜೀವನವನ್ನು ಅಭಿಮಾನಿಗಳು ಹೊಗಳುತ್ತಿದ್ದರು. ಆದರೆ ಟೀಕಾಕಾರರು ಅವರ ಜೀವನವನ್ನು ಅನೈತಿಕತೆ, ಸ್ವಾರ್ಥಲೋಲುಪ್ತಿ, ಹೊಣೆಗೇಡಿತನ ಎಂದುಬಣ್ಣಿಸುತ್ತಿದ್ದರು. "ಇಲ್ಲ, ನಾನು ಚಾರ್ವಾಕ ಸಿದ್ಧಾಂತಕ್ಕೆ ಬದ್ಧಳಲ್ಲ

ಗುರೂಜಿ. ನಾನು ವ್ಯಾವಹಾರಿಕಳಾದಲ್ಲಿ ಎಲ್ಲ ಸತ್ವ ಸಿದ್ಧಾಂತಗಳಿಗೂ ತೆರೆದ ಮನಸ್ಸಿನವಳಾಗಿರಬೇಕು. ನನಗೆ ಯಾವುದು ಅರ್ಥಪೂರ್ಣ ಎನಿಸುತ್ತದೋ ಅದನ್ನುಒಪ್ಪಿಕೊಳ್ಳಬೇಕು. ಉಳಿದದ್ದನ್ನು ತಿರಸ್ಕರಿಸಬೇಕು. ನನ್ನ ಕರ್ಮ ಪೂರೈಸಲು ಯಾವುದೆಲ್ಲ ಅಗತ್ಯವೋ ಅದೆಲ್ಲವನ್ನೂ ನಾನು ಕಲಿಯಬೇಕು."

ವಿಶ್ವಾಮಿತ್ರರು ನಕ್ಕರು. ಬಹಳ ಜಾಣೆ, ಹದಿಮೂರು ವರ್ಷಕ್ಕೇ ಭಾಳ ಶಾಣ್ಯಳಿದ್ದೀಯ.

ಅಧ್ಯಾಯ – 7

ಸೀತೆ ಕೊಳದ ಬಳಿ ಕುಳಿತಿದ್ದಳು. **ನ್ಯಾಯಸೂತ್ರ** ಓದುತ್ತಾ. **ನ್ಯಾಯಸೂತ್ರ**, ಭಾರತೀಯ ತತ್ತ್ವಶಾಸ್ತ್ರದಲ್ಲಿನ **ನ್ಯಾಯದರ್ಶನ**ವನ್ನು ಪರಿಚಯಿಸುವ ಕೃತಿ. ವಿಶ್ವಾಮಿತ್ರರು ಶ್ವೇತಕೇತುವಿನ ಗುರುಕುಲಕ್ಕೆ ಆಗಮಿಸಿದ ನಂತರ ಕೆಲವು ತಿಂಗಳುಗಳಾಗಿವೆ.

"ಭೂಮಿ, ನಿನ್ನನ್ನು ಕಾಣಲು ನಿಮ್ಮ ಮನೆಯಿಂದ ಯಾರೋ ಬಂದಿದ್ದಾರೆ."

ಸೀತೆಗೆ ಕೊಂಚ ಕಿರಿಕಿರಿಯಾಯಿತು.

"ಅವರಿಂದ ಸ್ವಲ್ಪ ಹೊತ್ತು ಕಾಯಲಾಗದೆ?"

ಅವಳು ಋಷಿ ಶ್ವೇತಕೇತುವನ್ನು ಕೇಳಬಯಸಿದ್ದ ಪ್ರಶ್ನೆಗಳನ್ನು ಪಟ್ಟಿ ಮಾಡುತ್ತಿದ್ದಳು. ಈಗ ಆ ಕೆಲಸ ನಿಧಾನವಾಗುವುದು.

ಸಮೀಚಿ ಸೀತೆಗಾಗಿ ಕಾಯುತ್ತಾ ನಿಂತಿದ್ದಳು. ಅವಳ ಹಿಂದೆ ಹತ್ತು ಮಂದಿಯ ಕಾವಲು ಪಡೆಯೊಂದು ನಿಂತಿತ್ತು. ಅವರೆಲ್ಲ ಅವಳ ಆಜ್ಞಾರಾಧಕರಾಗಿದ್ದರು.

ಸಮೀಚಿ ಈಗ ಕೊಳಗೇರಿಯ ಬಾಲೆಯಾಗಿರಲಿಲ್ಲ. ಕಾವಲು ಪೊಲೀಸ್ ಪಡೆ ಸೇರಿದ್ದ ಅವಳು ಅಲ್ಲಿ ಉದಯೋನ್ಮುಖ ತಾರೆಯಾಗಿದ್ದಳು.

ಅರಮನೆಯವರಿಗೆ ಅವಳು ಪ್ರೀತಿಪಾತ್ರಳೆಂಬುದು ಎಲ್ಲರಿಗೂ ತಿಳಿದಿತ್ತು. ಮಿಥಿಲೆಯ ಕೊಳೆಗೇರಿಯಲ್ಲಿ ತಮ್ಮ ರಾಜಕುವರಿ ಸೀತೆಯನ್ನು ರಕ್ಷಿಸಿದ ಸಮೀಚಿಗೆ ಅವರೆಲ್ಲ ಋಣಿಯಾಗಿದ್ದರು. ಯಾರಿಗೂ ಅವಳ ವಯಸ್ಸೆಷ್ಟೆಂದು ತಿಳಿದಿರಲಿಲ್ಲ. ಸ್ವತಃ ಸಮೀಚಿಗೂ. ತೋರಿಕೆಯಲ್ಲಿ ಅವಳು ಇಪ್ಪತ್ತರ ವಯಸ್ಸಿನವಳಂತೆ ಕಾಣುತ್ತಿದ್ದಳು.

"ಸಮೀಚಿ"

ದನಿಯನ್ನು ಗುರುತಿಸಿದ ಸಮೀಚಿ "ಹ್ಞಾಂ' ಎಂದಳು. ಅದು ಹಾಸ್ಯಾಸ್ಪದ ಬಾಲಕ ಕಾಮಲ್‌ರಾಜ್ ದನಿಯಾಗಿತ್ತು. ಅವನು ಅವಳ ಬಳಿಗೆ ಓಡೋಡಿ ಬಂದಿದ್ದ. ಉದ್ವಿಗ್ನನಾಗಿದ್ದ.

"ನೀನು ಇಲ್ಲಿದ್ದೀಯಾಂತ ಯಾರೋ ಹೇಳಿದರು. ಅದಕ್ಕೇ ಓಡ್ಕೋತ ಬಂದೆ."

ಸಮೀಚಿ ಹನ್ನೆರಡು ವರ್ಷದ ಆ ಬಾಲಕನತ್ತ ದೃಷ್ಟಿ ಹರಿಸಿದಳು. ಅವನ ಕೈಯ್ಯಲ್ಲಿ ಗುಲಾಬಿ ಹೂಗಳ ಗುಚ್ಛವಿತ್ತು. ಅವಳು ಅವನ ದೃಷ್ಟಿ ತಪ್ಪಿಸಿದಳು. 'ತೊಲಗಾಚೆ' ಎಂದು ಹೇಳಬೇಕೆನಿಸಿತಾದರೂ ನಿಗ್ರಹಿಸಿಕೊಂಡಳು.

"ನಾನು ನಿಂಗೆ ಹೇಳಿದ್ದಾಗಿದೆ..."

"ಈ ಗುಲಾಬಿ ನಿಂಗಿಷ್ಟವಾದೀತು ಎಂದುಕೊಂಡೆ. ಕಳೆದ ಸಲ ಈ ಹೂವಿನ ಸುವಾಸನೆಯನ್ನು ನೀನು ಸವಿಯುವದ ನಾ ಕಂಡೆ."

"ನನಗೆ ಯಾವುದೇ ವಾಸನೆಯಲ್ಲೂ ಇಷ್ಟವಿಲ್ಲ."

—ಸಮೀಚಿ ತಣ್ಣಗೆ ಹೇಳಿದಳು.

ಕಾಮಲ್ ಧೃತಿಗೆಡಲಿಲ್ಲ. ರಕ್ತಹರಿಯುತ್ತಿದ್ದ ಕೈ ಬೆರಳನ್ನು ಮುಂದೆ ಮಾಡಿದ. ಸಹಾನುಭೂತಿಗಿಟ್ಟಿಸುವ ಶೋಚನೀಯ ಪ್ರಯತ್ನ. ಗುಲಾಬಿಯನ್ನು ಕೀಳುವಾಗ ಗಿಡದ ಮುಳ್ಳು ಬೆರಳಿಗೆ ತಾಗಿ ರಕ್ತಬಂದಿತ್ತು.

"ಇದಕ್ಕೆ ನಿನ್ನಲ್ಲಿ ಔಷಧಿ ಏನಾದರೂ ಉಂಟೆ?" ಎನ್ನುತ್ತಾ ಅವಳ ಹತ್ತಿರಕ್ಕೆ ಬಂದ.

ಸಮೀಚಿ ಅಂತರಕಾಯ್ದುಕೊಳ್ಳಲು ಹಿಂದೆ ಸರಿದಳು. ಕಾಮಲ್ ಅವಳನ್ನು ಬರಸೆಳೆಯಲು ಧಾವಿಸಿದ. ಸಮೀಚಿ ಕೋಪದಿಂದ ಚೀರಿದಳು. ಅವನ ತೋಳನ್ನು ತಿರುಚಿದಳು. ಕಾಲಿಗೆ ಒದ್ದಳು. ಕಾಮಲ್ ಮಕಾಡೆ ಬಿದ್ದ. ಅವನ ಮೂಗಿನ ಮೂಳೆ ಮುರಿದಿತ್ತು.

"ನನ್ನ ಮುಟ್ಟಬೇಡ...ಎಂದೆಂದಿಗೂ ಮುಟ್ಟಬೇಡ."

—ಸಮೀಚಿ ಜೋರಾಗಿ ಬಡಬಡಿಸುತ್ತಿದ್ದಂತೆ ಕಾಮಲ್ ರಕ್ತಸಿಕ್ತ ಮೂಗನ್ನು ಒತ್ತಿಕೊಳ್ಳುತ್ತಿದ್ದ. ಕಾಮಲ್ ಭೀತಿಗ್ರಸ್ತನಾಗಿ ಗುಪ್ಪೆಯಂತೆ ನೆಲದ ಮೇಲೆ ಬಿದ್ದಿದ್ದ. ಗಡಗಡ ನಡುಗುತ್ತಿದ್ದ. ಪೊಲೀಸರು ಧಾವಿಸಿಬಂದು ಅವನನ್ನು ಮೇಲೆಕ್ಕೆತ್ತಿದರು.

"ಇವನಿನ್ನೂ ಕಿಶೋರ... ಅವಳಿಗೇನಾಗಿದೆ?"

ಎಂದು ಅವರು ಮಾತಾಡಿಕೊಂಡರು. ಸಮೀಚಿಯ ಕಲ್ಲಿನಂಥ ಮುಖದಲ್ಲಿ ವಿಷಾದದ ಛಾಯೆಯೂ ಇರಲಿಲ್ಲ.

"ಈ ಮೂರ್ಖನನ್ನು ಇಲ್ಲಿಂದ ಕರೆದುಕೊಂಡು ಹೋಗಿ" ಎಂದು ಮಿಥಿಲೆಯ ಪೊಲೀಸರಿಗೆ ಸೂಚಿಸಿದಳು.

ಪೋಲೀಸರು ಬಾಲಕನನ್ನು ಎತ್ತಿಕೊಂಡು ಗುರುಕುಲದ ವೈದ್ಯಶಾಲೆಯ ದಾರಿಹಿಡಿದರು.

"ಸಮೀಚಿಗೆ ಏನೋ ಆಗಿದೆ. ಅವಳು ಎಂದಿನಂತಿಲ್ಲ"

ಎಂಬ ಗುಸುಗುಸು ಮಾತು ಗಾಳಿ ಸುದ್ದಿಯಾಗಿ ವಾತಾವರಣವನ್ನು ತುಂಬಿತು.

"ಸಮೀಚಿ"

ಎನ್ನುತ್ತಾ ರಾಜಕುವರಿ ಸೀತೆ ಪೊದೆಯೊಳಗಿಂದ ಹೊರಬಂದಂತೆ ಎಲ್ಲರ ದೃಷ್ಟಿಯೂ ಅವಳತ್ತ ಹರಿದವು.

"ಹೇಗಿದ್ದೀಯ ಸಮೀಚಿ"

—ಎಂದು ಗೆಳತಿಯನ್ನು ಬರಸೆಳೆದು ಎದೆಗವಚಿಕೊಂಡಳು.

ಸಮೀಚಿ ಉತ್ತರಿಸುವುದಕ್ಕೂ ಮೊದಲೇ, ಅಷ್ಟು ದೂರದಲ್ಲಿ ನಿಂತಿದ್ದ ಪೊಲೀಸರತ್ತ ತಿರುಗಿ ನಮಸ್ತೆ ಹೇಳಿದಳು ನಸು ನಗುತ್ತ. ಪೊಲೀಸರೂ 'ನಮಸ್ತೆ' ಎಂದು ಕೈ ಮುಗಿದರು.

"ನೀವೇಕೆ, ನಿನ್ನ ಈ ಜನ ಹೀಗೇಕೆ ಸದಾ ಹೆದರುತ್ತಾರೆ? ನನಗೆ ಆಶ್ಚರ್ಯವಾಗುತ್ತಿದೆ"

ಎನ್ನುತ್ತಾ ಸೀತೆ ಸಮೀಚಿಯ ಕೈಯನ್ನು ಅದುಮಿ ಹಿಡಿದಳು.

"ರಾಜಕುಮಾರಿ ಅವರನ್ನು ಮರೆತುಬಿಡು"

—ಎಂದಳು ಸಮೀಚಿ ವಾತ್ಸಲ್ಯದ ನಗೆ ಸೂಸುತ್ತ.

"ಸಮೀಚಿ ನಿಂಗೆಷ್ಟು ಸಲ ಹೇಳುವುದು, ನಾವಿಬ್ಬರೇ ಇದ್ದಾಗ ನನ್ನನ್ನು ಸೀತೆ ಎಂದೇ ಕರಿ ಎಂದು. ನೀನು ನನ್ನ ಗೆಳತಿ...ಎಲ್ಲ ಭಾವಿಸುವಂತೆ ನಾನು ರಾಜಕುಮಾರಿಯಲ್ಲ."

"ಯಾರು ಏನೇ ಹೇಳಲಿ. ನೀನು ಮಿಥಿಲೆಯ ರಾಜಕುಮಾರಿಯೇ ಹೌದು."

"ಅಯಿತು" ಎನ್ನುತ್ತಾ ಸೀತೆ ಕಣ್ಣು ಹೊರಳಿಸಿದಳು.

"ರಾಜಕುಮಾರಿ... ನನ್ನನ್ನು ಕಳುಹಿಸಿರುವುದು..."

ಸಮೀಚಿಯ ಮಾತನ್ನು ಅರ್ಧದಲ್ಲೇ ತಡೆದು, ಸೀತೆ ಹೇಳಿದಳು: "ಸೀತಾ. ರಾಜಕುಮಾರಿಯಲ್ಲ."

"ಕ್ಷಮಿಸು ಸೀತಾ. ನೀನು ಮನೆಗೆ ಬರಬೇಕು" ಸೀತೆ ನಿಟ್ಟುಸಿರುಬಿಟ್ಟಳು.

"ಸಮೀಚಿ, ನಿನಗೆ ಗೊತ್ತು. ನಾನು ಬರಲಾರೆ. ನಾನು ಅಮ್ಮನಿಗೆ ಸಾಕಷ್ಟು ತೊಂದರೆ ಕೊಟ್ಟಿದ್ದೇನೆ."

"ಸೀತಾ, ನಿನಗೆ ನೀನೇ ಇದನ್ನೆಲ್ಲ ಹೊರಿಸಿಕೊಳ್ಳಬೇಡ."

"ಚಾಚಾರೊಂದಿಗಿನ ಆ ಘಟನೆ ಎಲ್ಲರಿಗೂ ಗೊತ್ತಿದೆ. ನಾನು ಅವನ ರಾಜಮುದ್ರೆಯನ್ನು ಒಡೆದಾಗ..."

ಸೀತೆ ಕಳೆದ ಸಲ ಮಿಥಿಲೆಗೆ ಹೋಗಿದ್ದಾಗ ಕುಶಧ್ವಜನ ಭೇಟಿ ಕಾಲದಲ್ಲಿ ನಡೆದ ಘಟನೆಯನ್ನು ನೆನಪಿಸಿದಳು.

"ಅವನು ನಿರಂತರವಾಗಿ ಅಮ್ಮನಿಗೆ ಕಾಟಕೊಡ್ತಿದಾನೆ. ಅಮ್ಮನಿಗೆ, ಮಿಥಿಲೆಗೆ. ಅದಕ್ಕೆ ಎಲ್ಲರೂ ನನ್ನನ್ನೇ ದೂಷಿಸುತ್ತಿದ್ದಾರೆ. ನಾನು ದೂರ ಇರುವುದೇ ಕ್ಷೇಮ."

"ಸೀತೆ, ನಿನ್ನ ತಂದೆ-ತಾಯಿ ನಿನ್ನನ್ನು ಅಗಲಿರಲಾರರು. ರಾಣಿ ಸುನಯನಾಗೆ ಕಾಯಿಲೆಯಾಗಿದೆ. ನೀನು ನಿಜಕ್ಕೂ..."

"ಮಾಗೆ ಏನೂ ಆಗುವುದಿಲ್ಲ. ಆಕೆ ಅತಿಮಾನುಷ ಮಹಿಳೆ. ನಾನು ಗುರುಕುಲ ಬಿಟ್ಟು ಮನೆಗೆ ಹೋಗುವಂತೆ ಮಾಡಲು ನೀನು ಈ ಕತೇನೆಲ್ಲ ಕಟ್ತಿದೀಯ."

"ಆದರೆ ಅದು ಸತ್ಯ."

"ಸತ್ಯ ಏನೂ ಅಂದರೆ, ಅಮ್ಮಾ ಊರ್ಮಿಳಾ ಮತ್ತು ಸಾಮ್ರಾಜ್ಯದ ಬಗ್ಗೆ ಗಮನ ಕೇಂದ್ರೀಕರಿಸಬೇಕೆನ್ನುವುದು. ಜನ ನನ್ನ ಬಗ್ಗೆ ಏನು ಆಡ್ಕೋತಾರೆ

ಅನ್ನೋದನ್ನ ನೀನೆ ನನಗೆ ತಿಳಿಸಿದ್ದೀಯ. ತನ್ನ ಸಮಸ್ಯೆಗಳನ್ನು ಹೆಚ್ಚಿಸಿ ಕೊಳ್ಳಲು ಅಮ್ಮನಿಗೆ ನನ್ನ ಅಗತ್ಯವಿಲ್ಲ."

"ಸೀತಾ..."

"ಸಾಕು"

—ಎಂದಳು ಸೀತೆ, ಕೈಎತ್ತಿ–

"ಈ ವಿಷಯದಲ್ಲಿ ಇನ್ನು ಹೆಚ್ಚು ಮಾತನಾಡಬೇಕೆಂದು ನನಗನ್ನಿಸುತ್ತಿಲ್ಲ."

"ಸೀತಾ"

"ನನಗೆ ದೋಣಿವರಸೆ ಆಡಬೇಕೆನ್ನಿಸುತ್ತಿದೆ. ಬರ್ತೀಯಾ?" **ವಿಷಯ ಬದಲಾವಣೆಗೆ ಯಾವುದಾದರೂ ಸರಿ** – ಎಂದುಕೊಂಡಳು ಸಮೀಚಿ.

"ಬಾ...."

ಸೀತೆ ತಿರುಗಿ ನುಡಿದಳು.

ಸಮೀಚಿ ಅವಳನ್ನು ಹಿಂಬಾಲಿಸಿದಳು.

—೧೮—

ವಿಶ್ವಾಮಿತ್ರರು ಮಲಯಪುತ್ರರ ಗಂಗಾಶ್ರಮದಲ್ಲಿ ಪದ್ಮಾಸನ ಹಾಕಿ ಕುಳಿತಿದ್ದರು.

ಅವರು ಧ್ಯಾನಮಾಡುತ್ತಿದ್ದರು. ಎಲ್ಲ ವಿಷಯಗಳನ್ನು ಮನಸ್ಸಿನಿಂದ ದೂರವಿಡಲು ಪ್ರಯತ್ನಿಸುತ್ತಿದ್ದರು. ಆದರೆ ಇಂದು ಅವರಿಗೆ ಅದು ಸಾಧ್ಯವಾಗಿರಲಿಲ್ಲ.

ಅವರಿಗೆ ಸಿಳ್ಳಿನ ಶಬ್ದ ಕೇಳಿಸಿತು. ಅದನ್ನು ತಕ್ಷಣ ಅವರು ಗುರುತಿಸಿದರು. ಅದು ಗುಡ್ಡಗಾಡಿನ ಮೈನಾ ಹಕ್ಕಿ. ಮೈನಾ ಹಕ್ಕಿ ಅದ್ಭುತ ಗಾಯಕನೆಂದೇ ಹೆಸರುವಾಸಿಯಾದ ಪಕ್ಷಿ.

"ಮನೆಯಿಂದ ದೂರ ಬಂದು, ಈ ಬಯಲು ಸೀಮೆಯಲ್ಲಿ ಏನು ಮಾಡ್ತಿದೀಯ?"

ಅವರ ಮನಸ್ಸಿನಲ್ಲಿ ಹಳೆಯ ನೆನಪೊಂದು ಚಿಗುರೊಡೆಯಿತು. ಅವರು ಕೇಳಬಾರದ ಸ್ಥಳದಲ್ಲಿ ಮೈನಾ ದನಿಯನ್ನು ಆಲಿಸಿದ್ದರು.

ಎಂಥ ಅದ್ಭುತ! ಮನಸ್ಸಿನ ಈ ಅಲೆಮಾರಿತನ!! ಅನಿರೀಕ್ಷಿತ.

ದಶಕಗಳ ಹಿಂದಿನ ಮಾತು. ಆ ನೆನಪುಗಳು ಪ್ರವಾಹದೋಪಾದಿ ನುಗ್ಗಿ ಬಂದವು.

ಅದು, ಅಯೋಧ್ಯೆಯ ರಾಜಗುರುವಾಗಿ ವಸಿಷ್ಠರನ್ನು ನೇಮಕಮಾಡಿದ ಸುದ್ದಿ ಬಂದ ದಿನ...

ಅವರ ಮನಸ್ಸು ಆ ಸುದ್ದಿಯ ಕ್ಷಣದತ್ತ ಪಯಣಿಸಿತ್ತು. ಆಶ್ರಮದಲ್ಲಿ...

ವಿಶ್ವಾಮಿತ್ರ ಕಂಗಳು ಥಟ್ಟನೆ ಮಿನುಗಿದವು.

ಭಗವಾನ್ ಪರಶುರಾಮ.

ಆ ಮುಖವನ್ನು ತಾನು ಕಂಡದ್ದೆಲ್ಲಿ ಎಂಬುದು ಅವರಿಗೆ ನೆನಪಾಯಿತು. ಸೀತೆಯ ಮುಖ.

ಅವರು ನಸುನಕ್ಕರು. ಆ ನಗೆ ಅವರ ನಿರ್ಧಾರವನ್ನು ಮತ್ತಷ್ಟು ಬಲಗೊಳಿಸಿತ್ತು.

ಧನ್ಯೋಸ್ಮಿ, ಭಗವಾನ್ ಪರಶುರಾಮ. ನನ್ನ ಪಥ ಕಂಡುಕೊಳ್ಳುವ ಸಲುವಾಗಿಯೇ ನೀನು ನನ್ನ ಮನಸ್ಸನ್ನು ವಿಚಲಿತಗೊಳಿಸಿದಿ.

—೧೮—

ಗುರೂಜಿ

—ಅರಿಷ್ಟನೇಮಿ ಪಿಸುಗುಟ್ಟಿದ.

ಅವನು ಮಾರ್ಗದರ್ಶಿ ನೌಕೆಯ ಕಟಾಂಜನದಲ್ಲಿ ವಿಶ್ವಾಮಿತ್ರನ ಪಕ್ಕದಲ್ಲಿ ನಿಂತಿದ್ದ. ಗಂಗಾ ನದಿಯಲ್ಲಿ ಸಾಗುತ್ತಿದ್ದ ಆ ನೌಕೆಯಲ್ಲಿ ಅವರು ಐವರಿದ್ದರು. ವಿಶ್ವಾಮಿತ್ರರು ವಿಶೇಷ ದ್ರವ್ಯವೊಂದರ ಶೋಧ ನಡೆಸುತ್ತಿದ್ದ ಆ ತಂಡದ ಮೇಲುಸ್ತುವಾರಿ ನೋಡಿಕೊಳ್ಳುತ್ತಿದ್ದರು. ಪ್ರಬಲ ಮಾರಕಾಸ್ತ್ರವಾದ **ಅಸುರಾಸ್ತ್ರ**ವನ್ನು ಪಡೆಯಲು ಅವರಿಗೆ ಆ ವಿಶೇಷ ದ್ರವ್ಯ ಬೇಕಾಗಿತ್ತು. **ಅಸುರಾಸ್ತ್ರ** ಪಡೆದುಕೊಂಡಲ್ಲಿ ಅದರಿಂದ ವಾಯುಪುತ್ರರ ಮೇಲಣ ಅವರ ಅವಲಂಬನೆ ಕಮ್ಮಿಯಾಗುತ್ತಿತ್ತು.

ಶತಮಾನಗಳ ಹಿಂದೆ ಮಹಾರುದ್ರನ ಅವತಾರವಾದ ಮಹಾದೇವ ದೈವೀ ಅಸ್ತ್ರಗಳ ಬಳಕೆಯನ್ನು ನಿಯಂತ್ರಿಸಿದ್ದರು. ದಿವ್ಯಾಸ್ತ್ರಗಳ ಬಳಕೆಗೆ ಮಹಾರುದ್ರನ ಜೀವಂತ ಪ್ರತಿನಿಧಿಯಾದ ವಾಯುಪುತ್ರನ ಅನುಮತಿ ಬೇಕಿತ್ತು. ಇದು ವಿಶ್ವಾಮಿತ್ರರಿಗೆ ಇಷ್ಟವಾಗಿರಲಿಲ್ಲ.

ಮಹರ್ಷಿಗಳು ವ್ಯಾಪಕವಾದ ಯೋಜನೆಗಳನ್ನು ರೂಪಿಸಿದ್ದರು. ಈ ಯೋಜನೆಗಳಲ್ಲಿ ಅಸುರಾಸ್ತ್ರಗಳ ಬಳಕೆಯೂ ಸೇರಿತ್ತು. ವಾಯುಪುತ್ರರು ತಮ್ಮನ್ನು ಇಷ್ಟಪಡುವುದಿಲ್ಲವೆಂಬುದು ವಿಶ್ವಾಮಿತ್ರರಿಗೆ ತಿಳಿದಿತ್ತು. ತ್ರಿಶಂಕು ಪ್ರಕರಣದ ನಂತರವಂತೂ ವಿಶ್ವಾಮಿತ್ರರನ್ನು ಕಂಡರೆ ಅವರಿಗೆ ಆಗುತ್ತಿರಲಿಲ್ಲ. ಅನ್ಯಮಾರ್ಗವಿಲ್ಲದ ಕಾರಣ ಅವರು ಸಹಿಸಿಕೊಂಡಿದ್ದರು. ಏನೇ ಇದ್ದರೂ ಅವರು ಮಲಯಪುತ್ರರ ಪ್ರಧಾನರಾಗಿದ್ದರು.

ವಿಶಿಷ್ಟ ದ್ರವ್ಯದ ಹುಡುಕಾಟ ತ್ರಾಸದಾಯಕ ಕಾರ್ಯವಾಗಿತ್ತು. ತ್ರಾಸವಾದರೂ ವಿಶಿಷ್ಟ ದ್ರವ್ಯ ಸಿಗುವುದೆಂಬ ಭರವಸೆ ವಿಶ್ವಾಮಿತ್ರರಿಗಿತ್ತು.

ಯೋಜನೆಯ ಮರುಹಂತಕ್ಕೆ ಹೋಗುವ ಕಾಲ ಸನ್ನಿಹಿತವಾಗಿತ್ತು. ವಿಶ್ವಾಮಿತ್ರರು ವಿಷ್ಣು ಒಬ್ಬನನ್ನು ಆಯ್ಕೆಮಾಡಬೇಕಿತ್ತು. ತಮ್ಮ ಆಯ್ಕೆ ಯಾರೆಂಬುದನ್ನು ಅವರು ನಿಷ್ಠಾವಂತ ಅರಿಷ್ಠನೇಮಿಗೆ ತಿಳಿಸಿದರು.

"ನಿನಗೆ ಒಪ್ಪಿಗೆಯಾಗಲಿಲ್ಲವೆ?" — ವಿಶ್ವಾಮಿತ್ರರು ಕೇಳಿದರು.

"ಅವಳ ಸಾಮರ್ಥ್ಯ ಅಸಾಧಾರಣವಾದುದು ಗುರೂಜಿ. ಅದರಲ್ಲಿ ಅನುಮಾನವಿಲ್ಲ. ಈ ಎಳೆ ವಯಸ್ಸಿನಲ್ಲೂ..." ಅರಿಷ್ಠನೇಮಿಯ ದನಿ ಕುಗ್ಗಿತು.

ವಿಶ್ವಾಮಿತ್ರರು ಅರಿಷ್ಠನೇಮಿಯ ಹೆಗಲಮೇಲೆ ಕೈ ಇರಿಸಿದರು. "ಮುಕ್ತವಾಗಿ ಮಾತನಾಡು. ನನಗೆ ನಿನ್ನ ಅಭಿಪ್ರಾಯ ತಿಳಿಯಬೇಕಿದೆ."

"ಗುರೂಜಿ ನಾನು ಅವಳನ್ನು ಎಚ್ಚರಿಕೆಯಿಂದ ಗಮನಿಸಿದ್ದೇನೆ. ಆಕೆ ಬಂಡಾಯಗಾರ್ತಿ ಎನಿಸುತ್ತದೆ. ಮಲಯಪುತ್ರರಿಂದ ಅವಳನ್ನು ನಿಯಂತ್ರಿಸುವುದು ಸಾಧ್ಯವಾದೀತೆ?"

"ನಮ್ಮಿಂದ ಸಾಧ್ಯ. ಅವಳಿಗೆ ಬೇರೆ ಯಾರೂ ಇಲ್ಲ. ತೌರೂರು ಅವಳನ್ನು ನಿರಾಕರಿಸಿದೆ. ಆದರೆ ಮಹತ್ತಾದುದನ್ನು ಸಾಧಿಸುವ ಸಾಮರ್ಥ್ಯ ಅವಳಲ್ಲಿದೆ. ಅದಕ್ಕೆ ನಾವು ಅವಳಿಗೆ ಮಾರ್ಗದರ್ಶನ ಮಾಡೋಣ."

"ಆದರೆ ಉಳಿದ ಅಭ್ಯರ್ಥಿಗಳ ಆಯ್ಕೆ ಕಾರ್ಯವನ್ನೂ ಮುಂದುವರಿಸಿಕೊಂಡು ಹೋಗಲಾಗದು."

"ನಿನ್ನ ನಿಷ್ಠಾವಂತ ಸೇವಕರು ಮಿಥಿಲೆಯಲ್ಲಿ ಆಕೆಯ ಬಗ್ಗೆ ಮಾಹಿತಿ ಕಲೆ ಹಾಕಿದ್ದಾರಲ್ಲವೆ? ಬಹುತೇಕ ಮಾಹಿತಿಗಳು ಉತ್ತೇಜನಕಾರಿಯಾಗಿವೆ."

"ಆದರೆ, ಎಂಟು ವರ್ಷದವಳಿದ್ದಾಗ ಮಿಥಿಲೆಯ ಕೊಳೆಗೇರಿಯ ಬಾಲಕನ ಹತ್ಯೆಗೈದ ಅಪವಾದವೊಂದಿದೆ."

"ಆ ಪ್ರಕರಣದಲ್ಲಿ ಜೀವ ಉಳಿಸಿಕೊಳ್ಳುವ ಅವಳ ಸಾಮರ್ಥ್ಯ ನನಗೆ ಮುಖ್ಯವಾಗಿ ಕಂಡಿದೆ. ಆ ಬಾಲಕ ಒಬ್ಬ ಅಪರಾಧಿ ಎಂದು ನಿನ್ನ ತನಿಖಾಧಿಕಾರಿಗಳು ವರದಿ ಮಾಡಿದ್ದಾರೆ." ಅವಳು ಶೈಶವದಿಂದಲೂ ಹೋರಾಡುತ್ತಲೇ ಬೆಳೆದಿದ್ದಾಳೆ. ಅವಳು ಹೇಡಿಯಂತೆ ಅಸುನೀಗಿದ್ದಿದ್ದರೆ ನಿನಗಿಷ್ಟವಾಗುತ್ತಿತ್ತೆ?"

"ಇಲ್ಲ ಗುರೂಜಿ. ನಾವು ಗಮನಿಸದ ಇನ್ನೂ ಕೆಲವು ಅಭ್ಯರ್ಥಿಗಳಿದ್ದಾರೆ."

"ಭಾರತದ ಪ್ರತಿಯೊಂದು ರಾಜಮನೆತನವನ್ನೂ ನೀನು ಬಲ್ಲೆ. ಅವರಲ್ಲಿ ಬಹುತೇಕ ಮಂದಿ ನಿಷ್ಪ್ರಯೋಜಕರು. ಸ್ವಾರ್ಥಿಗಳು, ಹೇಡಿಗಳು, ದುರ್ಬಲರು. ಅವರ ಮುಂದಿನ ಸಂತತಿ ಇನ್ನೂ ಅಧ್ವಾನ್ನ...ಅವರೇನಿದ್ದರೂ ವಂಶವಾಹಿ ಗೊಬ್ಬರವಷ್ಟೆ."

ಅರಿಷ್ಠನೇಮಿ ನಕ್ಕುಬಿಟ್ಟ. "ಕೆಲವು ಪ್ರಾಂತಗಳಲಿ ಇಂಥ ಅಯೋಗ್ಯರಿರುವುದುಂಟು."

"ಗತಕಾಲದಲ್ಲಿ ಮಹಾನ್ ನಾಯಕರಿದ್ದರು. ಭವಿಷ್ಯದಲ್ಲೂ ಮಹಾನ್ ನಾಯಕರಿರುತ್ತಾರೆ - ಭಾರತವನ್ನು ಈ ಕೆಸರಿನಿಂದ ಮೇಲೆತ್ತುವಂಥ ಸಮರ್ಥರಿರುತ್ತಾರೆ."

"ಜನಸಾಮಾನ್ಯರಿಂದಲೇ ಒಬ್ಬರನ್ನೇಕೆ ಆಯ್ಕೆ ಮಾಡಬಾರದು?"

"ನಾವು ಬಹಳ ಕಾಲದಿಂದ ಈ ಹುಡುಕಾಟದಲ್ಲಿದ್ದೀವಿ. ನಾವು ಈಗ ಅಂಥ ಒಬ್ಬರನ್ನು ಕಂಡಿರುವುದು ಭಗವಾನ್ ಪರಶುರಾಮನ ಇಚ್ಛೆಯೇ ಇದ್ದೀತು. ಸೀತೆ ರಾಜಮನೆತನದ ದತ್ತುಪುತ್ರಿ ಎಂಬುದನ್ನೂ ಮರೆಯದಿರು. ಆಕೆಯ ತಂದೆ-ತಾಯಿಯರು ಯಾರೋ? ಯಾರಿಗೂ ತಿಳಿಯದು."

ಸೀತೆಯ ಜನ್ಮವೃತ್ತಾಂತ ಕುರಿತು ತನ್ನ ಶಂಕೆಗಳನ್ನೂ ಹೇಳುವ ಅಗತ್ಯವಿಲ್ಲ ಎನ್ನಿಸಿತು ವಿಶ್ವಾಮಿತ್ರರಿಗೆ. ಅರಿಷ್ಠನೇಮಿ ಹಿಂಜರಿಕೆಯನ್ನು ಹಿಮ್ಮೆಟ್ಟಿ ಹೇಳಿದ.

"ನಾನು ತಿಳಿದಂತೆ ಅಯೋಧ್ಯೆಯರಾಜಕುವರರು..."

ಮಲಯಪುತ್ರ ಸೇನೆ ದಂಡನಾಯಕ ವಿಶ್ವಾಮಿತ್ರರ ಕೋಪ ಕೆರಳುತ್ತಿರುವುದನ್ನು ಕಂಡು ಮಧ್ಯದಲ್ಲೇ ಬಾಯಿ ಹಾಕಿದ.

ಅರಿಷ್ಠನೇಮಿಗೆ ಅಯೋಧ್ಯೆಯ ರಾಜಕುಮಾರರ ಬಗ್ಗೆ ವಿಶೇಷವಾಗಿ

ರಾಮನ ಬಗ್ಗೆ ಭರತನ ಬಗ್ಗೆ ಒಳ್ಳೆಯ ಮಾಹಿತಿಗಳಿದ್ದವು. ರಾಮ ಒಂಬತ್ತು ವರ್ಷದವನು. ವಿಶ್ವಾಮಿತ್ರರು ಅಯೋಧ್ಯೆಯ ರಾಜಗುರುವಾಗಿದ್ದರು. ವಸಿಷ್ಠರ ಹೆಸರನ್ನು ಉಲ್ಲೇಖಿಸಬಾರದೆನ್ನುವಷ್ಟು ವಿವೇಕ ಅರಿಷ್ಠನೇಮಿಯಲ್ಲಿತ್ತು.

"ಆ ಸರ್ಪ ಅಯೋಧ್ಯೆಯ ರಾಜಕುಮಾರನನ್ನು ತನ್ನ ಗುರುಕುಲಕ್ಕೆ ಸೇರಿಸಿಕೊಂಡಿದೆ."

ವಿಶ್ವಾಮಿತ್ರರು ಸಿಟ್ಟಿನಿಂದ ಕೆಂಡಾಮಂಡಲವಾಗಿದ್ದರು.

"ಅವನ ಆಶ್ರಮ ಎಲ್ಲಿದೆಯೋ ನನಗೆ ತಿಳಿಯದು. ಅದನ್ನೂ ಅವನು ರಹಸ್ಯವಾಗಿಟ್ಟಿದ್ದಾನೆ. ರಜೆಗಾಗಿ ವಾಪಸಾದಾಗಲೇ ಉಳಿದ ನಾಲ್ವರು ಸೋದರರ ಬಗ್ಗೆ ನಮಗೆ ತಿಳಿದದ್ದು."

ಅರಿಷ್ಠನೇಮಿ ಶಿಲಾವಿಗ್ರಹದಂತೆ ನಿಂತಿದ್ದ

"ವಸಿಷ್ಠನ ಮನಸ್ಸು ಹೇಗೆ ಕೆಲಸಮಾಡುತ್ತೆ ಎನ್ನುವುದನ್ನು ನಾನು ಬಲ್ಲೆ. ಅವನನ್ನು ಗೆಳೆಯನೆಂದು ಪರಿಗಣಿಸಿ ನಾನು ತಪ್ಪು ಮಾಡಿದೆ. ಅವನು ಏನೋ ನಡೆಸಿದ್ದಾನೆ. ರಾಮ ಅಥವಾ ಭರತನ ಬಗ್ಗೆ."

"ಗುರೂಜಿ, ಕೆಲವೊಮ್ಮೆ ಎಲ್ಲವೂ ನಾವು ಅಂದುಕೊಂಡಂತೆ ನಡೆಯುವುದಿಲ್ಲ. ಲಂಕೆಯಲ್ಲಿ ನಮ್ಮ ಕೆಲಸ ಸಹಾಯಮಾಡುವುದರೊಂದಿಗೆ, ನಮ್ಮ ಅರಿವಿಗೆ ಬಾರದಂತೆಯೇ ಮುಕ್ತಾಯಗೊಂಡಿತು.

"ರಾವಣನಿಂದಲೂ ಪ್ರಯೋಜನಗಳಿವೆ. ಅದನ್ನು ಮರೆಯದಿರು. ಅವನು ನಾವು ಬಯಸಿದ ದಿಕ್ಕಿನಲ್ಲೇ ನಡೆಯುತ್ತಿದ್ದಾನೆ. ನಮಗೆ ಅವನ ಅಗತ್ಯವಿದೆ."

"ಆದರೆ ಗುರೂಜಿ ವಾಯುಪುತ್ರರು ಮಲಯಪುತ್ರರನ್ನು ವಿರೋಧಿಸುತ್ತಾರೆ. ಮುಂದಿನ ವಿಷ್ಣುವಿನ ಆಯ್ಕೆ ನಮ್ಮ ಹಕ್ಕು. ಆಯೋಧ್ಯೆಯ ರಾಜಗುರುವಿನ ಆಯ್ಕೆಯಲ್ಲ..."

"ವಾಯುಪುತ್ರರಿಗೆ ನಾಚಿಕೆಯಾಗಬೇಕು. ಅವರು ಆ ಹೆಗ್ಗಣಕ್ಕೆ ಎಲ್ಲ ರೀತಿಯ ನೆರವನ್ನೂ ನೀಡುತ್ತಾರೆ. ನಮಗೆ ಹೆಚ್ಚು ಸಮಯವಿಲ್ಲ. ನಾವೀಗಲೇ ಸಿದ್ಧತೆಗಳನ್ನಾರಂಭಿಸಬೇಕು".

"ಹೌದು ಗುರೂಜಿ."

"ಆ ಪಾತ್ರಕ್ಕೆ ಅವಳಿಗೆ ತರಬೇತಿ ಅಗತ್ಯವಿದ್ದಲ್ಲಿ ಅದು ಈಗಿನಿಂದಲೇ ಶುರುವಾಗಬೇಕು."

"ಆಯಿತು ಗುರೂಜಿ."

"ಅವಳು ವಿಷ್ಣು. ನನ್ನ ಆಳ್ವಿಕೆಯಲ್ಲಿ ವಿಷ್ಣುವಿನ ಉತ್ಥಾನವಾಗಲಿದೆ. ಕಾಲ ಕೂಡಿ ಬಂದಿದೆ. ಈ ದೇಶಕ್ಕೆ ಒಬ್ಬ ನಾಯಕನ ಅಗತ್ಯವಿದೆ. ನಮ್ಮ ಪ್ರೀತಿಪಾತ್ರ ಭಾರತವನ್ನು ಹೀಗೆ ನಿರಂತರವಾಗಿ ಕಷ್ಟಪಡುವುದಕ್ಕೆ ಬಿಡಲಾಗದು..."

"ಹೌದು ಗುರೂಜಿ... ಕ್ಯಾಪ್ಟನ್‌ಗೆ ಇದನ್ನು ತಿಳಿಸಲೋ..."

"ಹ್ಞೂಂ"

—೧೮—

"ರಾಧಿಕಾ, ಎಲ್ಲಿಗೆ ಕರ್ಕೊಂಡ್ಹೋಗ್ತಿದೀಯ?"

—ಸೀತೆ ಕೈ ಹಿಡಿದು ತನ್ನನು ಎಳೆದೊಯ್ಯುತ್ತಿದ್ದ ಗೆಳತಿಯನ್ನು ಕೇಳಿದಳು. ಅವರು ಗುರುಕುಲದ ದಕ್ಷಿಣಕ್ಕೆ ದಟ್ಟ ಅಡವಿಯತ್ತ ಹೊರಟಿದ್ದರು. ಅವರು ಒಂದು ಸಣ್ಣ ಕೃಷಿ ಭೂಮಿಯನ್ನು ಪ್ರವೇಶಿಸಿದಂತೆ–

"ಹನುಮಣ್ಣ"—ಎಂದು ಸೀತೆ ಸಂತೋಷದಿಂದ ಉದ್ಗರಿಸಿದಳು. ಹನುಮಾನ್ ಕುದುರೆ ಪಕ್ಕ ನಿಂತಿದ್ದ. ಅವನ ಕೈ ಕುದುರೆ ಕೊರಳನ್ನು ನೇವರಿಸುತ್ತಿತ್ತು.

"ತಂಗೀರಾ..." ಎಂದು ಹನುಮಂತನೂ ಹರ್ಷೋದ್ಗಾರ ಮಾಡಿದ.

"ಹೇಗಿದ್ದೀರಿ ನೀವಿಬ್ಬರೂ"

—ಹನುಮಂತನ ಕುಶಲೋಪರಿ.

"ನಿನ್ನ ನೋಡಿ ತುಂಬ ದಿನಗಳಾದವು"– ರಾಧಿಕಾ.

"ಹೌದು... ನಾನು ವಿದೇಶಕ್ಕೆ ಹೋಗಿದ್ದೆ."

"ಎಲ್ಲಿಗೆ ಹೋಗ್ತಿರ್ತೀಯ ನೀನು?"

—ಸೀತೆಗೆ ಹನುಮಂತನ ನಿಗೂಢ ಬದುಕು ರೋಮಾಂಚಕಾರಿ ಎನಿಸಿತು.

"ಯಾರು ನಿನ್ನನ್ನು ಈ ಕಾರ್ಯಭಾರಿಯಾಗಿ ಕಳುಹಿಸುವವರು?"

"ಕಾಲ ಬಂದಾಗ ಅದನ್ನು ಹೇಳ್ತೀನಿ, ಆಯಿತಾ ಸೀತೆ, ಈಗ ಇಲ್ಲಿ ನೋಡು"

—ಅವನು ಕುದುರೆಯ ಬೆನ್ನಿಗೆ ತೂಗುಹಾಕಿದ್ದ ಹಸಿಬೆ ಚೀಲವನ್ನು

ಕೆಳಗಿಳಿಸಿ ಅದರೊಳಗಿಂದ ಬಂಗಾರದ ಸರವೊಂದನ್ನು ಹೊರತೆಗೆದ. ನೋಡಿದ ಕೂಡಲೇ ಅದು ವಿದೇಶಿ ಮಾಲು ಎಂದು ಹೇಳಬಹುದಿತ್ತು. ರಾಧಿಕಾ ವಿಸ್ಮಯ ನೋಟದಿಂದ ಅದನ್ನೇ ನೋಡುತ್ತಿದ್ದಳು.

"ನಿನ್ನ ಊಹೆ ಸರಿ. ಇದು ನಿನಗೆ" ಎಂದು ಸರವನ್ನು ರಾಧಿಕಾಳ ಕೈಯ್ಯಲ್ಲಿಟ್ಟ.

ರಾಧಿಕಾ ಹಿಂದೆ ಮುಂದೆ ತಿರುಗಿಸಿ ಸರವನ್ನು ಬೆರಗು ಕಂಗಳಿಂದ ನೋಡಿದಳು.

"ಇದು ನಿನಗೆ, ನನ್ನ ಗಂಭೀರ ಉಡುಗೊರೆ" -ಎನ್ನುತ್ತಾ ಸೀತೆಯ ಕೈಯ್ಯಲ್ಲಿ ರುದ್ರಾಕ್ಷಿ ಮಾಲೆಯೊಂದನಿಟ್ಟ. ಸೀತೆಯ ಕಂಗಳು ಅರಳಿದವು. ಅದು ಏಕಮುಖಿ ರುದ್ರಾಕ್ಷಿ.

ಅಕ್ಷರಶಃ ರುದ್ರಾಕ್ಷಿ ಎಂದರೆ ರುದ್ರನ ಕಣ್ಣೀರಿನ ಒಂದು ಹನಿ. ರುದ್ರನ ಭಕ್ತರೆಲ್ಲ ರುದ್ರಾಕ್ಷಿ ಮಾಲೆ ಧರಿಸುತ್ತಾರೆ ಅಥವಾ ಪೂಜಾ ಕೊಠಡಿಯಲ್ಲಿ ರುದ್ರಾಕ್ಷಿಯನ್ನಿರಿಸಿ ಪೂಜಿಸುತ್ತಾರೆ. ಏಕಮುಖಿರುದ್ರಾಕ್ಷಿ ವಿರಳ. ಅದರ ಮೇಲೆ ಒಂದೇ ಒಂದು ಕೊರಕಲು ಇರುತ್ತದೆ. ಅದನ್ನು ಪತ್ತೆ ಹಚ್ಚುವುದು ತುಂಬ ಕಷ್ಟ. ತುಂಬ ದುಬಾರಿಯಾದದ್ದು ಕೂಡಾ. ಮಹಾರುದ್ರನ ಭಕ್ತೆಯಾದ ಸೀತೆಗೆ ಅದು ತುಂಬ ಅಮೂಲ್ಯವಾದುದೆನಿಸಿತು.

ಹನುಮಾನ್ ಹಸಿಬೆ ಚೀಲದೊಳಕ್ಕೆ ಕೈ ಇಟ್ಟ. ಅಷ್ಟರಲ್ಲಿ ಕುದುರೆ ಕೆರಳಿದಂತೆ ಹಿಂದಕ್ಕೆ ಮುಂದಕ್ಕೆ ತುಯ್ಯತೊಡಗಿತು, ಆಪತ್ತನ್ನು ಸೂಚಿಸುವಂತೆ. ಹನುಮಾನ್ ಎಚ್ಚರಿಕೆಯಿಂದ ಸುತ್ತಲೂ ಕಣ್ಣಾಡಿಸಿದ. ಅವನಿಗೆ ಅಪಾಯದ ಸುಳಿವು ಸಿಕ್ಕಿತು. ರಾಧೆ ಮತ್ತು ಸೀತೆಯರನ್ನು ತನ್ನ ಹಿಂದಕ್ಕೆಳೆದುಕೊಂಡ. ಬಾಲೆಯರಿಗೂ ಏನೋ ಅಪಾಯ ತಲೆದೋರಿದೆ ಎಂಬುದು ಗೊತ್ತಾಗಿತ್ತು.

ಹನುಮಾನ್ ಥಟ್ಟನೆ ಭಯಂಕರವಾಗಿ ಸದ್ದು ಮಾಡಿದ. ಅಪಾಯದಲ್ಲಿ ಸಿಲುಕಿದ ಮಂಗಗಳು ಭೀತಿಯಿಂದ ಅರಚುವಂತೆ. ಮರದ ಹಿಂದೆ ಅಡಗಿದ್ದ ಹುಲಿಗೆ ತನ್ನ ಅನಿರೀಕ್ಷಿತ ದಾಳಿ ವ್ಯರ್ಥವೆನಿಸಿತು. ಅದು ನಿಧಾನವಾಗಿ ಅಲ್ಲಿಂದ ನಿರ್ಗಮಿಸಿತು. ಹನುಮಾನ್ ಸೊಂಟದ ಪಟ್ಟಿಗೆ ಸಿಕ್ಕಿಸಿಕೊಂಡಿದ ಬಾಕುವನ್ನು ಹೊರತೆಗೆದ. ಅದು ಗೂರ್ಖಾಗಳು ಬಳಸುವ ಖುಕ್ರಿಯಂತಿತ್ತು. ಅದೊಂದು ಬಲು ಹರಿತವಾದ ಆಯುಧ.

ಹಿಂದಕ್ಕೆ ನಿಲ್ಲಿ ಎಂದು ಬಾಲೆಯರಿಗೆ ಹೇಳಿದ. ಕಾಲುಗಳನ್ನು ಅಗಲಿಸಿ ಹನುಮಾನ್ ನಿರೀಕ್ಷೆಯಲ್ಲಿ ಕಾಯುತ್ತ ನಿಂತ. ಕಿವಿಗಡಚಿಕ್ಕುವಂತೆ ಗರ್ಜಿಸುತ್ತ ಹುಲಿರಾಯ ಎಲ್ಲಿಂದಲೋ ಪ್ರತ್ಯಕ್ಷನಾದ. ಗರ್ಜಿಸುತ್ತಾ ಹುಲಿ ಹನುಮಂತನ ಮೇಲೆ ಪಂಜಗಳನ್ನೆತ್ತಿ ದಾಳಿಗೆ ಸಿದ್ಧವಾಯಿತು. ಮಹಾಕಾಯನಾದ ನಾಗನೂ ಹುಲಿಯಂತೆಯೇ, ಕ್ಷಣಮಾತ್ರದಲ್ಲಿ ಅವನು ಎಗರಿ ಹುಲಿಯ ಕೊರಳನ್ನು ಎಡಗೈಯ್ಯಲ್ಲಿ ಬಿಗಿಯಾಗಿ ಹಿಡಿದುಕೊಂಡ. ಬಲಗೈಯ್ಯಿಂದ ಖುಕ್ರಿ ತೆಗೆದು ಹುಲಿಯ ಹೊಟ್ಟೆಯನ್ನು ಇರಿದ. ವ್ಯಾಘ್ರ ನೋವಿನಿಂದ ಚೀರಿತು. ಹನುಮಾನ್ ವ್ಯಾಘ್ರನ ಹೊಟೆಯಲ್ಲಿ ಸಿಕ್ಕಿಕೊಂಡಿದ್ದ ಖುಕ್ರಿಯನ್ನು ಒಂದು ಸುತ್ತು ತಿರುಗಿಸಿದ. ನಂತರ ಬಲವಾಗಿ ಹುಲಿಯನ್ನು ಹಿಂದಕ್ಕೆ ತಳ್ಳಿದ. ಹುಲಿ ನೆಲಕ್ಕೆ ಬಿತ್ತು. ನೋವಿನಿಂದ ಚೀರುತ್ತ ನೆಲಕ್ಕೆ ಕಾಲನ್ನು ಅಪ್ಪಳಿಸುತ್ತಿತ್ತು. ಒಂದೆರಡು ನಿಮಿಷಗಳ ಕಾಲವಷ್ಟೆ. ನಂತರ ಅದು ತಣ್ಣಗಾಯಿತು. ಹುಲಿಯ ಆತ್ಮ ಅದರ ದೇಹದಿಂದ ಹಾರಿಹೋಗಿತ್ತು.

—೧೮—

"ಇವೆಲ್ಲ ಮಾಮೂಲು ರಾಧಿಕಾ? ನಾವು ದಟ್ಟ ಅಡವಿ ಮಧ್ಯೆ ಇದ್ದೀವಿ. ಇಲ್ಲಿ ಬೇರೇನು ನಿರೀಕ್ಷಿಸಲು ಸಾಧ್ಯ?"

ರಾಧಿಕಾ ಇನ್ನು ಹೆದರಿಕೆಯಿಂದ ನಡುಗುತ್ತಿದ್ದಳು. ಸೀತೆ ಹಸಿಬೆ ಚೀಲದಲ್ಲಿದ್ದ ಔಷಧಿ ಪೆಟ್ಟಿಗೆಯನ್ನು ಹೊರತೆಗೆದು ಹನುಮಂತನ ಗಾಯಗಳಿಗೆ ಮುಲಾಮು ಹಚ್ಚಿ ಬ್ಯಾಂಡೇಜ್ ಕಟ್ಟಿದಳು. ಸಣ್ಣ ಪುಟ್ಟ ಗಾಯಗಳಾಗಿದ್ದವು. ಒಂದೆರಡು ಆಳವಾದ ಗಾಯಗಳೂ ಆಗಿದ್ದವು. ಒಂದೆರಡು ಹೊಲಿಗೆ ಹಾಕಿದಳು. ಸುತ್ತಮುತ್ತ ಬೆಳೆದಿದ್ದ ಗಿಡಮೂಲಿಕೆಗಳಲ್ಲಿ ಕೆಲವನ್ನು ಆಯ್ದು ಕಿತ್ತಳು. ತೊಳೆದು, ಕಲ್ಲಿನ ಮೇಲೆ ಅವುಗಳನ್ನು ಅರೆದಳು. ನಂತರ ಪಕ್ಕದಲ್ಲಿ ಹರಿಯುತ್ತಿದ್ದ ಝುರಿಯಿಂದ ನೀರು ತಂದು ಅರೆದ ಗಿಡಮೂಲಿಕೆ ಔಷಧವನ್ನು ಅದರಲ್ಲಿ ಮಿಶ್ರ ಮಾಡಿ ಹನುಮಂತನಿಗೆ ಕುಡಿಯಲು ಕೊಟ್ಟಳು. ಔಷಧಿಯನ್ನು ಸೇವಿಸಿ ಬಾಯೊರೆಸಿಕೊಂಡ ಅವನು ಸೀತೆಯನ್ನು ಗಮನಿಸಿದ.

ಅವಳು ಹೆದರಿರಲಿಲ್ಲ. ಅವಳೊಬ್ಬಳು ಅಸಾಧಾರಣ ಹುಡುಗಿ.

"ಹುಲಿಯೊಂದನ್ನು ಇಷ್ಟು ಸುಲಭವಾಗಿ ಮಣಿಸಬಹುದೆಂದು ನನ್ನಿಂದ ಊಹಿಸಲೂ ಅಸಾಧ್ಯ."

"ನೀನು ನನ್ನ ಹಾಗೆ ದೈತ್ಯಳಾಗಿದ್ದರೆ ಅದು ಸಾಧ್ಯವಾಗುತ್ತಿತ್ತು" ಎಂದು ಹನುಮಂತ ನಕ್ಕ.

"ಈಗ ನಿನ್ನಿಂದ ಕುದುರೆ ಸವಾರಿ ಸಾಧ್ಯವಾದೀತೆ?"

"ನಾನು ನಿಲ್ಲಲಾಗದು, ಹೋಗಬೇಕು."

"ಏನು ಮತ್ತೇನಾದರೂ ರಹಸ್ಯ ಕಾರ್ಯಭಾರವೆ?"

"ನಾನು ಹೋಗಬೇಕಾಗಿದೆ."

"ಹೌದು, ಹನುಮಂತಣ್ಣ... ನಿನ್ನ ಕರ್ತವ್ಯ ನೀನು ಮಾಡಲೇಬೇಕು"

—ಹನುಮಂತ ನಕ್ಕ.

"ನಿನ್ನ ರುದ್ರಾಕ್ಷಿ ಮರೆಯಬೇಡ"

ಸೀತೆ ಹಸಿಬೆ ಚೀಲದಿಂದ ಒಂದು ಪುಟ್ಟ ಸಂದೂಕವನ್ನು ಹೊರ ತೆಗೆದಳು. ಏಕಮುಖ ರುದ್ರಾಕ್ಷಿಯನ್ನು ಮತ್ತೊಮ್ಮೆ ದಿಟ್ಟಿಸಿ ನೋಡಿ ಅದನ್ನು ಸಂದೂಕದಲ್ಲಿ ಜೋಪಾನ ಮಾಡಿದಳು.

೮

ಅಧ್ಯಾಯ – 8

ಶ್ವೇತಕೇತುವಿಗೆ ತನ್ನ ಅದೃಷ್ಟವನ್ನು ನಂಬಲಾಗಲಿಲ್ಲ. ಈ ವರ್ಷದಲ್ಲಿ ಎರಡನೆಯ ಬಾರಿಗೆ ಮಹರ್ಷಿ ವಿಶ್ವಾಮಿತ್ರರು ಅವನ ಗುರುಕುಲಕ್ಕೆ ಆಗಮಿಸಿದ್ದರು. ಮಲಯಪುತ್ರರ ಪ್ರವೇಶವಾದಂತೆ ಅವನು ಆಶ್ರಮದ ದ್ವಾರದತ್ತ ಧಾವಿಸಿದ್ದ.

"ಮಹರ್ಷಿಗಳಿಗೆ ನಮೋನ್ನಮಃ" – ಎಂದು ನಗೆ ಬೀರುತ್ತ ಸ್ವಾಗತಿಸಿದ.

"ಶ್ವೇತಕೇತು, ನಮಸ್ತೆ"

–ಎಂದರು ವಿಶ್ವಾಮಿತ್ರರು ಆತೀಥೇಯನಿಗೆ ಗಾಬರಿಯಾಗದಿರಲಿ ಎಂಬಂತೆ ನಗೆಬೀರುತ್ತ.

"ಇಷ್ಟುಬೇಗ ಮತ್ತೊಮ್ಮೆ ನಮ್ಮ ಗುರುಕುಲಕ್ಕೆ ತಾವು ಆಗಮಿಸುತ್ತಿರುವುದೆಂದರೆ ಎಂಥಾ ಭಾಗ್ಯ ನಮ್ಮದು" – ಎಂದ ಶ್ವೇತಕೇತು.

"ಹೌದು" ಎನ್ನುತ್ತ ವಿಶ್ವಾಮಿತ್ರರು ಸುತ್ತ ಕಣ್ಣು ಹಾಯಿಸಿದರು.

"ದುರಾದೃಷ್ಟವೆಂದರೆ ತಮ್ಮ ಆಗಮನದ ಲಾಭ ಪಡೆದುಕೊಳ್ಳಲು ವಿದ್ಯಾರ್ಥಿಗಳು ಇಲ್ಲದಿರುವುದು. ಬಹುತೇಕ ವಿದ್ಯಾರ್ಥಿಗಳು ರಜೆಯಿಂದಾಗಿ ಊರುಗಳಿಗೆ ತೆರಳಿದ್ದಾರೆ" – ಎಂದ ಶ್ವೇತಕೇತು

"ಕೆಲವರಾದರೂ ಇರಬೇಕಲ್ಲವೆ?"

"ಹೌದು ತಮ್ಮ ಮೆಚ್ಚಿನ ಸೀತೆ ಇದ್ದಾಳೆ."

"ನಾನು ಸೀತೆಯನ್ನು ಭೇಟಿಮಾಡುವೆ"

"ಆಗಬಹುದು"

ಸೀತೆ ಗಂಗಾನದಿ ತಟದಲ್ಲಿ ಲಂಗರು ಹೂಡಿದ್ದ ನೌಕೆಯೊಂದರ ಕಟೆಕಟೆ ಬಳಿ ಮಹರ್ಷಿ ವಿಶ್ವಾಮಿತ್ರರೊಂದಿಗೆ ನಿಂತಿದ್ದಳು. ಗುರುಕುಲದ ಅಧ್ಯಾಪಕರುಗಳ ಕುತೂಹಲದ ಕಂಗಳನ್ನು ತಪ್ಪಿಸಿ ದೂರ ಇರುವುದು ವಿಶ್ವಾಮಿತ್ರರ ಅಪೇಕ್ಷೆಯಾಗಿತ್ತು. ಹಡಗಿನ ಮುಖ್ಯ ಅಟ್ಟದ ಮೇಲೆ ಮಲಯಪುತ್ರರು ಯಜ್ಞಕುಂಡವೊಂದನ್ನು ಸಿದ್ಧಪಡಿಸುತ್ತಿದ್ದರು. ಸೀತೆಗೆ ಗೊಂದಲವುಂಟಾಗಿತ್ತು.

"ಮಹರ್ಷಿ ನನ್ನ ಬಳಿ ಏಕೆ ಮಾತನಾಡಬಯಸಿದ್ದಾರೆ?"

"ಸೀತೆ, ನಿನಗೀಗ ವಯಸ್ಸೆಷ್ಟು?"

"ಸದ್ಯದಲ್ಲೇ ಹದಿನಾಲ್ಕು ಆಗಲಿದೆ ಗುರೂಜಿ"

"ಅದೇನು ಹೆಚ್ಚಿನ ವಯಸ್ಸಲ್ಲ... ನಾವು ಶುರುಮಾಡಬಹುದೆನ್ನಿಸುತ್ತದೆ"

"ಏನನ್ನು ಶುರುಮಾಡುವುದು ಗುರೂಜಿ?"

ವಿಶ್ವಾಮಿತ್ರರು ದೀರ್ಘಶ್ವಾಸ ತೆಗೆದುಕೊಂಡರು. "ನೀನು ವಿಷ್ಣು ಪದವಿಯನ್ನು ಕೇಳಿರಬೇಕಲ್ಲವೇ?"

"ಕೇಳಿದ್ದೇನೆ, ಗುರುಗಳೆ"

"ನಿನಗೇನು ಗೊತ್ತು ಹೇಳು"

"ಅದು ಭಗವಂತನ ಬಗ್ಗೆ ಪ್ರಚಾರಮಾಡುವ ಮಹಾನ್ ನಾಯಕರಿಗೆ ನೀಡುವ ಬಿರುದು. ಅವರು ತಮ್ಮ ಜನರಿಗೆ ಹೊಸ ಬದುಕಿನ ದಾರಿ ತೋರುತ್ತಾರೆ. ನಾವು ಬದುಕುತ್ತಿರುವ ಈ ವೇದಯುಗದಲ್ಲಿ ಆರು ಮಂದಿ ವಿಷ್ಣುಗಳಿದ್ದರು. ಹಿಂದಿನ ವಿಷ್ಣು ಮಹಾಪ್ರಭು ಪರಶುರಾಮ."

"ಜೈ ಪರಶುರಾಮ್"

"ಜೈ ಪರಶುರಾಮ್"

"ನಿಂಗೆ ಇನ್ನೇನು ಗೊತ್ತು?"

"ವಿಷ್ಣುಗಳು ಸಾಮಾನ್ಯವಾಗಿ ದುಷ್ಟನಾಶಕರಾದ ಮಹಾದೇವರುಗಳ ಸಹಭಾಗಿತ್ವದಲ್ಲಿ ಕೆಲಸ ಮಾಡುತ್ತಾರೆ. ಮಹಾದೇವರುಗಳು ಬುಡಕಟ್ಟು ಜನಾಂಗಕ್ಕೆ ಅವರ ಕರ್ಮ ಮುಗಿದನಂತರ ತಮ್ಮ ಪ್ರತಿನಿಧಿಗಳ ಸ್ಥಾನಮಾನ ನೀಡುತ್ತಾರೆ. ವಾಯುಪುತ್ರರು ಹಿಂದಿನ ಮಹಾದೇವ ಪ್ರಭು ರುದ್ರನ ಪ್ರತಿನಿಧಿಗಳು. ವಾಯುಪುತ್ರರು ದೂರದ ಪಾರಿಹಾದಲ್ಲಿ ವಾಸಿಸುತ್ತಿದ್ದಾರೆ. ನಮ್ಮ ಯುಗದ ವಿಷ್ಣು ನಿಕಟಸಹಭಾಗಿತ್ವದಲ್ಲಿ..."

"ಸಹಭಾಗಿತ್ವ ಅಷ್ಟೇನೂ ಮುಖ್ಯವಲ್ಲ"

—ಎಂದು ವಿಶ್ವಾಮಿತ್ರರು ಅವಳನ್ನು ತಡೆದರು.

ಸೀತೆ ಮಾತನಾಡಲಿಲ್ಲ. ಅವಳಿಗೆ ಆಶ್ಚರ್ಯವೆನಿಸಿತ್ತು. ಇದು ಅವಳು ಕಲಿತ ಪಾಠವಾಗಿರಲಿಲ್ಲ.

"ನಿನಗೆ ಇನ್ನೂ ಏನೆಲ್ಲ ಗೊತ್ತು?"

"ನನಗೆ ಹಿಂದಿನ ವಿಷ್ಣು, ಪ್ರಭು ಪರಶುರಾಮರ ಬಗ್ಗೆ ಗೊತ್ತು. ಮಲಯ ಪುತ್ರರು, ನೀವು ಮಹರ್ಷಿಗಳು. ಇನ್ನು ನಮ್ಮ ಕಾಲದಲ್ಲಿ, ನಮ್ಮನಾವರಿಸಿರುವ ಅಂಧಕಾರದ ವಿರುದ್ಧ ಹೋರಾಡಲು ಮತ್ತೊಬ್ಬ ವಿಷ್ಣುವಿನ ಅಗತ್ಯವಿದೆ ಎಂದಾದಲ್ಲಿ, ಆ ವಿಷ್ಣು ನೀವೆ."

"ನಿನ್ನ ಮಾತು ಸರಿಯಲ್ಲ."

ಸೀತೆಗೆ ಗೊಂದಲವಾಯಿತು.

"ನಿನ್ನ ಮಾತಿನ ಕೊನೆಯಲ್ಲಿನ ಊಹೆ ತಪ್ಪು."

—ವಿಶ್ವಾಮಿತ್ರರು ಸ್ಪಷ್ಟೀಕರಿಸಿದರು: "ನಾನು ಮಲಯಪುತ್ರರ ಪ್ರಾಧಾನ ಎಂಬುದು ದಿಟ. ಆದರೆ ನಾನು ವಿಷ್ಣು ಆಗಲಾರೆ. ಮುಂದಿನ ವಿಷ್ಣು ಯಾರೆಂಬುದನ್ನು ನಿರ್ಧರಿಸುವುದು ನನ್ನ ಹೊಣೆಯಾಗಿದೆ"

ಸೀತೆ ಮೂಕಿಯಂತೆ ತಲೆದೂಗಿದಳು.

"ಇಂದು ಭಾರತವನ್ನು ಕೊರೆಯುತ್ತಿರುವ ಸಮಸ್ಯೆ ಯಾವುದು?"

"ಹೆಚ್ಚು ಮಂದಿ ರಾವಣ ಎನ್ನುತ್ತಾರೆ. ನಾನು ಹಾಗೆ ಹೇಳುವುದಿಲ್ಲ"

"ಏಕೆ?" – ವಿಶ್ವಾಮಿತ್ರರು ನಗುತ್ತಲೇ ಪ್ರಶ್ನಿಸಿದರು.

"ರಾವಣ ಏನಿದ್ದರೂ ಒಂದು ಲಕ್ಷಣವಷ್ಟೆ. ರಾವಣನಲ್ಲದಿದ್ದರೊ ಬೇರೆ ಯಾರಾದರೂ ನಮಗೆ ಹಿಂಸೆ ಕೊಡುವ ಸಾಧ್ಯತೆ ಇದೆ. ತಪ್ಪು ನಮ್ಮಲ್ಲಿದೆ. ಅನ್ಯರು ನಮ್ಮ ಮೇಲೆ ಸವಾರಿ ಮಾಡಲು ನಾವು ಅವಕಾಶ ಮಾಡಿ ಕೊಡುತ್ತೇವೆ. ರಾವಣ ಬಲಶಾಲಿ ಇರಬಹುದು. ಆದರೆ ನಾವು....

"ಸಪ್ತಸಿಂಧುವಿನ ಜನ ಭಾವಿಸಿರುವಷ್ಟು ರಾವಣ ಬಲಶಾಲಿಯಲ್ಲ. ಆದರೆ ಅವನು ತನಗಾಗಿ ತಾನೇ ಸೃಷ್ಟಿಸಿರುವ ರಾಕ್ಷಸ ಬಿಂಬದಲ್ಲಿ ವಿಜೃಂಭಿಸುತ್ತಿದ್ದಾನೆ. ಆ ಬಿಂಬ ಉಳಿದವರನ್ನು ಹೆದರಿಸುತ್ತದೆ. ಆದರೆ ಆ ಬಿಂಬ ನಮಗೂ ಪ್ರಯೋಜನಕಾರಿಯಾಗಲಿದೆ."

ಸೀತೆಗೆ ಕೊನೆಯ ವಾಕ್ಯ ಅರ್ಥವಾಗಲಿಲ್ಲ. "ಹಾಗಿದ್ದಲ್ಲಿ ಇಂದು ಸಪ್ತ ಸಿಂಧುವನ್ನು ಬಾಧಿಸುತ್ತಿರುವ ವ್ಯಾಧಿಯಾದರೂ ಯಾವುದದು?"

"ರಾವಣ ಏನಿದ್ದರೂ ರೋಗದ ಲಕ್ಷಣ ಎಂದು ನೀನು ಹೇಳ್ತಿದೀಯ. ಹಾಗಿದ್ದಲ್ಲಿ ಸಪ್ತಸಿಂಧುವನ್ನು ಬಾಧಿಸುತ್ತಿರುವ ವ್ಯಾಧಿ ಯಾವುದು?"

ಸೀತೆ ತನ್ನ ಆಲೋಚನೆಗಳನ್ನು ಗಟ್ಟಿಮಾಡಿಕೊಳ್ಳುವಂತೆ ಸ್ವಲ್ಪ ಹೊತ್ತು ಮೌನಿಯಾದಳು.

"ಕಳೆದ ವರ್ಷ ನೀವು ಗುರುಕುಲದಲ್ಲಿ ಉಪನ್ಯಾಸ ನೀಡಿದ ನಂತರ ನಾನು ಈ ಬಗ್ಗೆ ಯೋಚಿಸುತ್ತಿದ್ದೇನೆ. ಸಮಾಜದಲ್ಲಿ ಸಮತೋಲನ ಅಗತ್ಯ ವೆಂದು ನೀವು ಹೇಳಿದಿರಿ. ಸಮಾಜಕ್ಕೆ ಬುದ್ಧಿಜೀವಿಗಳ, ಯೋಧರ, ವಣಿಕರ, ಕುಶಲಕರ್ಮಿಗಳ ಅಗತ್ಯವಿದೆ. ಆದರ್ಶದ ಆ ತಕ್ಕಡಿ ಯಾವ ವರ್ಗದತ್ತಲೂ ವಾಲಬಾರದು. ಎಲ್ಲ ವರ್ಗಗಳ ನಡುವೆ ನ್ಯಾಯೋಚಿತ ಸಮತೋಲವಿರ ಬೇಕು."

"ಹಾಗೂ..."

"ಹಾಗಿದ್ದಲ್ಲಿ ಸಮಾಜ ಏಕೆ ಯಾವಾಗಲೂ ಅಸಮತೋಲನದತ್ತ ವಾಲುತ್ತದೆ. ಅದನ್ನೇ ನಾನು ಯೋಚಿಸುತ್ತಿದ್ದೆ. ಪ್ರಜೆಗಳಿಗೆ ತಮ್ಮ ಅಂತರ್ಗತ ಗುಣಾನುಸಾರ ನಡೆದುಕೊಳ್ಳುವ ಸ್ವಾತಂತ್ರ್ಯವಿಲ್ಲದಿದ್ದಾಗ ಅಸಮತೋಲನ ಉಂಟಾಗುತ್ತದೆ. ಒಂದು ಸಮುದಾಯವನ್ನು ಅಲಕ್ಷಿಸಿದಾಗ ಅಥವಾ ತುಳಿಯಲ್ಪಟ್ಟಾಗ– ಸಪ್ತಸಿಂಧುವಿನಲ್ಲಿನ ಇಂದು ವೈಶ್ಯರಿಗೆ ಆಗಿರುವಂತೆ – ಹೀಗೆಲ್ಲ ಆಗಬಹುದು. ಇದರಿಂದ ವೈಶ್ಯ ಗುಣಗಳನ್ನು ಹೊಂದಿರುವವರಿಗೆ ಹತಾಶೆಯುಂಟಾಗುತ್ತದೆ, ಕೋಪಬರುತ್ತದೆ. ತಮಗಿಷ್ಟವಾದ ವೃತ್ತಿ ಬಿಟ್ಟು ತಂದೆ–ತಾಯಿಯರ ವೃತ್ತಿಯನ್ನೇ ಮುಂದುವರಿಸಿಕೊಂಡು ಹೋಗುವಂತೆ ಆಗ್ರಹಪಡಿಸಿದಾಗಲೂ ಹೀಗಾಗಬಹುದು. ರಾವಣ ಹುಟ್ಟಿನಿಂದ ಬ್ರಾಹ್ಮಣ. ಆದರೆ ಅವನಿಗೆ ಬ್ರಾಹ್ಮಣ ಪಾಲನೆ ಇಷ್ಟವಿರಲಿಲ್ಲ. ಸ್ವಭಾವದಿಂದ ಅವನು ಕ್ಷತ್ರಿಯ... ಅದೇ..."

ಸೀತೆ ಮಾತು ತುಂಡರಿಯಿತು. ವಿಶ್ವಾಮಿತ್ರರು ನೇರವಾಗಿ ಅವಳ ಕಂಗಳನ್ನೇ ದಿಟ್ಟಿಸಿ ನೋಡುತ್ತಿದ್ದರು.

"ಹೌದು ನನಗೂ ಹಾಗೇ ಆಯಿತು. ನಾನು ಹುಟ್ಟಿನಿಂದ ಕ್ಷತ್ರಿಯ. ಆದರೆ ಬ್ರಾಹ್ಮಣ್ಯದ ಮೋಹ ನನಗೆ"

"ಗುರೂಜಿ ನಿಮ್ಮಂಥವರು ಅಪರೂಪ. ಬಹುತೇಕ ಜನ ಸಮಾಜದ ಹಾಗೂ ಕುಟುಂಬದ ಒತ್ತಡಗಳಿಗೆ ಶರಣಾಗುತ್ತಾರೆ. ಆದರೆ ಅದು

ಅವರೊಳಗೆ ಹತಾಶೆಯನ್ನುಂಟುಮಾಡುತ್ತದೆ. ಇವರು ಅತೃಪ್ತ, ಅಸಮ
ತೋಲ ಬದುಕನ್ನು ನಡೆಸುತ್ತಿರುವ ಅಸಂತುಷ್ಟ ಜನರು. ಕೋಪೋದ್ರಿಕ್ತರು.
ಸಮಾಜದಲ್ಲೂ ದೌರ್ಬಲ್ಯವಿದೆ. ಅದು ಶೌರ್ಯಪರಾಕ್ರಮಗಳಲ್ಲಿ ಕ್ಷತ್ರಿಯ
ರಿಂದ ಆವೃತವಾಗಿರಬಹುದು. ಆದರೆ ಅವರು ಸಮಾಜವನ್ನು ರಕ್ಷಿಸಲಾರರು.
ಬ್ರಾಹ್ಮಣರಿಗೆ ಶೂದ್ರರಂತೆ ವೈದ್ಯಕೀಯ, ಶಿಲ್ಪ ಮೊದಲಾದ ಕುಶಲವೃತ್ತಿಗಳನ್ನು
ಕೈಗೊಳ್ಳುವ ಆಸೆ ಇರಬಹುದು. ಆದರೆ ಅವರಿಗೆ ಅವಕಾಶವಿಲ್ಲ. ಹೀಗಾಗಿ
ಅವರು ಭಯಾನಕ ಮಾಸ್ತರುಗಳಾಗುತ್ತಾರೆ. ಆಖೈರಾಗಿ ಸಮಾಜ ಅವನತಿ
ಹೊಂದುತ್ತದೆ."

"ಸಮಸ್ಯೆಯನ್ನು ನೀನು ಚೆನ್ನಾಗಿ ಗುರುತಿಸಿದ್ದೀಯ. ಪರಿಹಾರವೇನು?"

"ನನಗೆ ತಿಳಿಯದು. ಸಮಾಜದಲ್ಲಿ ಪರಿವರ್ತನೆಯುಂಟು ಮಾಡುವುದು
ಹೇಗೆ? ನಮ್ಮ ಪವಿತ್ರ ಭೂಮಿಯನ್ನು ನಾಶಗೊಳಿಸುತ್ತಿರುವ ಈ ಜನ್ಮಜಾತ
ಜಾತಿಪದ್ಧತಿಯನ್ನು ನಿರ್ಮೂಲನಗೊಳಿಸುವುದೆಂತು?"

"ನನ್ನ ಮನಸ್ಸಿನಲ್ಲೊಂದು ಪರಿಹಾರವಿದೆ."

ಸೀತೆ ವಿವರದ ನಿರೀಕ್ಷೆಯಲ್ಲಿದ್ದಳು.

"ಈಗ ಬೇಡ. ಇನ್ನೊಂದು ದಿನ ವಿವರಿಸುತ್ತೇನೆ. ನೀನು ಸಿದ್ಧಳಾದಾಗ.
ಈಗ ಸದ್ಯಕ್ಕಂತೂ ನಾವೊಂದು ವ್ರತಾಚರಣೆ ಮಾಡುವುದಿದೆ" ಎಂದರು
ವಿಶ್ವಾಮಿತ್ರರು.

"ವ್ರತಾಚರಣೆ?"

"ಹೌದು" ಎನ್ನುತ್ತಾ ವಿಶ್ವಾಮಿತ್ರರು ಯಜ್ಞಕುಂಡದತ್ತ ತಿರುಗಿದರು.
ಹಡಗಿನ ಮುಖ್ಯ ಅಟ್ಟದಲ್ಲಿ ಯಜ್ಞಕುಂಡವನ್ನು ನಿರ್ಮಿಸಲಾಗಿತ್ತು. ಅಟ್ಟದ
ಮತ್ತೊಂದು ತುದಿಯಲ್ಲಿ ಏಳು ಮಂದಿ ಮಲಯಪುತ್ರ ಪಂಡಿತರು ಕಾದು
ಕುಳಿತಿದ್ದರು. ವಿಶ್ವಾಮಿತ್ರರ ಸೂಚನೆಯ ಮೇರೆ ಅವರು ಯಜ್ಞಕುಂಡದತ್ತ
ನಡೆದು ಬಂದರು.

"ಬಾ" ಎನ್ನುತ್ತಾ ವಿಶ್ವಾಮಿತ್ರರು ಸೀತೆಯನ್ನು ಮುಂದಕ್ಕೆ ಕರೆತಂದರು.

ಯಜ್ಞ ವೇದಿಕೆಯನ್ನು ಅಸಂಪ್ರದಾಯಿಕ ರೀತಿಯಲ್ಲಿ ನಿರ್ಮಿಸಲಾಗಿತ್ತು.
ಸೀತೆ ಅಂಥದನ್ನು ಕಂಡಿರಲಿಲ್ಲ. ಇಟ್ಟಿಗೆಯಿಂದ ಚೌಕಾಕಾರದಲ್ಲಿ ನಿರ್ಮಿಸ
ಲಾಗಿತ್ತು. ಯಜ್ಞಕುಂಡದ ಒಳಗೆ ಲೋಹದ ಪಾತ್ರೆ ಹೊಂದಿಸಲಾಗಿತ್ತು.

"ಈ ಯಜ್ಞಕುಂಡ ಮಂಡಲವನ್ನು ಪ್ರತಿನಿಧಿಸುತ್ತದೆ. ಒಂದು ರೀತಿಯಲ್ಲಿ ಆಧ್ಯಾತ್ಮಿಕ ವಾಸ್ತವತೆಯ ಪ್ರತೀಕವದು" ಎಂದು ವಿಶ್ವಾಮಿತ್ರರು ಸೀತೆಗೆ ವಿವರಿಸಿದರು.

"ಚಚ್ಚೌಕಾಕಾರದ ಹೊರವಲಯ ಪೃಥ್ವಿಯ ಪ್ರತಿನಿಧಿ–ನಾವು ಜೀವಿಸುತ್ತಿರುವ ಪುಣ್ಯಭೂಮಿ. ಕುಂಡದ ಚೌಕಾಕಾರದ ನಾಲ್ಕು ಮೂಲೆಗಳು ನಾಲ್ಕು ದಿಕ್ಕುಗಳನ್ನು ಪ್ರತಿನಿಧಿಸುತ್ತವೆ. ಯಜ್ಞಕುಂಡದ ಒಳಾವರಣ ಪ್ರಕೃತಿ. ಅದು ಅಸಂಸ್ಕೃತವಾದದ್ದು ಮತ್ತು ರೂಕ್ಷವಾದದ್ದು. ಒಳಾವಣದೊಳಗಣ ವೃತ್ತವು ಪ್ರಜ್ಞಾಪಥವನ್ನು ಪ್ರತಿನಿಧಿಸುತ್ತದೆ–ಪರಮಾತ್ಮನದು. ತನ್ನ ಮರ್ತ್ಯ ಜೀವನದೊಳಗೇ ಪರಮಾತ್ಮನನ್ನ ಅರಸುವುದು ವಿಷ್ಣುವಿನ ಕೆಲಸ. ವಿಷ್ಣು ಪರಮಾತ್ಮನೆಡೆಗೆ ಬೆಳಕಿನ ಪಥವನ್ನು ಹಚ್ಚುತ್ತಾನೆ. ಪ್ರಪಂಚದ ಆಗುಹೋಗುಗಳಿಂದ ಪರಿತ್ಯಕ್ತನಾಗಿಯಲ್ಲ, ನಮ್ಮ ಈ ಮಹಾನ್ ಪುಣ್ಯಭೂಮಿಯೊಂದಿಗೆ ಆಧ್ಯಾತ್ಮಿಕ ಸಂಬಂಧ ವರಿಸಿಕೊಳ್ಳುವ ಮೂಲಕವೇ..."

"ಹೌದು ಗುರೂಜಿ"

"ನೀನು ಚೌಕದ ದಕ್ಷಿಣ ದಿಕ್ಕಿನಲ್ಲಿ ಕೂರಬೇಕು."

ಸೀತೆ ವಿಶ್ವಾಮಿತ್ರರು ತೋರಿದ ಸ್ಥಳದಲ್ಲಿ ಕುಳಿತಳು. ಮಲಯಪುತ್ರರ ಪ್ರಧಾನರು ಸೀತೆಗೆ ಅಭಿಮುಖವಾಗಿ ಕುಳಿತರು. ಮಲಯಪುತ್ರ ಪಂಡಿತನೊಬ್ಬ ಹೋಮಕುಂಡದ ಒಳವೃತ್ತದಲ್ಲಿ ಅಗ್ನಿಯನ್ನು ಆವಿರ್ಭವಿಸಿದ. ಅವನು ಅಗ್ನಿಮಂತ್ರವನ್ನು ಜಪಿಸುತ್ತಿದ್ದ.

ಯಜ್ಞ ಆಹುತಿಯ ವಿನಿಮಯವಿದ್ದಂತೆ. ನೀವು ನಿಮಗೆ ಪ್ರಿಯವಾದುದನ್ನು ಯಜ್ಞದಲ್ಲಿ ಆಹುತಿಕೊಡುತ್ತೀರಿ. ಪ್ರತಿಯಾಗಿ ನಿಮಗೆ ದೈವಾನುಗ್ರಹವಾಗುತ್ತದೆ. ಶ್ರೇಯಸ್ಸು ಲಭಿಸುತ್ತದೆ. ಅಗ್ನಿದೇವರು ಇದಕ್ಕೆ ಸಾಕ್ಷಿ. ಮಾನವರು ಮತ್ತು ದೇವರ ನಡುವಣ ಈ ವಿನಿಮಯಕ್ಕೆ ಸಾಕ್ಷಿ.

ವಿಶ್ವಾಮಿತ್ರರು ಎರಡೂ ಕೈ ಮುಗಿದು ನಮಸ್ಕರಿಸಿದರು. ಸೀತೆ ಅವರನ್ನು ಅನುಕರಿಸಿದಳು. ಅವರು ಬೃಹದಕಾರಣ್ಯ ಉಪನಿಷತ್ತಿನ ಮಂತ್ರೋಚ್ಚಾರಣೆ ಮಾಡಿದರು. ಈ ಮಂತ್ರಪಠಣದಲ್ಲಿ ಮಲಯಪುತ್ರ ಪಂಡಿತರೂ ದನಿ ಗೂಡಿಸಿದರು.

ಅಸತೋಮ ಸದ್ಗಮಯ
ತಮಸೋಮ ಜ್ಯೋತಿರ್ಗಮಯ

ಮೃತ್ಯೋರ್ಮಾಮ್ ಅಮೃತಂಗಮಯ
ಓಂ ಶಾಂತಿ ಶಾಂತಿ ಶಾಂತಿಃ

ವಿಶ್ವಾಮಿತ್ರರು ಸೊಂಟದ ಪಟ್ಟಿಯ ಕೋಶದಿಂದ ಸಣ್ಣ ಒರೆಯೊಂದನ್ನು ಹೊರತೆಗೆದರು. ಅದನ್ನು ಪೂಜ್ಯಭಾವನೆಯಿಂದ ಅಂಗೈಯಲ್ಲಿರಿಸಿಕೊಂಡರು. ಅವರು ಒರೆಯೊಳಗಿಂದ ಒಂದು ಪುಟ್ಟ ಬೆಳ್ಳಿ ಚಾಕುವನ್ನು ಹೊರತೆಗೆದರು. ಹರಿತವಾದ ಚಾಕು. ಚಾಕುವಿನ ಅಲುಗಿನ ಮೇಲೆ ಬೆರಳಾಡಿಸಿದರು. ಬೆರಳನ್ನು ಅಲುಗಿನ ತುದಿವರೆಗೆ ತಂದರು. ಹರಿತವಾದ ಚಾಕು. ಚಾಕುವಿನ ಹಿಡಿಯ ಮೇಲಣ ರಕ್ತದ ಕಲೆಗಳನ್ನು ಗಮನಿಸಿದರು. ನಂತರ ಚಾಕುವನ್ನು ಸೀತೆಯ ಕೈಗೆ ಹಸ್ತಾಂತರಿಸಿದರು.

"ಈ ಯಜ್ಞಕ್ಕೆ ನನ್ನ ರಕ್ತದ ಬೀಗಮುದ್ರೆ ಬೀಳಲಿದೆ"

ಎಂದರು ವಿಶ್ವಾಮಿತ್ರರು.

"ಹೌದು ಗುರೂಜಿ"

ಎಂದು ಸೀತೆ ಭಕ್ತಿಪೂರ್ವಕ ಚಾಕುವನ್ನು ಸ್ವೀಕರಿಸಿದಳು.

ವಿಶ್ವಾಮಿತ್ರರು ಮತ್ತೆ ಸೊಂಟದ ಪಟ್ಟಿಯ ಕೋಶದೊಳಗಿಂದ ಮತ್ತೊಂದು ಒರೆಯನ್ನು ಹೊರತೆಗೆದರು. ಎರಡನೆಯ ಚಾಕುವನ್ನು ಅದರಿಂದ ಸೆಳೆದು ಅಲುಗನ್ನು ಪರೀಕ್ಷಿಸಿ ನೋಡಿದರು. ಅವರು ಸೀತೆಯತ್ತ ನೋಡಿ ನುಡಿದರು: "ರಕ್ತ ಯಜ್ಞಕುಂಡದ ಒಳಾವರಣದ ಎಲ್ಲೆಯೊಳಗೆ ಮಾತ್ರ ಬೀಳಬೇಕು. ಯಾವ ಕಾರಣಕ್ಕೂ ರಕ್ತ ಆ ಎಲ್ಲೆಯಾಚೆಗೆ ಸಿಡಿಯಬಾರದು ಸ್ಪಷ್ಟವಾಯಿತೆ?

"ಆಗಲಿ ಗುರೂಜಿ..."

ಮಲಯಪುತ್ರ ಪಂಡಿತರಿಬ್ಬರೂ ಮೌನವಾಗಿ ವಿಶ್ವಾಮಿತ್ರ ಮತ್ತು ಸೀತೆಯರನ್ನು ಸಮೀಪಿಸಿ ಅವರ ಕೈಯ್ಯಲ್ಲಿ ವಸ್ತ್ರದ ಎರಡು ತುಂಡುಗಳನ್ನಿರಿಸಿದರು. ಅದು ಬೇವಿನ ರಸದಲ್ಲಿ ತೊಯ್ದ ಕ್ರಿಮಿನಾಶಕ ವಸ್ತುವಾಗಿತ್ತು. ಸೀತೆ ಯಾವುದೇ ಆದೇಶಕ್ಕೂ ಕಾಯದೆ ಹರಿತವಾದ ಚಾಕುವಿನ ಅಲುಗನ್ನು ಎಡಗೈನ ಅಂಗೈ ಮೇಲಿಟ್ಟು ಮುಷ್ಠಿ ಬಿಗಿಮಾಡಿದಳು. ನಂತರ ಮರುಕ್ಷಣವೇ ಚಾಕುವನ್ನು ಹೊರಕ್ಕೆಳೆದರು. ಅಂಗೈನ ಆ ತುದಿಯಿಂದ ಈ ತುದಿಯವರೆಗೆ ಚರ್ಮ ಕತ್ತರಿಸಿಹೋಗಿತ್ತು.

"ಅರೆ ನಮಗೆ ಬೇಕಾದದ್ದು ಒಂದು ಹನಿ ರಕ್ತ ಮಾತ್ರ. ಸಣ್ಣಗೀರು

ಮಾಡಿಕೊಂಡಿದ್ದರೆ ಸಾಕಿತ್ತು" ಎಂದು ವಿಶ್ವಾಮಿತ್ರರು ಉದ್ಗರಿಸಿದರು.

ಸೀತೆ ವಿಚಲಿತಳಾಗದೆ ನೋಡಿದಳು. ರಕ್ತ ಹೊರಚೆಲ್ಲದಂತೆ ವಸ್ತ್ರದ ತುಂಡಿನಿಂದ ಕೈ ಗಾಯವನ್ನು ಒರೆಸಿದಳು.

ವಿಶ್ವಾಮಿತ್ರರೂ ತಮ್ಮ ಹೆಬ್ಬೆರಳನ್ನು ಕೊಯ್ದುಕೊಂಡು ಯಜ್ಞಕುಂಡದ ಒಳಾವರಣದ ಎಲ್ಲೆಯೊಳಕ್ಕೆ ಅದನ್ನು ಒಯ್ದು ಹೆಬ್ಬೆರಳನ್ನು ಒತ್ತಿದರು. ಅಗ್ನಿಯೊಳಗೆ ಒಂದು ಹನಿ ರಕ್ತವನ್ನು ಒಸರಿಸಿದರು. ಸೀತೆ ಎಡಗೈಯನ್ನು ಮುಂದು ಮಾಡಿ ಒತ್ತಿಹಿಡಿದಿದ್ದ ವಸ್ತ್ರವನ್ನು ತೆಗೆದು ಯಜ್ಞಕುಂಡಕ್ಕೆ ಒಂದು ಹನಿ ರಕ್ತ ಹರಿಸಿದಳು.

ವಿಶ್ವಾಮಿತ್ರರು ಸ್ಪಷ್ಟ ದನಿಯಲ್ಲಿ ಘೋಷಿಸಿದರು : "ಅಗ್ನಿ ಸಾಕ್ಷಿಯಾಗಿ ಹೇಳುತ್ತೇನೆ. ನನ್ನ ದೊರೆ ಪರಶುರಾಮನಿಗೆ ಇತ್ತ ವಚನವನ್ನು ನನ್ನ ಕೊನೆಯುಸಿರು ಇರುವವರೆಗೂ ಅದರ ನಂತರವೂ ಪಾಲಿಸುತ್ತೇನೆ."

ಜೈ ಪರಶುರಾಮ್–ವಿಶ್ವಾಮಿತ್ರರು ಉದ್ಘೋಷ ಮಾಡಿದರು.

ಜೈ ಪರಶುರಾಮ್ – ಸೀತೆ ಪುನರುಚ್ಚರಿಸಿದಳು. ಮಲಯಪುತ್ರ ಪಂಡಿತರೂ ದನಿಗೂಡಿಸಿದರು.

ಜೈ ಪರಶುರಾಮ್

ವಿಶ್ವಾಮಿತ್ರರು ನಗುತ್ತ ಕೈಯ್ಯನ್ನು ಹಿಂದೆಗೆದುಕೊಂಡರು. ಸೀತೆಯೂ ಕೈ ಹಿಂದೆಗೆದುಕೊಂಡು ವಸ್ತ್ರದಿಂದ ಗಾಯಕ್ಕೆ ಬ್ಯಾಂಡೇಜ್ ಕಟ್ಟಿದಳು.

"ಮುಗಿಯಿತು"

ಎಂದರು ವಿಶ್ವಾಮಿತ್ರರು ಸೀತೆಯತ್ತ ನೋಡುತ್ತ.

"ನಾನೀಗ ಮಲಯಪುತ್ರನೆ?"

ಸೀತೆ ಉತ್ತರದ ನಿರೀಕ್ಷೆಯಲ್ಲಿ ಕೇಳಿದಳು. ವಿಶ್ವಾಮಿತ್ರರು ವಿಸ್ಮಿತರಾಗಿ ನೋಡಿದರು. ಅವರು ಸೀತೆಯ ಚಾಕುವಿನತ್ತ ಬೆರಳು ಮಾಡಿ "ನಿನ್ನ ಚಾಕುವಿನ ಮೇಲಣ ಕಲೆಗಳನ್ನು ನೋಡು" ಎಂದರು.

ಸೀತೆ ಬೆಳ್ಳಿ ಚಾಕುವನ್ನು ಕೈಗೆತ್ತಿಕೊಂಡು ನೋಡಿದಳು. ಅದರ ಮೇಲೆ ಅವಳ ರಕ್ತದ ಕಲೆ ಇತ್ತು. ಅವಳು ಚಾಕುವನ್ನು ಸೂಕ್ಷ್ಮವಾಗಿ ಗಮನಿಸಿದಳು. ಅದರ ಮೇಲೆ ಮೂರು ಅಕ್ಷರಗಳನ್ನು ಕೆತ್ತಲಾಗಿತ್ತು. ಹಳೆಯ ಸಂಸ್ಕೃತಕ್ಕೆ ಲಿಪಿ ಇರಬಾರದೆಂದು ಪ್ರಾಚೀನ ಋಷಿಗಳು ನುಡಿದಿದ್ದರು. ಅದು ವಿವೇಕವಾಣಿ. ಲಿಖಿತ ಅಕ್ಷರ ವಾಚ್ಯಾಕ್ಷರಕ್ಕಿಂತ ಕೀಳಾದುದು ಎಂದು ಅವರ

ಅಭಿಪ್ರಾಯವಾಗಿತ್ತು. ಅದು ಪರಿಕಲ್ಪನೆಗಳನ್ನು ಅರ್ಥಮಾಡಿಕೊಳ್ಳುವ ಸಾಮರ್ಥ್ಯವನ್ನು ಕುಗ್ಗಿಸುತ್ತದೆ. ಶ್ವೇತಕೇತು ಋಷಿಗಳು ಅದನ್ನು ಮತ್ತೊಂದು ರೀತಿ ಹೇಳುತ್ತಿದ್ದರು : ಪ್ರಾಚೀನ ಕಾಲದ ಋಷಿಗಳು ಶಾಸ್ತ್ರಗಳನ್ನು ಬರೆಯಲಿಲ್ಲ. ಮೌಖಿಕವಾಗಿ ಹೇಳುತ್ತಿದ್ದರು. ಕಾಲ ಬದಲಾದಂತೆ ಲಿಖಿತ ಶಾಸ್ತ್ರವೂ ಬದಲಾಗಬಹುದು. ಮೌಖಿಕವಾದದ್ದು ಹಾಗೆಯೇ ಉಳಿಯುತ್ತದೆ." ಕಾರಣ ಏನೇ ಇರಲಿ, ಸಪ್ತ ಸಿಂಧುವಿನಲ್ಲಿ ಲಿಪಿಗೆ ಮಾನ್ಯತೆ ಇರಲಿಲ್ಲ.

ಹಲವಾರು ಭಾಷೆಗಳ ಲಿಪಿಗಳು ದೇಶದ ಉದ್ದಗಲ ಇದ್ದವು. ಅದೇ ರೀತಿ ಶಾಸ್ತ್ರಗಳು ಹಲವಾರು ಭಾಷೆಗಳಲ್ಲಿ ಲಿಖಿತವಾಗಿದ್ದವು. ಏಕಲಿಪಿ ರೂಪಿಸುವ ಪ್ರಯತ್ನ ನಡೆಯಲಿಲ್ಲ. ಚಾಕುವಿನ ಹಿಡಿಯ ಮೇಲಿದ್ದದ್ದು ಸರಸ್ವತಿ ನದಿ ತೀರದ ಮೇಲ್ದಂಡೆಯಲ್ಲಿ ಬಳಕೆಯಲ್ಲಿದ್ದ ಭಾಷೆಯ ಅಕ್ಷರಗಳು. ಸೀತೆಗೆ ಅದನ್ನು ಓದುವುದು ಸಾಧ್ಯವಾಯಿತು.

ಪರಶುರಾಮನ ಪ್ರತೀಕಗಳು.

"ಆ ಕಡೆ ಅಲ್ಲ ಸೀತೆ, ಇನ್ನೊಂದು ಸುತ್ತು ತಿರುಗಿಸು"

—ವಿಶ್ವಾಮಿತ್ರರು ಸೂಚಿಸಿದರು.

ಸೀತೆ ಚಾಕುವಿನ ಇನ್ನೊಂದು ಅಲುಗನ್ನು ಮೀಟಿದಳು. ಆಘಾತದಿಂದ ಅವಳ ಕಂಗಳು ದೊಡ್ಡದಾದವು.

ಭಾರತದ ಎಲ್ಲ ಶಾಸ್ತ್ರಗ್ರಂಥಗಳಲ್ಲೂ ಕಂಡುಬರುವ ಸಾಮಾನ್ಯ ಸಂಕೇತ ಮೀನು–ಮತ್ಸ್ಯ. ಸಮುದ್ರ ಉಕ್ಕಿ ಮನುವಿನ ಪುರ ನಾಶಹೊಂದಿದ್ದಾಗ ಅವನು ಪಾರಾದದ್ದು ಬೃಹತ್ ಮೀನೊಂದರಿಂದ. ಆ ಬೃಹತ್ ಮೀನಿಗೆ ಪ್ರಥಮ ವಿಷ್ಣುವಿನ ಅವತಾರವಾದ ಮತ್ಸ್ಯಬಿರುದಾಂಕಿತ ಗೌರವ ನೀಡ ತಕ್ಕದ್ದೆಂದು ದೊರೆಯು ಆದೇಶಿಸಿದ್ದ. ಮತ್ಸ್ಯ ವಿಷ್ಣುವಿನ ಅನುಯಾಯಿ ಎಂಬುದರ ಸಂಕೇತ. ವಿಶ್ವಾಮಿತ್ರನ ಚಾಕುವಿನ ಹಿಡಿಯ ಮೇಲೂ ಇದೇ ಸಂಕೇತವಿತ್ತು.

ಆದರೆ ಸೀತೆಯ ಚಾಕು ಮೇಲೆ ಇದ್ದದ್ದು ಸುಧಾರಿತ ಮತ್ಸ್ಯದ ಸಂಕೇತ.

ಅದೊಂದು ಮೀನು ಎಂಬುದರಲ್ಲಿ ಸಂದೇಹವಿರಲಿಲ್ಲ. ಆದರೆ ಅದಕ್ಕೊಂದು ಕಿರೀಟವಿತ್ತು.

ಕಿರೀಟವಿಲ್ಲದ ಮತ್ಸ್ಯದ ಸಂಕೇತದ ಅರ್ಥ ನೀವು ವಿಷ್ಣುವಿನ ಅನುಯಾಯಿ ಎಂದು. ಆದರೆ ಮತ್ಸ್ಯಕ್ಕೆ ಕಿರೀಟವಿದ್ದಲ್ಲಿ ಅದು ನೀವೇ ವಿಷ್ಣು ಎಂದು ಅರ್ಥ.

ಸೀತೆ ಸ್ತಂಭೀಭೂತಳಾಗಿ ವಿಶ್ವಾಮಿತ್ರರನ್ನು ನೋಡಿದಳು.

"ಈ ಚಾಕು ನಿನ್ನದು ಸೀತೆ."

—ಎಂದರು ವಿಶ್ವಾಮಿತ್ರರು ಜೇನಿನಂಥ ದನಿಯಲ್ಲಿ.

ಅಧ್ಯಾಯ – 9

ಶ್ವೇತಕೇತುವಿನ ಗುರುಕುಲದಲ್ಲಿ ವಿದ್ಯಾರ್ಥಿನಿಲಯಗಳು ಹಾಳತ ವಾಗಿದ್ದವು. ಪ್ರತಿ ವಿದ್ಯಾರ್ಥಿಗೂ ಕಿಟಕಿರಹಿತವಾದ ಮಣ್ಣಿನ ಗುಡಿಸಲನ್ನು ನೀಡಲಾಗಿತ್ತು. ಒಂದು ಹಾಸಿಗೆ ಹಾಸುವಷ್ಟು, ಪುಸ್ತಕಗಳನ್ನಿಟ್ಟುಕೊಳ್ಳುವಷ್ಟು ಮಾತ್ರ ವಿಶಾಲವಾಗಿತ್ತು. ಗೋಡೆಯಲ್ಲಿ ಬಟ್ಟೆ ನೇತುಹಾಕಲು ಒಂದೆರಡು ಗೂಟಗಳು. ಗುಡಿಸಲುಗಳಿಗೆ ಬಾಗಿಲುಗಳಿರಲಿಲ್ಲ. ವಾಸ್ಕಾಲುಗಳನ್ನು ಮಾತ್ರ ಇಡಲಾಗಿತ್ತು.

ಸೀತೆ ಮಲಗಿದ್ದಳು. ಹಿಂದಿನ ದಿನ ಮಲಯಪುತ್ರ ನೌಕೆಯಲ್ಲಿ ನಡೆದುದನ್ನು ನೆನಪಿಸಿಕೊಳ್ಳುತ್ತಿದ್ದಳು. ಅವಳು ಚಾಕುವನ್ನು ಕೈಯ್ಯಲ್ಲೆತ್ತಿ ಕೊಂಡಳು. ಕೈ ಕೊಯ್ದುಕೊಳ್ಳುವ ಅಪಾಯವಿರಲಿಲ್ಲ. ಚಾಕು ಒರೆಯಲ್ಲಿತ್ತು. ಚಾಕುವಿನ ಹಿಡಿಯನ್ನು ಮತ್ತೆ ಮತ್ತೆ ನೋಡಿದಳು. ಅದರ ಮೇಲಿನ ಸುಂದರವಾದ ಕೆತ್ತನೆ ಅವಳನ್ನು ಆಕರ್ಷಿಸಿತ್ತು.

ವಿಷ್ಣು?

ನಾನು?

ಅವಳ ತರಬೇತಿ ಶೀಘ್ರದಲ್ಲೇ ಆರಂಭವಾಗುವುದೆಂದು ವಿಶ್ವಾಮಿತ್ರರು ತಿಳಿಸಿದ್ದರು. ಕೆಲವು ತಿಂಗಳುಗಳಲ್ಲಿ ಗುರುಕುಲದ ವಿದ್ಯಾಭ್ಯಾಸ ಮುಗಿಯಲಿತ್ತು. ಅವಳು ಅಷ್ಟು ದೊಡ್ಡವಳಾಗಿದ್ದಳು. ನಂತರ ಅವಳು ದಕ್ಷಿಣದ ತುದಿಯಲ್ಲಿರುವ ಮಲಯಪುತ್ರರ ರಾಜಧಾನಿಯಾದ ಅಗಸ್ತ್ಯಕೂಟಕ್ಕೆ ತೆರಳಲಿದ್ದಳು. ತಾನು ಪಡೆದುಕೊಳ್ಳಲಿರುವ ಹಾಗೂ ಒಂದು ದಿನ

ಪ್ರಧಾನಳಾಗಲಿರುವ ಪ್ರದೇಶವನ್ನು ಅವಳು ಅರ್ಥಮಾಡಿಕೊಳ್ಳಬೇಕೆಂಬುದು ವಿಶ್ವಾಮಿತ್ರರ ಉದ್ದೇಶವಾಗಿತ್ತು. ಏತನ್ಮಧ್ಯೆ ಮುಂದಿನ ಮಾರ್ಗ ಕುರಿತು ವಿಶ್ವಾಮಿತ್ರರು ನೀಲಿ ನಕ್ಷೆಯೊಂದನ್ನು ತಯಾರಿಸಬೇಕಿತ್ತು. ಹೊಸ ಜೀವನ ಶೈಲಿಯ ನಕ್ಷೆ.

ಸೀತೆ ಪರವಶಳಾಗಿದ್ದಳು.

"ಅಮ್ಮಣ್ಣಿ"

ಅವಳು ಎದ್ದು ಬಾಗಿಲಿಗೆ ಬಂದಳು. ಸ್ವಲ್ಪ ದೂರದಲ್ಲಿ ಜಟಾಯು ನಿಂತಿದ್ದ.

"ಅಮ್ಮಣ್ಣಿ"

ಸೀತೆ ಕೈ ಜೋಡಿಸಿ ನಮಸ್ತೆ ಎಂದಳು.

"ಜಟಾಯು, ನಾನು ನಿನ್ನ ತಂಗಿ ಇದ್ದಂತೆ. ನನಗೆ ಮುಜುಗರ ಉಂಟು ಮಾಡಬೇಡ. ನನ್ನ ಹೆಸರು ಹಿಡಿದು ಕರೆದರೆ ಸಾಕು."

"ಇಲ್ಲ, ನಾನು ಹಾಗೆ ಕರೆಯಬಾರದು, ಅಮ್ಮಣ್ಣಿ. ತಾವು..."

ಜಟಾಯು ಮುಂದೆ ಮಾತನಾಡಲಿಲ್ಲ. ಮಲಯಪುತ್ರರಿಗೆ ಕಟ್ಟುನಿಟ್ಟಾಗಿ ಆದೇಶಿಸಲಾಗಿತ್ತು – ಸೀತೆಯನ್ನು ಮುಂದಿನ ವಿಷ್ಣುವೆಂದು ಯಾರೂ ಬಾಯಿ ಬಿಡಕೂಡದು, ಸೂಕ್ತ ಸಮಯದಲ್ಲಿ ಅದನ್ನು ಪ್ರಕಟಿಸಲಾಗುವುದೆಂದು. ಈ ವಿಷ್ಣು ಪದವಿಯಿಂದ ತನಗೇನಾಗಬಹುದೆಂದು ಸೀತೆಯೂ ಆತಂಕಗೊಂಡಿದ್ದಳು.

"ಹಾಗಿದ್ದಲ್ಲಿ ನನ್ನನ್ನೂ ತಂಗೀ ಎಂದು ಕರಿ"

"ಅದು ನ್ಯಾಯವಾದ ಮಾತು ತಂಗೀ"

"ಜಟಾಯು ಏನು ಸಮಾಚಾರ?"

"ನಿನ್ನ ಕೈ ಹೇಗಿದೆ ಈಗ?"

ಅವಳ ಮತ್ತೊಂದು ಕೈ ಬೇವಿನಸೊಪ್ಪು ಅರೆದುಕಟ್ಟಿದ ಬ್ಯಾಂಡೇಜಿನ ಮೇಲೆ ಹರಿದಾಡಿತು. ಅವಳು ತುಟಿಕಚ್ಚಿಕೊಂಡಳು.

"ರಕ್ತ ಒಸರಿಸುವಾಗ ನಾನು ಸ್ವಲ್ಪ ಹೆಚ್ಚು ಉತ್ಸುಕಳಾಗಿದ್ದೆ"

"ಹೌದು"

"ಈಗ ನಾನು ಚೆನ್ನಾಗಿದ್ದೇನೆ."

"ಒಳ್ಳೆಯದಾಯಿತು."

ಜಟಾಯು ನಾಚಿಕೆ ಸ್ವಭಾವದವ. ನಿಧಾನವಾಗಿ ಉಸಿರೆಳೆದು ಹೇಳಿದ : "ಮಲಯಪುತ್ರರು ಹೊರತಾಗಿ, ನನ್ನ ಬಗ್ಗೆ ಕರುಣೆಯುಳ್ಳ ಕೆಲವರಲ್ಲಿ ನೀನೂ ಒಬ್ಬಳು. ವಿಶ್ವಾಮಿತ್ರ ಆದೇಶ ನೀಡದೆಯೂ ನೀನು ನನ್ನ ಬಗ್ಗೆ ಕರುಣಾಮಯಿ ಆಗಿರುವಿ."

ಕೆಲವು ತಿಂಗಳುಗಳ ಹಿಂದೆ ಸೀತೆ ಜಟಾಯುವಿಗೆ ಉಣಬಡಿಸಿದ್ದಳು. ಜಟಾಯುವಿನ ಮುಖ ತನ್ನನ್ನು ರಕ್ಷಿಸಿದ ಗೃಧ್ರಪಕ್ಷಿಯ ನೆನಪು ಉಂಟು ಮಾಡುತ್ತಿತ್ತು ಎಂಬ ಕಾರಣಕ್ಕಾಗಿ. ಆದರೆ ಅದನ್ನು ಅವಳು ಯಾರಿಗೂ ತಿಳಿಸಿರಲಿಲ್ಲ.

"ಈ ಹೊಸ ಪರಿಸರದಲ್ಲಿ ನಿನಗೆ ಅಭದ್ರತೆ ಎನಿಸಿರಬಹುದು."

"ಅಂಥ ಭಾವನೆ ಉಂಟಾಗುವುದು ಸಹಜ. ಆದರೆ ನಾನೀ ಪರಿಸರದಲ್ಲಿ ಪರವಶಳಾಗಿದ್ದೇನೆ."

ಸೀತೆಯನ್ನು ವಿಷ್ಣುಪದವಿಗೇರಿಸಿದ ಬಗ್ಗೆ ಮಲಯಪುತ್ರರಲ್ಲೇ ಗುಸುಗುಸು ಮಾತುಗಳು ನಡೆದಿದ್ದುದನ್ನು ಜಟಾಯು ಅವಳಿಗೆ ತಿಳಿಸಲಿಲ್ಲ. ಆದರೆ ಅದನ್ನು ಪ್ರಶ್ನಿಸುವ ಧೈರ್ಯ ಯಾರಿಗೂ ಇರಲಿಲ್ಲ.

"ನಿನಗೆ ಇದು ಸ್ವಲ್ಪ ಕಷ್ಟ ಎನಿಸಿರಬಹುದು. ಏಕೆಂದರೆ ನೀನು ಯಾರೊಡನೆಯೂ ಆ ಬಗ್ಗೆ ಮಾತನಾಡುವಂತಿಲ್ಲ – ಮಲಯಪುತ್ರರು ಹೊರತಾಗಿ."

"ಹೌದು" ಎಂದು ಸೀತೆ ನಕ್ಕಳು.

"ನಿನಗೇನಾದರೂ ಬೇಕಾದಲ್ಲಿ ಅಥವಾ ಯಾರೊಡನೆ ಏನಾದರೂ ಹೇಳಿಕೊಳ್ಳಬೇಕೆನಿಸಿದಲ್ಲಿ ನಾನಿದ್ದೇನೆ. ಇನ್ನು ಮುಂದೆ ನಿನ್ನ ರಕ್ಷಣೆ ನನ್ನ ಹೊಣೆ. ನಾನು ಮತ್ತು ನನ್ನ ಸೇನಾ ತುಕಡಿ ಇಲ್ಲೇ ಹತ್ತಿರದಲ್ಲೇ ಇರುತ್ತೇವೆ" ಎಂದು ಜಟಾಯು ವಿನಂತಿಸಿಕೊಂಡ.

ಅನತಿದೂರದಲ್ಲೇ ಹದಿನೈದು ಮಂದಿ ಸ್ಥಿರವಾಗಿ ನಿಂತಿದ್ದರು.

"ಮಿಥಿಲೆಯಲ್ಲಿ ನಾನು ಸಾರ್ವಜನಿಕವಾಗಿ ಕಾಣಿಸಿಕೊಂಡು ನಿನಗೆ ಕಿರಿಕಿರಿಯುಂಟು ಮಾಡುವುದಿಲ್ಲ. ನಾನೊಬ್ಬ ನಾಗ. ಎಲ್ಲೂ ಕೆಲವು ಗಂಟೆಗಳಿಗಿಂತ ಹೆಚ್ಚು ಕಾಲ ನಾನಿರುವುದಿಲ್ಲ. ನಾನು ಮತ್ತು ನನ್ನ ಜನ ನಿನ್ನ ನೆರಳಿನಂತಿರುತ್ತೇವೆ."

"ಜಟಾಯು ನಿನ್ನಿಂದ ನಂಗೆ ಕಿರಿಕಿರಿಯೇ? ಎಂದಿಗೂ ಇಲ್ಲ."

"ಸೀತಾ"

ಮಿಥಿಲೆಯ ರಾಜಕುವರಿ ದನಿ ಬಂದ ದಿಕ್ಕಿನತ್ತ ತಿರುಗಿದಳು–
ಅರಿಷ್ಟನೇಮಿ.

"ಸೀತಾ...ಗುರೂಜಿ ನಿನ್ನೊಡನೆ ಮಾತನಾಡಬಯಸಿದ್ದಾರೆ"

"ಕ್ಷಮಿಸು ಜಟಾಯು" - ಎಂದು ಸೀತೆ ಕೈಮುಗಿದಳು.

ಜಟಾಯು ಪ್ರತಿನಮಸ್ಕಾರ ಹೇಳಿ, ಅರಿಷ್ಟನೇಮಿಯನ್ನು ಹಿಂದೆ ಬಿಟ್ಟು
ನಿರ್ಗಮಿಸಿದ. ಸೀತೆ ಹೋದ ನಂತರ ಜಟಾಯು ಅವಳು ನಡೆದುಹೋದ
ಹಾದಿಯ ಹುಡಿಮಣ್ಣನ್ನು ಕೈಗೆತ್ತಿಕೊಂಡು ಭಕ್ತಿಪೂರ್ವಕ ಹಣೆಗೆ ಹಚ್ಚಿಕೊಂಡ.
ನಂತರ ಸೀತೆ ಹೋದ ದಿಕ್ಕಿನಲ್ಲೇ ಅವನೂ ನಡೆದ.

ಅವಳು ತುಂಬಾ ಒಳ್ಳೆಯ ಹುಡುಗಿ.

**ವಿಶ್ವಾಮಿತ್ರ ಮತ್ತು ವಸಿಷ್ಠರ ನಡುವೆ ಅವಳೊಂದು ದಾಳವಾಗುವುದಿಲ್ಲ
ಎಂದು ಭಾವಿಸುತ್ತೇನೆ.**

— ೧೮ —

ಎರಡು ತಿಂಗಳು ಕಳೆದವು. ಮಲಯಪುತ್ರರು ರಾಜಧಾನಿ ಅಗಸ್ತ್ಯ
ಕೂಟಕ್ಕೆ ಹಿಂದಿರುಗಿದ್ದರು. ಸೀತೆ, ಮಲಯಪುತ್ರರ ಪ್ರಧಾನರು ನೀಡಿದ್ದ
ಗ್ರಂಥಗಳ ಅಧ್ಯಯನದಲ್ಲೇ ಹೆಚ್ಚು ಕಾಲಕಳೆಯುತ್ತಿದ್ದಳು. ನರಸಿಂಹ,
ವಾಮನ, ಪರಶುರಾಮ ಹೀಗೆ ವಿಷ್ಣುವಿನ ಅವತಾರಗಳ ವೃತ್ತಾಂತಗಳನ್ನು
ನಿರೂಪಿಸುವ ಗ್ರಂಥಗಳು. ಅವರುಗಳು ಎದುರಿಸಿದ ಸಮಸ್ಯೆಗಳು,
ಭಗವಂತನ ಪ್ರಚಾರದಲ್ಲಿ ಎದುರಾದ ತೊಡಕುಗಳು ಮೊದಲಾದವುಗಳ ಬಗ್ಗೆ
ಈ ಅವತಾರ ಪುರುಷರ ಬದುಕಿನಿಂದ ಸೀತೆ ಪಾಠ ಕಲಿಯಲಿ ಎಂಬುದು
ವಿಶ್ವಾಮಿತ್ರರ ಅಭಿಪ್ರಾಯವಾಗಿತ್ತು. ಸೀತೆ ಈ ಅಧ್ಯಯನವನ್ನು
ಗಂಭೀರವಾಗಿ, ಏಕಾಂತದಲ್ಲಿ ನಡೆಸಿದಳು. 'ಭೂಮಿ, ನೀನೀಗ ಗುರುಕುಲದ
ಬಲದ್ವಾರಕ್ಕೆ ಬರಬೇಕು... ನಿನ್ನೂರಿನಿಂದ ಯಾರೋ ಬಂದಿದ್ದಾರೆ."

—ರಾಧಿಕಾ ಹೇಳಿದಳು.

ಏಕಾಂತ ಭಂಗವಾಗಿ ಸೀತೆಗೆ ಸ್ವಲ್ಪ ಸಿಟ್ಟು ಬಂತು. "ಬರುತ್ತೇನೆ"
ಎಂದಳು.

"ಸೀತಾ"

—ರಾಧಿಕಾ ಕೂಗಿದಳು.

ಸೀತೆ ಅವಳತ್ತ ತಿರುಗಿದಳು. ಗೆಳತಿ ವಿಚಲಿತಳಾದಂತೆ ಕಂಡಿತು.

"ನಿನ್ನ ತಾಯಿ ಬಂದಿದ್ದಾರೆ. ಈಗಿಂದೀಗಲೇ ನೀನು ಅವರಿರುವೆಡೆಗೆ ಹೋಗಬೇಕು."

—೧೮—

ಸೀತೆ ನಿಧಾನವಾಗಿ ಹೆಜ್ಜೆಹಾಕಿದಳು. ಅವಳೆದೆ ಡವಗುಡುತ್ತಿತ್ತು. ಹಾದಿಯಲ್ಲಿ ಗುರುಕುಲದ ಇಳಿಗಟ್ಟೆಯಲ್ಲಿ ಎರಡು ಆನೆಗಳನ್ನು ಕಟ್ಟಿಹಾಕಿರುವುದು ಅವಳಿಗೆ ಕಾಣಿಸಿತು. ತಾಯಿಗೆ ತನ್ನೊಡೆ ಹೋದೆಡೆಯಲ್ಲೆಲ್ಲ ಆನೆಗಳನ್ನು ಕರೆದೊಯ್ಯುವ ಹವ್ಯಾಸವಿದ್ದದ್ದು ಅವಳಿಗೆ ತಿಳಿದಿತ್ತು. ಸೀತೆ, ರಾಣಿ ಸುನಯನಾಳೊಡಗೂಡಿ ಆನೆ ಅಂಬಾರಿ ಮೇಲೆ ಕಾಡಿಗೆ ಹೋಗುತ್ತಿದ್ದುದೂ ಉಂಟು. ಮಗಳಿಗೆ ಪ್ರಾಣಿಗಳು ಮತ್ತು ಅವುಗಳ ಜೀವನ ಕ್ರಮ ತಿಳಿಯಹೇಳುವುದು ಸುನಯನಾಳಿಗೆ ಪ್ರಿಯವಾದ ಸಂಗತಿಯಾಗಿತ್ತು.

ಸೀತೆಗೆ ತಿಳಿದವರೆಲ್ಲರಿಗಿಂತ ಸುನಯನಾಳಿಗೆ ಪ್ರಾಣಿಗಳ ಬಗ್ಗೆ ಹೆಚ್ಚಾಗಿ ತಿಳಿದಿತ್ತು. ಅರಣ್ಯ ಪರ್ಯಟನ ಸೀತೆಯ ನೆನಪಿನಲ್ಲಿ ಹಸಿರಾಗಿತ್ತು. ತಾಯಿ ಭೂಮಿ ತಾಯಿ ಮತ್ತು ಅವಳ ತಾಯಿ ಸೀತೆಗೆ ತುಂಬ ಪ್ರಮುಖವಾಗಿದ್ದವು.

ತನ್ನಿಂದಾಗಿ ಕುಶಧ್ವಜ ಮಿಥಿಲಾದ ವಾಣಿಜ್ಯ ವ್ಯವಹಾರಗಳ ಮೇಲೆ ತೀವ್ರವಾದ ಪ್ರತಿಬಂಧಕಗಳನ್ನು ಹೇರಿದ್ದು ಅವಳಿಗೆ ನೋವುಂಟುಮಾಡಿತ್ತು. ಚಿಕ್ಕಪ್ಪನ ರಾಜ್ಯವಾದ ಸಾಂಕ್ಷ್ಯಾ ತಂದೆಯ ಸಾಮ್ರಾಜ್ಯದೊಂದಿಗೆ ವಾಣಿಜ್ಯ ವ್ಯವಹಾರ ಹೊಂದಿತ್ತು. ನಿರ್ಬಂಧಗಳಿಂದಾಗಿ ಅಗತ್ಯ ವಸ್ತುಗಳ ಬೆಲೆ ಗಗನಕ್ಕೇರಿದ್ದವು. ಇದಕ್ಕಾಗಿ ಮಿಥಿಲೆಯ ಪ್ರಜೆಗಳನ್ನು ಸೀತೆಯನ್ನು ದೂಷಿಸಲಾರಂಭಿಸಿದ್ದರು. ಅವಳು ಕುಶಧ್ವಜನ ರಾಜಮುದ್ರೆಯನ್ನು ಒಡೆದುಹಾಕಿದ ಸಂಗತಿ ಎಲ್ಲರಿಗೂ ತಿಳಿದಿತ್ತು. ಪ್ರತೀಕಾರ ಅನಿವಾರ್ಯವಾಗಿತ್ತು. ಪುರಾತನ ಸಂಪ್ರದಾಯದಂತೆ ರಾಜಮುದ್ರೆ ದೊರೆಯ ಪ್ರತಿನಿಧಿ ಇದ್ದಂತೆ. ಅದನ್ನು ಒಡೆದು ಹಾಕುವುದೆಂದರೆ ರಾಜಹತ್ಯೆಗೈದಂತೆ.

ಸೀತೆಯ ಮೇಲೆ ದೋಷಾರೋಪ ಸುನಯನಾಳನ್ನೂ ಬಿಟ್ಟಿರಲಿಲ್ಲ. ಏಕೆಂದರೆ ಸೀತೆಯನ್ನು ದತ್ತು ತೆಗೆದುಕೊಳ್ಳುವುದು ಸುನಯನಾಳ ನಿರ್ಧಾರವಾಗಿತ್ತು.

ಅವಳಿಗೆ ನನ್ನಿಂದ ತೊಂದರೆ ಹೊರತು ಬೇರೇನೂ ಆಗಿಲ್ಲ. ಅವಳು ಜೀವನಪೂರ್ತಿ ಸಂಪಾದಿಸಿದ್ದನ್ನೆಲ್ಲ ನಾನು ಹಾಳುಗೆಡವಿದ್ದೇನೆ. ಮಾ ನನ್ನ ಮರೆತುಬಿಡಬೇಕು.

ಸೀತೆಗೆ ತನ್ನೀ ನಿರ್ಧಾರದ ಬಗ್ಗೆ ಸ್ಪಷ್ಟವಾಗಿ ಮನವರಿಕೆಯಾಗಿತ್ತು.

ಮೇನೆಯ ಸುತ್ತ ಎಂಟು ಜನ ನಿಂತಿದ್ದರು. ಮೇನೆ ಖಾಲಿಯಾಗಿತ್ತು. ಅದರಲ್ಲಿ ಪಯಣಿಸುವವರು ಮಲಗಿ ವಿಶ್ರಾಂತಿ ಪಡೆಯಬಹುದಾದಷ್ಟು ಮೇನೆ ದೊಡ್ಡದಾಗಿತ್ತು. ಸೀತೆ ಸುತ್ತ ಕಣ್ಣಾಡಿಸಿದಳು. ಅಶೋಕ ವೃಕ್ಷದ ಸುತ್ತ ನಿರ್ಮಿಸಲಾಗಿದ್ದ ಕಟ್ಟೆಯ ಬಳಿ ಎಂಟು ಮಂದಿ ಮಹಿಳೆಯರು ಗುಂಪಾಗಿ ನಿಂತಿದ್ದರು. ಅವಳು ತಾಯಿಗಾಗಿ ಹುಡುಕಾಡಿದಳು. ಅವಳು ನಿಂತಿದ್ದ ಸ್ತ್ರೀಯರತ್ತ ಸಾಗಿದಳು. ಅವಳು ಹೋದಂತೆ ಮಹಿಳೆಯರ ಗುಂಪು ಚದುರಿ ಸುನಯನಾ ಕಾಣಿಸಿದಳು. ಸುನಯನಾ ಹಿಂದಿನ ಸುನಯನಾಳ ಒಂದು ಛಾಯೆಯಂತೆ ಕಂಡಳು. ಅವಳ ಶರೀರ ಮೂಳೆ ಚಕ್ಕಳವಾಗಿತ್ತು. ಮಗಳನ್ನು ಕಂಡಂತೆ ಸುನಯನಾಳ ಮುಖ ಅರಳಿತು.

"ಮಗೂ"

ಎಂದು ಕಕ್ಕುಲಾತಿಯಿಂದ ಕರೆದಳು.

"ಇಲ್ಲಿ ಬಾ ಮಗೂ"

ಮಗಳನ್ನು ಬರಸೆಳೆದು ಅಪ್ಪಿಕೊಳ್ಳಲಾಗದಷ್ಟು ಅವಳ ಬಾಹುಗಳು ದುರ್ಬಲವಾಗಿದ್ದವು. ಸುನಯನಾ ಕೆಮ್ಮಲಾರಂಭಿಸಿದ್ದೇ ದಾದಿಯೊಬ್ಬಳು ಅವಳ ಆರೈಕೆಗೆ ಧಾವಿಸಿಬಂದಳು.

ಸೀತೆಗೆ ಬವಳಿ ಬಂದಂತಾಗಿ ತಾಯಿಯ ಕಾಲಬುಡದಲ್ಲಿ ಕುಸಿದಳು. ಮಳೆಯಿಂದಾಗಿ ಭೂಮಿ ಮೆದುವಾಗಿತ್ತು. ಸುನಯನಾ ಮಗಳತಲೆ ಗೂದಲಲ್ಲಿ ಬೆರಳಾಡಿಸಿದಳು. ಮತ್ತೆ ಬಾಗಿ ಮಗಳಿಗೆ ಮುತ್ತಿಟ್ಟಳು.

"ನನ್ನ ಕೂಸೆ"

–ಎಂದು ಗದ್ಗದಿತಳಾದಳು. ಸೀತೆಗೆ ಅಳು ಉಕ್ಕಿ ಬಂತು.

—೧೮—

ಸುನಯನಾ ಮಿಥಿಲೆಯ ರಾಜ ವೈದ್ಯನನ್ನು ಹತ್ತಿರ ಸುಳಿಯಗೊಡಲಿಲ್ಲ. ದುರ್ಬಲಳಾಗಿದ್ದರೂ ಅವಳು ಅದಮ್ಯ ಚೇತನಳಾಗಿದ್ದಳು. ಅವಳಿಗೆ ಮಗಳ

ಜೊತೆ ಆನೆ ಅಂಬಾರಿ ಮೇಲೆ ಕುಳಿತು ಅರಣ್ಯದಲ್ಲಿ ಸಂಚರಿಸುವ ಅಪೇಕ್ಷೆ
ಯಾಯಿತು.

"ಮಹಾರಾಣಿ ಬಹುಶಃ ಇದೇ ನಿಮ್ಮ ಕೊನೆಯ ಆನೆಸವಾರಿ
ಯಾದೀತು" ಎಂದು ರಾಜವೈದ್ಯ ಅವಳ ಕಿವಿಯಲ್ಲಿ ಉಸುರಿದ.

"ಅದಕ್ಕೇ ನಾನು ಅರಣ್ಯ ಸಂಚಾರ ಹೊರಡಲು ಕಾತರಳಾಗಿರುವುದು."

ಸುನಯನಾ ಮೇನೆಯಲ್ಲಿ ವಿಶ್ರಾಂತಿ ಪಡೆದಂತೆ ಅರಣ್ಯ ಸಂಚಾರಕ್ಕಾಗಿ
ಎರಡು ಆನೆಗಳನ್ನು ಸಜ್ಜುಗೊಳಿಸಲಾಯಿತು.

ಸುನಯನಾ ಅಂಬಾರಿ ಹತ್ತಿದಳು. ಅವಳ ಕೈಯ್ಯಲ್ಲಿ ಅಂಗವಸ್ತ್ರ ಮತ್ತು
ಸಣ್ಣ ಶೀಸೆಯೊಂದಿತ್ತು. ಚೇಟಿಯೊಬ್ಬಳು ಅಂಬಾರಿ ಏರಲು ಪ್ರಯತ್ನಿಸಿದಾಗ
"ಬೇಡ. ನನ್ನೊಟ್ಟಿಗೆ ನನ್ನ ಮಗಳಿದ್ದಾಳೆ" ಎಂದು ತಡೆದಳು. ಸುನಯನಾ
ಮಾವಟಿಗನಿಗೆ ಸೂಚನೆ ಇತ್ತದ್ದೇ ಆನೆ ನಿಧಾನವಾಗಿ ಚಲಿಸತೊಡಗಿತು.
ಅದರ ಹಿಂದೆ ಮಿಥಿಲೆಯ ಐವತ್ತು ಮಂದಿ ಪೋಲೀಸರು ಬೆಂಗಾವಲಾಗಿ
ನಡೆದರು.

ಅಧ್ಯಾಯ – 10

ಆನೆ ನಿಧಾನವಾಗಿ ಸಾಗಿದಂತೆ ಅಂಬಾರಿ ಹರಿಬಿಟ್ಟ ತೊಟ್ಟಿಲಿನಂತೆ ತೂಗುಯ್ಯಾಲೆಯಾಡುತ್ತಿತ್ತು. ಮಾವಟಿಗ ಆನೆಯನ್ನು ನಿಧಾನವಾಗಿ ನಡೆಸುತ್ತಿದ್ದ.

ಸೀತೆ ಭಯದಿಂದ, ಅಪರಾಧ ಭಾವದಿಂದ ಕಂಪಿಸುತ್ತಿದ್ದಳು. ಸುನಯನಾ ನಿಧಾನವಾಗಿ ಮಗಳ ಕೈಗಳನ್ನು ಹಿಡಿದುಕೊಂಡಳು.

"ನಿನ್ನ ತಂದೆಗೆ ಬರಲಾಗಲಿಲ್ಲ. ಅವರಿಗೆ ತುರ್ತು ಕೆಲಸವಿತ್ತು."

ತಾಯಿ ಸುಳ್ಳು ಹೇಳುತ್ತಿದ್ದಾಳೆ ಎನಿಸಿತು ಸೀತೆಗೆ. ಕಳೆದ ಸಲ ಮಿಥಿಲೆಗೆ ಹೋದಾಗ ಸೀತೆ, ಅಧ್ಯಾತ್ಮಿಕ ವಿಷಯಗಳಲ್ಲಿ ಕಾಲಕಳೆಯದೇ ರಾಜ್ಯಾಡಳಿತ ದಲ್ಲಿ ತಾಯಿಗೆ ನೆರವಾಗುವಂತೆ ಜನಕನಿಗೆ ಕಟುವಾಗಿ ತಿಳಿಸಿದ್ದಳು. ಈ ಕಟುಮಾತುಗಳು ತಂದೆಗಿಂತ ತಾಯಿಯನ್ನು ವ್ಯಗ್ರಳನ್ನಾಗಿಸಿತ್ತು.

ನಾಲ್ಕು ವರ್ಷದ ಪುಟ್ಟ ತಂಗಿ ಊರ್ಮಿಳೆಗೆ ಅನಾರೋಗ್ಯವಾಗಿತ್ತು. ಜನಕ ರಾಜಧಾನಿಯಲ್ಲೇ ಉಳಿಯಲು ಅದೂ ಒಂದು ಕಾರಣವಿದ್ದೀತು. ಹಿರಿಯ ಮಗಳನ್ನು ಗುರುಕುಲದಿಂದ ಮನೆಗೆ ಕರೆದೊಯ್ಯುವುದು ಸುನಯನಾಳ ಭೇಟಿಯ ಉದ್ದೇಶವಾಗಿತ್ತು.

ಸುನಯನಾಳಿಗೆ ಕೆಮ್ಮು ಬಂತು. ಸೀತೆ ಅಂಗವಸ್ತ್ರದಿಂದ ಬಾಯಿ ಒರೆಸಿದಳು. ಒರೆಸಿದ ಅಂಗವಸ್ತ್ರದಲ್ಲಿ ರಕ್ತಕಣಗಳನ್ನು ಕಂಡ ಸೀತೆಯ ಕಂಗಳಲ್ಲಿ ನೀರು ಹರಿಯಿತು.

"ಮಗಳೇ, ಹುಟ್ಟಿದವರೆಲ್ಲ ಒಂದಿಲ್ಲ ಒಂದು ದಿನ ಮರಣಿಸಲೇಬೇಕು.'

ಸೀತೆಯ ದುಃಖದ ಕಟ್ಟೆ ಒಡೆದಿತ್ತು. "ಅದೃಷ್ಟ ಶಾಲಿಗಳು ಪ್ರೀತಿಪಾತ್ರರ ಎದುರಲ್ಲಿ ಕೊನೆಯುಸಿರೆಳೆಯುತ್ತಾರೆ."

ಸುನಯನಾ ತಡೆದು ತಡೆದು ನುಡಿದಳು.

—೧೮—

ಎರಡು ಆನೆಗಳು ಚಲಿಸದೆ ನಿಂತುಬಿಟ್ಟವು. ತಜ್ಞ ಮಾವಟಿಗರು ಅವುಗಳನ್ನು ಹತೋಟಿಗೆ ತಂದು ನಿಲ್ಲಿಸಿದ್ದರು. ಬೆಂಗಾವಲು ಪಡೆಯೂ ನಿಂತಿತು. ಸ್ವಲ್ಪ ಸದ್ದಾದರೂ ಪರಿಸ್ಥಿತಿ ಅಪಾಯಕಾರಿಯಾಗಬಹುದಿತ್ತು.

ಹತ್ತು ನಿಮಿಷಗಳ ಹಿಂದೆ ಸುನಯನಾ ಮಾನವರಿಗೆ ಅಪರೂಪವೆನಿಸುವ ನೋಟವನ್ನು ಕಂಡಿದ್ದಳು. ಆನೆಗಳ ಹಿಂಡಿನ ತಾಯಿ ಆನೆಯೊಂದು ಸತ್ತುಬಿದ್ದಿತ್ತು.

ಸೀತೆಗೆ ಅನೆಗಳ ಹಿಂಡಿನ ಬಗ್ಗೆ ತಾಯಿ ಹೇಳಿದ ಪಾಠಗಳು ನೆನಪಿಗೆ ಬಂದವು. ಆನೆಗಳ ಹಿಂಡಿನ ನೇತೃತ್ವ ಸಾಮಾನ್ಯವಾಗಿ ಹಿರಿಯ ಹೆಣ್ಣಾನೆಯದು. ಈ ಹಿಂಡಿನಲ್ಲಿ ಹೆಣ್ಣಾನೆಗಳು ಮತ್ತು ಮರಿಯಾನೆಗಳಿರುತ್ತವೆ. ಗಂಡಾನೆ ಮರಿಗಳು ವಯಸ್ಸಿಗೆ ಬಂದ ಕೂಡಲೇ ಅವುಗಳನ್ನು ಹಿಂಡಿನಿಂದ ಬೇರ್ಪಡಿಸಲಾಗುತ್ತದೆ. ಹಿರಿಯ ಹೆಣ್ಣಾನೆ ಹಿಂಡಿನ ನಾಯಕಿಗೆ ಮಿಗಿಲಾಗಿ ಎಲ್ಲರಿಗೂ ತಾಯಿ. ಹೀಗಾಗಿ ತಾಯಿ ಆನೆಯ ಸಾವು ಹಿಂಡಿಗೆ ಸಿಡಿಲು ಬಡಿದಂತೆ.

"ನಾವು ಕೆಲವು ವರ್ಷಗಳ ಹಿಂದೆ ನೋಡಿದ ಹಿಂಡೇ ಇರಬೇಕು. ಸುನಯನಾ ಪಿಸುಗುಟ್ಟಿದಳು. ಸೀತೆ ಹೌದೆಂದು ತಲೆದೂಗಿದಳು. ಆನೆಗಳು ಹೆಣ್ಣಾನೆಯ ಶವದ ಸುತ್ತ ವೃತ್ತಾಕಾರದಲ್ಲಿ ನಿಂತಿದ್ದವು. ಮಧ್ಯಾಹ್ನದ ಉರಿಬಿಸಿಲಿನ ತಾಪಕ್ಕೆ ತಂಪೆರೆಯುವಂತೆ ತಂಗಾಳಿ ಬೀಸಲಾರಂಭಿಸಿತು. ವೃತ್ತದೊಳಗೆ ಎರಡು ಮರಿಯಾನೆಗಳು ಶವದ ಸಮೀಪ ನಿಂತಿದ್ದವು. ಎಲ್ಲ ಸ್ತಬ್ಧವಾಗಿ ನಿಂತಿದ್ದವು.

"ಈಗ ಗಮನಿಸು"

–ಸುನಯನಾ ಸೀತೆಯ ಕಿವಿಯಲಿ ಪಿಸುಗುಟ್ಟಿದಳು.

ವಯಸ್ಕ ಹೆಣ್ಣಾನೆಯೊಂದು ನಿಧಾನವಾಗಿ ಶವದ ಹತ್ತಿರಕ್ಕೆ ನಡೆದು

ಬಂತು. ಸೊಂಡಿಲೆತ್ತಿ ಗೌರವಪೂರ್ವಕವಾಗಿ ಮೃತದೇಹದ ಹಣೆಗೆ ಮುತ್ತಿಕ್ಕಿತು. ನಂತರ ಶವಕ್ಕೆ ಒಂದು ಸುತ್ತು ಪ್ರದಕ್ಷಿಣೆ ಹಾಕಿ ಅಲ್ಲಿಂದ ನಿಧಾನವಾಗಿ ನಿರ್ಗಮಿಸಿತು. ಉಳಿದ ಆನೆಗಳೂ ಸೊಂಡಿಲಿನಿಂದ ಮೃತ ಆನೆಯ ಹಣೆ ಸ್ಪರ್ಶಿಸಿ ಅಲ್ಲಿಂದ ಒಂದಾದರೊಂದಂತೆ ನಿರ್ಗಮಿಸಿದವು. ಯಾವುದೊಂದು ಆನೆಯೂ ಹಿಂದಿರುಗಿ ನೋಡಲಿಲ್ಲ.

ಸೀತೆಯ ಕಣ್ಣಲ್ಲಿ ನೀರು ಹರಿಯಿತು.

"ಯಾವುದೂ ನಿಲ್ಲುವುದಿಲ್ಲ ಮಗಳೆ. ಸಮಾಜದ ಜೀವನ, ರಾಷ್ಟ್ರಜೀವನ ಎಲ್ಲ ಎಂದಿನಂತೆ ನಡೆಯುತ್ತದೆ. ಶೋಕಭರಿತ ನೆನಪುಗಳಿಗೆ ಅಂಟಿಕೊಂಡಿರುವುದರಲ್ಲಿ ಏನೂ ಅರ್ಥವಿಲ್ಲ. ನೀನೂ ಅಷ್ಟೇ ಸಾಗುತ್ತಿರಬೇಕು."

ಸೀತೆ ಮೌನದಿಂದ ಕೇಳಿಸಿಕೊಂಡಳು. ಕಣ್ಣೀರು ನಿಲ್ಲಲಿಲ್ಲ.

ಸಮಸ್ಯೆಗಳು ಮತ್ತು ಸವಾಲುಗಳಿಂದ ತಪ್ಪಿಸಿಕೊಳ್ಳುವುದು ಅಸಾಧ್ಯ. ಅವು ಜೀವನದ ಒಂದು ಭಾಗ. ಮಿಥಿಲೆಯನ್ನು ತೊರೆದಾಕ್ಷಣ ನಿನ್ನ ಕಷ್ಟಗಳು ಕಣ್ಮರೆಯಾಗುವುದಿಲ್ಲ. ಬೇರೆ ಸಮಸ್ಯೆಗಳು ಹುಟ್ಟಿಕೊಳ್ಳುತ್ತವೆ.

"ಪಲಾಯನ ಯಾವತ್ತಿಗೂ ಪರಿಹಾರವಾಗದು. ಸಮಸ್ಯೆಗಳನ್ನು ಎದುರಿಸಬೇಕು. ಅದು ಯೋಧನ ದಾರಿ."

—ಸುನಯನಾ ಸೀತೆಯ ಗಲ್ಲ ಹಿಡಿದೆತ್ತಿ ಕಣ್ಣಲ್ಲಿ ಕಣ್ಣಿರಿಸಿ ನೋಡುತ್ತ ಹೇಳಿದಳು : "ನೀನು ಯೋಧೆ. ಅದನ್ನು ಎಂದಿಗೂ ಮರೆಯದಿರು."

ಸೀತೆ ತಲೆದೂಗಿದಳು.

"ನಿನ್ನ ತಂಗಿ ದುರ್ಬಲಳೆಂಬುದು ನಿನಗೆ ಗೊತ್ತು. ಅವಳು ಹೋರಾಟ-ಗಾರ್ತಿಯಲ್ಲ. ಅವಳನ್ನು ನೀನು ಕಾಯಬೇಕು ಸೀತೆ, ಹಾಗೂ ನೀನು ಮಿಥಿಲೆಯನ್ನೂ ಪೊರೆಯಬೇಕು."

"ನಾನು ಹಾಗೆ ಮಾಡುತ್ತೇನೆ."

ಸುನಯನ ನಗುತ್ತಾ ಸೀತೆಯ ಕೆನ್ನೆ ನೇವರಿಸಿದಳು.

"ನಿನ್ನ ತಂದೆ ನಿನ್ನ ಎಂದೆಂದೂ ಪ್ರೀತಿಸುತ್ತಾರೆ. ಹಾಗೆಯೇ ನಿನ್ನ ತಂಗಿಯೂ ಅದನ್ನು ಮರೆಯದಿರು."

"ನನಗದು ಗೊತ್ತು"

"ಇನ್ನು ನಾನು. ನಾನು ನಿನ್ನ ಪ್ರೀತಿಸುವುದಿಲ್ಲ ಸೀತೆ. ನಾನು ನಿನ್ನಿಂದ ತುಂಬ ನಿರೀಕ್ಷೆಗಳನ್ನಿಟ್ಟುಕೊಂಡಿದ್ದೇನೆ. ನಿನ್ನ ಕರ್ಮದಿಂದ ನಮ್ಮ ಮನೆತನದ

ಗೌರವ ಲಕ್ಷಾಂತರ ವರ್ಷಗಳ ಕಾಲ ಉಳಿಯುತ್ತದೆ. ನೀನು ಇತಿಹಾಸದಲ್ಲಿ ಅಮರಳಾಗುತ್ತೀಯ."

"ಅಮ್ಮಾ, ನನ್ನ ಕ್ಷಮಿಸು"

ಸುನಯನಾ ನಗುತ್ತಾ ಸೀತೆಯನ್ನು ಬಿಗಿದಪ್ಪಿದಳು.

"ಕ್ಷಮಿಸಮ್ಮ"

"ನನಗೆ ನಿನ್ನಲ್ಲಿ ನಂಬುಗೆ ಇದೆ. ನೀನು ಹೆಮ್ಮೆ ಪಡುವಂಥ ಬಾಳ್ವೆ ನಡೆಸುತ್ತೀಯ"

"ಅಮ್ಮಾ ನೀವಿಲ್ಲದೆ ನಾನು ಬದುಕಿರಲಾರೆ"

"ನಿನ್ನಿಂದ ಅದು ಸಾಧ್ಯ."

—ಸುನಯನಾ ದೃಢವಾಗಿ ಹೇಳಿದಳು : "ಸೀತೆ ನನ್ನ ಮಾತು ಕೇಳು. ನನಗಾಗಿ ದುಃಖಿಸುತ್ತಾ ನೀನು ಕಾಲವ್ಯಯ ಮಾಡಬಾರದು. ನೀನು ವಿವೇಕಶಾಲಿಯಾಗಿ ಬದುಕಿ ನನ್ನಲ್ಲಿ ಹೆಮ್ಮೆಯುಂಟುಮಾಡ್ತೀಯ."

ಸೀತೆಯ ಅಳು ನಿಲ್ಲಲಿಲ್ಲ.

"ಹಿಂದಿರುಗಿ ನೋಡದಿರು. ಭವಿಷ್ಯದತ್ತ ನೋಡು. ನಿನ್ನ ಭವಿಷ್ಯ ರೂಪಿಸಿಕೋ. ಗತಕಾಲಕ್ಕಾಗಿ ದುಃಖಿಸಬೇಡ"

ಸೀತೆಗೆ ಮಾತನಾಡಲಾಗದಷ್ಟು ದನಿ ಕುಗ್ಗಿ ಹೋಗಿತ್ತು.

"ನನಗೆ ಹಾಗಂತ ವಚನಕೊಡು."

"ಅಮ್ಮ ನಿನ್ನಾಣೆ..."

—೧೮—

ಸುನಯನಾ ಶ್ವೇತಕೇತುವಿನ ಗುರುಕುಲಕ್ಕೆ ಹೋಗಿಬಂದು ನಾಲ್ಕು ವಾರಗಳು ಕಳೆದಿದ್ದವು. ಸೀತೆ ತಾಯಿಯೊಂದಿಗೆ ಹಿಂದಿರುಗಿದ್ದಳು. ಸೀತೆಯನ್ನು ಮಿಥಿಲೆಯ ಪ್ರಧಾನಮಂತ್ರಿಯನ್ನಾಗಿ ನೇಮಿಸಲು ಸುನಯನಾ ವೇದಿಕೆಯನ್ನು ಅಣಿಗೊಳಿಸಿದ್ದಳು. ಸಾಮ್ರಾಜ್ಯದ ಆಳ್ವಿಕೆಯ ಸಕಲ ಕಾರ್ಯಾಧಿಕಾರದೊಂದಿಗೆ.

ಸೀತೆ ಈಗ ಸುನಯನಾಳ ಸಮೀಪವೇ ಹೆಚ್ಚು ಕಾಲ ಇದ್ದು ಅವಳ ಆರೈಕೆ ಮಾಡುತ್ತಿದ್ದಳು. ಸುನಯನಾ ಹಾಸಿಗೆ ಬದಿಯಲ್ಲೇ ಖಾಸಗಿ ಬೈಠಕ್ ನಡೆಸಿ, ಸಚಿವರುಗಳ ಸಭೆ ಕರೆದು ಸೀತೆಗೆ ಮಾರ್ಗದರ್ಶನ ಮಾಡುತ್ತಿದ್ದಳು.

ತಂಗಿಯೊಂದಿಗಿನ ತನ್ನ ಸಂಬಂಧದ ಬಗ್ಗೆ ಸುನಯನಾ ಕಳವಳಗೊಂಡಿದ್ದಳೆಂಬುದು ಸೀತೆಗೆ ತಿಳಿದಿತ್ತು. ಹೀಗಾಗಿ ಊರ್ಮಿಳೆ ಬಗ್ಗೆ ಹೆಚ್ಚಿನ ಕಾಳಜಿ ತೋರಲಾರಂಭಿಸಿದಳು. ಬರಲಿರುವ ಕಷ್ಟ ಕಾಲವನ್ನು ಎದುರಿಸಲು ಪುತ್ರಿಯರ ನಡುವೆ ಆಪ್ತ ಸಂಬಂಧವಿರಬೇಕೆಂಬುದು ಸುನಯನಾಳ ಇಚ್ಛೆಯಾಗಿತ್ತು. ಪರಸ್ಪರ ಆಸರೆಯಾಗಿ ನಿಲ್ಲಬೇಕಾದ ಅಗತ್ಯ ಕುರಿತು ಅವಳು ಇಬ್ಬರು ಪುತ್ರಿಯರ ಜೊತೆಯೂ ಮಾತನಾಡಿದ್ದಳು.

ಸುನಯನಾಳ ಜೊತೆ ಸುದೀರ್ಘ ಮಾತುಕತೆ ನಡೆದ ದಿನ ಸಂಜೆ ಸೀತೆ ಊರ್ಮಿಳೆಯೊಡನೆ ಕಾಲ ಕಳೆಯಲು ಅವಳ ಕೊಠಡಿಗೆ ಹೋದಳು. ಕೊಠಡಿಯಲ್ಲಿ ಮಂದ ಬೆಳಕಿತ್ತು. ಸೂರ್ಯಾಸ್ತವಾಗಿದ್ದು ಕೆಲವು ದೀಪಗಳನ್ನು ಮಾತ್ರ ಹಚ್ಚಲಾಗಿತ್ತು.

"ಊರ್ಮಿಳಾ"

—ಅವಳು ಹಾಸಿಗೆಯಲ್ಲಿರಲಿಲ್ಲ. ಸೀತೆ ಅವಳಿಗಾಗಿ ಹುಡುಕಿದಳು. ಅರಮನೆಯ ಉದ್ಯಾನಾಭಿಮುಖವಾಗಿದ್ದ ಉಪ್ಪರಿಗೆಗೆ ಹೋದಳು.

ಎಲ್ಲಿ ಊರ್ಮಿಳೆ?

ಸೀತೆ ಕೊಠಡಿಗೆ ಹಿಂದಿರುಗಿದಳು. ಮಂದ ಬೆಳಕಿನಿಂದಾಗಿ ಕಿರಿಕಿರಿಯಾಯಿತು. ಮತ್ತಷ್ಟು ದೀಪಗಳನ್ನು ಹಚ್ಚುವಂತೆ ಸೇವಕರಿಗೆ ಹೇಳಬೇಕೆನ್ನಿಸಿದಾಗ ಕೊಠಡಿ ಮೂಲೆಯಲ್ಲಿ ಕಂಪಿಸುತ್ತಿದ್ದ ಆಕೃತಿಯೊಂದು ಕಾಣಿಸಿತು

"ಊರ್ಮಿಳಾ"

ಸೀತೆ ಮೂಲೆಯತ್ತ ನಡೆದಳು. ಊರ್ಮಿಳೆ ಮೂಲೆಯಲ್ಲಿ ಮೊಣಕಾಲುಗಳ ಮಧ್ಯೆ ತಲೆಹುದುಗಿಸಿ ಕುಳಿತಿದ್ದಳು. ಸೀತೆ ಊರ್ಮಿಳೆ ಪಕ್ಕದಲ್ಲಿ ಕುಳಿತು ಅವಳನ್ನು ತನ್ನ ತೆಕ್ಕೆಗೆ ಸೆಳೆದುಕೊಂಡಳು.

"ಊರ್ಮಿಳಾ, ಏನಿದು? ಏನಾಯಿತೆ?"

ಊರ್ಮಿಳೆಯ ಕಣ್ಣಲ್ಲಿ ನೀರು ಹರಿಯುತ್ತಿತ್ತು.

"ಮಗು, ಊರ್ಮಿಳಾ, ಏನಾಯಿತು ಹೇಳೆ?"

"ಅಮ್ಮ ನಮ್ಮನ್ನು ತೊರೆದು ಸ್ವರ್ಗಕ್ಕೆ ಹೋಗುತ್ತಿದ್ದಾಳೆಯೇ?"

ಸೀತೆಗೆ ಕಷ್ಟವಾಯಿತು ಈ ಪ್ರಶ್ನೆಗೆ ಉತ್ತರಿಸಲು. ಅಮ್ಮ ಇಲ್ಲಿರಬೇಕಿತ್ತು. ತಕ್ಷಣವೇ ಅವಳಿಗೆ ಹೊಳೆಯಿತು. ಅನತಿ ಕಾಲದಲ್ಲೇ ಸುನಯನಾ ಇಲ್ಲಿರುವುದಿಲ್ಲ. ಊರ್ಮಿಳೆಯ ರಕ್ಷಣೆ ಅವಳ ಹೊಣೆಯಾಗಿತ್ತು. ಊರ್ಮಿಳೆಯ ಪ್ರಶ್ನೆಗೆ ತಾನೇ ಉತ್ತರಿಸಬೇಕಾಗಿತ್ತು.

"ಇಲ್ಲ, ಊರ್ಮಿಳಾ, ಅಮ್ಮಾ ಇಲ್ಲಿ ಸದಾಕಾಲ ಇರುತ್ತಾರೆ."

ಊರ್ಮಿಳೆ ತಲೆ ಎತ್ತಿನೋಡಿದಳು. ಗೊಂದಲ.

"ಆದರೆ ಎಲ್ಲ ಏನು ಮಾತಾಡ್ಕೊತಿದಾರೆ ಅನ್ನೋದು ನಮ್ಮಿಬ್ಬರಿಗೂ ಗೊತ್ತು ಊರ್ಮಿಳಾ. ಅಮ್ಮಾ ಬೇರೆಡೆ ಇರುತ್ತಾಳೆ. ಅವಳು ಸಶರೀರಳಾಗಿ ಇಲ್ಲಿರುವುದಿಲ್ಲ. ಅವಳು ಸದಾ ನಮ್ಮ ಹೃದಯಗಳಲ್ಲಿರುತ್ತಾಳೆ."

ಊರ್ಮಿಳೆ ಎದೆಯತ್ತ ದೃಷ್ಟಿ ಹರಿಸಿದಳು. ಅದು ಡವಗುಟ್ಟುತ್ತಿತ್ತು. ನಂತರ ಸೀತೆಯತ್ತ ನೋಡಿದಳು. "ಅವಳು ನಮ್ಮನ್ನು ಬಿಟ್ಟು ಹೋಗುವುದಿಲ್ಲ."

"ಊರ್ಮಿಳಾ ಕಣ್ಣುಮುಚ್ಚಿಕೊ"

ಊರ್ಮಿಳಾ ಸೀತೆ ಹೇಳಿದಂತೆ ಮಾಡಿದಳು.

"ಏನನ್ನು ಕಂಡೆ?"

"ಅಮ್ಮನನ್ನು

...ಅಮ್ಮ ಗಲ್ಲ ಹಿಡಿದು ನನ್ನ ಮುದ್ದಿಸುತ್ತಿದ್ದಳು."

ಸೀತೆ ತಂಗಿಯ ಮುಂಗುರುಳಿನಲ್ಲಿ ಬೆರಳಾಡಿಸಿ ನೇವರಿಸಿದಳು. "ಅವಳು ಸದಾ ನಮ್ಮೊಡನಿರುತ್ತಾಳೆ"

ಊರ್ಮಿಳಾ ಸೀತೆಯನ್ನು ಬಿಗಿದಪ್ಪಿಕೊಂಡಳು. "ನಾವಿಬ್ಬರೂ ಈಗ ಒಂದಾಗಿ ನಮ್ಮ ಅಮ್ಮನಾಗಿದ್ದೇವೆ."

—೧೮—

"ನನ್ನ ಈ ಜೀವನ ಪಯಣ ಕೊನೆಮುಟ್ಟುತ್ತಿದೆ"

—ಸುನಯನಾ ಹೇಳಿದಳು. ರಾಣಿ ವಾಸದಲ್ಲಿ ಸೀತೆ ಮತ್ತು ಸುನಯನ ಬಿಟ್ಟರೆ ಬೇರಾರೂ ಇರಲಿಲ್ಲ.

"ಅಮ್ಮಾ..."

"ಮಿಥಿಲೆಯ ಜನ ನನ್ನ ಬಗ್ಗೆ ಏನು ಮಾತಾಡ್ಕೋತಾರೆ ಎಂಬುದು ನಂಗೆ ಗೊತ್ತು."

"ಅಮ್ಮಾ ಆಮೂರ್ಖರ ಬಗ್ಗೆ ತಲೆಕೆಡಸಿಕೋ ಬೇಡಿ'

"ಮಗು, ನನಗೆ ಮಾತಾಡಲು ಬಿಡು. ನನ್ನ ಗತಕಾಲದ ಸಾಧನೆಗಳು

ಕಳೆದ ಕೆಲವು ದಿನಗಳಲ್ಲಿ ಅಳಿಸಿಹೋಗಿವೆ ಎಂಬುದು ಅವರಿಗೆ ಗೊತ್ತು. ಕುಶಧ್ವಜನೂ ನಮ್ಮ ಸಾಮ್ರಾಜ್ಯವನ್ನು ಹಿಂಡುತ್ತಿದ್ದಾನೆ..."

ಸೀತೆಗೆ ಹೊಟ್ಟೆಯಲ್ಲಿ ಕಡೆಗೋಲಿಟ್ಟು ಕಡೆದಂತಾಯಿತು.

"ಅದರಲ್ಲಿ ನಿನ್ನ ತಪ್ಪೇನಿಲ್ಲ ಮಗಳೇ, ನಮಗೆ ಘಾಸಿಯುಂಟು ಮಾಡಲು ಕುಶಧ್ವಜ ಬೇರೆ ನೆಪಗಳನ್ನು ಹುಡುಕುತ್ತಿದ್ದ. ಅವನಿಗೆ ಮಿಥಿಲೆಯನ್ನು ವಶಪಡಿಸಿಕೊಳ್ಳುವ ಹುಚ್ಚು."

"ನಾನೇನು ಮಾಡಬೇಕಮ್ಮ?"

"ಕುಶಧ್ವಜನಿಗೆ ಏನೂ ಮಾಡಬೇಡ. ಅವನು ನಿನ್ನ ಚಿಕ್ಕಪ್ಪ. ನನ್ನ ಹೆಸರನ್ನು ನೀನು ಉಳಿಸಬೇಕು."

ಸೀತೆ ಮೌನಿಯಾದಳು.

"ನಾವು ಬರಿಗೈಯ್ಯಲ್ಲಿ ಈ ಜಗತ್ತಿಗೆ ಬರುತ್ತೇವೆ. ಬರಿಗೈಯ್ಯಿಂದ ನಿರ್ಗಮಿಸುತ್ತೇವೆ. ನಮ್ಮೊಂದಿಗೆ ನಮ್ಮ ಕರ್ಮವನ್ನು ಒಯ್ಯುತ್ತೇವೆ. ನಮ್ಮ ಹಿಂದೆ ಕೀರ್ತಿ ಗೌರವಗಳನ್ನು ಬಿಟ್ಟುಹೋಗುತ್ತೇವೆ. ನನ್ನ ಹೆಸರು ಉಳಿಸು. ಮಿಥಿಲೆಯನ್ನು ಅಭ್ಯುದಯಗೊಳಿಸು."

"ಆಗಲಿ ಅಮ್ಮಾ."

ಸುನಯನಾ ನಸುನಕ್ಕಳು.

"ಮಿಥಿಲೆ, ನಿನ್ನಂಥವಳಿಗೆ ಒಂದು ಪುಟ್ಟ ಸಾಮ್ರಾಜ್ಯ ಸೀತೆ. ನಿನಗೆ ಇನ್ನೂ ದೊಡ್ಡದು ಕಾದಿದೆ. ಭಾರತದಂಥ ಬೃಹತ್ ರಾಷ್ಟ್ರ ನಿನಗಾಗಿ ಕಾಯುತ್ತಿದೆ."

ಮಲಯಪುತ್ರರು ತನ್ನನ್ನು ವಿಷ್ಣುವಿನ ಮುಂದಿನ ಅವತಾರವಾಗಿ ಪರಿಗಣಿಸಿರುವ ವಿಷಯವನ್ನು ಹೇಳಬೇಕೆನಿಸಿತು ಸೀತೆಗೆ, ನಿರ್ಧರಿಸಲು ಅವಳಿಗೆ ಕೆಲವು ನಿಮಿಷಗಳು ಬೇಕಾಯಿತು.

—ॐ—

ಪ್ರಧಾನ ಪುರೋಹಿತರು ಬಲಗೈಯ್ಯಲ್ಲಿ ಕೆಂಡವಿದ್ದ ಕುಡಿಕೆಯನ್ನು ಹಿಡಿದು ಸೀತೆಯ ಬಳಿಗೆ ಬಂದರು. ಉಳಿದ ಪುರೋಹಿತರು **ಗರುಡ ಪುರಾಣ** ಪಠಿಸುತ್ತಾ ಹಿಂದೆ ನಿಂತಿದ್ದರು.

"ಅಮ್ಮಣ್ಣಿ, ಹೊತ್ತಾಯಿತು"

ಸೀತೆ ತಲೆದೂಗಿದಳು. ಊರ್ಮಿಳೆಯ ಅಳು ನಿಂತಿರಲಿಲ್ಲ. ಜನಕ ಮಹಾರಾಜ ಊರ್ಮಿಳೆಯಂತೆಯೇ ದುಃಖತಪ್ತನಾಗಿದ್ದ. ಅವನು ಮಾನವ ಗುರಾಣಿಯಾಗಿ ತನ್ನನ್ನು ರಕ್ಷಿಸಿದ್ದ ಸಂಗಾತಿಯನ್ನು ಕಳೆದುಕೊಂಡಿದ್ದ.

ಸೀತೆ ಪುರೋಹಿತರತ್ತ ತಿರುಗಿ ಕೆಂಡ ನಿಗಿನಿಗಿಸುತ್ತಿದ್ದ ಕುಡಿಕೆಯನ್ನು ಕೈಗೆತ್ತಿಕೊಂಡಳು. ಪುರೋಹಿತರು ಈಶಾವಾಸ್ಯ ಉಪನಿಷತ್ತಿನ ಮಂತ್ರ ಪಠಿಸುತ್ತಿದ್ದರು.

'ವಾಯುರ್ ಅನಿಲಮ್ ಅಮೃತಮ್, ಅಥೇದಾಮ್ ಭಸ್ಮಾಂತಂ' ಶರೀರಂ.

ಈ ಕ್ಷಣಭಂಗುರ ಶರೀರ ಸುಟ್ಟು ಭಸ್ಮವಾಗಲಿ. ಆದರೆ ಜೀವಾತ್ಮ ಬೇರೆಡೆ ಸಲ್ಲುವಂಥಾದ್ದು. ಜೀವಾತ್ಮ ಅಮರವಾಗಲಿ.

ಅವಳು ಗಂಧದ ಚಕ್ಕೆಗಳಿಂದ ಮುಚ್ಚಿದ್ದ ತಾಯಿಯ ಶರೀರದತ್ತ ನಡೆದಳು. ಕಣ್ಣುಮುಚ್ಚಿ ತಾಯಿಯನ್ನು ಕಣ್ಮುಂದೆ ತಂದುಕೊಂಡಳು. ಇಲ್ಲ, ಅವಳೀಗ ಅಳಬಾರದು. ಅವಳು ದೃಢಳಾಗಬೇಕು. ತಾಯಿಗಾಗಿ. ಅವಳೊಡನೆ ಗುರುಕುಲದ ಗೆಳತಿ ರಾಧಿಕಾ ಇದ್ದಳು. ಅವಳು ದೊಂದಿಯಿಂದ ಚಿತೆಗೆ ಅಗ್ನಿ ಸ್ಪರ್ಶಮಾಡಿದಳು.

ನಮಸ್ಕಾರ ಅಮ್ಮ, ವಿದಾಯ.

ಅವಳು ಚಿತೆಯಿಂದ ಹಿಂದೆ ಸರಿದಳು.

ಆಕಾಶದತ್ತ ಮುಖ ಮಾಡಿದಳು. ಬ್ರಹ್ಮನನ್ನು ಹುಡುಕಿದಳು.

ಮೋಕ್ಷ ಯಾರಿಗಾದರೂ ಪ್ರಾಪ್ತವಾಗಬೇಕಿದ್ದಲ್ಲಿ ಅದು ಅಮ್ಮನಿಗೆ ಮಾತ್ರ.

ಚಿತೆ ಹತ್ತಿ ಉರಿಯುತ್ತಿತ್ತು. ನಿಧಾನವಾಗಿ ಅದರತ್ತ ದೃಷ್ಟಿ ಹರಿಸಿದಳು.

"ನಾನು ಹಿಂದಿರುಗಿ ನೋಡ್ತೀನಿ ಅಮ್ಮಾ–

ನೋಡದಿರಲು ಹೇಗೆ ಸಧ್ಯ? ನೀನು ನನ್ನ ಜೀವದ ಜೀವ..."

ಅವಳಿಗೆ ತಾಯಿಯೊಂದಿಗೆ ಹಿಂದಿನ ಮಾತುಕತೆ ನೆನಪಿಗೆ ಬಂತು. ವಿಷ್ಣುವಿನ ಪದವಿಯ ಗುರಿ ಮುಟ್ಟುವ ನಿಟ್ಟಿನಲ್ಲಿ ಮಲಯಪುತ್ರರನ್ನಾಗಲೀ ವಾಯುಪುತ್ರರನ್ನಾಗಲೀ ನಂಬದಂತೆ ಸುನಯನಾ ಎಚ್ಚರಿಸಿದ್ದಳು. ಅವರಿಬ್ಬರಿಗೂ ತಮ್ಮದೇ ಆದ ಕಾರ್ಯಸೂಚಿಗಳಿದ್ದವು. ಆದರೆ ಸೀತೆಗೆ ಒಡನಾಡಿಗಳ ಅಗತ್ಯವಿತ್ತು.

ತಾಯಿಯ ಮಾತುಗಳು ಅವಳ ಮನದಲ್ಲಿ ಅನುರಣಿಸಿದವು.

ನಂಬಿಕೆಗೆ ಅರ್ಹರಾದ, ನಿನ್ನ ಧ್ಯೇಯಕ್ಕೆ ನಿಷ್ಠರಾದಂಥ ಒಡನಾಡಿಗಳನ್ನು ಹುಡುಕಿಕೋ. ಬಹುಶಃ ವ್ಯಕ್ತಿಗತ ನಿಷ್ಠೆ ಮುಖ್ಯವಲ್ಲ. ಧ್ಯೇಯಕ್ಕೆ ನಿಷ್ಠೆ ಮುಖ್ಯ.

ಸೀತೆಗೆ ತಾಯಿಯ ಕೊನೆಯ ನುಡಿಗಳು ನೆನಪಾದವು.

ನಾನು ಸದಾ ನಿನ್ನನ್ನೇ ಗಮನಿಸುತ್ತಿರುತ್ತೇನೆ. ಹೆಮ್ಮೆಪಡುವಂತೆ ಮಾಡು.

ಸೀತೆ ನಿಡಿದಾದ ಉಸಿರು ತೆಗೆದುಕೊಂಡಳು. ಬಿಗಿ ಮುಷ್ಟಿ ಮಾಡಿದಳು – ಪ್ರಮಾಣಮಾಡುತ್ತಾ –

"ಹಾಗೆ ಮಾಡುತ್ತೇನೆ, ತಾಯಿ ಮಾಡುತ್ತೇನೆ."

ಅಧ್ಯಾಯ – 11

ಸೀತೆ ಮತ್ತು ಸಮೀಚಿ ಕೋಟೆ ಗೋಡೆಯ ಹೊರಾವರಣದ ಅಂಚಿನಲ್ಲಿ ಕುಳಿತಿದ್ದರು. ಸೀತೆ ಕೆಳಕ್ಕೆ ದೃಷ್ಟಿ ಹರಿಸಿ ನಗರವನ್ನು ಸುತ್ತುವರಿದಿದ್ದ ಕಂದಕವನ್ನು ಗಮನಿಸಿದಳು. ತಾನು ಕುಳಿತಲ್ಲಿಂದ ಕಂದಕಕ್ಕೆ ಬೀಳುವುದೆಂದರೆ ಹೇಗಿರಬಹುದು? ನೋವಾದೀತೆ? ಥಟ್ಟನೆ ಆತ್ಮ ದೇಹದಿಂದ ಮುಕ್ತಿ ಪಡೆಯಬಹುದೆ ? ಮರಣಾನಂತರ ಏನಾಗಬಹುದು?

ಇಂಥ ಮೂರ್ಖ ಆಲೋಚನೆಗಳೇಕೆ ಬರುತ್ತವೆ?

ಇಬ್ಬರೂ ಸ್ವಲ್ಪ ಸಮಯದಿಂದ ಅಲ್ಲಿ ಕುಳಿತಿದ್ದರು. ಹೆಚ್ಚು ಮಾತಾಡಿರಲಿಲ್ಲ. ಸಮೀಚಿಗೆ ಸೀತೆಯ ವೇದನೆ ಅರ್ಥವಾಗಿತ್ತು. ತಾಯಿಯ ಅಂತ್ಯ ಸಂಸ್ಕಾರವಾಗಿ ಒಂದು ದಿನವಷ್ಟೆ ಕಳೆದಿತ್ತು. ರಾಣಿ ಸುನಯನಾಳ ನಿಧನದಿಂದ ಸೀತೆಯೊಬ್ಬಳೇ ಅಲ್ಲ. ಇಡೀ ಸಾಮ್ರಾಜ್ಯ ಶೋಕಸಾಗರದಲ್ಲಿ ಮುಳುಗಿತ್ತು.

"ಸೀತಾ"

ಏನೋ ಅಂತರ್ಬೋಧೆಯಾದಂತಾಗಿ ಸಮೀಚಿ ತೋಳುಗಳನ್ನೂ ಸೀತೆಗೆ ಅಡ್ಡವಾಗಿ ಹಿಡಿದಳು. ಸಮೀಚಿಗೆ ಕರಾಳ ಆಲೋಚನೆಗಳ ಶಕ್ತಿಯ ಅರಿವಿತ್ತು.

ಸೀತೆ ತಲೆ ಕೊಡವಿದಳು. ಅನಗತ್ಯ ಯೋಚನೆಗಳನ್ನು ತಲೆಯಿಂದ ಹೊರದೂಡಿದಳು.

"ಸೀತಾ"

ಸಮೀಚಿ ಪಿಸುಮಾತಿನಲ್ಲಿ ಕರೆದಳು. ಸೀತೆ ನೇರವಾಗಿ ನುಡಿದಳು. "ಅಮ್ಮ ಹೇಳುತ್ತಿದ್ದು ಸರಿ. ನನಗೆ ಸಂಗಾತಿಗಳ ಅಗತ್ಯವಿದೆ. ನಾನು ನನ್ನ ಕರ್ಮ ಮಾಡಿಮುಗಿಸುತ್ತೇನೆ. ಆದರೆ ನನ್ನೊಬ್ಬಳಿಂದಲೇ ಅದು ಸಾಧ್ಯವಿಲ್ಲ. ಒಡನಾಡಿಯ ಅಗತ್ಯವಿದೆ."

ವಿಶ್ವಾಮಿತ್ರನೆದುರು ರುಧಿರ ಪ್ರಮಾಣವಚನ ಮಾಡಿದ್ದು ಸೀತೆಗೆ ನೆನಪಾಯಿತು. ಎಡ ಅಂಗೈಯಲ್ಲಿ ಆಗಿದ್ದ ಗಾಯದ ಕಲೆಯನ್ನು ಸವರಿಕೊಂಡಳು.

"ನಾನು ಮಹಾರುದ್ರ ಮತ್ತು ಪರಶುರಾಮರ ಹೆಸರಿನಲ್ಲಿ ಪ್ರಮಾಣ ಮಾಡುತ್ತೇನೆ" – ಅವಳು ಮನದೊಳಗೇ ಅಂದುಕೊಂಡಳು.

ಸಾಮಾನ್ಯವಾಗಿ ಮಹಾರುದ್ರನ ಹೆಸರಲ್ಲಿ ಪ್ರಮಾಣವಚನ ಸ್ವೀಕರಿಸುವುದು ರೂಢಿ. ಆದರೆ ಅವಳೇಕೆ ರೂಢಿಮಾರ್ಗದಿಂದ ಬದಲಾದಳು? ಅವಳೇಕೆ ನೈಜ ದೈವದ ಮೊರೆಹೊಕ್ಕಳು? ಎಂದು ಸಮೀಚಿಯ ಯೋಚನೆ.

ತನ್ನನ್ನು ಮಿಥಿಲೆಯ ಎರಡನೆ ಅಧಿಪತಿಯನ್ನಾಗಿಸುವುದು ಸೀತೆಯ ಇಚ್ಛೆ ಇದ್ದೀತೆ? ಇರ್ಯೆವ ದೈವಕ್ಕೆ ಉಘೇ ಉಘೇ.

—೧೮—

ಸುನಯನಾ ಗತಿಸಿ ವರ್ಷ ಕಳೆದಿದೆ. ಹದಿನಾರು ವರ್ಷದ ಸೀತೆ ರಾಜ್ಯದ ಆಡಳಿತವನ್ನು ಚೆನ್ನಾಗಿಯೇ ನಿರ್ವಹಿಸುತ್ತಿದ್ದಾಳೆ. ತಾಯಿಯ ಸಲಹೆಯಂತೆ ಹಳೆಯ ಅಧಿಕಾರಿಗಳನ್ನೇ ಇಟ್ಟುಕೊಂಡು ಆಡಳಿತದಲ್ಲಿ ಹಿಡಿತ ಸಾಧಿಸಿದ್ದಾಳೆ. ಸಮೀಚಿಯನ್ನು ಪೊಲೀಸ್ ಪಡೆಯ ಮುಖ್ಯಸ್ಥಳನ್ನಾಗಿ ನೇಮಿಸಿದ್ದೊಂದೇ ದೊಡ್ಡ ಬದಲಾವಣೆ.

ಮಲಯಪುತ್ರ ಜಟಾಯು ತನ್ನ ವಚನದಂತೆ ಸೀತೆಯ ನೆರಳಾಗಿ ಅವಳ ರಕ್ಷಣೆಗೆ ನಿಂತಿದ್ದ. ಜಟಾಯುವಿನ ಸಲಹೆಯಂತೆ ಸೀತೆ ಮಲಯಪುತ್ರರು ಕೆಲವರನ್ನು ಪೊಲೀಸ್ ಪಡೆಗೆ ನೇಮಿಸಿಕೊಂಡಿದ್ದಳು. ಅವರ ಗುರುತು ಪತ್ತೆಗಳನ್ನು ರಹಸ್ಯವಾಗಿಡಲಾಗಿತ್ತು. ಸಮೀಚಿಗೂ ತಿಳಿದಿರಲಿಲ್ಲ.

ಸೀತೆಯ ವಿಷ್ಣು ಪದವಿಯ ಹೊಣೆಗಾರಿಕೆಗಳ ಬಗ್ಗೆ ಮಾತನಾಡಬಹುದಿದ್ದ ಏಕೈಕ ವ್ಯಕ್ತಿಯೆಂದರೆ ಜಟಾಯು.

"ನನಗೆ ಖಾತ್ರಿ ಇದೆ. ನಿನ್ನಿಂದ ಮಾತ್ರ ಇದನ್ನು ಅರ್ಥಮಾಡಿಕೊಳ್ಳುವುದು ಸಾಧ್ಯ..."

ಸೀತೆ ಮತ್ತು ಜಟಾಯು ಮಿಥಿಲೆಯ ಹೊರವಲಯಕ್ಕೆ ಬಂದಿದ್ದರು. ಮಿಥಿಲೆಯ ಪೊಲೀಸರ ವೇಷದಲ್ಲಿ ಮಲಯಪುತ್ರನೊಬ್ಬ ಅಂಗರಕ್ಷಕನಾಗಿ ಅವರನ್ನು ಹಿಂಬಾಲಿಸಿದ್ದ. ದಕ್ಷಿಣದ ತುದಿಯಲ್ಲಿರುವ ಮಲಯಪುತ್ರರ ರಾಜಧಾನಿ ಅಗಸ್ತ್ಯಕೂಟದಲ್ಲಿ ವಿಶ್ವಾಮಿತ್ರರು ಸೀತೆಯ ನಿರೀಕ್ಷೆಯಲ್ಲಿದ್ದಾರೆಂಬುದನ್ನು ಜಟಾಯು ಅವಳಿಗೆ ತಿಳಿಸಿದ್ದ. ಅಲ್ಲಿ ಸೀತೆಗೆ ವಿಷ್ಣು ಪಾತ್ರ ನಿರ್ವಹಣೆ ಕುರಿತು ಕೆಲವು ತಿಂಗಳುಗಳ ಕಾಲ ತರಬೇತಿ ನೀಡುವುದು ವಿಶ್ವಾಮಿತ್ರರ ಉದ್ದೇಶವಾಗಿತ್ತು. ತರಬೇತಿ ನಂತರ ಕೆಲವು ವರ್ಷಗಳ ಕಾಲ ಅವಳು ಮಿಥಿಲೆಯಲ್ಲೆ ಉಳಿಯಬಹುದಿತ್ತು – ವರ್ಷದಲ್ಲಿ ಆರು ತಿಂಗಳು ಮಿಥಿಲೆಯಲ್ಲಿ, ಇನ್ನಾರು ತಿಂಗಳು ಸಪ್ತಸಿಂಧುವಿನ ಸುತ್ತ ಸಂಚಾರ.

ಮಿಥಿಲೆ ಬಿಟ್ಟು ಹೊರಡಲು ತಾನಿನ್ನೂ ಸಿದ್ಧಳಿಲ್ಲವೆಂದು ಸೀತೆ ಜಟಾಯುವಿಗೆ ತಿಳಿಸಿದ್ದಳು. ಅವಳು ಮಾಡಬೇಕಾದ್ದು ಬಹಳಷ್ಟಿತ್ತು. ಮಿಥಿಲೆಯಲ್ಲಿ ಯಥಾಸ್ಥಿತಿ ಉಂಟುಮಾಡಬೇಕಿತ್ತು. ಕುಶಧ್ವಜನ ಬೆದರಿಕೆಗಳನ್ನೆದುರಿಸಲು ಭದ್ರತಾ ವ್ಯವಸ್ಥೆ ಮಾಡಬೇಕಿತ್ತು.

"ಹೌದು ತಂಗಿ. ನಂಗೆ ಅರ್ಥವಾಗುತ್ತೆ. ನೀನು ಇನ್ನೂ ಕೆಲವು ವರ್ಷಗಳ ಕಾಲ ಮಿಥಿಲೆಯಲ್ಲಿರಬೇಕಾಗುತ್ತದೆ. ನಾನು ಇದನ್ನು ಗುರೂಜಿಗೆ ಅರಹುತ್ತೇನೆ. ಅವರೂ ಅರ್ಥಮಾಡಿಕೊಳ್ತಾರೆ ಎನ್ನುವ ಭರವಸೆ ನನಗಿದೆ. ಹಾಗೆ ನೋಡಿದರೆ ಇಲ್ಲಿನ ಕೆಲಸವೂ ನೀನು ವಹಿಸಿಕೊಳ್ಳಬೇಕಿರುವ ಕಾರ್ಯಭಾರದ ನಿಟ್ಟಿನಲ್ಲಿ ಒಂದು ರೀತಿ ತರಬೇತಿಯೇ ಹೌದು."

"ವಂದನೆಗಳು ಸೋದರ. ಅಂದ ಹಾಗೆ, ಅಗಸ್ತ್ಯಕೂಟ ರಾವಣನ ಲಂಕೆಯ ಸಮೀಪದಲ್ಲಿದೆಯೆಂದು ಕೇಳಿದ್ದೇನೆ, ನಿಜವೆ?"

"ಹೌದು. ಆದರೆ ಚಿಂತೆ ಬೇಡ, ತಂಗಿ. ನೀನು ಅಲ್ಲಿ ಸುರಕ್ಷಿತಳಾಗಿರುವಿ"

ಸೀತೆಗೆ ಅಗಸ್ತ್ಯಕೂಟದ ಸುಭದ್ರತೆ ಬಗ್ಗೆ ಚಿಂತೆಯಾಗಿತ್ತು. ಆದರೆ ಹೆಚ್ಚಿನ ಸ್ಪಷ್ಟೀಕರಣ ಕೇಳದಿರಲು ಅವಳು ನಿರ್ಧರಿಸಿದ್ದಳು.

"ಆ ಹಣವನ್ನು ಖರ್ಚುಮಾಡುವ ಬಗ್ಗೆ ನಿನ್ನ ನಿರ್ಧಾರ ಏನು?" ಜಟಾಯು ಕೇಳಿದ.

ಮಲಯಪುತ್ರರು ಮಿಥಿಲೆಗೆ ಒಂದು ಸಾವಿರ ಚಿನ್ನದ ವರಹಗಳನ್ನು ದೇಣಿಗೆಯಾಗಿ ಕೊಟ್ಟಿದ್ದರು. ಸಾಮ್ರಾಜ್ಯದಲ್ಲಿ ತ್ವರಿತವಾಗಿ ಅಧಿಕಾರ ಸ್ಥಾಪಿಸಲು ಸೀತೆಗೆ ನೆರವಾಗಲೆಂಬ ಉದ್ದೇಶ ಇದರ ಹಿಂದಿತ್ತು. ಮಲಯ ಪುತ್ರರ ಈ ಔದಾರ್ಯದಿಂದ ಯಾರಿಗೂ ಅಚ್ಚರಿಯಾಗಿರಲಿಲ್ಲ. ಮಹರ್ಷಿ ಗಳೇಕೆ ಸಂತದೊರೆ ಜನಕನ ಈ ಜ್ಞಾನ ನಗರಿಯ ರಕ್ಷಣೆಗೆ ಧಾವಿಸಲಿಲ್ಲ?

ಮಲಯಪುತ್ರರು ಮಿಥಿಲೆಯ ಜನರಿಗೆ ಅಪರಿಚಿತರೇನಲ್ಲ. ಮಲಯ ಪುತ್ರರು, ಮಹರ್ಷಿ ವಿಶ್ವಾಮಿತ್ರರು ತಮ್ಮ ನಗರಿಗೆ ಆಗಿಂದಾಗ್ಗೆ ಭೇಟಿ ಕೊಡುತ್ತಿರುವುದನ್ನು ಅವರು ಅರಿಯದವರೇನಲ್ಲ.

ಎರಡು ಮುಖ್ಯ ಕೆಲಸಗಳಾಗಬೇಕಿತ್ತು. ಮಿಥಿಲೆಯನ್ನು ಸಾಂಕ್ಷ್ಯ ದೊಂದಿಗೆ ಸಂಪರ್ಕಿಸುವ ರಸ್ತೆ ನಿರ್ಮಾಣ, ಮತ್ತೊಂದು ಕೊಳಚೆನಿವಾಸಿ ಗಳಿಗೆ ವಸತಿ ಸೌಕರ್ಯ ಕಲ್ಪಿಸುವುದು.

"ರಸ್ತೆ ನಿರ್ಮಾಣದಿಂದ ವಾಣಿಜ್ಯ ವ್ಯವಹಾರ ಪುನರಾರಂಭಕ್ಕೆ ಸಹಾಯ ವಾಗಲಿದೆ. ಇದರಿಂದ ನಗರಕ್ಕೆ ಹೆಚ್ಚಿನ ಸಂಪತ್ತು ಬರಲಿದೆ"

—ಎಂದ ಜಟಾಯು.

"ಹೌದು. ಆದರೆ ಸಂಪತ್ತು ಕೆಲವೇ ಮಂದಿ ಶ್ರೀಮಂತರ ಪಾಲಾಗಲಿದೆ. ಕೆಲವರು ಆ ಸಂಪತ್ತು ದೋಚಿಕೊಂಡು ಬೇರೆ ದೇಶಗಳಿಗೆ ಹೋಗಬಹದು. ರಸ್ತೆಯಿಂದಾಗಿ ಸಾಂಕ್ಷ್ಯ ಬಂದರಿನ ಮೇಲಿನ ನಮ್ಮ ಅವಲಂಬನೆ ತಪ್ಪದು. ಅಥವಾ ಮಿಥಿಲೆಗೆ ಸರಬರಾಜು ನಿಲ್ಲಿಸುವ ನನ್ನ ಚಿಕ್ಕಪ್ಪನ ಸಾಮರ್ಥ್ಯವನ್ನು ಅದು ಕುಗ್ಗಿಸದು. ನಾವು ಸ್ವತಂತ್ರರಾಗಬೇಕು, ಸ್ವಾವಲಂಬಿಗಳಾಗಬೇಕು."

"ನಿಜ ಕೊಳಚೆಪ್ರದೇಶ ಅಭಿವೃದ್ಧಿಯೋಜನೆಯಿಂದ ಬಡವರಿಗೆ ಕಾಯಂ ವಸತಿಸೌಕರ್ಯ ಸಿಗಲಿದೆ. ಜೊತೆಗೆ ನಗರದ ಮಹಾದ್ವಾರಗಳು ಸಂಚಾರಮುಕ್ತವಾಗಲಿವೆ."

"ಹೌದು"

"ಜೊತೆಗೆ, ಬಡಜನರು ನಿನ್ನಲ್ಲಿ ನಿಷ್ಠೆ ಹೊಂದುವರು. ಅವರೇ ಮಿಥಿಲೆಯಲ್ಲಿ ಬಹುಸಂಖ್ಯಾತರು."

ಸೀತೆ ನಕ್ಕಳು.

"ಬಡವರು ಎಲ್ಲ ಕಾಲಕ್ಕೂ ನಿಷ್ಠರಾಗಿರುತ್ತಾರೆಯೇ ಎಂದು ನನಗೆ ಖಚಿತವಾಗಿ ತಿಳಿಯದು. ನಿಷ್ಠಾವಂತರು ಯಾವಾಗಲೂ ನಿಷ್ಠರಾಗಿಯೇ ಇರುತ್ತಾರೆ. ಏನೆ ಇರಲಿ ನಾವು ಬಡವರಿಗೆ ಸಹಾಯಮಾಡಬೇಕು. ಈ

ಯೋಜನೆ ಮುಗಿಸುವುದರಿಂದ ನಾವು ಹೆಚ್ಚು ಉದ್ಯೋಗ ಸೃಷ್ಟಿಸಬಹುದು. ಸ್ಥಳೀಯರು ಉದ್ಯೋಗಸ್ಥರಾಗುತ್ತಾರೆ. ಅದು ಒಳ್ಳೆಯದು"

"ನಿಜ" ಎಂದು ಜಟಾಯು ತಲೆದೂಗಿದ.

"ಈ ಯೋಜನೆಗೆ ಸಂಬಂಧಿಸಿದಂತೆ, ಸ್ವಾವಲಂಬನೆ ಹೆಚ್ಚಿಸುವ ಕೆಲವು ಆಲೋಚನೆಗಳೂ ಉಂಟು. ಮುಖ್ಯವಾಗಿ ಆಹಾರ ಮತ್ತಿತರ ಅಗತ್ಯ ವಸ್ತುಗಳಿಗೆ ಸಂಬಂಧಿಸಿದ ಹಾಗೆ."

"ನೀನು ಈಗಾಗಲೇ ಮನಸ್ಸಿನಲ್ಲಿ ಎಲ್ಲವನ್ನೂ ನಿರ್ಧರಿಸಿದಂತಿದೆ"

"ಹೌದು. ಆದರ ಆಖೈರಾಗಿ ತೀರ್ಮಾನಿಸುವ ಮುನ್ನ ಬೇರೆಯವರ ಅಭಿಪ್ರಾಯಗಳನ್ನು ತಿಳಿಯುವುದು ಉತ್ತಮ. ಅಮ್ಮ ಇದ್ದಿದ್ದರೆ ಹಾಗೇ ಮಾಡುತ್ತಿದ್ದಳು"

"ಆಕೆ ಅಸಾಧಾರಣ ಸ್ತ್ರೀ"

"ಹೌದು" ಎಂದು ಸೀತೆ ನಕ್ಕಳು.

"ಜಟಾಯು ನಾನೊಂದು ಪ್ರಶ್ನೆ ಕೇಳಲೆ?"

"ಕೇಳಿ ಮಹಾವಿಷ್ಣು. ನಾನು ಉತ್ತರಿಸದಿರುವುದು ಹೇಗೆ ಸಾಧ್ಯ?"

"ಮಹರ್ಷಿ ವಿಶ್ವಾಮಿತ್ರರು ಮತ್ತು ಮಹರ್ಷಿ ವಸಿಷ್ಠರ ನಡುವಣ ಸಮಸ್ಯೆಯಾದರೂ ಏನು?"

ಜಟಾಯು ವಿಷಾದದ ನಗೆ ಸೂಸಿದ. "ಅದನ್ನು ಅರ್ಥ ಮಾಡಿಕೊಳ್ಳುವ ಸಾಮರ್ಥ್ಯ ನಿನಗಿದೆ. ಕೆಲವೊಂದು ವಿಚಾರಗಳನ್ನು ರಹಸ್ಯವಾಗಿಡಬೇಕು."

ಸೀತೆ ನಕ್ಕಳು "ನನ್ನ ಪ್ರಶ್ನೆಗೆ ಅದು ಉತ್ತರವಲ್ಲ."

"ಅಲ್ಲ" ಎಂದು ಜಟಾಯುವೂ ನಕ್ಕ.

"ನಿಜವಾಗಿ ಹೇಳುವುದಾದರೆ ನನಗೆ ಆ ಬಗ್ಗೆ ಹೆಚ್ಚಿಗೆ ತಿಳಿಯದು. ಆದರೆ ಇಷ್ಟು ಗೊತ್ತು. ಅವರಿಬ್ಬರೂ ಬದ್ಧ ದ್ವೇಷಿಗಳು. ಮಹರ್ಷಿ ವಿಶ್ವಾಮಿತ್ರರ ಎದುರು ಮಹರ್ಷಿ ವಸಿಷ್ಠರ ಹೆಸರು ಪ್ರಸ್ತಾಪಿಸುವುದೂ ದಡ್ಡತನವಾಗುತ್ತದೆ."

—೧೮—

"ಒಳ್ಳೆಯ ಪ್ರಗತಿ"

ಸೀತಾ ಪಿಸು ನುಡಿದಳು. ಅವಳೀಗ ಮಹಾರುದ್ರ ದೇವಾಲಯದ ಉದ್ಯಾನವನ ಸಮೀಪ ನಿಂತು ಕೊಳೆಗೇರಿಗಳ ಪುನರ್ವಸತಿ ಕಾರ್ಯವನ್ನು ನೋಡುತ್ತಿದ್ದಳು. ಮಿಥಿಲೆಯ ದಕ್ಷಿಣ ದ್ವಾರದಲ್ಲಿನ ಕೊಳಚೆ ಪ್ರದೇಶದ ನಿವಾಸಿಗಳಿಗೆ ಕಾಯಂ ವಸತಿ ನಿರ್ಮಿಸಲು ಅವಳು ಕೆಲ ತಿಂಗಳುಗಳ ಹಿಂದೆ ಆಜ್ಞೆ ಮಾಡಿದ್ದಳು. ಮಲಯಪುತ್ರರ ದೇಣಿಗೆಯಿಂದ ಬಡ ಜನರಿಗೆ ಉಚಿತವಾಗಿ ಇಲ್ಲಿ ಮನೆಗಳನ್ನು ಕಟ್ಟಿಕೊಡುವ ಕೆಲಸ ನಡೆದಿತ್ತು. ಈ ಯೋಜನೆಯ ನಿರ್ವಹಣೆಯನ್ನು ಸಮೀಚಿಗೆ ವಹಿಸಿದ್ದರು, ಸೀತೆ ವಸತಿಗಳ ನೀಲಿನಕ್ಷೆ ರೂಪಣೆ ಮತ್ತು ನಿವಾಸಿಗಳೊಂದಿಗೆ ಸಮಾಲೋಚನೆಯಲ್ಲಿ ಸ್ವತಃ ತಾನೇ ತೊಡಗಿಕೊಂಡಿದ್ದಳು. ಕೊಳೆಗೇರಿ ನಿವಾಸಿಗಳಿಗೆ ಜಾಗ ಖಾಲಿ ಮಾಡುವ ಮನಸ್ಸಿರಲಿಲ್ಲ. ಅವರಿಗೆ ಆಡಳಿತದಲ್ಲಿ ನಂಬಿಕೆ ಇರಲಿಲ್ಲ. ಹೊಸ ವಸತಿಗೃಹಗಳ ಜೋಪಡಿಗಳ ಮಾದರಿಯಲ್ಲೆ ಇರಬೇಕು ಎನ್ನುವ ಮೂಢನಂಬಿಕೆ ಅವರದಾಗಿತ್ತು.

ಸೀತೆ ಜೇನುಗೂಡು ಮಾದರಿ ಅವರ ನಿವಾಸಗಳ ನಕ್ಷೆ ರೂಪಿಸಿದ್ದಳು. ಅಗಲವಾದ ರಸ್ತೆಗಳಿದ್ದವು. ಹೊಸ ಸೌಕರ್ಯಗಳನ್ನು ಕೊಳೆಗೇರಿ ನಿವಾಸಿಗಳಿಗೆ ಸ್ವತಃ ಮನವರಿಕೆ ಮಾಡಿಕೊಟ್ಟಳು.

ಸೀತೆಯ ಯೋಜನೆಗಳಿಂದಾಗಿ ಆಹಾರ, ಔಷಧಿ ಮೊದಲಾದವುಗಳಲ್ಲಿ ಮಿಥಿಲೆ ಸ್ವಾವಲಂಬಿಯಾಯಿತು. ಸಾಂಕ್ಷ್ಯಬಂದರಿನ ಮೇಲಣ ಅವಲಂಬನೆ ಕಮ್ಮಿಯಾಯಿತು.

ಕುಶಧ್ವಜ ಮಿಥಿಲೆ ಮೇಲೆ ಮಿಲಿಟರಿ ಆಕ್ರಮಣ ನಡೆಸಬಹುದೆಂದು ಸಮೀಚಿ ಸೀತೆಯನ್ನು ಎಚ್ಚರಿಸಿದಳು. ಸಂತನಗರಿ ಮಿಥಿಲೆ ಮೇಲೆ ಆಕ್ರಮಣ ವನ್ನು ಸಮರ್ಥಿಸಿಕೊಳ್ಳುವುದು ಕುಶಧ್ವಜನಿಗೇ ಕಷ್ಟವಾಗಬಹುದು. ಸಾಂಕ್ಷ್ಯ ಪ್ರಜೆಗಳೇ ಇದರ ವಿರುದ್ಧ ಬಂಡೇಳಬಹುದು ಎನ್ನುವುದು ಸೀತೆಯ ಭಾವನೆ ಯಾಗಿತ್ತು. ದೇಶದ ಗಡಿಯಲ್ಲಿನ ಅಗಳ್ತೆ ಮಿಥಿಲೆಯ ಜಲಮೂಲವಾಗಿತ್ತು. ಒಂದು ವೇಳೆ ಆಕ್ರಮಣ ನಡೆದಲ್ಲಿ ಶತ್ರುಗಳು ಅಗಳ್ತೆಯ ನೀರಿಗೆ ವಿಷ ಬೆರೆಸುವ ಸಾಧ್ಯತೆ ಇತ್ತು. ಎಂದೇ ನಗರದೊಳಗೇ ಜನರಿಗೆ ನೀರು ಸರಬರಾಜು ಮಾಡುವ ಕೊಳಗಳನ್ನೂ ನಿರ್ಮಿಸಲು ಸೀತೆ ನಿರ್ಧರಿಸಿದಳು. ನಗರದ ಮಧ್ಯಭಾಗದಲ್ಲಿ ಮಾರುಕಟ್ಟೆ ನಿರ್ಮಾಣ ಅವಳ ಮತ್ತೊಂದು

ಹೊಸ ಯೋಜನೆಯಾಗಿತ್ತು. ಇವೆಲ್ಲದರಿಂದಾಗಿ ಮಿಥಿಲೆಯ ಜನಜೀವನದಲ್ಲಿ ಸಾಕಷ್ಟು ಸುಧಾರಣೆ ಸಂಭವಿಸಿತ್ತು.

—೧೮—

"ನಂಗೆ ಆಶ್ಚರ್ಯವೆನಿಸಿದೆ. ಪೊಲೀಸ್ ಪಡೆ ಮುಖ್ಯಸ್ಥೆ ಕೋಳಿಗೇರಿ ನಿವಾಸಿಗಳ ವಸತಿ ಗೃಹನಿರ್ಮಾಣ ಕೆಲಸವನ್ನು ಇಷ್ಟೊಂದು ದಕ್ಷತೆಯಿಂದ ನಿರ್ವಹಿಸುತ್ತಿರುವುದನ್ನು ಕಂಡು"

—ಎಂದ ಜಟಾಯು. ಸೀತ ನಗರದ ಹೊರವಲಯದಲ್ಲಿ ಜಟಾಯುವಿನೊಂದಿಗೆ ಕುಳಿತಿದ್ದಳು. ಹಗಲು ಮೂರನೆ ಪ್ರಹರದಲ್ಲಿ ಕಾಲಿರಿಸಿತ್ತು. ಇನ್ನೂ ಸೂರ್ಯ ಮುಳುಗಿರಲಿಲ್ಲ.

"ಸಮೀಚಿ ಪ್ರತಿಭಾವಂತೆ– ಅದರಲ್ಲಿ ಅನುಮಾನವಿಲ್ಲ.

"ಹೌದು... ಆದರೆ..."

"ಏನದು ಆದರೆ ರಾಗ?" – ಸೀತೆ ಕೇಳಿದಳು.

"ಮಹಾವಿಷ್ಣು, ದಯವಿಟ್ಟು ತಪ್ಪು ತಿಳಿಯಬೇಡಿ. ನೀವು ಇಲ್ಲಿನ ಪ್ರಧಾನಿ. ನಾವು ಮಲಯಪುತ್ರರು. ನಮ್ಮ ಕಾಳಜಿ ಮಿಥಿಲೆಯಷ್ಟೇ ಅಲ್ಲ ಇಡೀ ದೇಶದ್ದು"

"ಏನದು ಜಟಾಯು?"

"ನನ್ನ ಜನರು ಪೊಲೀಸರೊಂದಿಗೆ ಸಂಪರ್ಕವಿಟ್ಟುಕೊಂಡಿದ್ದಾರೆ. ಅದು ಸಮೀಚಿಯ ಬಗ್ಗೆ..."

"ಅದು ಗೊತ್ತು. ಸಮೀಚಿಗೆ ಪುರುಷರ ಬಗ್ಗೆ ಸ್ವಲ್ಪ ಸಮಸ್ಯೆಗಳಿವೆ...'

"ಅದು ಪುರುಷ ದ್ವೇಷ–ಕೇವಲ ಸಮಸ್ಯೆಯಲ್ಲ."

"ಅದಕ್ಕೆ ಕಾರಣವಿರಬೇಕು"

"ಯಾರೊ ಒಬ್ಬ ಏನೋ ಮಾಡಿದ ಎಂದು ಪುರುಷ ಕುಲವನ್ನೇ ದ್ವೇಷಿಸುವುದೆಂದರೆ, ಅದು ಅಸ್ಥಿರ ವ್ಯಕ್ತಿತ್ವದ ಸೂಚನೆ. ಪ್ರತಿ ಪಕ್ಷಪಾತವೂ ಪಕ್ಷಪಾತವೇ. ಪ್ರತಿಜನಾಂಗೀಯತೆಯೂ ಜನಾಂಗೀಯತೆಯೇ..."

"ಹೌದು"

"ಅವಳ ಭಾವನೆಗಳು ಅವಳೊಳಗೇ ಇದ್ದರೆ ಸರಿ. ಆದರೆ ಅವಳ

ಭಾವನೆಗಳು ಕೆಲಸದ ಮೇಲೆ ಪರಿಣಾಮ ಬೀರುತ್ತಿವೆ. ಅನ್ಯಾಯವಾಗಿ ಪುರುಷರ ಮೇಲೆ ಗುರಿ ಇಡುತ್ತಿದ್ದಾಳೆ. ಬಂಡಾಯ ಪ್ರಚೋದಿಸುವ ಇರಾದೆ ನಿನಗಿಲ್ಲ ಎಂದು ಭಾವಿಸುವೆ."

"ಅವಳು ಕೆಲಸದಲ್ಲಿ ನನ್ನ ಸಹಾಯ ಬಯಸುವುದಿಲ್ಲ..."

"ಮಹಾವಿಷ್ಣು ನನಗೆ ನಿನ್ನ ಬಹು ಹಿತಾಸಕ್ತಿಗಳ ಬಗ್ಗೆ ಕಾಳಜಿ ಇದೆ. ಅವಳು ನಿನಗೆ ನಿಷ್ಠಳು ಎಂಬುದರಲ್ಲಿ ಸಂದೇಹವಿಲ್ಲ"

ಎಂದ ಜಟಾಯು.

"ನಾನು ಪುರುಷನಲ್ಲ. ಅಲ್ಲವೆ....ಆದ್ದರಿಂದ..."

ಜಟಾಯು ಜೋರಾಗಿ ನಕ್ಕುಬಿಟ್ಟ.

—೧೮—

"ನಾರದರೇ ಹೇಗಿದ್ದೀರಿ?"

–ಹನುಮಾನ್ ಪ್ರಶ್ನೆ. ಹನುಮಾನ್ ಅದೇ ತಾನೆ ಪಾರಿಹಾದಿಂದ ಹಿಂದಿರುಗಿದ್ದ

"ನಾನು ಚೆನ್ನಾಗಿದ್ದೇನೆ"

ಎಂದರು ನಾರದರು. ನಾರದರು ಗುಜರಾತಿನ ಲೋಥಾಲ್ ಬಂದರು ಪಟ್ಟಣದ ಒಬ್ಬ ವ್ಯಾಪಾರಿ.

"ಉತ್ತಮ ಎನ್ನುವುದೂ ಪಾಪವೇ"

ಹನುಮಾನ್ ನಗುತ್ತಾ ನುಡಿದ. "ಪಾಪದಿಂದ ದೂರ ಉಳಿಯಲು ನೀವು ತ್ರಾಸಪಡುವುದಿಲ್ಲ. ಅಲ್ಲವೇ?"

ನಾರದರು ನಗುತ್ತ ವಿಷಯ ಬದಲಾಯಿಸಿದರು. "ಮತ್ತೆ ಎತ್ತ ಹನುಮಂತನ ಪಯಣ? ನೀನಾಗಲೇ ಗುರು ವಶಿಷ್ಠರ ಬಳಿಗೆ..." ವಶಿಷ್ಠರು ಅಯೋಧ್ಯೆಯ ರಾಜಗುರುಗಳು. ರಾಮ, ಭರತ, ಲಕ್ಷ್ಮಣ, ಶತ್ರುಘ್ನರನ್ನು ಅವರು ಶಿಷ್ಯರಾಗಿ ಸ್ವೀಕರಿಸಿ ವಿದ್ಯಾಭ್ಯಾಸಕ್ಕಾಗಿ ತಮ್ಮ ಗುರುಕುಲಕ್ಕೆ ಕರೆದೊಯ್ದಿದ್ದರೆಂಬುದು ಸರ್ವವಿಧಿತ.

ಇರಲಿ ಹನುಮಾನ್. ನೀನು ಯಾರಲ್ಲಿಗೆ ಹೊರಟಿರುವಿ ಎಂಬುದು ನನ್ನ ಹೊರತು ಬೇರಾರಿಗೂ ತಿಳಿಯದು. ಗುರುಕುಲ ಎಲ್ಲಿದೆ ಎಂಬುದು ನನಗೂ ತಿಳಿಯದು..."

ಹನುಮಾನ್ ನಸುನಕ್ಕ. ಅಷ್ಟರಲ್ಲಿ ಹೆಣ್ಣು ದನಿಯೊಂದು ಕೇಳಿ ಬಂತು.

"ಹಂಸಾ..."

"ಮೇಡಂ ನನ್ನ ಹೆಸರು ಹನುಮಾನ್"

"ನನಗೆ ಗೊತ್ತು."

—ಎಂದಳು ಸುರಸಾ ಠೀವಿಯಿಂದ ನೋಡುತ್ತ

ನಾರದ ಗಹಗಹಿಸಿನಕ್ಕ. ಸುರಸಾ ಹನುಮಂತನಿಗೆ ಮುಜುಗರ ವಾಗುವಷ್ಟು ಅವನ ಹತ್ತಿರಕ್ಕೆ ಬಂದಿದ್ದಳು. ಹನುಮಂತ ಅವಳನ್ನೇ ದುರುಗುಟ್ಟಿಕೊಂಡು ನೋಡುತ್ತಾ ಎರಡು ಹೆಜ್ಜೆ ಸರಿದ.

"ಮೇಡಂ ನಾನು ನಾರದನ ಜೊತೆ ಮುಖ್ಯ ವಿಷಯವೊಂದನ್ನು ಚರ್ಚಿಸುತ್ತಿದ್ದೇನೆ."

"ನಾನು ಮಧ್ಯಪ್ರವೇಶ ಮಾಡಿದ್ದೆನೆ. ನನ್ನೊಡನೆ ವ್ಯವಹರಿಸು" ಎಂದಳು. ಸುರಸಾ ವಯ್ಯಾರದಿಂದ "ಹ್ಯಾನ್ಸ್ ನಿನ್ನ ಬಗ್ಗೆ ನನ್ನಲ್ಲಿ ಎಂಥ ಭಾವನೆ ಇದೆ ಗೊತ್ತಾ"

ಹನುಮಾನ್ ಮುಖದಲ್ಲಿ ಕೆಂಪಡರಿತು. "ಮೇಡಂ ನಾನು ನಿಮಗೆ ಅನೇಕ ಸಲ ಹೇಳಿದ್ದೇನೆ. ನಾನು ಬ್ರಹ್ಮಚರ್ಯ ವ್ರತ ತೊಟ್ಟವನು..."

"ಯಾರಿಗೂ ಗೊತ್ತಾಗುವುದಿಲ್ಲ ಹ್ಯಾನ್ಸ್. ಜನರ ಕಣ್ಣಿಗೆ ಬ್ರಹ್ಮಚಾರಿಯಂತೆ ಕಾಣುವಂತೆ ನಟಿಸು. ನೀನೇನೂ ನನ್ನ ಮದುವೆಯಾಗಬೇಕಿಲ್ಲ"

ಹನುಮಾನ್ ಹಿಂದಕ್ಕೆ ಸರಿದು ಹೇಳಿದ : "ಮೇಡಂ ದಯವಿಟ್ಟು ಸಾಕು ಮಾಡಿ ಈ ಚಿನ್ನಾಟವನ್ನೆಲ್ಲ. ಸಾಕು ನಿಲ್ಲಿಸಿ"

"ನಾನು ಸುಂದರಿಯಲ್ಲವೆ?"

"ನಾರದ ದೇವರಾಣೆ... ಏನಾದರೂ ಮಾಡು"

ಹನುಮಾನ್ ಸಹಾಯಕ್ಕಾಗಿ ನಾರದನ ಮೊರೆ ಹೊಕ್ಕ.

"ಸುರಸಾ...ಸಾಕು...ಸಾಕು...ನೀನು ಇಲ್ಲಿಂದ ಹೊರಡು"

"ನನಗೆ ನಿನ್ನ ಬುದ್ಧಿವಾದಬೇಡ. ನಾನು ಅವನನ್ನು ಪ್ರೀತಿಸುತ್ತಿದ್ದೇನೆ."

—ಸುರಸಾ ಕೆರಳಿ ನುಡಿದಳು.

ನಾರದಾ ತನ್ನ ನೌಕರರನ್ನು ಸನ್ನೆ ಮಾಡಿ ಕರೆದ. ಇಬ್ಬರು ಮಹಿಳೆಯರು ಬಂದು ಸುರಸಾಳನ್ನು ಎಳೆದುಕೊಂಡು ಹೋದರು.

"ನಾರದ ಏನಿದೆಲ್ಲ? ಏನು ಕಾರುಬಾರು ನಿನ್ನದು?"

"ಏಕೆ ಹನುಮಾನ್... ಮಲಯಪುತ್ರರು ಯಾರನ್ನು ವಿಷ್ಣು ಪದವಿ ಗೇರಿಸಿರುವರೆಂಬುದು ನನಗೆ ತಿಳಿಯದೆ? ವಾಯುಪುತ್ರರ ಸಮ್ಮತಿ ಇಲ್ಲದೆ ವಿಶ್ವಾಮಿತ್ರರು ಇಂಥ ನೇಮಕ ಮಾಡಲು ಸಾಧ್ಯವೇ?"

ಹನುಮಂತನಿಗೆ ಸಖೇದಾಶ್ಚರ್ಯವಾಯಿತು.

ನನ್ನಿಂದ ಸುದ್ದಿ ಸಮಾಚಾರ ತಿಳಿಯದೆ ನಿನ್ನ ಬದುಕು ಸಾಗದು ತಿಳಿದುಕೋ ಎಂದು ನಾರದರು ಮುಸಿಮುಸಿ ನಕ್ಕರು.

ಅಧ್ಯಾಯ – 12

ರಾಧಿಕಾ!

—ಸೀತೆ ಸಂತೋಷಭರಿತಳಾಗಿ ಉದ್ಗರಿಸಿದಳು. ಗುರುಕುಲದ ಗೆಳತಿಯ ಅನಿರೀಕ್ಷಿತ ಭೇಟಿ ಅವಳಲ್ಲಿ ಹರ್ಷ ಉಂಟುಮಾಡಿತ್ತು. ಸೀತೆಗಿಂತ ಒಂದು ವರ್ಷ ಕಿರಿಯಳಾದ ರಾಧಿಕಾಳನ್ನು ಸಮೀಚಿ ರಾಜಕುವರಿಯ ಅಂತಃಪುರಕ್ಕೆ ಕರೆದುತಂದಿದ್ದಳು.

ರಾಧಿಕಾ ಒಬ್ಬಳೇ ಬಂದಿರಲಿಲ್ಲ. ಅವಳ ಜೊತೆ ತಂದೆ ವರುಣ್ ರತ್ನಾಕರ ಮತ್ತು ಚಿಕ್ಕಪ್ಪ ವಾಯುಕೇಸರಿ ಬಂದಿದ್ದರು. ಸೀತೆ ಹಿಂದೆ ಗೆಳತಿಯ ತಂದೆಯನ್ನು ಭೇಟಿಯಾದದ್ದುಂಟು. ಚಿಕ್ಕಪ್ಪ ವಾಯುಕೇಸರಿಯನ್ನು ನೋಡುತ್ತಿರುವುದು ಇದೇ ಮೊದಲ ಸಲವಾಗಿತ್ತು. ವಾಯುಕೇಸರಿ ಹೋಲಿಕೆಯಲ್ಲಿ ರಾಧಿಕಾಳ ಮನೆಯವರಂತಿರಲಿಲ್ಲ. ಕುಳ್ಳಗೆ ದಪ್ಪಗಿದ್ದ. ಅವನ ಮೈ ರೋಮಭರಿತವಾಗಿತ್ತು.

ಬಹುಶಃ ಅವನು ವಾನರ ಕುಲದವನಿರಬೇಕು ಎಂದುಕೊಂಡಳು ಸೀತೆ.

ಸೀತೆಗೆ ರಾಧಿಕಾಳ ಕುಲದ ಪರಿಚಯವಿತ್ತು. ಅವರದು ವಾಲ್ಮೀಕಿ ಸಂತತಿ. ಮಾತೃಪ್ರಧಾನ ಕುಟುಂಬ. ಅವರ ಹೆಣ್ಣುಮಕ್ಕಳನ್ನು ಸಮುದಾಯದ ಹೊರಗೆ ವಿವಾಹಮಾಡಿಕೊಡುತ್ತಿರಲಿಲ್ಲ. ಆದರೆ ಪುರುಷರು ವಾಲ್ಮೀಕಿ ಸಮುದಾಯದ ಹೊರಗಿನವರನ್ನೂ ಮದುವೆಯಾಗಬಹುದಿತ್ತು. ಬಹುಶಃ ವಾಯುಕೇಸರಿ ವಾಲ್ಮೀಕಿ ಕುಲದ ಪುರುಷ ಮತ್ತು ವಾನರ ಕುಲದ ಸ್ತ್ರೀಗೆ ಜನಿಸಿದವನಾಗಿರಬೇಕು.

ಸೀತೆ ರಾಧಿಕಾಳ ತಂದೆ ಚಿಕ್ಕಪ್ಪಂದರಿಗೆ ನಮಸ್ಕರಿಸಿದಳು. ಸೀತೆಯನ್ನು ಆಶೀರ್ವದಿಸಿ ಅವರು ಜನಕರಾಜನ ಕುಟೀರಕ್ಕೆ ತೆರಳಿದರು.

"ರಾಧಿಕಾ ಹೇಗಿದ್ದೀಯ? ಜೀವನ ಹೇಗೆ ಸಾಗಿದೆ."

—ಸೀತೆ ಕೇಳಿದಳು.

"ನಾನು ರಭಸ ಜೀವನ ಶೈಲಿಯವಳಲ್ಲ, ನಿನ್ನಂತೆ"

"ನನ್ನಂತೆ..."

ಸೀತೆ ಜೋರಾಗಿ ನಕ್ಕುಬಿಟ್ಟಳು.

"ಇಲ್ಲ. ನಾನು ಮಾಡುತ್ತಿರುವುದೆಲ್ಲ ಸಣ್ಣ ರಾಜ್ಯವೊಂದರ ನಿಗಾವಹಿಸುವ ಕೆಲಸವಷ್ಟೆ. ತೆರಿಗೆ ಸಂಗ್ರಹಿಸುವುದು, ಕೊಳೆಗೇರಿಗಳ ಅಭಿವೃದ್ಧಿ..."

"ಸದ್ಯಕ್ಕೆ ಅದಷ್ಟೆ. ಮುಂದೆ ನೀನು ಮಾಡಬೇಕಾದ್ದು ಬೇಕಾದಷ್ಟಿದೆ."

"ಹೌದು. ಮಿಥಿಲೆಯ ಪ್ರಧಾನಮಂತ್ರಿಯಾಗಿ ನಾನು ಮಾಡಬೇಕಾದ್ದು ಬಹಳಷ್ಟಿದೆ. ಆದರೆ ಅದೇನು ಕಷ್ಟ ಸಾಧ್ಯವಾದುದಲ್ಲ. ನಾವೊಂದು ಸಣ್ಣ ರಾಜ್ಯವಷ್ಟೆ."

"ಆದರೆ ಭಾರತ ದೊಡ್ಡರಾಷ್ಟ್ರ"

"ರಾಧಿಕಾ ಒಂದು ಮೂಲಿಯಲ್ಲಿರುವ ನಮ್ಮಂದ ಭಾರತಕ್ಕೇನು ಮಾಡಲಾದೀತು? ಮಿಥಿಲಾ ಅಧಿಕಾರಬಲವಿಲ್ಲದ ರಾಜ್ಯ, ಎಲ್ಲರ ಅಲಕ್ಷ್ಯಕ್ಕೊಳಗಾಗಿರುವ ರಾಜ್ಯ."

"ಇರಬಹುದು. ಆದರೆ ತಲೆ ಸರಿ ಇರುವ ಭಾರತೀಯ ಅಗಸ್ತ್ಯಕೂಟವನ್ನು ಅಲಕ್ಷಿಸಲಾರ"

ಸೀತೆ ಒಂದು ಕ್ಷಣ ಉಸಿರು ಬಿಗಿ ಹಿಡಿದಳು.

ರಾಧಿಕೆಗೆ ಹೇಗೆ ಗೊತ್ತಾಯಿತು? ಅಮ್ಮ ಹೊರತು ನಾನು ಬೇರಾರಿಗೂ ತಿಳಿಸಿಲ್ಲ.

"ನಿನಗೆ ನೆರವಾಗಬೇಕೆಂಬುದು ನನ್ನ ಅಪೇಕ್ಷೆ. ಸೀತೆ, ನನ್ನ ನಂಬು. ನೀನು ನನ್ನ ಗೆಳತಿ. ನಾನು ನಿನ್ನ ಪ್ರೀತಿಸ್ತೀನಿ. ನಿನಗಿಂತ ಹೆಚ್ಚಾಗಿ ಭಾರತವನ್ನು ಪ್ರೀತಿಸ್ತೀನಿ. ಭಾರತಕ್ಕೆ ನೀನು ಮುಖ್ಯಳು. **ಜೈ ಪರಶುರಾಮ್**"

ಜೈ ಪರಶುರಾಮ್ – ಎಂದು ಸೀತೆಯು ಮೆಲ್ಲಗುಸುರಿದಳು.

"ನೀನು ಮತ್ತು ನಿನ್ನ ತಂದೆ..." ಎಂದಳು ಅನುಮಾನಿಸುತ್ತಾ. "ನಾನು ಏನೂ ಅಲ್ಲ ಸೀತೆ, ಆದರೆ ನನ್ನ ತಂದೆ ಪ್ರಮುಖ ವ್ಯಕ್ತಿ. ಅವರು ನಿನಗೆ

ಸಹಾಯ ಮಾಡಲಿಚ್ಛಿಸುತ್ತಿದ್ದಾರೆ. ಇದರಲ್ಲಿ ನಾನೊಂದು ಸ್ನೇಹ ಸೇತುವಷ್ಟೆ. ವಿಧಿ ನಮ್ಮನ್ನು ಗೆಳತಿಯರನ್ನಾಗಿಸಿದೆ."

"ನಿನ್ನ ತಂದೆ ಮಲಯಪುತ್ರರೆ?"

"ಇಲ್ಲ"

"ವಾಯುಪುತ್ರ?"

"ವಾಯುಪುತ್ರರು ಭಾರತದಲ್ಲಿ ವಾಸಿಸುವುದಿಲ್ಲ. ಮಹಾದೇವನ ಕುಲದವರು ಯಾವಾಗ ಬೇಕಾದರೂ ಪುಣ್ಯಭೂಮಿ ಭಾರತಕ್ಕೆ ಭೇಟಿಕೊಡ ಬಹುದು. ಆದರೆ ಅಲ್ಲಿ ವಾಸಿಸುವಂತಿಲ್ಲ. ಹೀಗಿರುವಾಗ ನನ್ನ ವಾಯುಪುತ್ರ ಹೇಗಾದಾರು?"

"ಹಾಗಿದ್ದಲ್ಲಿ ಅವರ್‍ಯಾರು?"

"ಎಲ್ಲ ಸಕಾಲದಲ್ಲಿ ಗೊತ್ತಾಗುತ್ತದೆ. ಈಗೇನಿದ್ದರು ಕೆಲವು ಸಂಗತಿಗಳ ಪರಾಮರ್ಶೆಯಷ್ಟೆ ನನ್ನ ಕೆಲಸ"

–ಎಂದಳು ರಾಧಿಕಾ ನಗುತ್ತಾ.

—೧೮—

ವಶಿಷ್ಠರು ಮರಕ್ಕೆ ಒರಗಿಕೊಂಡು ನೆಲದ ಮೇಲೆ ಮೌನಮುದ್ರೆಯಲ್ಲಿ ಕುಳಿತಿದ್ದರು. ಆಶ್ರಮದತ್ತ ದೂರದಿಂದ ಕಣ್ಣು ಹಾಯಿಸಿದರು– ಮುಂಜಾನೆ ಏಕಾಂತದಲ್ಲಿ ಜುಳುಜುಳು ಹರಿಯುತ್ತಿರುವ ಹೊಳೆ, ಮರಗಿಡಗಳು, ಹೊಳೆತೊರೆಗಳು–ಪ್ರಕೃತಿಯ ಸಂಪತ್ತು ಅವರ ತೃಪ್ತಿಯನ್ನು ಬಿಂಬಿಸು ವಂತಿತ್ತು.

ರಾಮ, ಭರತ, ಲಕ್ಷ್ಮಣ, ಶತ್ರುಘ್ನ – ಅಯೋಧ್ಯೆಯ ರಾಜಕುವರರು ಅವರ ಶಿಷ್ಯರು. ಲಂಕೆಯ ಅಸುರ ದೊರೆ ರಾವಣ ದಶರಥ ಮಹಾರಾಜನನ್ನು ಪರಾಜಯಗೊಳಿಸಿ ಹನ್ನೆರಡು ವರ್ಷಗಳು ಕಳೆದಿದ್ದವು. ಸೋಲಿನ ಒಂದು ಪೆಟ್ಟಿನಿಂದ ಸಪ್ತ ಸಿಂಧುವಿನ ಅದೃಷ್ಟವೇ ಬದಲಾಗಿ ಹೋಗಿತ್ತು. ಇದರಿಂದಾಗಿ ವಿಷ್ಣುವಿನ ಅವತಾರದ ಕಾಲ ಸನ್ನಿಹಿತವಾಗಿದೆ ಎಂದು ವಶಿಷ್ಠರಿಗೆ ಮನವರಿಕೆಯಾಗಿತ್ತು.

ವಶಿಷ್ಠ ಮತ್ತೆ ತಮ್ಮ ಗುರುಕುಲದತ್ತ ನುಡಿದರು. ಮಹರ್ಷಿ ಶುಕ್ರಾಚಾರ್ಯರು ಭಾರತದ ಅಲಕ್ಷಿತ ರಾಜಮಹಾರಾಜರುಗಳನ್ನು ವಿಶ್ವದ

ಮಹಾನ್ ಸಾಮ್ರಾಜ್ಯವೊಂದರ ನೇತಾರರನ್ನಾಗಿ ರೂಪಿಸಿದ ಗುರುಕುಲವದು. ವಿಶ್ವಾ ಎಂದೆಂದೂ ಕಾಣದಿದ್ದ ಅಸುರ ಸವಿತೃವನ್ನು ರೂಪಿಸಿದ ಗುರುಕುಲ.

ಮತ್ತೆ ಈ ಪವಿತ್ರ ಭೂಮಿಯಲ್ಲಿ ಹೊಸ ಸಾಮ್ರಾಜ್ಯವೊಂದು ಉದಯಿಸಬೇಕು. ವಿಷ್ಣು ಇಲ್ಲಿ ಅವತರಿಸುತ್ತಾನೆ.

ವಶಿಷ್ಠರು ಇನ್ನೂ ಮನಸ್ಸು ಮಾಡಿರಲಿಲ್ಲ. ರಾಮ ಅಥವಾ ಭರತ ಇಬ್ಬರಲ್ಲಿ ಯಾರನ್ನು ವಿಷ್ಣು ಪದವಿಗೇರಿಸುವುದೆಂಬುದನ್ನು ನಿರ್ಧರಿಸಿರಲಿಲ್ಲ. ಒಂದು ಖಾತ್ರಿಯಾಗಿತ್ತು. ಅದು ವಾಯುಪುತ್ರನ ಬೆಂಬಲ. ಆದರೆ ಮಹಾರುದ್ರನ ಕುಲದವರಿಗೆ ಮಿತಿಗಳೂ ಇದ್ದವು. ವಾಯುಪುತ್ರರು ಮತ್ತು ಮಲಯಪುತ್ರರಿಗೆ ಅವರದೇ ಆದ ಹೊಣೆಗಾರಿಕೆಯ ಕ್ಷೇತ್ರಗಳಿದ್ದವು. ವಿಷ್ಣುವನ್ನು ಮಲಯಪುತ್ರರು ಅಧಿಕೃತವಾಗಿ ಮಾನ್ಯ ಮಾಡಬೇಕಿತ್ತು. ಮಲಯಪುತ್ರರ ಪ್ರಧಾನ... ಅವರ ಮಾಜಿ ಮಿತ್ರ.

ಆಯಿತು

ನಾನು ಮಾಡುತ್ತೇನೆ.

"ಗುರೂಜಿ"

ವಶಿಷ್ಠ ತಿರುಗಿನೋಡಿದರು. ರಾಮ, ಭರತರು ಸದ್ದುಮಾಡದೆ ಹತ್ತಿರಬರುತ್ತಿದ್ದರು.

"ಏನು, ಏನು ಸಮಾಚಾರ?"

—ವಶಿಷ್ಠರು ಕೇಳಿದರು.

"ಅವರು ಅಲ್ಲಿಲ್ಲ ಗೂರೂಜಿ"–ರಾಮ ಹೇಳಿದ.

"ಅವರು?"

"ಮುಖಂಡರಾದ ವರುಣ ಮಾತ್ರವಲ್ಲ ಅವರ ಸಲಹೆಗಾರರಲ್ಲಿ ಅನೇಕ ಮಂದಿ ಗ್ರಾಮದಿಂದ ನಾಪತ್ತೆಯಾಗಿದ್ದಾರೆ..."

ವರುಣ, ವಶಿಷ್ಠರ ಆಶ್ರಮದ ಕೆಲಸಕಾರ್ಯಗಳನ್ನು ನೋಡಿಕೊಳ್ಳುತ್ತಿದ್ದವ. ವರುಣ, ವಾಲ್ಮೀಕಿ ಕುಲದವನು. ವಾಲ್ಮೀಕಿಗಳು ಆಗಿಂದಾಗ್ಗೆ ಗುರುಕುಲಕ್ಕಾಗಿ ಈ ಜಮೀನನ್ನು ಬಾಡಿಗೆಗೆ ಕೊಡುತ್ತಿದ್ದರು. ವಶಿಷ್ಠರು ಅಯೋಧ್ಯೆಯ ರಾಜಕುವರರ ತರಬೇತಿಗಾಗಿ ಗುರುಕುಲ ನಡೆಸಲು ಈ ಜಮೀನನ್ನು ಬಾಡಿಗೆಗೆ ಹಿಡಿದಿದ್ದರು.

ವಶಿಷ್ಠ ತಮ್ಮ ಶಿಷ್ಯರ ನಿಜವಾದ ಗುರುತನ್ನು ವಾಲ್ಮೀಕಿಗಳಿಗೆ

ತಿಳಿಯದಂತೆ ರಹಸ್ಯವಾಗಿಟ್ಟಿದ್ದರು. ಆದರೆ ವಾಲ್ಮೀಕಿಗಳಿಗೆ ತಮ್ಮ ಶಿಷ್ಯರ ನಿಜವಾದ ಗುರುತು ತಿಳಿದಿರುವಂತಿದೆ ಎಂಬ ಅನುಮಾನ ಅವರನ್ನು ಇತ್ತೀಚೆಗೆ ಕಾಡತೊಡಗಿತ್ತು. ವಾಲ್ಮೀಕಿಗಳು ತಮ್ಮದೇ ಆದ ರಹಸ್ಯಗಳನ್ನು ಹೊಂದಿದ್ದರು.

ವರುಣ ಹಳ್ಳಿಯಲ್ಲಿರುವನೇ ಎಂದು ತಿಳಿದುಬರಲು ವಶಿಷ್ಠರು ರಾಮ-ಭರತರನ್ನು ಕಳುಹಿಸಿದ್ದರು. ವಶಿಷ್ಠರಿಗೆ ಅವನ ಜೊತೆ ಮಾತನಾಡಿ ಗುರುಕುಲವನ್ನು ಸ್ಥಳಾಂತರಿಸುವ ನಿರ್ಧಾರ ಕೈಗೊಳ್ಳುವುದಿತ್ತು. ಆದರೆ ವರುಣ ಅವರಿಗೆ ತಿಳಿಸದ ಹಳ್ಳಿ ತೊರೆದಿದ್ದ.

"ಅವನು ಎಲ್ಲಿಗೆ ಹೋಗಿರಬಹುದು?"

"ಇನ್ನೆಲ್ಲಿಗೆ...ಮಿಥಿಲೆಗೆ"

ವಸಿಷ್ಠರು ನಿಜ ಎಂಬಂತೆ ತಲೆದೂಗಿದರು. ವರುಣನ ಜ್ಞಾನದಾಹ, ವಿಶೇಷವಾಗಿ ಆಧ್ಯಾತ್ಮಿಕ ಜ್ಞಾನದಾಹ ಅವರಿಗೆ ತಿಳಿದಿತ್ತು. ಅಂಥ ಜ್ಞಾನಪಿಪಾಸುಗೆ ಮಿಥಿಲೆ ಹೇಳಿಮಾಡಿಸಿದ ಪುರವಾಗಿತ್ತು.

"ಆಯಿತು ಮಕ್ಕಳೆ. ನೀವಿನ್ನು ವ್ಯಾಸಂಗದತ್ತ ಗಮನಕೊಡಿ."

—೧೮—

"ವಿಷ್ಣು ಅವತಾರದ ರಕ್ತದೀಕ್ಷೆ ಕೈಗೊಂಡಿರುವುದು ನಮಗೆ ತಿಳಿಯಿತು" –ಎಂದಳು ರಾಧಿಕಾ.

"ಹೌದು. ಕೆಲವು ವರ್ಷಗಳ ಹಿಂದೆ ಶ್ವೇತಕೇತು ಗುರೂಜಿಯವರ ಗುರುಕುಲದಲ್ಲಿ."

ರಾಧಿಕಾ ನಿಟ್ಟುಸಿರುಬಿಟ್ಟಳು.

"ಏಕೆ ಏನಾದರೂ ಸಮಸ್ಯೆಯೇ..."

"ಮಹರ್ಷಿ ವಿಶ್ವಾಮಿತ್ರರು ಕೊಂಚ ಅಸಂಪ್ರದಾಯಿಕವಾದಿಗಳು."

'ಅಸಂಪ್ರದಾಯವಾದಿಗಳು? ಏನು ನಿನ್ನ ಮಾತಿನರ್ಥ?"

"ಹೊಸಬರು ದೀಕ್ಷೆ ತೆಗೆದುಕೊಳ್ಳುವಾಗ ವಾಯುಪುತ್ರರಿರಬೇಕಿತ್ತು."

"ನನಗದು ತಿಳಿಯದು"

—ಸೀತೆ ಹುಬ್ಬೇರಿಸಿ ನುಡಿದಳು.

"ವಿಷ್ಣು ಮತ್ತು ಮಹಾರುದ್ರರ ಕುಲದವರು ಸಹಭಾಗಿಗಳಾಗಿ ಕೆಲಸ ಮಾಡಬೇಕೆಂಬ ನಿಯಮವಿದೆ."

ಸೀತೆಗೆ ಏನೋ ಅರ್ಥವಾದಂತೆನಿಸಿ, "ಗುರುವಶಿಷ್ಠರು?"

—ಎಂದು ಉದ್ಗರಿಸಿದಳು.

ರಾಧಿಕಾ ನಸುನಕ್ಕಳು. "ತರಬೇತಿ ಶುರುವಿಗೆ ಮೊದಲೇ ನೀನು ಅನೇಕ ವಿಷಯಗಳನ್ನು ತಿಳಿದುಕೊಂಡಿದ್ದೀಯ"

ರಾಧಿಕಾ ಸೀತೆಯ ಕೈಗಳನ್ನು ಹಿಡಿದು ಹೇಳಿದಳು.

"ವಾಯುಪುತ್ರರಿಗೆ ಮಹರ್ಷಿ ವಿಶ್ವಾಮಿತ್ರರು ಹಿಡಿಸುವುದಿಲ್ಲ. ಅವರನ್ನು ನಂಬುವುದಿಲ್ಲ. ಅದಕ್ಕೆ ಅವರದೇ ಆದ ಕಾರಣಗಳಿವೆ. ಆದರೆ ಅವರಿಂದ ಬಹಿರಂಗವಾಗಿ ಮಲಯಪುತ್ರರ ಪ್ರಧಾನರನ್ನು ವಿರೋಧಿಸುವುದು ಸಾಧ್ಯವಿಲ್ಲ. ನೀನು ಸರಿಯಾಗಿ ಊಹಿಸಿರುವಂತೆ ವಾಯುಪುತ್ರರು ಮಹರ್ಷಿ ವಶಿಷ್ಠರನ್ನು ಬೆಂಬಲಿಸುತ್ತಾರೆ"

"ವಿಷ್ಣು ಪದವಿಗೆ ಯಾರನ್ನು ಏರಿಸಬೇಕು ಎಂಬುದರ ಬಗ್ಗೆ ಗುರು ವಶಿಷ್ಠರಿಗೆ ಅವರದೇ ಆದ ಆಲೋಚನೆಗಳಿವೆ ಎಂಬುದು ನಿನ್ನ ಮಾತೆ?"

ರಾಧಿಕಾ ಹೌದೆಂದು ತಲೆದೂಗಿದಳು.

"ವಿಶ್ವಾಮಿತ್ರರು ಮತ್ತು ವಶಿಷ್ಠರ ನಡುವಣ ಹಗೆತನ ಹಳೆಯದು. ಆದರೆ ಕೆಲವರಿಗೆ ಮಾತ್ರ ಗೊತ್ತು."

ಸೀತೆ ವಿಷಾದದ ನಗು ನಕ್ಕಳು. "ಎರಡು ಆನೆಗಳ ಹೋರಾಟದ ಮಧ್ಯೆ ಸಿಕ್ಕಿಬಿದ್ದ ಗರಿಕೆ ಹುಲ್ಲಿನಂತಾಗಿದೆ ನನ್ನ ಸ್ಥಿತಿ."

"ಅವುಗಳ ಕಾಲ್ತುಳಿತಕ್ಕೆ ಸಿಕ್ಕಾಗ ನಿನ್ನ ಸಮೀಪ ಇರುವ ಬೇರೆ ಜಾತಿಯ ಹುಲ್ಲುಗಳ ಬಗ್ಗೆ ನಿನ್ನ ಆಕ್ಷೇಪವಿರಲಾರದು ಎಂದು ಭಾವಿಸುವೆ."

"ಈ ಅನ್ಯಜಾತಿಯ ಹುಲ್ಲು, ಯಾವುದದು?"

ಎನ್ನುತ್ತಾ ಸೀತೆ ರಾಧಿಕಾಳ ಭುಜತಟ್ಟಿದಳು.

"ಅವರು ಇಬ್ಬರಿದ್ದಾರೆ"

"ಇಬ್ಬರೇ?"

"ಹೌದು. ವಶಿಷ್ಠ ಗುರುಗಳೇ ಅವರಿಗೆ ತರಬೇತಿನೀಡುತ್ತಿದ್ದಾರೆ"

"ಇಬ್ಬರು ವಿಷ್ಣುಗಳನ್ನು ಸೃಷ್ಟಿಸುವುದು ಅವರ ಆಲೋಚನೆಯೇ?"

"ಇಲ್ಲ. ಅಪ್ಪನ ಪ್ರಕಾರ ಅವರಲ್ಲಿ ಒಬ್ಬರನ್ನು ಆಯ್ಕೆಮಾಡಬಹುದು"

"ಯಾರವರು?"

"ಅಯೋಧ್ಯೆಯ ರಾಜಕುವರರು – ರಾಮ ಮತ್ತು ಭರತ'

ಸೀತೆ ಹುಬ್ಬೇರಿಸಿದಳು. "ನಿಶ್ಚಯವಾಗಿಯೂ ಗುರು ವಶಿಷ್ಠರು ದೊಡ್ಡದಕ್ಕೆ ಗುರಿ ಇಟ್ಟಿದ್ದಾರೆ – ಚಕ್ರವರ್ತಿಯ ಮನೆತನಕ್ಕೆ" ರಾಧಿಕಾ ನಕ್ಕಳು.

"ಇಬ್ಬರಲ್ಲಿ ಯಾರು ಉತ್ತಮರು?"

"ರಾಮ, ನನ್ನ ತಂದೆಯ ಆಯ್ಕೆ"

"ನಿನ್ನ ಆಯ್ಕೆ?"

"ನನ್ನ ಅಭಿಪ್ರಾಯ ಅನಗತ್ಯ. ನಿಜವಾಗಿ ಹೇಳುವುದಾದರೆ ಅಪ್ಪನ ಅಭಿಪ್ರಾಯವೂ ನಗಣ್ಯ. ವಶಿಷ್ಠರು ಯಾರನ್ನು ಆಯ್ಕೆ ಮಾಡುತ್ತಾರೋ ಅವರನ್ನು ವಾಯುಪುತ್ರ ಬೆಂಬಲಿಸುತ್ತಾರೆ."

"ಗುರುಗಳಾದ ವಶಿಷ್ಠ ವಿಶ್ವಾಮಿತ್ರರುಗಳನ್ನು ಒಂದುಗೂಡಿಸುವ ಮಾರ್ಗ ಯಾವುದೂ ಇಲ್ಲವೆ? ಇಬ್ಬರ ಗುರಿಯೂ ಭಾರತದ ಒಳಿತೇ ಆಗಿದೆ. ವಶಿಷ್ಠರು ಆಯ್ಕೆ ಮಾಡುವ ವಿಷ್ಣುವಿನೊಟ್ಟಿಗೆ ಕೆಲಸ ಮಾಡಲು ನನ್ನ ಅಭ್ಯಂತರವಿಲ್ಲ."

"ಒಂದು ಕಾಲಕ್ಕೆ ಆಪ್ತಮಿತ್ರನಾಗಿದ್ದವನೇ ಶತ್ರುವೂ ಆಗಬಹುದು."

ಸೀತೆಗೆ ಆಘಾತವಾಯಿತು. "ನಿಜಕ್ಕೂ ಅವರಿಬ್ಬರೂ ಮಿತ್ರರಾಗಿದ್ದರೆ?"

"ಮಹರ್ಷಿಗಳಾದ ವಶಿಷ್ಠ ವಿಶ್ವಾಮಿತ್ರರು ಬಾಲ್ಯದ ಗೆಳೆಯರು. ಸೋದರ ರಂತಿದ್ದವರು. ಅವರಿಬ್ಬರನ್ನು ವೈರಿಗಳನ್ನಾಗಿಸುವಂಥಾದ್ದು ನಡೆಯಿತು."

"ಏನದು?"

"ಕೆಲವರಿಗೆ ಮಾತ್ರ ಗೊತ್ತು ಆ ಕೆಲವರು ತಮ್ಮ ನಿಕಟ ಸಂಗಾತಿಗಳ ಜೊತೆಯಲ್ಲೂ ಈ ಬಗ್ಗೆ ಮಾತನಾಡುವುದಿಲ್ಲ."

"ತುಂಬಾ ಕುತೂಹಲಕಾರಿಯಾಗಿದೆ."

ರಾಧಿಕಾ ಮೌನಿಯಾದಳು.

"ಗುರು ವಶಿಷ್ಠರ ಬಗ್ಗೆ ನಿನಗೆ ಇಷ್ಟೆಲ್ಲ ಹೇಗೆ ಗೊತ್ತಾಯಿತು?"

—ಸೀತೆಯ ಪ್ರಶ್ನೆ

"ಅವರು ನಾವು ಬಾಡಿಗೆಗೆ ಕೊಟ್ಟಿರುವ ಆಶ್ರಮದಲ್ಲಿ ರಾಜಕುವರರಿಗೆ ಪಾಠ ಹೇಳುತ್ತಾರೆ."

"ನಾನು ರಾಮ–ಭರತರನ್ನು ಭೇಟಿ ಮಾಡಬಹುದು?" ಅವರು ಗುರು

ವಸಿಷ್ಠರು ಭಾವಿಸುವಷ್ಟು ಧೀಮಂತರೇ ಎಂಬುದನ್ನು ತಿಳಿಯುವ ಕುತೂಹಲ ನನಗೆ."

"ಸೀತೆ, ಅವರಿನ್ನೂ ಚಿಕ್ಕವರು. ರಾಮ ನಿನಗಿಂತ ಐದು ವರ್ಷ ಕಿರಿಯವನು. ಮಲಯಪುತ್ರರು ನಿನ್ನನ್ನು ಹಿಂಬಾಲಿಸುತ್ತಿದ್ದಾರೆ ಎಂಬುದನ್ನೂ ಮರೆಯಬೇಡ. ನೀನು ಎಲ್ಲಿ ಹೋದರೂ ಅವರು ನಿನ್ನ ಬೆನ್ನಿಗಿರುತ್ತಾರೆ. ವಸಿಷ್ಠರ ಆಶ್ರಮ ಇರುವ ಸ್ಥಳ ಅವರಿಗೆ ಗೊತ್ತಾಗುವುದು ಅಪಾಯಕಾರಿ."

"ಓಹೋ..." ಎಂದು ಸೀತೆ ಉದ್ಗಾರವೆತ್ತಿದಳು.

"ಅಪ್ಪಾ ವಶಿಷ್ಠರಿಗೆ ನೆರವಾಗ್ತಿರ್ತಾರೆ"

"ಗುರುವಶಿಷ್ಠರಿಗೆ ಸಹಾಯ! ನನ್ನ ವಿರುದ್ಧವಾಗಿಯೋ?"

ರಾಧಿಕಾ ನಗುತ್ತಾ ನುಡಿದಳು.

"ನಿನ್ನಂತೆಯೇ ಅವರಿಬ್ಬರನ್ನೂ ಒಂದುಗೂಡಿಸುವುದು ಅಪ್ಪನ ಆಶಯವೂ ಆಗಿದೆ"

"ನಿನ್ನ ತಂದೆ ಯಾರು? ಅದು ನನಗೆ ಗೊತ್ತಾಗಬೇಕಿದೆ" ರಾಧಿಕಾ ಅನುಮಾನಿಸಿದಳು.

"ನಿನ್ನ ತಂದೆಗೆ ಇಷ್ಟವಿಲ್ಲದಿದ್ದಲ್ಲಿ ನೀನು ಅಯೋಧ್ಯೆಯ ರಾಜಕುವರರ ಬಗ್ಗೆ ನನ್ನ ಜೊತೆ ಮಾತನಾಡುತ್ತಿರಲಿಲ್ಲ. ನಾನು ಇಂಥ ಪ್ರಶ್ನೆ ಕೇಳುತ್ತೇನೆಂದು ಅವರು ನಿರೀಕ್ಷಿಸಿಯೇ ಇರುತ್ತಾರೆ. ತನ್ನ ನಿಜವಾದ ಗುರುತನ್ನು ಬಹಿರಂಗಪಡಿಸಲು ಸಿದ್ಧವಾಗಿಯೇ ನಿನ್ನ ತಂದೆ ನಿನ್ನನ್ನು ನನ್ನ ಬಳಿ ಕಳುಹಿಸಿರುತ್ತಾರೆ. ಹೇಳು ನಿನ್ನ ತಂದೆ ಯಾರು?"

ರಾಧಿಕಾ ಒಂದೆರಡು ಕ್ಷಣ ಮೌನವಾಗಿದ್ದು ನಂತರ ಕೇಳಿದಳು–

"ಮೋಹಿನಿ ಬಗ್ಗೆ ನಿನಗೆ ಗೊತ್ತೆ?"

"ಯಾರಿಗೆ ತಿಳಿಯದು... ಮಹಾವಿಷ್ಣುವೇ ಮೋಹಿನಿ"

"ಎಲ್ಲರೂ ವಿಷ್ಣುವನ್ನು ಮೋಹಿನಿ ಎಂದು ಪರಿಗಣಿಸುವುದಿಲ್ಲ. ಬಹುತೇಕ ಭಾರತೀಯರು ಹಾಗೆ ನಂಬುತ್ತಾರೆ. ಮಲಯಪುತ್ರರು ಮೋಹಿನಿಯನ್ನು ವಿಷ್ಣುವೆಂದೇ ಆರಾಧಿಸುತ್ತಾರೆ.

"ನಾನೂ ಅಷ್ಟೆ"

"ನಾವೂ ಅಷ್ಟೆ. ನನ್ನ ತಂದೆ ಮೋಹಿನಿಯ ಕುಲ ಸಂಜಾತ. ನಾವು ವಾಲ್ಮೀಕಿಗಳು."

ಸೀತೆ ನಿಮಿರಿ ಕುಳಿತಳು. ಅವಳಿಗೆ ಆಘಾತವಾಗಿತ್ತು. ಮತ್ತೊಂದು ಯೋಚನೆ ನುಗ್ಗಿಬಂತು—

"ಹನುಮಂತಣ್ಣನ ತಂದೆ ವಾಯುಕೇಸರಿ ನಿನ್ನ ಚಿಕ್ಕಪ್ಪನೆ?"

ರಾಧಿಕಾ ಹೌದೆಂದು ತಲೆದೂಗಿದಳು.

"ಅದಕೇ..."

ರಾಧಿಕಾ ಸೀತೆಯ ಮಾತನ್ನು ತಡೆದು ಹೇಳಿದಳು : "ನಿನ್ನ ಮಾತು ಸರಿ. ಅದೂ ಒಂದು ಕಾರಣ. ಆದರೆ ಅದೊಂದೇ ಕಾರಣವಲ್ಲ."

ಅಧ್ಯಾಯ – 13

ವರುಣ ವಶಿಷ್ಠ ಋಷಿಗಳಿಗೆ ಕೈಮುಗಿದು ನಮಸ್ಕರಿಸಿದ. ವರುಣ ಅದೇ ತಾನೆ ಮಿಥಿಲಾನಗರದಿಂದ ವಾಪಸಾಗಿದ್ದ. ವಶಿಷ್ಠರು ಅವನ ನಿರೀಕ್ಷೆಯಲ್ಲೇ ಇದ್ದರು.

"ಗುರುಗಳೇ, ಖಾಸಗಿಯಾಗಿ ಮಾತನಾಡುವುದಿದೆ" ಎಂದ ವರುಣ. ವಸಿಷ್ಠರು ರಹಸ್ಯತಾಣಕ್ಕೆ ನಡೆದರು. ವರುಣ ಅವರನ್ನು ಹಿಂಬಾಲಿಸಿದ. ಕೆಲವು ನಿಮಿಷಗಳಲ್ಲಿ ಅವರು ಆಶ್ರಮದ ಹತ್ತಿರ ಹರಿಯುತ್ತಿದ್ದ ಹೊಳೆ ದಂಡೆಯಲ್ಲಿದ್ದರು.

"ಪ್ರಧಾನ ವರುಣ, ಏನದು ಸಮಾಚಾರ?"

"ಗುರೂಜಿ, ನೀವು ಶಿಷ್ಯರೊಡಗೂಡಿ ಅನೇಕ ವರ್ಷಗಳಿಂದ ಇಲ್ಲಿದ್ದೀರಿ. ನಾವು ಪರಸ್ಪರ ಪರಿಚಯ ಮಾಡಿಕೊಳ್ಳಬೇಕಾದ ಕಾಲ ಈಗ ಸನ್ನಿಹಿತವಾಗಿದೆ"

"ಹಾಗಂದರೇನು?"

—ವಸಿಷ್ಠರ ಗಡ್ಡ ನೇವರಿಸಿಕೊಳ್ಳುತ್ತಾ ಕೇಳಿದರು.

"ಮಾತಿಗೆ ಹೇಳುವುದಾದರೆ, ಅಯೋಧ್ಯೆಯ ರಾಜಕುವರರು ಇನ್ನು ಹೆಚ್ಚುಕಾಲ ಶ್ರೀಮಂತ ವ್ಯಾಪಾರಿಗಳ ಮಕ್ಕಳಂತೆ ನಟಿಸಬೇಕಾದ್ದಿಲ್ಲ."

ವಸಿಷ್ಠರ ಮನಸ್ಸಿನಲ್ಲಿ ನಾಲ್ವರು ಬಾಲಕರ ಬಗ್ಗೆ ಯೋಚನೆ ಶುರುವಾಯಿತು. ಅವರು ಎಲ್ಲಿಗೆ ಹೋಗಿದ್ದರು. ವರುಣನ ಸೈನಿಕ ಪಡೆ ಈ

ಹುಡುಗರನ್ನು ಹಿಡಿದಿರಬಹುದೆ? ಸಂಪ್ರದಾಯದಂತೆ ವರುಣನ ಪಡೆ ಅಯೋಧ್ಯೆ ಅರಸು ಮನೆತನಕ್ಕೆ ಸೇವೆ ಸಲ್ಲಿಸತಕ್ಕದ್ದಲ್ಲ.

ಬಹುಶಃ ನಾನು ಅಷ್ಟೊಂದು ಬುದ್ಧಿವಂತನಲ್ಲ. ಲಂಕಾ ಅಥವಾ ಮಲಯ ಪುತ್ರರ ಪ್ರಭಾವದಿಂದ ದೂರವಿದ್ದರೆ ನಾವು ಸುರಕ್ಷಿತ ಎಂದು ನಾನು ಭಾವಿಸಿದ್ದೆ.

"ನಿನಗೆ ನಿನ್ನ ಕಾಯಿದೆ ಬಗ್ಗೆ ಅಷ್ಟೊಂದು ಕಾಳಜಿ ಇದ್ದಲ್ಲಿ, ಅತಿಥಿಗಳಾಗಿ ಸ್ವೀಕರಿಸಿದವರನ್ನು ತೊಂದರೆಗೆ ಸಿಲುಕಿಸಲಾಗದು ಎಂಬುದನ್ನೂ ತಿಳಿಸಬೇಕು."

"ಗುರೂಜಿ, ನಿಮಗಾಗಲಿ ನಿಮ್ಮ ವಿದ್ಯಾರ್ಥಿಗಳಿಗಾಗಲೀ ತೊಂದರೆ ಕೊಡುವ ಉದ್ದೇಶ ನನದಲ್ಲ."

ವಶಿಷ್ಠರು ನಿರಾಳ ಭಾವದಿಂದ ನುಡಿದರು. 'ನಿನಗೆ ನೋವುಂಟು ಮಾಡಿದ್ದರೆ ಕ್ಷಮೆ ಕೋರುವೆ. ಸುರಕ್ಷಿತ ಸ್ಥಳವೊಂದು ನಮಗೆ ಬೇಕಿತ್ತು. ನಾವು ತಕ್ಷಣ ಇಲ್ಲಿಂದ ಹೊರಡುತ್ತೇವೆ"

"ನಿರ್ಗಮಿಸುವ ಅಗತ್ಯವಿಲ್ಲ. ನಿಮ್ಮನ್ನು ಇಲ್ಲಿಂದ ಹೊರದಬ್ಬುವುದು ನನ್ನ ಉದ್ದೇಶವಲ್ಲ. ನಿಮಗೆ ಸಹಾಯಮಾಡುವುದಷ್ಟೇ ನನ್ನ ಉದ್ದೇಶ."

"ಅಯೋಧ್ಯೆ ಅರಸರಿಗೆ ನೆರವಾಗುವುದು ನಿನಗೆ ಅಕ್ರಮವಲ್ಲವೇ?"

"ಹೌದು. ಎಲ್ಲವನ್ನೂ ಮೀರಿದ ಪರಮಶಾಸನವೊಂದು ನಮ್ಮ ಕುಲದಲ್ಲಿದೆ... ಅದು ನಮ್ಮ ಅಸ್ತಿತ್ವಕ್ಕೆ ಸಂಬಂಧಿಸಿದ ಮೂಲಭೂತಶಾಸನ."

ವಸಿಷ್ಠರಿಗೆ ಗೊಂದಲವಾಯಿತು. ಆದರೂಅರ್ಥವಾದಂತೆ ನಟಿಸಿದರು.

"ನಮ್ಮ ಯುದ್ಧ ಘೋಷ ನಿಮಗೆ ತಿಳಿದಿರಬಹುದು. ಏನೇ ಬಂದರೂ ಜಯ ನಮ್ಮದಾಗಬೇಕು. ಇದರೆದುರು ನಾವು ಮಿಕ್ಕೆಲ್ಲ ಶಾಸನಗಳನ್ನೂ ಉಲ್ಲಂಘಿಸುತ್ತೇವೆ. ಯುದ್ಧ ಈಗ ಸನ್ನಿಹಿತವಾಗಿದೆ."

ವಶಿಷ್ಠರು ದುರಗುಟ್ಟಿ ನೋಡಿದರು.

"ವಾಯುಪುತ್ರರು ನಟ್ಟಿರುಳು ರಾತ್ರಿ ನಿಮ್ಮ ಅಶ್ರಮಕ್ಕೆ ನಿಯಮಿತವಾಗಿ ಬರುವುದು ನಮಗೆ ತಿಳಯದೆಂದು ಭಾವಿಸಬೇಡಿ. ಚಿಕ್ಕಪ್ಪನನ್ನು ಮೋಸಗೊಳಿಸಬಹುದು ಎಂದು ಅವನು ತಿಳಿದಂತೆ".

"ಹನುಮಾನ್?"

"ಹೌದು. ಅವನ ತಂದೆ ನನ್ನ ದಾಯಾದಿ ಸೋದರ"

"ವಾಯುಕೇಸರಿ ನಿನ್ನ ತಮ್ಮನೆ?"

"ಹೌದು"

ಹನುಮಾನ್ ಮತ್ತು ವಶಿಷ್ಠರ ನಡುವಣ ಗಾಢ ಬಂಧುತ್ವ ವರುಣನಿಗೆ ತಿಳಿದಿತ್ತು.

"ನೀನಾರು?"

—ವಶಿಷ್ಠರು ಆಶ್ಚರ್ಯರಾಗಿ ಕೇಳಿದರು.

"ವರುಣ ರತ್ನಾಕರ – ನನ್ ಪೂರ್ತಿ ಹೆಸರು"

ವಸಿಷ್ಠರಿಗೆ ಅವನ ಎರಡನೆಯ ಹೆಸರಿನ ಮಹತ್ವ ಅರಿವಿಗೆ ಬಂತು. ಅವರಿಗೆ ಅದೃಷ್ಟವಶಾತ್ ಶಕ್ತಿಶಾಲಿ ಮೈತ್ರಿ ಕೂಡಿಬಂದಿತ್ತು.

"ಜೈ ದೇವಿ ಮೋಹನ್"

ಎಂದು ವಶಿಷ್ಠರು ಘೋಷ ಮಾಡಿದರು.

"ಜೈ ದೇವಿಮೋಹನ್"

—ಎಂದು ವಶಿಷ್ಠರ ಭುಜದ ಮೇಲೆ ಸೋದರನಂತೆ ಕೈ ಇರಿಸಿ ವರುಣನೂ ಘೋಷಿಸಿದ.

—೧೮—

ಸಪ್ತ ಸಿಂಧುವಿನಲ್ಲಿರುವ ಭಾರತೀಯರಿಗೂ ಸೂರ್ಯದೇವನಿಗೂ ಗಾಢನಂಟು. ಆದರೆ ಅವರಿಗೆ ಕೆಲವೊಮ್ಮೆ ಸೂರ್ಯ ಬೇಕು, ಇನ್ನು ಕೆಲವೊಮ್ಮೆ ಬೇಡ. ಬೇಸಿಗೆಯಲ್ಲಿ ಅವರು ಅವನನ್ನು ತಾಪದೊಂದಿಗೇ ಸಹಿಸಿಕೊಳ್ಳುವರು. ಸುಡುತಾಪ ಕುಗ್ಗಿಸು ಎಂದು ಪ್ರಾರ್ಥಿಸುವರು. ಚಳಿಗಾಲ ದಲ್ಲಿ ಬಿಸಿಲು ಜೋರಾಗಿರಲಿ ಎಂದು ಪ್ರಾರ್ಥಿಸುವರು.

ಚಳಿಗಾಲದ ಒಂದು ದಿನ ಸೀತೆ ಮತ್ತು ಸಮೀಚಿ ಅರಮನೆಯ ಉದ್ಯಾನವನಕ್ಕೆ ಬಂದಿದ್ದರು. ಸೀತೆಯ ಆಣತಿಯಂತೆ ಉದ್ಯಾನವನವನ್ನು ಪುನರುಜ್ಜೀವಗೊಳಿಸಲಾಗಿತ್ತು. ಸೀತೆ ಮತ್ತು ಸಮೀಚಿ ಸಾರೋಟು ಸ್ಪರ್ಧೆಗಿಳಿದರು. ಉದ್ಯಾನವನದ ರಸ್ತೆಗಳು ಕಿರಿದಾಗಿದ್ದವು. ರಸ್ತೆಯ ಇಕ್ಕೆಲಗಳಲ್ಲಿ ಮರಗಿಡಗಳಿದ್ದವು.

ಯಾವುದೇ ಔಪಚಾರಿಕ ಸಮಾರಂಭವಿಲ್ಲದೆ ಇಬ್ಬರ ನಡುವೆ ಸಾರೋಟು ಸ್ಪರ್ಧೆ ಶುರುವಾಗಿತ್ತು. ಸೀತೆ ಕುದುರೆಗಳ ಬೆನ್ನು ಚಪ್ಪರಿಸಿದ್ದೇ ಅವು ಓಡಲಾರಂಭಿಸಿದವು. ಸಮೀಚಿಯೂ. ಇಬ್ಬರೂ ಹುರುಪಿನಿಂದ

ಕುದುರೆಗಳನ್ನು ಓಡಿಸುತ್ತಿದ್ದರು ಸೀತೆ ಕುದುರೆಗಳಿಗೆ ಚಾಟಿಯಿಂದ ಏಟು ಕೊಟ್ಟು 'ಹುರಾ, ಹುರಾ; ಎಂದು ಹುರುದುಂಬಿಸಿದಳು. ಸಮೀಚಿಯೂ ಹಿಂದೆ ಬೀಳಲಿಲ್ಲ.

ಸೀತೆಯ ಸಾರೋಟು ಮುಂದೆ ಸಾಗಿದಂತೆ ಸಮೀಚಿ ಹಿಂದೆ ಬಿದ್ದಳು. ಒಂದು ತಿರುವಿನಲ್ಲಿ ಸೀತೆಯ ಸಾರೋಟು ಕಣ್ಮರೆಯಾಯಿತು. ಕೆಲವು ಕ್ಷಣಗಳಲ್ಲಿ "ಅಯ್ಯೋ" ಎಂಬ ಆರ್ತನಾದ.

'ಸೀತೆ ಏನಾಯಿತು?"

ಸಮೀಚಿ ಕೂಗಿ ಕೇಳಿದಳು.

ಸೀತೆಯ ಸಾರೋಟಿನ ಗಾಲಿಗಳು ಹಳ್ಳಕ್ಕೆ ಸಿಕ್ಕಿ ಸಾರೋಟು ಮಗುಚಿ ಕೊಂಡಿತ್ತು. ಕುದುರೆಗಳು ನಿಲ್ಲದೆ ನಾಗಾಲೋಟದಿಂದ ಓಡಿದ್ದವು. ಸೀತೆ ಮಕಾಡೆ ಬಿದ್ದಿದ್ದಳು. ಮೆಲ್ಲನೆ ಎದ್ದು ಮೊಳಕಾಲೂರಿ ಕುಳಿತಳು. ತಲೆ ಸಿಡಿಯುತ್ತಿತ್ತು. ಎರಡೂ ಕೈಗಳಿಂದ ತಲೆಯನ್ನು ಅದುಮಿ ಹಿಡಿದುಕೊಂಡಳು.

ಸಮೀಚಿ ಸೀತೆ ಇದ್ದಲ್ಲಿಗೆ ಬಂದು ಸಾರೋಟಿನಿಂದ ಇಳಿದಳು. ಕುದುರೆಗಳು ಸೀತೆಯ ಸಾರೋಟನ್ನು ಎಳೆದುಕೊಂಡು ಹೋಗುತ್ತಿದ್ದವು.

"ಸೀತೆ ಏನಾಯಿತು?"

ಸಮೀಚಿ ಕಳವಳದಿಂದ ಕೇಳಿದಳು.

"ಸಮೀಚಿ ನನ್ನ ಸಾರೋಟು..."

—ಎನ್ನುತ್ತಲೇ ಸೀತೆ ಪ್ರಜ್ಞಾಶೂನ್ಯಳಾದಳು.

—೧೮—

ಸೀತೆಗೆ ಪ್ರಜ್ಞೆ ಬಂದಾಗ ಕತ್ತಲಾಗಿತ್ತು. ಅವಳಿಗೆ ಕಣ್ಣೆವೆಗಳು ಭಾರ ವೆನಿಸಿದವು. ಅಯ್ಯೋ, ಎಂದು ಸಣ್ಣಗೆ ನರಳಿದಳು.

"ದೀದಿ ಹೇಗಿದ್ದೀರಿ?"

ಅಂದಳು ಊರ್ಮಿಳಾ

"ನಂಗೇನೂ ಆಗಿಲ್ಲ ಊರ್ಮಿಳಾ"

"ಊರ್ಮಿಳಾ, ಮಾತಾಡಿಸಬೇಡ. ಅವಳು ವಿಶ್ರಾಂತಿ ಪಡೆಯಲಿ" ಎಂದು ತಂದೆ ಗದರಿಕೊಂಡರು.

ಸೀತೆ ಮೆಲ್ಲಗೆ ಕಣ್ತೆರೆದಳು. ಕೊಠಡಿಯ ದೀಪಗಳ ಬೆಳಕು ಕಣ್ಣನ್ನು ಚುಚ್ಚಿದವು.

"ಊರ್ಮಿಳಾ... ಎಷ್ಟು ಹೊತ್ತಿಂದ..."

"ದಿನಪೂರ್ತಿ, ನೀವು ನಿದ್ರೆಮಾಡಿದಿರಿ"

ಒಂದು ದಿನ! ಎಷ್ಟೋ ಕಾಲವಾದಂತೆನಿಸುತ್ತಿದೆ.

ಅವಳಿಗೆ ಎಡಗೈ ಹೊರತು ಮೈಯೆಲ್ಲ ನೋಯುತ್ತಿತ್ತು. ಎಡಗೈ ಮರಗಟ್ಟಿ ಹೋದಂತೆ. ನೋವು ನಿವಾರಕ ಮಾತ್ರೆಗಳ ಪ್ರಭಾವವಿರಬೇಕು.

ವೈದ್ಯರಿಗೆ ಅಶ್ವಿನಿ ಕುಮಾರರ ಅನುಗ್ರಹವಿರಲಿ.

ಊರ್ಮಿಳೆ ಸೀತೆಯ ಪಲ್ಲಂಗದ ಬಳಿ ನಿಂತಿದ್ದಳು. ಅವಳ ಕಣ್ಣಾಲಿಗಳು ತುಂಬಿದ್ದವು. ಅವಳ ಹಿಂದೆ ಜನಕ ಮಹಾರಾಜ ನಿಂತಿದ್ದ. ಜನಕ ಅದೇ ತಾನೆ ಕಾಯಿಲೆಯಿಂದ ಪುನಶ್ಚೇತನಗೊಂಡಿದ್ದ.

"ಬಾಬಾ... ನೀವು ವಿಶ್ರಾಂತಿ ತಗೋಬೇಕು. ನಿಮಗಿನ್ನೂ ನಿಶ್ಶಕ್ತಿ ಹೋಗಿಲ್ಲ"

ಸೀತೆ ಮೆಲ್ಲಗೆ ನುಡಿದಳು. ಜನಕ ತಲೆದೂಗಿದ.

"ನನ್ನ ಸಕಲ ಶಕ್ತಿಯೂ ನೀನೆ. ಬೇಗ ಗುಣಮುಖಳಾಗು"

"ಬಾಬಾ ನಿಮ್ಮ ಕೋಣೆಗೆ ಹೋಗಿ"

ಸಮೀಚಿ, ಅರಿಷ್ಟನೇಮಿ–ಕುಟುಂಬವೆಲ್ಲ ಸೀತೆಯ ಹಾಸಿಗೆ ಬಳಿ ನೆರೆದಿತ್ತು. ಅರಿಷ್ಟನೇಮಿಯೊಬ್ಬನೇ ಸಮಾಧಾನಚಿತ್ತನಾಗಿದ್ದುದು.

"ಸಮೀಚಿ..."

ಸೀತೆ ಶಕ್ತಿ ಎಲ್ಲ ಒಗ್ಗೂಡಿಸಿ ಕರೆದಳು.

"ಏನು ರಾಜಕುಮಾರಿ"

"ನನ್ನ ಸಾರೋಟು..."

"ಹೌದು...ರಾಜಕುಮಾರಿ..."

"ನಾನದನ್ನು ನೋಡಬೇಕು."

ಅರಿಷ್ಟನೇಮಿ ನಗುತ್ತಿರುವುದನ್ನು ಸೀತೆ ಗಮನಿಸಿದಳು. ಅದು ಪ್ರಶಂಸಾ ಪೂರ್ವಕ ನಗೆಯಾಗಿತ್ತು.

— ೧೭ —

"ನಿನ್ನ ಹತ್ಯೆಗೆ ಪ್ರಯತ್ನಿಸಿದವರ್‍ಯಾರು? ನಿನಗೇನಾದರೂ ಗೊತ್ತೆ?"

—ಅರಿಷ್ಠನೇಮಿಯ ಪ್ರಶ್ನೆ.

ಸಾರೋಟು ಅಪಘಾತ ಸಂಭವಿಸಿ ಐದು ದಿನಗಳಾಗಿವೆ. ಸೀತೆ ಹಾಸಿಗೆಯಲ್ಲಿ ಎದ್ದು ಕೂರುವಷ್ಟು ಚೇತರಿಸಿಕೊಂಡಿದ್ದಾಳೆ. ಅವಳ ಎಡತೋಳಿಗೆ ಪಟ್ಟಿ ಹಾಗೇ ಇದೆ. ಬೆನ್ನಿಗೆ ಬೇವಿನ ಮುಲಾಮು ಹಚ್ಚಿ ಬ್ಯಾಂಡೇಜ್ ಕಟ್ಟಿದ್ರೂ ಇನ್ನೂ ಹಾಗೇ ಇದೆ.

"ಇದನ್ನು ಪತ್ತೆಹಚ್ಚಲು ವ್ಯೋಮಕೇಶಿಯೇ ಆಗಬೇಕಿಲ್ಲ."

ಅರಿಷ್ಠನೇಮಿ ಮೃದುವಾಗಿ ನಕ್ಕ.

ಸೀತೆಯ ಸಾರೋಟನ್ನು ಅವಳಿದ್ದ ಆಯುರಾಲಯಕ್ಕೆ ತರಲಾಯಿತು. ಅವಳು ಅದನ್ನು ಕೂಲಂಕಶವಾಗಿ ಪರಿಶೀಲಿಸಿದಳು. ಸಾರೋಟನ್ನು ಬಹಳ ಚಾಣಾಕ್ಷತನದಿಂದ ನಿರ್ಮಿಸಲಾಗಿತ್ತು.

ಸಾರೋಟು ಸೀತೆಯದು. ಗುರಿ ಸ್ಪಷ್ಟವಾಗಿತ್ತು. ಮಿಥಿಲೆ ಮತ್ತು ಸಾಮ್ರಾಜ್ಯ ವಿಸ್ತರಣಾದಾಹಿಗಳ ಮಧ್ಯೆ ಅಡ್ಡ ನಿಂತಿದ್ದವಳು ಅವಳೊಬ್ಬಳೇ. ಊರ್ಮಿಳೆಯನ್ನು ಮದುವೆ ಮಾಡಿ ಕಳುಹಿಸಬಹುದಿತ್ತು ಜನಕ...

ಸೀತೆಯ ನಂತರ ಕಾಲವಷ್ಟೆ..

ಸೀತೆ ಅದೃಷ್ಟವಂತೆ. ಅವಘಡದಿಂದ ಪಾರಾಗಿದ್ದಳು.

"ಏನು ಮಾಡಬೇಕೂಂತೀಯ?"

—ಅರಿಷ್ಟನೇಮಿ ಕೇಳಿದ.

ಈ ಅಪಘಾತದ ಹಿಂದೆ ಯಾರೆಲ್ಲ ಇದ್ದಾರೆಂಬುದರ ಬಗ್ಗೆ ಅವಳಿಗೆ ಸಂದೇಹವಿರಲಿಲ್ಲ. "

ಅವರು ಮೂರ್ಖರು. ಆಸೆಬುರುಕರು. ಪರಿಸ್ಥಿತಿಯನ್ನು ತಪ್ಪಾಗಿ ಅರ್ಥಮಾಡಿಕೊಂಡರು. ಮಲಯಪುತ್ರರು ಹೊರತು ಬೇರಾರಿಗೂ ನಮ್ಮ ಗುರಿ ತಿಳಿದಿರಲಿಲ್ಲ. ಬಹುಶಃ ನೀನೆ ಮುಂದಿನ ರಾಣಿ, ಚಕ್ರವರ್ತಿನಿ. ನಿನ್ನಿಂದಲೇ ಅಪಾಯ ಎನ್ನುವುದು ಅವನಿಗೆ ತಿಳಿದಂತಿದೆ." – ಅರಿಷ್ಠನೇಮಿ ಹೇಳಿದ

"ವಿಶ್ವಾಮಿತ್ರರು ವಾಪಸು ಬರುವುದು ಯಾವಾಗ?"

"ನನಗೆ ತಿಳಿಯದು" – ಎಂದು ಅರಿಷ್ಠನೇಮಿ ಹೆಗಲು ಕೊಡವಿದ. **ಹಾಗಿದ್ದಲ್ಲಿ ಈ ಕಾರ್ಯಭಾರವನ್ನು ನಾವೇ ನಿರ್ವಹಿಸೋಣ.**

"ಏಕೆ?"

"ವಿಶ್ವಾಮಿತ್ರರು ಹೇಳಿದ್ದರು. ಕಾಯಬೇಡ ಮೊದಲು ಪ್ರತೀಕಾರ ಮಾಡಿಮುಗಿಸು ಎಂದು."

"ಏನು ಚಿಕಿತ್ಸಾ ದಾಳಿಯೆ?"

"ಅದನ್ನು ನಾನು ಬಹಿರಂಗವಾಗಿ ಮಾಡಲಾರೆ. ಮಿಥಿಲೆಯ ಜನ ಬಹಿರಂಗ ಸಮರವನ್ನು ತಡೆದುಕೊಳ್ಳಲಾರರು"

"ನಿನ್ನ ಮನಸ್ಸಿನಲ್ಲೇನಿದೆ?"

"ಅದು ಆಕಸ್ಮಿಕದಂತೆ ಕಾಣಿಸಬೇಕು."

"ಆದರೆ ಅದೇ ಮುಖ್ಯ. ವ್ಯಕ್ತಿಯಲ್ಲ."

"ಮುಖ್ಯ ವ್ಯಕ್ತಿ ವ್ಯೂಹಗಾರನಷ್ಟೆ. ಏನೇ ಆದರೂ ನಾನು ನೇರವಾಗಿ ಅವನ ಮೇಲೆ ದಾಳಿಮಾಡಲಾರೆ. ಅಮ್ಮ ಅದನ್ನು ನಿಷೇಧಿಸಿದ್ದಳು. ನಾವು ಅವನ ಬಲಗೈಯ್ಯನ್ನು ಕತ್ತರಿಸಬೇಕು..."

"ಸುಲೋಚನಾ"

ಸುಲೋಚನಾ ಸಾಂಕಷ್ಯಾದ ಪ್ರಧಾನಮಂತ್ರಿ ಕುಶಧ್ವಜನ ಬಲಗೈ. ಕುಶಧ್ವಜನ ಪರವಾಗಿ ಎಲ್ಲವನ್ನೂ ಮಾಡುವವನು. ಅವನಿಲ್ಲವಾದರೆ ಕುಶಧ್ವಜ ನಿಷ್ಕ್ರಿಯನಾಗುತ್ತಾನೆ.

ಸೀತೆ ತಲೆದೂಗಿದಳು.

ಅರಿಷ್ಟನೇಮಿಯ ಮುಖ ಶಿಲೆಯಂತೆ ಪೆಡಸಾಯಿತು.

"ಅದನ್ನು ಮಾಡಲಾಗುವುದು"

ಸೀತೆ ಪ್ರತಿಕ್ರಿಯಿಸಲಿಲ್ಲ.

ನೀನೀಗ ನಿಜವಾಗಿಯೂ ವಿಷ್ಣು ಪದವಿಗೇರಲು ಯೋಗ್ಯಳು ಎನಿಸಿತು ಅರಿಷ್ಟನೇಮಿಗೆ.

ಆತ್ಮರಕ್ಷಣೆ ಮಾಡಿಕೊಳ್ಳಲು ಅಸಮರ್ಥನಾದ ವಿಷ್ಣು ತನ್ನ ಜನರಪರ ಹೋರಾಟ ನಡೆಸಲು ಅಸಮರ್ಥ.

—೧೮—

ಮಾರ – ತನ್ನ ದಿನ ಕಾಲಗಳನ್ನು ಸೂಕ್ತ ರೀತಿಯಲ್ಲಿ ಆಯ್ಕೆ ಮಾಡಿ ಕೊಂಡಿದ್ದ.

ಉತ್ತರಾಯಣ ಪ್ರಾರಂಭದ ನಂತರ ನವರಾತ್ರಿ ಉತ್ಸವ. ಉತ್ತರಾಯಣ ಉತ್ತರಾಭಿಮುಖವಾಗಿ ಸೂರ್ಯನ ಚಲನದ ಆರಂಭ. ಅಂದು ಸೂರ್ಯಾರಾಧನೆ ಮಾಡಲಾಗುತ್ತದೆ. ಉತ್ತರಾಯಣ ಎಂದರೆ, ಹಳೆಯದು ಅಳಿದು ಹೊಸತು ಆವಿರ್ಭವಿಸುವ ಕ್ಷಣ.

ಮೊದಲ ಪ್ರಹಾರ ಮಧ್ಯರಾತ್ರಿಯ ನಂತರ. ಸಾಂಕ್ಯಾಶ್ಯ ನಗರ ನಿದ್ದೆಯಲ್ಲಿ ಮುಳುಗಿತ್ತು. ನಗರ ರಕ್ಷಕರು ಎಚ್ಚರದಿಂದಿದ್ದು ಕಾವಲು ಕಾಯುತ್ತಿದ್ದರು. ದುರದೃಷ್ಟವೆಂದರೆ ಎಲ್ಲ ನಗರ ರಕ್ಷಕ ಪಡೆಯವರೂ ಕರ್ತವ್ಯನಿಷ್ಠರಾಗಿರಲಿಲ್ಲ. ಇಂಥ ಇಪ್ಪತ್ತು ಮಂದಿ ಪ್ರಧಾನ ಮಂತ್ರಿ ಸುಲೋಚನಾ ಅವರ ನಿವಾಸದ ಕಾವಲು ಕೋಣೆಯಲ್ಲಿ ಸೇರಿದ್ದರು. ಅವರು ಕಾವಲು ಠಾಣ್ಯಗಳನ್ನು ಬಿಟ್ಟು ಬರುವಂತಿರಲಿಲ್ಲ. ಈ ಚಳಿಗಾಲ ಭಯಂಕರವಾಗಿತ್ತು ಎಂದೇ ಬೆಂಕಿ ಕಾಯಿಸಿಕೊಳ್ಳಲು ಅಲ್ಲಿ ಸೇರಿದ್ದರು. ಅದು ಬಿಡುವಿನ ವೇಳೆಯಾಗಿತ್ತು. ನಂತರ ಅವರು ಕಾವಲು ಕೆಲಸಕ್ಕೆ ಮರಳಬೇಕಾಗಿತ್ತು.

ಸುಲೋಚನಾ ಅರಮನೆ ಗುಡ್ಡದ ತಪ್ಪಲಿಗೆ ಹೊಂದಿಕೊಂಡಂತಿತ್ತು. ಅರಮನೆಯ ಒಂದು ತುದಿಯಲ್ಲಿ ಸಾಂಕ್ಯಾಶ್ಯನಗರ ಉದ್ಯಾನವನವಿದ್ದರೆ ಮತ್ತೊಂದು ತುದಿಯಲ್ಲಿ ಗಂಡಕಿ ನದಿ ಹರಿಯುತ್ತಿತ್ತು. ಅದೊಂದು ನಿಸರ್ಗ ರಮಣೀಯ ತಾಣ.

ಇಬ್ಬರು ಕಾವಲುಗಾರರು ಅರಮನೆಯ ಮಾಳಿಗೆಯ ಮೇಲೆ ಮಲಗಿ ನಿದ್ರಿಸುತ್ತಿದ್ದರು. ಗಾಢ ನಿದ್ದೆಯಲ್ಲಿದ್ದರು. ಕರ್ತವ್ಯ ನಿರತರಾಗಿದ್ದಾಗ ನಿದ್ದೆ ಮಾಡುವಂತಿಲ್ಲ. ಅದಕ್ಕೆ ಶಿಕ್ಷೆ ಮರಣದಂಡನೆ.

ಮಾರ ಘೋರ ಹಂತಕನಾಗಿರಲಿಲ್ಲ. ಅವನೊಬ್ಬ ಕಲಾವಿದ. ಛಾಯೆ ಯನ್ನು ನೇಮಿಸಿಕೊಳ್ಳಲಿಚ್ಛಿಸುವವರು ಮಾತ್ರ ಮಾರನನ್ನು ನೇಮಿಸಿ ಕೊಳ್ಳುತ್ತಿದ್ದರು. ಛಾಯೆ ನೆರಳಿನ ಒಡಲಿಂದ ಗೋಚರಿಸುತ್ತದೆ, ಕ್ಷಣಮಾತ್ರ ನಂತರ ಮಾಯವಾಗುತ್ತದೆ–ಒಂದು ಚೂರೂ ಸುಳಿವುಬಿಡದೆ, ಸಾಕ್ಷಿಪುರಾವೆ ಏನನ್ನೂ ಬಿಡುವುದಿಲ್ಲ.

ಮಾರ ತನ್ನ ಅತ್ಯುತ್ಕೃಷ್ಟ ಸೃಜನಶೀಲ ಕಾರ್ಯವೊಂದರ ಪ್ರಕ್ರಿಯೆಯಲ್ಲಿ ತೊಡಗಿದ್ದ.

ಸುಲೋಚನನ ಹೆಂಡತಿ ಮಕ್ಕಳೊಂದಿಗೆ ತೌರಿಗೆ ಹೋಗಿದ್ದಳು – ನವರಾತ್ರಿ ಉತ್ಸವಕ್ಕಾಗಿ. ಮನೆಯಲ್ಲಿ ಪ್ರಧಾನಮಂತ್ರಿ ಒಬ್ಬನೇ ಇದ್ದ. ಮಾರ

ಪಲ್ಲಂಗದ ಮೇಲೆ ಮಲಗಿದ್ದ ಸುಲೋಚನನ ಬೊಜ್ಜು ದೇಹದತ್ತ ದೃಷ್ಟಿ ಹರಿಸಿದ. ಸುಲೋಚನ ಉಂಗುರ ಇತ್ಯಾದಿಗಳನ್ನು ತೆರೆದು ಸಂಪುಟದಲ್ಲಿಟ್ಟು, ಅಂಗಿ ಬಿಚ್ಚಿ ಮಲಗಿದ್ದ. ಪಕ್ಕದ ಟೀಪಾಯಿಯ ಮೇಲೆ ಅವನ ಅಂಗವಸ್ತ್ರವಿತ್ತು.

ಸುಲೋಚನನ ಉಸಿರಾಟ ಮಾಮೂಲಿನಂತಿರಲಿಲ್ಲ. ಅವನು ಮೃತನಾಗಿದ್ದ. ಜಾಣತನದಿಂದ ವಿಷ ಮೂಲಿಕೆಯೊಂದರ ರಸವನ್ನು ಮೂಗಿನ ಹೊಳ್ಳೆಗಳ ಮೂಲಕ ಅವನ ಮೇಲೆ ಪ್ರಯೋಗಿಸಲಾಗಿತ್ತು. ವಿಷ ಅವನ ದೇಹದ ಅಂಗಾಂಗಗಳನ್ನು ನಿಷ್ಕ್ರಿಯಗೊಳಿಸಿತ್ತು. ಸುಲೋಚನ ಕ್ಷಣಮಾತ್ರದಲ್ಲಿ ಅಸುನೀಗಿದ್ದ.

ಮಾರ ಪಕ್ಕದ ದಸ್ತಾವೇಜುಗಳ ಖಾನೆಯಿಂದ ಹಸ್ತಪ್ರತಿಯೊಂದನ್ನು ಎತ್ತಿಕೊಂಡ. ಅದು ರಾಜನರ್ತಕಿಯೊಬ್ಬಳು ಮತ್ತು ವಣಿಕನೊಬ್ಬನ ನಡುವಣ ವಿಫಲ ಪ್ರೇಮ ಕಥಾನಕವಾಗಿತ್ತು. ಸುಲೋಚನನಿಗೆ ಇಂಥ ಪ್ರೇಮಕಥೆಗಳೆಂದರೆ ಪ್ರಿಯವಾಗಿತ್ತು. ಮಾರ ಹಸ್ತಪ್ರತಿಯನ್ನು ಸುಲೋಚನನ ಎದೆಯ ಮೇಲಿರಿಸಿದ.

ಸುಲೋಚನಾ ಓದುತ್ತಲೇ ನಿದ್ದೆಗೆ ಜಾರಿದ್ದ.

ಮಾರ ಪಲ್ಲಂಗದ ಪಕ್ಕದ ಟೀಪಾಯಿ ಮೇಲಿದ್ದ ಗ್ಲಾಸಿಗೆ ಒಂದಿಷ್ಟು ದ್ರಾಕ್ಷಾರಸ ಬಗ್ಗಿಸಿದ.

ದ್ರಾಕ್ಷಾರಸ ಸೇವಿಸುತ್ತಾ ಪ್ರೇಮ ಕಥಾನಕಗಳನ್ನು ಓದುವುದು ಸುಲೋಚನನಿಗೆ ಪ್ರಿಯವಾದ ಹವ್ಯಾಸವಾಗಿತ್ತು.

ಮರದ ಕಪಾಟಿನಲ್ಲಿದ್ದ ಆಯುರ್ವೇದ ಮುಲಾಮೊಂದನ್ನು ತೆಗೆದುಕೊಂಡು ಮರದ ಸಲಕರಣೆಯಿಂದ ಅದನ್ನು ಸುಲೋಚನನ ನಾಲಿಗೆಯ ಮೇಲೆ ಸವರಿದ. ಹೊಟ್ಟೆನೋವಿಗಾಗಿ ಸುಲೋಚನ ಈ ಔಷಧ ತೆಗೆದುಕೊಂಡಿದ್ದಾನೆ ಎಂದು ಯಾವ ವೈದ್ಯನಾದರೂ ಹೇಳಬಹುದಿತ್ತು.

ಮಾರ ಕಿಟಕಿಯತ್ತ ನಡೆದ.

ಹಿಂದಿರುಗಿ ಬಂದು ಸುಲೋಚನನಿಗೆ ಕುತ್ತಿಗೆವರೆಗೆ ಹೊದ್ದಿಕೆ ಹೊದಿಸಿದ. ಎಲ್ಲ ಸರಿಯಾಗಿತ್ತು. ಮಾರ ಅಲ್ಲಿಂದ ನಿರ್ಗಮಿಸುವ ಹವಣಿಕೆಯಲ್ಲಿದ್ದ. ಎಲ್ಲವೂ ಸರಿ ಇಲ್ಲ ಎನಿಸಿತು. ಸುಲೋಚನನ ದೇಹದ ಸಮೀಪ ಹೋದ. ಹಾಸಿಗೆ ಮೇಲೆ ಬಿದ್ದಿದ್ದ ಸುಲೋಚನ ಎಡಗೈ ಸೆಟೆತುಕೊಂಡಿತ್ತು.

ಪ್ರಯಾಸದಿಂದ ಎಡಗೈಯ್ಯನ್ನು ಎತ್ತಿ ಎದೆಯ ಮೇಲಿರಿಸಿದ. ಎದೆ ನೋವಿನಿಂದಾಗಿ ಎದೆ ನೀವಿಕೊಳ್ಳುತ್ತಾ ಮರಣಿಸಿದಂತೆ.

ಅದೊಂದು ಹೃದಯಾಘಾತದಂತೆಯೇ ಕಂಡಿತು.

ಮಾರ ಒಂದು ಕ್ಷಣ ಮೌನವಾಗಿನಿಂತ.

ನನ್ನ ಕೆಲಸ ಮುಗಿಯಿತು.

ಮಾರ ಅಲ್ಲಿಂದ ಕಾಲ್ಕಿತ್ತು ಅರಮನೆ ಉದ್ಯಾನವನದತ್ತ ನಡೆದ. ಉಸಿರು ಬಿಗಿಹಿಡಿದು ಅಗೋಚರ ವ್ಯಕ್ತಿ ಮಾರ ಕತ್ತಲಲ್ಲಿ ಕಣ್ಮರೆಯಾದ.

ಅಧ್ಯಾಯ – 14

ಮಿಥಿಲಾ ಗತಕಾಲದ ವರ್ಷಗಳಿಗಿಂತ ಈಗ ಹೆಚ್ಚು ಸುಸ್ಥಿರವಾಗಿತ್ತು. ಕೊಳೆಗೇರಿಗಳ ಪುನರ್ವಸತಿ ಮತ್ತು ತತ್ಸಂಬಂಧಿತ ನಾಗರಿಕ ಸೌಲಭ್ಯಗಳಿಂದಾಗಿ ಜನಜೀವನವೂ ಸುಧಾರಿಸಿತ್ತು. ಕೃಷಿ ಉತ್ಪಾದನೆ ಹೆಚ್ಚಿತ್ತು. ಹಣದುಬ್ಬರ ತಗ್ಗಿತ್ತು. ಸಾಂಕ್ಶ್ಯಾದ ಪ್ರಧಾನ ಮಂತ್ರಿಯ ಅಕಾಲ ಮರಣದಿಂದಾಗಿ ಕುಶಧ್ವಜನೂ ತಟಸ್ಥನಾಗಿದ್ದ. ಸೀತೆ ವಿದೇಶಗಳಿಗೆ ರಾಜತಾಂತ್ರಿಕ ಕಾರ್ಯಭಾರದ ಮೇಲೆ ವಿದೇಶ ಪ್ರವಾಸ ಕೈಗೊಳ್ಳಲಿರುವ ಬಗ್ಗೆ ಯಾರಿಂದಲೂ ಕೋಪ–ಕಟುಕಿಗಳು ವ್ಯಕ್ತವಾಗಿರಲಿಲ್ಲ.

ಸೀತೆ, ಜಟಾಯು ಮತ್ತು ಮಲಯಪುತ್ರರ ತಂಡದೊಂದಿಗೆ ಮಲಯಪುತ್ರ ದಂತಕಥೆಯಲ್ಲಿನ ರಾಜಧಾನಿ ಅಗಸ್ತ್ಯಕೂಟಂಗೆ ಪಯಣ ಕೈಗೊಂಡಳು. ಮೊದಲಿಗೆ ಮಣ್ಣು ರಸ್ತೆಯಲ್ಲಿ ಸಾಂಕ್ಶ್ಯಾಗೆ. ಅಲ್ಲಿಂದ ಗಂಡಕಿ ನದಿಯಲ್ಲಿ ಗಂಗಾಸಂಗಮದವರೆಗೆ ದೋಣಿಯಲ್ಲಿ ಪಯಣ. ಗಂಗಾ–ಯಮುನಾ ನದಿಗಳಲ್ಲಿ, ಸರಸ್ವತಿ ನದಿಯೊಂದಿಗೆ ಸಂಗಮಿಸುವ ಸ್ಥಳವಾದ ಸಟ್ಲೇಜ್‌ವರೆಗೆ ನೌಕಾಯಾನ. ಮುಂದೆ ಭಾರತದ ಪಶ್ಚಿಮ ಕರಾವಳಿಯಲ್ಲಿ ಕೇರಳದವರೆಗೆ. ಕೆಲವರು ಕೇರಳವನ್ನು ದೇವರ ತೌರೂರು ಎನ್ನುತ್ತಾರೆ. ಏಕಾಗಬಾರದು ಹಿಂದಿನ ವಿಷ್ಣು, ಪರಶುರಾಮ ಇವರೆಲ್ಲರ ಭೂಮಿ ಇದು.

"ಪರಶುರಾಮ ಜನಿಸಿದ್ದು ಅಗಸ್ತ್ಯಕೂಟದಲ್ಲೇ?"

ಬೇಸಿಗೆಯ ಒಂದು ಮುಂಜಾನೆ ನೌಕಾಯಾನಾ ಸಾಗಿದ್ದಂತೆ ಸೀತೆ ಪ್ರಶ್ನೆ ಕೇಳಿದಳು.

"ಹಾಗೆಂದು ನಮ್ಮ ನಂಬಿಕೆ. ಆದರೆ ನಾನು ಸಾಕ್ಷಿಪುರಾವೆ ಕೊಡಲಾರೆ. ಪರಶುರಾಮ ಕೇರಳದವನು. ಕೇರಳ ಪರಶುರಾಮನದು"

—ಜಟಾಯು ಉತ್ತರ.

"ಆದರೆ ನಮ್ಮಂತೆ ಪರಶುರಾಮನ ಭಕ್ತರು ಭಾರತದ ಬೇರೆಡೆಗಳಲ್ಲೂ ಇದ್ದಾರೆ"

ಎಂಬ ಮಾತನ್ನು ಜಟಾಯು ಸೇರಿಸಿದ.

ದೂರದಲ್ಲಿ ಸಾಗುತ್ತಿದ್ದ ಲಂಕಾದ ಎರಡು ಹಡಗುಗಳು ಸೀತೆಯ ದೃಷ್ಟಿಗೆ ಬಿದ್ದವು.

"ಆ ನೌಕೆಗಳು ನಮ್ಮ ನೌಕೆಗಳಂತೆಯೇ ಇವೆ. ಅವು ನಮ್ಮ ನೌಕೆಗಳಷ್ಟೇ ಹಾಯಿ ಪಟಗಳನ್ನು ಹೊಂದಿವೆ. ಆದಾಗ್ಯೂ ಅಷ್ಟೊಂದು ವೇಗವಾಗಿ ಚಲಿಸುವುದು ಹೇಗೆ ಸಾಧ್ಯ?"

–ಸೀತೆ ಕೇಳಿದಳು.

"ನನಗೆ ತಿಳಿಯದು. ಅದೊಂದು ನಿಗೂಢ. ಅವರ ಸೇನೆ ಮತ್ತು ವಾಣಿಜ್ಯ ನೌಕೆಗಳು ನಮಗಿಂತ ಹೆಚ್ಚು ವೇಗದಲ್ಲಿ ದೂರ ಪ್ರದೇಶಗಳಿಗೆ ಹೋಗಿ ಬಂದು ಮಾಡುತ್ತವೆ."

ರಾವಣನ ಬಳಿ ಬೇರೆಯವರ ಬಳಿ ಇಲ್ಲದಂಥ ತಂತ್ರಜ್ಞಾನವೇನೋ ಇರಬೇಕು.

ಸೀತೆ ಆ ಹಡಗುಗಳ ಧ್ವಜಪಟವನ್ನು ಗಮನಿಸಿದಳು. ಕಪ್ಪು ಬಣ್ಣದ ಲಂಕಾ ಧ್ವಜಗಳು. ಧ್ವಜದೊಳಗೆ ಗರ್ಜಿಸುವ ಸಿಂಹದ ಲಾಂಛನ.

ಸೀತೆಗೆ ಮಲಯಪುತ್ರರು ಮತ್ತು ಲಂಕಾ ನಡುವೆ ಇರಬಹುದಾದ ಸಂಬಂಧ ಕುರಿತು ಸೋಜಿಗ ಉಂಟಾಯಿತು. ಅವಳಿಗೆ ಹೀಗನ್ನಿಸಿದ್ದು ಇದೇ ಮೊದಲಲ್ಲ.

—೧೮—

ಕೇರಳದ ಕರಾವಳಿ ಸಮೀಪಿಸಿದಂತೆ ಪಯಣಿಗರು ನೌಕೆ ಬದಲಾಯಿಸಿದರು – ಹಿನ್ನೀರಿನ ಯಾನಕ್ಕೆ ಅನುಕೂಲವಾಗುವಂತೆ. ಅವರು ಒಂದು ವಾರಕ್ಕೂ ಹೆಚ್ಚು ಕಾಲ ಕೇರಳ ಕರಾವಳಿಯ ಜಲಮಾರ್ಗಗಳಲ್ಲಿ

ಪಯಣಿಸಿ ಒಂದು ಅಪರಿಚಿತ ತಾಣವನ್ನು ತಲುಪಿದರು. ಅದೊಂದು ಕಡಲ್ಗಾಲುವೆ. ಕಡಲ್ಗಾಲುವೆಯ ಪ್ರದೇಶದಲ್ಲಿ ಮೂರು ತೆಂಗಿನ ಮರಗಳಿರುವುದು ಸೀತೆಗೆ ಮೊದಲು ಕಾಣಿಸಲಿಲ್ಲ. ಕಡಲ್ಗಾಲುವೆ ನಿರ್ಜನ ಪ್ರದೇಶವಾದ ಒಂದು ತುತ್ತ ತುದಿಯಲ್ಲಿ ಕೊನೆಗೊಂಡಿತ್ತು. ಅದು ಮರಗಳ ತೋಪು. ಹಡಗು ಲಂಗರು ಹೂಡಲು ಹಡಗು ಕಟ್ಟೆಯೂ ಇರಲಿಲ್ಲ. ಸಮುದ್ರ ಮಧ್ಯೆಯೇ ಇದ್ದು, ಯಾವುದಾದರೂ ದೋಣಿಗಳು ಬಂದಲ್ಲಿ ಅವುಗಳನ್ನು ಸಂಪರ್ಕಿಸಬಹುದೆಂದು ಸೀತೆಗೆ ಅನಿಸಿತು. ಅವರಿದ್ದ ಹಡಗು ವಿಚಿತ್ರವೇಗದಲ್ಲಿ ಹೋಗುತ್ತಿತ್ತು. ಹಡಗಿನ ಮೇಲಟ್ಟದಲ್ಲಿ ಸೀತೆ ಒಬ್ಬಳೇ ಇದ್ದಳು.

"ನಿಧಾನಮಾಡಿ ನಾವು ತೋಪಿನ ಹತ್ತಿರ ಬಂದುಬಿಟ್ಟಿದ್ದೇವೆ" ಎಂದು ಸೀತೆ ಕೂಗಿ ಹೇಳಿದಳು.

ಜಟಾಯು ಹಡಗಿನ ಸಿಬ್ಬಂದಿಯೊಂದಿಗೆ ಎರಡನೆಯ ಅಟ್ಟದಲ್ಲಿದ್ದು ಜಟಿಲ ಕಾರ್ಯಾಚರಣೆಯಲ್ಲಿ ತೊಡಗಿದ್ದ.

"ಜಟಾಯು"

–ಸೀತೆ ಭೀತಿಯಿಂದ ಅರಚಿದಳು. ಅವಳಿಗೆ ಜೋಲಿ ಹೊಡೆದಂತಾಯಿತು. ತೀರದಲ್ಲಿದ್ದ ಗಿಡಮರಗಳನ್ನು ಹಿಂದೆ ಹಾಕಿ ಹಡಗು ಚಲಿಸುತ್ತಿತ್ತು. ಅವಳು ಬಾಗಿ ಜಲರಾಶಿಯನ್ನು ವೀಕ್ಷಿಸಿದಳು. ಆಶ್ಚರ್ಯದಿಂದ ಅವಳು ಬಾಯಿ ತೆರೆದಳು–

ಓಹ್ ವರುಣದೇವರು!

ಹಡಗು ಮುಂದೆ ಸಾಗಿದಂತೆ ಜಟಾಯು ತೀರದಲ್ಲಿದ್ದ ಸಸ್ಯರಾಶಿ ಬಗ್ಗೆ ಸೀತೆಗೆ ಮಾಹಿತಿ ನೀಡಿದ. ಅವು ಸುಂದರ ತಳಿಯ ಮರಗಿಡಗಳು ಎಂದು ತಿಳಿಸಿದ.

ಪರಶುರಾಮನ ನೆಲ ಎಷ್ಟೊಂದು ನಿಗೂಢವಾಗಿದೆ ಎಂದು ಸೀತೆ ವಿಸ್ಮಯಪಟ್ಟಳು. ಮರುಕ್ಷಣವೇ ಅವಳು ಭೀತಿಯಿಂದ ಕಲ್ಲಾದಳು.

ರಕ್ತದ ನದಿಗಳು

ಅವಳ ಮುಂದೆ ಹವಳದ ದಿಬ್ಬವೊಂದು ಚಾಚಿಕೊಂಡಿತ್ತು. ಹವಳದ ದಿಬ್ಬ ಮುಗಿದ ನಂತರ ಪರ್ವತಾವಳಿ ಶುರುವಾಯಿತು. ವಿವಿಧ ದಿಕ್ಕುಗಳಿಂದ ಹರಿದು ಬಂದ ಮೂರು ರಕ್ತದ ನದಿಗಳು ಕಮರಿಗೆ ಹರಿದು ಬರುತ್ತಿದ್ದವು.

ಬಹಳ ಕಾಲದ ಹಿಂದೆ ಪರಶುರಾಮ ಜನರನ್ನು ಶೋಷಿಸುತ್ತಿದ್ದ. ದುಷ್ಟ ದೊರೆಗಳನ್ನು ಸಂಹಾರ ಮಾಡಿದ ಎಂಬ ನಂಬಿಕೆಯೊಂದಿದೆ. ಆಶ್ಚರ್ಯರಾಗಿ ಪರಶುರಾಮ ತನ್ನ ರಕ್ತಸಿಕ್ಕ ಪರಶುವನ್ನು ದುಷ್ಟದೊರೆಗಳ ಮಲಿನ ರಕ್ತದಿಂದ ಶುದ್ಧಿಗೊಳಿಸಿದನಂತೆ. ಶುದ್ಧಿಗೊಳಿಸಿದಾಗ ಮಲಪ್ರಭಾ ನದಿ ಕೆಂಪಾಯಿತಂತೆ.

ಆದರೆ ಅದೊಂದು ದಂತಕತೆ.

ಹಡಗಿನಲ್ಲಿ ಕುಳಿತೇ ಸೀತೆ ಹವಳ ದ್ವೀಪಕ್ಕೆ ಹರಿದು ಬರುತ್ತಿದ್ದ ಮೂರು ರಕ್ತ ನದಿಗಳನ್ನು ಕಂಡಿದ್ದಳು. ಸೀತೆ ರುದ್ರಾಕ್ಷಿ ಪದಕವನ್ನು ಎದೆಗೊತ್ತಿ ಕೊಂಡಳು. ರುದ್ರಭಗವಾನ್, ದಯೆ ಇರಲಿ ಎಂದು ಮನದಲ್ಲೇ ಪ್ರಾರ್ಥಿಸಿ ದಳು.

—೧೮—

"ಸೀತೆ ಬರ್ತಿದಾಳೆ ಗುರೂಜಿ"

—ಅರಿಷ್ಟನೇಮಿ ನೂರು ಸ್ತಂಭಗಳ ಸಭಾಂಗಣವನ್ನು ಪ್ರವೇಶಿಸುತ್ತಾ ಹೇಳಿದ.

"ಇನ್ನು ಎರಡು ಮೂರು ವಾರಗಳಲ್ಲಿ ಅವಳು ಅಗಸ್ತ್ಯಕೂಟದಲ್ಲಿರ ಬೇಕು."

ವಿಶ್ವಾಮಿತ್ರರು ಅಗಸ್ತ್ಯಕೂಟದ ಪರಶುರಾಂ ಈಶ್ವರ ದೇವಾಲಯದ ಮುಖ್ಯದ್ವಾರದಲಿ ಕುಳಿತಿದ್ದರು. ದೇವಾಲಯವನ್ನು ಪರಶುರಾಮನ ಆರಾಧ್ಯ ದೈವವಾದ ರುದ್ರದೇವರಿಗೆ ಅರ್ಪಿಸಲಾಗಿತ್ತು.

"ಒಳ್ಳೆಯದು, ಸಿದ್ಧತೆಗಳೆಲ್ಲ ಆಗುತ್ತಿವೆಯೆ?"

"ಹೌದು ಗುರೂಜಿ"

ಎನ್ನುತ್ತಾ ಅರಿಷ್ಟನೇಮಿ ಪತ್ರದ ಸುರುಳಿಯೊಂದನ್ನು ಅವರ ಕೈಗಿತ್ತ. ಪತ್ರದಲ್ಲಿನ ಮುದ್ರೆ ಭಗ್ನವಾಗಿತ್ತು. ಅದು ಅನುವಂಶಸ್ಥರ ರಾಜಮುದ್ರೆ.

"ದೊರೆ ಅಶ್ವಪತಿ ಸಂದೇಶವೊಂದನ್ನು ಕಳುಹಿಸಿದ್ದಾನೆ"

ವಿಶ್ವಾಮಿತ್ರರು ತೃಪ್ತಿಯಿಂದ ನಕ್ಕರು. ಅಶ್ವಪತಿ ಕೈಕೇಯ ಸಂಸ್ಥಾನದ ದೊರೆ. ಕೈಕೇಯಿಯ ತಂದೆ. ಚಕ್ರವರ್ತಿ ದಶರಥನ ಮಾವ. ವಾರೆಯಿಂದ ದಶರಥನ ಎರಡನೆಯ ಮಗನ ತಾತ.

"ಆಸೆ ಆಕಾಂಕ್ಷೆಗಳಿಂದ ಪ್ರಯೋಜನಗಳೂ ಇವೆ ಗುರೂಜಿ. ಆಸೆ ಆಕಾಂಕ್ಷೆಗಳು ಸ್ವಾರ್ಥಕ್ಕೆ ಹಾಗೂ ವಂಶಜರ ಸಲುವಾಗಿಯೂ..."

"ಗುರೂಜಿ"

ಎನ್ನುತ್ತಾ ಅನಾಮಧೇಯನೊಬ್ಬ ಓಡೋಡುತ್ತಾ ಬಂದು ಸಭಾಂಗಣ ವನ್ನು ಪ್ರವೇಶಿಸಿದ.

"ಗುರೂಜಿ ಆಕೆ ಅಭ್ಯಾಸ ಮಾಡ್ತಿದಾಳೆ"

ವಿಶ್ವಾಮಿತ್ರರು ಥಟ್ಟನೆ ಎದ್ದುನಿಂತರು. ರುದ್ರ, ಪರಶುರಾಮ ವಿಗ್ರಹಗಳಿಗೆ ಕೈ ಮುಗಿದರು. ನಂತರ ದೇವಾಲಯದಿಂದ ಹೊರ ನಡೆದರು. ಅರಿಷ್ಟನೇಮಿ ಮತ್ತು ಅಪರಿಚಿತ ವ್ಯಕ್ತಿ ಅವರನ್ನು ಹಿಂಬಾಲಿಸಿದರು.

ಅವರು ಆತುರಾತುರದಿಂದ ಕುದುರೆ ಏರಿ ಅದನ್ನು ನಾಗಾಲೋಟದಿಂದ ಓಡಿಸಿದರು. ಒಂದೊಂದು ಕ್ಷಣವೂ ಅವರಿಗೆ ಅಮೂಲ್ಯವಾಗಿತ್ತು.

ಸ್ವಲ್ಪ ಸಮಯದಲ್ಲೇ ಅವರು ಎಲ್ಲಿ ಇರಬೇಕಾಗಿತ್ತೋ ಆ ಜಾಗ ದಲ್ಲಿದ್ದರು. ಅಲ್ಲಿ ಜನರ ಸಣ್ಣ ಗುಂಪು ನೆರೆದಿತ್ತು. ಹತ್ತು ಮೀಟರ್ ಎತ್ತರದ ಶಿಲಾಗೋಪುರ. ಗೋಪುರದ ಮೇಲೊಂದು ಮರದ ಮನೆ. ಕೆಳಗೆ ಎಲ್ಲ ಕುಳಿತಿದ್ದರು. ಯಾರೋ ಅಳುತ್ತಿದ್ದಂತೆ...

ಮರುಕ್ಷಣದಲ್ಲೇ ಅಲೆಅಲೆಯಾಗಿ ತೇಲಿ ಬಂತು ಸಂಗೀತ...ದೇವರೇ ನಿರ್ಮಿಸಿದ ತಂತಿವಾದ್ಯದ ನಾದ ತರಂಗಗಳು. ಮನೆಯಿಂದ ವರ್ಷಗಟ್ಟಲೆ ಹೊರಕ್ಕೆ ಕಾಲಿಡದಿದ್ದ ಮಹಿಳೆಯೊಬ್ಬಳು ರುದ್ರವೀಣೆ ನುಡಿಸುತ್ತಿದ್ದಳು. ರಾಗ ಹಿಂದೋಳದಲ್ಲಿ... ಕೆಲವರು ಅದನ್ನು ಮಾಲ್‌ಕೌನ್ಸ್ ಎಂದು ಕರೆಯುತ್ತಿದ್ದರು.

ವಿಶ್ವಾಮಿತ್ರರು ಆಗಮಿಸಿದಂತೆ ಜನ ಅವರಿಗೆ ದಾರಿಮಾಡಿಕೊಟ್ಟರು. ಅವರು ಗೋಪುರದ ಮೆಟ್ಟಿಲ ಬಳಿನಿಂತರು. ಅವರ ಹೃದಯದ ಮಿಡಿತ ಸಾಮರಸ್ಯದ ಲಯದಲ್ಲಿ ಮಿಳಿತಗೊಂಡಂತೆ ಅವರಿಗೆ ಭಾಸವಾಯಿತು.

"ಆಹಾ! ಅನ್ನಪೂರ್ಣೇ...ದೇವಿ...ದೇವಿ..." ಎಂದು ಹರ್ಷೋದ್ಗಾರ ಮಾಡಿದರು.

ಅನ್ನಪೂರ್ಣೇ ಮಹಾನ್ ವೀಣಾವಾದಕಿ. ಆದರೆ ಅವಳಿಗೆ ಪ್ರಶಂಸೆ ಯಾಗದು. ಹೊಗಳಿಕೆ ಕೇಳಿದರೆ ಅವಳು ವೀಣೆ ನುಡಿಸುವುದನ್ನೂ ನಿಲ್ಲಿಸಿ ಬಿಡುತ್ತಾಳೆ. ವಿಶ್ವಾಮಿತ್ರರು ಹಿಂದೆಂದೂ ಇಷ್ಟು ಸಂತಸಭರಿತರಾಗಿರಲಿಲ್ಲ.

ಲಂಕೆಯ ಆಸ್ಥಾನ ವಿದ್ವಾಂಸನಾದ ಹಾಡುಗಾರನೊಬ್ಬನ ವಿಚ್ಛೇದಿತ ಪ್ರಶ್ನೆಗೆ ಆಶ್ರಯ ನೀಡುವುದು ರಾವಣನ ಮಾಜಿ ವಿದೂಷಿ.

ಅರಿಷ್ಟನೇಮಿಗೆ ಕೊಂಚ ಮಿಲಿಟರಿ ಬುದ್ಧಿಯೂ ಇತ್ತು. ಈ ಗಾನಸಭೆಯಲ್ಲಿ ಏನಾದರೂ ಕುಟಿಲೋಪಾಯ ನಡೆಸಿದರೆ... ಗುರುಗಳು ಒಪ್ಪುವುದಿಲ್ಲ ಎಂಬುದು ಅವನಿಗೆ ತಿಳಿದಿತ್ತು.

ರಾಗಲಹರಿ ಸಾಗಿತ್ತು.

—೧೮—

"ತಂಗೀ, ಅದು ರಕ್ತವಲ್ಲ"

—ಎಂದ ಜಟಾಯು ಸೀತೆಯನ್ನು ನೋಡುತ್ತ. ಸೀತೆ ರಕ್ತದ ನದಿಗಳ ಬಗ್ಗೆ ಕೇಳಿರಲಿಲ್ಲ. ಆದರೆ ಅವಳ ಮುಖದಲ್ಲಿ ಮೂಡಿದ್ದ ಭೀತಿಯನ್ನು ಗಮನಿಸಿದ್ದ ಜಟಾಯು ಸಮಾಧಾನಗೊಳಿಸುವ ಪ್ರಯತ್ನ ಮಾಡಿದ್ದ. ಅವಳು ರುದ್ರಾಕ್ಷಿಯನ್ನು ಗಟ್ಟಿಯಾಗಿ ಎದೆಗವಚಿಕೊಂಡಿದ್ದಳು. ಮುಖದಲಿ ಕೊಂಚ ಸಮಾಧಾನವಿತ್ತು.

ಮಲಯಪುತ್ರರು ನಾವೆಯನ್ನು ನಡೆಸಿದ್ದರು.

"ರಕ್ತವಲ್ಲವೇ?

—ಸೀತೆ ಕೇಳಿದಳು.

"ಅಲ್ಲ. ಅದೊಂದು ಬಗೆಯ ಕೆಂಪುಬಣ್ಣದ, ರಕ್ತದ ಭ್ರಮೆ ಹುಟ್ಟಿಸುವ ಜಲ ಸಸ್ಯ. ಜಲದೊಳಗಿನ ಆ ಸಸ್ಯದಿಂದಾಗಿ ರಕ್ತದ ಹೊಳೆ ಹರಿಯುತ್ತಿರುವಂತೆ ಭಾಸವಾಗುತ್ತದೆ. "ನೋಡಿದ ಕೂಡಲೇ ಅದು ನಮ್ಮನ್ನು ಎಚ್ಚರಿಸುತ್ತದೆ. ಪರಶುರಾಮನ ಗಡಿ ಬಂತೆಂದು..."

"ಹೌದೇ..."

ತೇಲುತ್ತಿದ್ದ ರೇವಿನ ಮೇಲೆ ಮರದ ಹಲಗೆಯೊಂದು ಬಿದ್ದುದರ ಭಯಂಕರ ಶಬ್ದದಿಂದಾಗಿ ಇಬ್ಬರ ಸಂಭಾಷಣೆ ತುಂಡರಿಸಿತು.

—೧೮—

ಎರಡು ವಾರಕ್ಕೂ ಮೊದಲೇ ಐದು ತುಕಡಿಗಳ ತಂಡವೊಂದು ಅದು ತಲುಪಬೇಕಾದ ಸ್ಥಳವನ್ನು ಸಮೀಪಿಸಿತ್ತು. ಅವರು ದಟ್ಟ ಅಡವಿಯಲ್ಲಿ

ಮರಗಳನ್ನು ಕಡಿದು ದಾರಿಮಾಡಿಕೊಂಡು ಸಾಗಿಬಂದಿದ್ದರು. ಮಲಯ ಪುತ್ರರಿಲ್ಲದಿದ್ದಲ್ಲಿ ಈ ಅಡವಿಯಲ್ಲಿ ದಾರಿ ತಪ್ಪುತ್ತಿದ್ದುದು ಖಚಿತ ಎಂದುಕೊಂಡಳು ಸೀತೆ.

ಭಗವಾನ್ ಪರಶುರಾಮನ ಹುಟ್ಟೂರನ್ನು ತಲುಪಿದಂತೆ ಅವರಲ್ಲಿ ರೋಮಾಂಚನವಾಯಿತು.

'ಓಹೋ' ಎಂದು ಸೀತೆ ಉದ್ಗರಿಸಿದಳು. ಕಣಿವೆಯ ನಿಸರ್ಗ ರಮಣೀಯತೆ ಅವಳನ್ನು ಮೂಕವಿಸ್ಮಿತಳನ್ನಾಗಿಸಿತ್ತು. ತಾಮ್ರಪರ್ಣಿ ನದಿ ಬಾಗಿ ಬಳುಕಿ ಹರಿಯುತ್ತ ಸೃಷ್ಟಿಸುತ್ತಿದ್ದ ಜಲಪಾತಗಳು ನಯನ ಮನೋಹರ ವಾಗಿದ್ದವು.

ಕಣಿವೆ ಆಳವಾಗಿತ್ತು. ಪಶ್ಚಿಮದ ಗಿರಿಶೃಂಗಗಳಿಂದ ಎಂಟು ನೂರು ಮೀಟರ್ ಆಳದಲ್ಲಿತ್ತು. ಕಾಲಾನುಕಾಲದಿಂದ ಸಂಭವಿಸಿದ ಮಳೆ ಮಾರುತ ಗಳಿಂದ ಕಣಿವೆಯ ಬಹುಪಾಲು ಪ್ರದೇಶ ಸವೆದುಹೋಗಿತ್ತು. ಒಂದು ಅಖಂಡ ಶಿಲೆ ಮಾತ್ರ ಉಳಿದುಕೊಂಡಿತ್ತು. ಅದರ ಸುತ್ತ ಗೋಪುರದಾಕಾರದ ಸಣ್ಣ ಸಣ್ಣ ಬೆಟ್ಟಗುಡ್ಡಗಳಿದ್ದವು. ಅಖಂಡಶಿಲೆ ಅಮೃತ ಶಿಲೆಯಾಗಿತ್ತು. ಕಾಲದ ಝಂಜವಾತಕ್ಕೆ ಸಿಲುಕಿ ಪ್ರಕೃತಿಯ ಆಕಾರವೂ ಬದಲಾವಣೆ ಹೊಂದಿತ್ತು.

ಅಖಂಡ ಶಿಲೆಯ ಶಿಖರದ ಮೇಲೆ ಪರಶುರಾಮೇಶ್ವರ ದೇವಾಲಯ ವಿತ್ತು. ದೇವಾಲಯವನ್ನು ಮೋಡಗಳು ಆವರಿಸಿದ್ದುದರಿಂದ ಸೀತೆಗೆ ಅದರ ಪೂರ್ಣ ನೋಟ ಲಭಿಸಲಿಲ್ಲ. ಈ ಅಖಂಡ ಶಿಲಾಪರ್ವತವೇ ಅಗಸ್ತ್ಯಕೂಟ. ಅಗಸ್ತ್ಯ ಪರ್ವತವೆಂದೇ ಅದರ ಹೆಸರು. ಮಲಯಪುತ್ರರು ಹಗ್ಗ ಮತ್ತು ಲೋಹದ ಏಣಿಗಳ ನೆರವಿನಿಂದ ಈ ಪರ್ವತವನ್ನೇರುತ್ತಿದ್ದರು.

"ನಾವು ಕಣಿವೆ ದಾಟೋಣವೇ?"

ಜಟಾಯು ಕೇಳಿದ. ಆಗಬಹುದು ಎಂದಳು ಸೀತೆ.

ಜೈ ಪರಶುರಾಮ್

ಜೈ ಪರಶುರಾಮ್

— ೫೭ —

ಜಟಾಯು ಲೋಹದ ಹಗ್ಗದ ಸೇತುವೆಯ ಮೇಲೆ ಕುದುರೆಯನ್ನು ನಿಧಾನವಾಗಿ ನಡೆಸಿದ. ಸೀತೆ ಜಾಗರೂಕಳಾಗಿ ಅವನನ್ನು ಹಿಂಬಾಲಿಸಿದಳು.

ಉಳಿದವರೂ ಅವರ ಹಿಂದೆ ನಡೆದರು. ಹಗ್ಗದ ಸೇತುವೆಯ ಸ್ಥಿರತೆ ಕಂಡು ಸೀತೆಗೆ ಆಶ್ಚರ್ಯವಾಯಿತು. 800 ಕಿ.ಮೀ ಕೆಳಗೆ ಹರಿಯುತ್ತಿದ್ದ ತಾಮ್ರಪರ್ಣಿ ನದಿಯನ್ನು ಬಗ್ಗಿ ನೋಡಿದಳು. ನದಿ ಎರಡು ಹೋಳೆಯಾಗಿ ಸೀಳಿಕೊಂಡು ಮುಂದೆ ಅಖಂಡ ಶಿಲಾಪರ್ವತದ ಬಳಿ ಸಂಗಮಿಸುತ್ತಿತ್ತು.

"ತಾಮ್ರಪರ್ಣಿ ಎಂದರೇನು ಜಟಾಯು?"

ಸೀತೆಯ ಕುತೂಹಲಭರಿತ ಪ್ರಶ್ನೆ.

"ವರುಣಿಯ ಮೂಲ ವರುಣ, ಜಲದೇವತೆ, ಸಮುದ್ರಗಳ ದೇವತೆ. ಈ ಕಡೆ ಅದನ್ನು ನದಿ ಎಂದು ಕರೆಯುತ್ತಾರೆ. ತಾಮ್ರವೆಂಬುದು ಕೆಂಪುಬಣ್ಣ.

ಸೀತೆ ನಗುತ್ತಾ ಹೇಳಿದಳು. 'ಅದರಲ್ಲೇನಿದೆ. ಕೆಂಪು ನದಿ ಎಂದಲ್ಲವೆ?"

ಆದರೆ ತಾಮ್ರಕ್ಕೆ ಇನ್ನೊಂದು ಅರ್ಥವೂ ಇದೆ.

"ಏನದು?"

"ತಾಮ್ರ ಲೋಹ"

—५८—

ಮೋಡಗಳು ಚದುರುತ್ತಿದ್ದವು. ಸೀತೆ ಒಂದು ಕ್ಷಣ ಕುದುರೆಯನ್ನು ನಿಲ್ಲಿಸಿದಳು.

"ರುದ್ರ ದೇವರ ಹೆಸರಿನಲ್ಲಿ ಇದನ್ನೆಲ್ಲ ಹೇಗೆ ಕಟ್ಟಲಾಯಿತು?"

ಜಟಾಯು ನಗುತ್ತಾ ಸೀತೆಯತ್ತ ನೋಡಿ 'ಮುಂದೆ ಸಾಗೋಣ' ಎಂದು ಸಂಜ್ಞೆ ಮಾಡಿದ.

ಅಖಂಡವಾದ ಗಟ್ಟಿಶಿಲೆಯಲ್ಲಿ ಇದನ್ನೆಲ್ಲ ಕೆತ್ತುವುದು ಮಾನವರಿಂದ ಹೇಗೆ ಸಾಧ್ಯವಾದೀತು? ಇದೆಲ್ಲ ಭಗವಂತನ ಸೃಷ್ಟಿಯೇ ಇರಬೇಕು ಎಂದಳು ಸೀತೆ.

"ಮಲಯಪುತ್ರರು ದೇವರ ಪ್ರತಿನಿಧಿಗಳು. ಪರಶುರಾಮನೇ ಸ್ವತಃ ದೇವರ ಪ್ರತಿನಿಧಿ" ಎಂದುತ್ತರಿಸಿದ ಜಟಾಯು.

"ನಮ್ಮಿಂದ್ದಾಗದ್ದು ಯಾವುದೂ ಇಲ್ಲ"

ಅವರೀಗ ಗುಹಾ ಮಾರ್ಗದಲ್ಲಿದ್ದರು. ಸಿಪಾಯಿಗಳು ಕುದುರೆ ಮೇಲೆ ಹಾದು ಹೋಗಬಹುದಾದಷ್ಟು ಎತ್ತರದಲ್ಲಿತ್ತು ಗುಹೆಯ ಮಾಳಿಗೆ. ಗುಹೆಯ ಎರಡೂ ಬದಿ ಕಂಬಗಳಿದ್ದವು. ಕಂಬದ ಮಧ್ಯೆ ಮತ್ಸ್ಯವನ್ನು ಕೆತ್ತಲಾಗಿತ್ತು.

ಸೀತೆ ಗುಹೆಯ ರಸ್ತೆಯ ಎಡಕ್ಕಿದ್ದ ನಾಲ್ಕಂತಸ್ತಿನ ಗೃಹಗಳತ್ತ ಕುದುರೆಯನ್ನು ತಿರುಗಿಸಿದಳು.

"ತಂಗೀ"

ಜಟಾಯು ಕರೆದ. ಸೀತೆ ಅವನತ್ತ ತಿರುಗಿ ಪ್ರಶ್ನಾರ್ಹ ನೋಟ ಬೀರಿದಳು.

"ಮುಂದೆ ಏನೇ ಇರಲಿ, ಹಿಂದಿರುಗಿ ನೋಡುವುದಿಲ್ಲ. ನಿರ್ಧಾರದಿಂದ ಹಿಂದೆ ಸರಿಯುವುದಿಲ್ಲ ಎಂದು ವಚನ ಕೊಡು."

ಜಟಾಯು ಕಳಕಳಿಯಿಂದ ಕೇಳಿಕೊಂಡ

"ಏನು?"—ಸೀತೆ ಗಡುಸಾಗಿ ಕೇಳಿದಳು.

"ನಿನ್ನನ್ನು ಅರ್ಥಮಾಡಿಕೊಂಡಿದ್ದೇನೆ ಎಂದು ನನಗೀಗ ಭಸವಾಗುತ್ತಿದೆ. ಮುಂದಿನ ನಡೆ ನಿನ್ನನ್ನು ಪರವಶಗೊಳಿಸಬಹುದು. ಮಲಯಪುತ್ರರಿಗೆ ಇದು ಎಂಥ ಮಹತ್ವದ ದಿನ ಎಂಬುದನ್ನು ನಿನ್ನಿಂದ ಊಹಿಸಲೂ ಆಗದು. ಯಾರಿಂದಲೂ ಹಿಂದೆ ಸರಿಯಬೇಡ. ದಯವಿಟ್ಟು"

ಸೀತೆ ಮಾತನಾಡುವುದಕ್ಕೂ ಮುನ್ನ ಜಟಾಯು ಮುಂದೆ ಸಾಗಿದ್ದ. ಸೀತೆಯೂ ಕುದುರೆಗೆ ಒಡೆತಕೊಟ್ಟಳು. ಕುದುರೆ ನಾಗಾಲೋಟದಿಂದ ಓಡಿತು.

ನಂತರ ನಗಾರಿಗಳ ಭೇರಿ ಶುರುವಾಯಿತು. ಪುರದ ರಸ್ತೆಗಳ ಇಕ್ಕೆಲ ಗಳಲ್ಲಿ ಜನ ಸಾಲುಗಟ್ಟಿ ನಿಂತಿದ್ದರು. ಅವರ್‍ಯಾರೂ ಅಂಗವಸ್ತ್ರ ಧರಿಸಿರಲಿಲ್ಲ. ಕೇರಳೀಯರು ದೇವಾಲಯಗಳಿಗೆ ಹೋಗುವಾಗ ಅಂಗವಸ್ತ್ರ ಧರಿಸುವುದಿಲ್ಲ. ಇದರರ್ಥ ತಾವು ದೇವರ ಸೇವಕರೆಂದು. ದೇವತೆಗಳು ಮನೆಗೆ ಬಂದಾಗಲೂ ಅವರು ಇದೇ ವೇಷಭೂಷಣ ಧರಿಸುತ್ತಿದ್ದರು.

ಹೆಗಲಿಗೆ ಡೋಲು ನಗಾರಿಗಳನ್ನು ಜೋತು ಹಾಕಿಕೊಂಡಿದ್ದ ವಾದಕರು ನಿಯತವಾಗಿ ವಾದ್ಯಗಳನ್ನು ನುಡಿಸುತ್ತಿದ್ದರು. ಸೀತೆಯ ಆಗಮನವಾದಂತೆ ಅವರು ಲಯಬದ್ಧವಾಗಿ ವಾದ್ಯಗಳನ್ನು ನುಡಿಸತೊಡಗಿದರು. ಪ್ರತಿಯೊಬ್ಬ ಡೋಲುಬಾರಿಸುವವನ ಪಕ್ಕದಲ್ಲಿ ವೀಣಾವಾದಕರಿದ್ದರು. ನೆರದಿದ್ದ ಜನರು ಮಂಡಿಯೂರಿ ಕುಳಿತು ತಲೆಬಾಗಿ ಮಂತ್ರೋಚ್ಚಾರಣೆ ಮಾಡುತ್ತಿದ್ದರು. ಮಂತ್ರೋಚ್ಚಾರಣೆ ಸ್ಪಷ್ಟವಾಗಿ ಅಲೆಅಲೆಯಾಗಿ ತೇಲಿಬರುತ್ತಿತ್ತು.

ಓಂ ನಮೋ ಭಗವತೆ ವಿಷ್ಣುದೇವಾಯ

ತಸ್ಮೈ ಸಾಕ್ಷಿಣೇ ನಮೋನಮಃ

ಸೀತೆ ಎವೆಯಿಕ್ಕದೆ ನೋಡುತ್ತಿದ್ದಳು. ಮುಂದೇನೆಂಬುದು ಅವಳಿಗೆ ಖಚಿತವಾಗಿ ತಿಳಿದಿರಲಿಲ್ಲ.

ಜಟಾಯು ಸೀತೆಯ ಬೆನ್ನಿಗೆ ಬಂದು ಕುದುರೆ ನಿಲ್ಲಿಸಿದ. ಮತ್ತೆ ಕ್ಲಿಕ್ ಎಂದು ಸದ್ದುಮಾಡಿದ. ಸದ್ದುಕೇಳಿದ್ದೇ ಸೀತೆಯ ಕುದುರೆ ಚಲಿಸ ಲಾರಂಭಿಸಿತು. ಮೆರವಣಿಗೆ ಮುಂದಕ್ಕೆ ಚಲಿಸಿತು.

ಓಂ ನಮೋ ಭಗವತೇ ವಿಷ್ಣುದೇವಾಯ

ತಸ್ಮೈ ಮತ್ಸಾಯ ನಮೋ ನಮಃ

ಮೆರವಣಿಗೆ ಮುಂದುವರಿದಂತೆ, ಇಕ್ಕೆಲಗಳಲ್ಲಿ ಭಕ್ತಿಪೂರ್ವಕವಾಗಿ ನಿಂತಿದ್ದ ಜನರಲ್ಲಿ ಕೆಲವರು ಮುಂದೆ ಬಂದು ಕುಕ್ಕೆಗಳಲ್ಲಿ ತಂದಿದ್ದ ಗುಲಾಬಿ ಪಕಳೆಗಳನ್ನು ಗಾಳಿಯಲ್ಲಿ ತೇಲಿಬಿಟ್ಟರು. ತಮ್ಮ ದೇವತೆ ಸೀತೆಯ ಮೇಲೆ ಪುಷ್ಪವೃಷ್ಟಿ ಕರೆದರು.

ಓಂ ನಮೋ ಭಗವತೇ ವಿಷ್ಣುದೇವಾಯ

ತಸ್ಮೈ ಕೂರ್ಮಾಯ ನಮೋ ನಮಃ

ಕಂಕುಳಲ್ಲಿ ಕೂಸನ್ನು ಕೂರಿಸಿಕೊಂಡಿದ್ದ ತಾಯಿಯೊಬ್ಬಳು ಹಠಾತ್ತನೆ ಮುನ್ನುಗ್ಗಿ, ಕುದುರೆಯನ್ನು ತಡೆದು, ಸೀತೆಯ ಪಾದಗಳಿಗೆ ಕೂಸಿನ ಹಣೆಯನ್ನು ಮುಟ್ಟಿಸಿದಳು. ಸೀತೆ ಒಂದು ಕ್ಷಣ ಗೊಂದಲಗೊಂಡಳು.

ಮಂತ್ರೋಚ್ಚಾರಣೆ ಮುಂದುವರಿದಿತ್ತು.

ಓಂ ನಮೋ ಭಗವತೇ ವಿಷ್ಣುದೇವಾಯ

ತಸ್ಮೈ ವರಾಹೈ ನಮೋ ನಮಃ

ಜನರು ಭಕ್ತಿಯಿಂದ ಮೊಣಕಾಲೂರಿ ನಮಸ್ಕರಿಸುತ್ತಿದ್ದರು.

ಓಂ ನಮೋ ಭಗವತೇ ವಿಷ್ಣುದೇವಾಯ

ತಸ್ಮೈ ನರಸಿಂಹಾಯ ನಮೋ ನಮಃ

ಓಂ ನಮೋ ಭಗವತೇ ವಿಷ್ಣುದೇವಾಯ

ತಸ್ಮೈ ವಾಮನಾಯ ನಮೋ ನಮಃ

ಅನತಿ ದೂರದಲ್ಲೇ ವೇದಿಕೆಯೊಂದರ ಮೇಲೆ ಕುಳಿತಿದ್ದ ವಯೋ ವೃದ್ಧೆಯೊಬ್ಬಳು ಕಣ್ಣಿಗೆ ಕಾಣಿಸಿದ್ದೇ ಜಟಾಯು ಉಸಿರು ಬಿಗಿಹಿಡಿದು ಮೂಕವಿಸ್ಮಿತನಾದ. ವೃದ್ಧೆಯ ದೃಷ್ಟಿ ಸೀತೆಯ ಮೇಲೆ ನೆಟ್ಟಿತ್ತು. ವೃದ್ಧೆ ರುದ್ರವೀಣೆಯ ತಂತಿಗಳ ಮೇಲೆ ಕೈಯ್ಯಾಡಿಸಿದಳು. ಅನ್ನಪೂರ್ಣಾದೇವಿ...

ಹಲವು ವರ್ಷಗಳ ಹಿಂದೆ ಆಕೆ ಅಗಸ್ತ್ಯಕೂಟಕ್ಕೆ ಬಂದಿದ್ದಳು. ಆಗಷ್ಟೆ ಆಕೆ ಜನರಿಗೆ ಕಾಣಿಸಿಕೊಂಡಿದ್ದು. ಮತ್ತೆ ಮನೆಯಿಂದ ಹೊರಕ್ಕೆ ಬಂದಿರುವುದು ಇಂದೇ. ಆಕೆ ವಚನ ಮುರಿದು ಸಾರ್ವಜನಿಕವಾಗಿ ವೀಣೆ ನುಡಿಸುತ್ತಿದ್ದಳು. ಪ್ರೀತಿಸಿದ ಗಂಡನ ಆಗ್ರಹಕ್ಕೆ ಮಣಿದು ಮಾಡಿದ ಪ್ರಮಾಣ ವಚನ. ವಚನ ಭಂಗ ಸಕಾರಣವಾಗಿತ್ತು. ಏಕೆಂದರೆ ಮಹಾವಿಷ್ಣು ನಿತ್ಯ ಕಾಣಿಸಿಕೊಳ್ಳುವುದಿಲ್ಲವಲ್ಲ.

ಓಂ ನಮೋ ಭಗವತೇ ವಿಷ್ಣುದೇವಾಯ

ತಸ್ಮೈ ಮೋಹಿನ್ಯೈ ನಮೋ ನಮಃ

ಮಹಾದೇವ ಮತ್ತು ವಿಷ್ಣು ಏಕಕಾಲದಲ್ಲಿರುವುದಿಲ್ಲ ಎಂಬುದು ಸನಾತನವಾದಿಗಳು ಕೆಲವರ ನಂಬಿಕೆ. ಮಹಾದೇವ ಗತಕಾಲದ ವಿಷ್ಣುವಿನ ಕುಲದವರೊಂದಿಗಿರುತ್ತಾನೆ. ವಿಷ್ಣು ಗತಕಾಲದ ಮಹಾದೇವನ ಕುಲದವರೊಂದಿಗಿರುತ್ತಾನೆ. ಇಲ್ಲವಾದಲ್ಲಿ ದೇವರ ಪ್ರಚಾರ ಕಾಲದಲ್ಲೇ ದುಷ್ಟ ಶಕ್ತಿಗಳ ವಿನಾಶ ಹೇಗೆ ಸಾಧ್ಯವಾದೀತು? ವಿಷ್ಣುವೇ ಮೋಹಿನಿ ಎಂಬುದನ್ನೂ ಕೆಲವರು ನಂಬುವುದಿಲ್ಲ. ಆದರೆ ವಿಷ್ಣುವೇ ಮೋಹಿನಿ ಎಂಬುದನ್ನೂ ಮಲಯಪುತ್ರರು ನಂಬಿದ್ದರು.

ಓಂ ನಮೋ ಭಗವತೇ ವಿಷ್ಣುದೇವಾಯ

ತಸ್ಮೈ ಪರಶುರಾಮಾಯ ನಮೋ ನಮಃ

ಮಹರ್ಷಿ ವಿಶ್ವಾಮಿತ್ರರನ್ನು ಸಮೀಪಿಸಿದಂತೆ ಸೀತೆ ಹಗ್ಗ ಜಗ್ಗಿ ಕುದುರೆ ನಿಲ್ಲಿಸಿದಳು. ವಿಶ್ವಾಮಿತ್ರರು ಅಂಗವಸ್ತ್ರ ಹೊದ್ದಿದ್ದರು. ಅಗಸ್ತ್ಯಕೂಟದ ಹತ್ತು ಸಮಸ್ತರೂ ಈಗ ಅಖಂಡ ಶಿಲಾಪರ್ವತದ ಮೇಲಿದ್ದರು. ಸೀತೆ ಕುದುರೆಯಿಂದಿಳಿದು ವಿಶ್ವಾಮಿತ್ರರ ಪಾದಗಳಿಗೆ ನಮಸ್ಕರಿಸಿದಳು. ವಿಶ್ವಾಮಿತ್ರರು ಬಲಗೈ ಎತ್ತಿ ಆಶೀರ್ವದಿಸಿದರು.

ಮಂತ್ರೋಚ್ಚಾರಣೆ, ಸಂಗೀತಗಳೆಲ್ಲ ನಿಂತವು. ಮಲಯಪರ್ವತದ ಉದ್ದಗಲ ತಂಗಾಳಿ ಬೀಸುತ್ತಿತ್ತು. ಮಲಯಪುತ್ರ ಪಂಡಿತನೊಬ್ಬ ಎರಡು ಬೋಗುಣಿಗಳನ್ನು ಕೈಯ್ಯಲ್ಲಿ ಹಿಡಿದು ವಿಶ್ವಾಮಿತ್ರನ ಬಳಿಗೆ ಬಂದ. ಒಂದರಲ್ಲಿ ಕೆಂಪುಬಣ್ಣದ ಮಂದ ದ್ರಾವಣವಿತ್ತು. ಮತ್ತೊಂದರಲ್ಲಿ ಬಿಳಿಯ ದ್ರಾವಣವಿತ್ತು. ವಿಶ್ವಾಮಿತ್ರರು ತೋರು ಬೆರಳನ್ನು ಬಿಳಿಯ ದ್ರಾವಣದಲ್ಲೂ, ಮಧ್ಯದ ಬೆರಳನ್ನು ಕೆಂಪು ದ್ರಾವಣದಲ್ಲೂ ಅದ್ದಿದರು. ನಂತರ ಅಂಗೈಯನ್ನು ಎದೆಯ

ಮೇಲಿಟ್ಟುಕೊಂಡು ಮಹಾದೇವ, ಮಹಾರುದ್ರ, ವಿಷ್ಣು, ಪರಶುರಾಮರುಗಳ ಕೃಪೆಯಿಂದ ಎನ್ನುತ್ತಾ ಬಣ್ಣದ ದ್ರಾವಣಗಳಲ್ಲಿ ಅದ್ದಿದ್ದ ಬೆರಳುಗಳಿಂದ ಸೀತೆಯ ಹುಬ್ಬುಗಳನ್ನು ಸ್ಪರ್ಶಿಸಿದರು. ಹುಬ್ಬಿನಿಂದ ಭ್ರುಕುಟಿಗಳ ಮಧ್ಯಕ್ಕೆ ಬೆರಳನ್ನು ಚಲಿಸಿ ತಿಲಕವಿಟ್ಟರು. ನಂತರ ಮಂತ್ರ ಪಠಣ ಮುಂದುವರಿಸಲು ಸೂಚಿಸಿದರು.

ಓಂ ನಮೋ ಭಗವತೇ ವಿಷ್ಣುದೇವಾಯ

ತಸ್ಮೈ ಸೀತಾದೇವಿ ನಮೋ ನಮಃ

ಅಧ್ಯಾಯ – 15

ಸಂಜೆ ಬಹಳ ಹೊತ್ತಿನ ನಂತರ ಸೀತೆ ಭಗವಾನ್ ಪರಶುರಾಮನ ದೇವಾಲಯದಲ್ಲಿ ಪ್ರಶಾಂತಳಾಗಿ ಕುಳಿತಿದ್ದಳು. ಅವಳ ಕೋರಿಕೆಯಂತೆ ಸೀತೆಯನ್ನು ಒಂಟಿಯಾಗಿರಲು ಬಿಡಲಾಗಿತ್ತು.

ಅಖಂಡ ಶಿಲೆಯ ಮೇಲೆ ಸುಮರು 150 ಎಕರೆ ಪ್ರದೇಶದಲ್ಲಿ ಪರಶುರಾಮನ ದೇವಸ್ಥಾನವನ್ನು ಭವ್ಯವಾಗಿ ನಿರ್ಮಿಸಲಾಗಿತ್ತು. ಪ್ರಾಂಗಣದ ಮಧ್ಯದಲ್ಲಿ ಚೌಕಾಕಾರದ ಕಲ್ಯಾಣಿ ಇತ್ತು. ಕಲ್ಯಾಣಿಯೊಳಗೆ ಕೆಂಪು ಬಣ್ಣದ ಜಲಸಸ್ಯಗಳು ಬೆಳೆದಿದ್ದವು. ಇದೇ ಪ್ರದೇಶದಲ್ಲಿ ಪರಶುರಾಮನ ದೇವಾಲಯಕ್ಕೆದುರಾಗಿ ಪರಶುರಾಮೇಶ್ವರ ದೇವಾಲಯವನ್ನು ನಿರ್ಮಿಸ ಲಾಗಿತ್ತು. ಒಂದು ದೇವಾಲಯವನ್ನು ರುದ್ರನಿಗೂ ಮತ್ತೊಂದನ್ನು ಪರಶು ರಾಮನಿಗೂ ಅರ್ಪಿಸಲಾಗಿತ್ತು. ಈಶ್ವರನ ದೇವಾಲಯದ ಹೊರಭಾಗದಲ್ಲಿ ಗೋಡೆಯ ಮೇಲೆ ಋಷಿಗಳ ಚಿತ್ರಗಳನ್ನು ಕೆತ್ತಲಾಗಿತ್ತು. ಹಬ್ಬ ಹರಿದಿನಗಳ ದಿನ ಇಲ್ಲಿ ಸಹಸ್ರ ದೀಪೋತ್ಸವ ನಡೆಯುತ್ತಿತ್ತು.

ಪಾರಲೌಕಿಕ ವಾತಾವರಣ.

ಸಾವಿರ ದೀಪಗಳ ಹಣತೆಗಳನ್ನುಳ್ಳ ಲೋಹದ ಚೌಕಟ್ಟಿನಾಚೆ ನೂರು ಕಂಬಗಳ ಸಭಾಂಗಣವಿತ್ತು. ದೇವಾಲಯದ ಗೋಪುರದ ಸುತ್ತ ಪ್ರಾಚೀನ ಕಾಲದ ದ್ವಾರಕನ್ನರು, ಆದಿತ್ಯರು, ಯಕ್ಷರು, ಸೂರ್ಯವಂಶಗಳು, ಗಂಧರ್ವರು, ವಸುಗಳು, ಅಸುರರು ಮೊದಲಾದ ಮಹಾನ್ ವ್ಯಕ್ತಿಗಳ ಚಿತ್ರಗಳನ್ನು ಕೆತ್ತಲಾಗಿತ್ತು.

ಸಭಾಂಗಣದ ಮಧ್ಯದಲ್ಲಿ ಗರ್ಭಗುಡಿ ಇತ್ತು. ಗರ್ಭಗುಡಿಯೊಳಗೆ ಮಹಾರುದ್ರ ಮತ್ತು ಅವನ ಪ್ರೀತಿಪಾತ್ರಳಾದ ಮೋಹಿನಿಯ ಆಳೆತ್ತರದ ವಿಗ್ರಹಗಳಿದ್ದವು. ರುದ್ರ ಮತ್ತು ಮೋಹಿನಿಯರು ಪರಸ್ಪರ ಕೈ ಹಿಡಿದುಕೊಂಡ ಭಂಗಿಯಲ್ಲಿ ನಿಂತಿದ್ದರು. ಸಭಾಂಗಣದಲ್ಲಿ ಆರನೆ ವಿಷ್ಣು ಮತ್ತು ಅವನ ಪತ್ನಿ ಧಾರಣಿದೇವಿಯ ಪ್ರತಿಮೆಗಳಿದ್ದವು. ಪರಶುರಾಮನ ಕೈಯ್ಯಲ್ಲಿ ಅವನ ಯುದ್ಧಾಸ್ತ್ರವಾದ ಪರಶು ಇತ್ತು. ಧಾರಣಿದೇವಿಯ ಕೈಯ್ಯಲ್ಲಿ ಬಿಲ್ಲುಬಾಣ ಗಳಿದ್ದವು. ಸೀತೆ ಇವೆಲ್ಲವನ್ನೂ ಗಮನವಿಟ್ಟು ನೋಡಿದಳು. ಮಹರ್ಷಿಗಳು ಅಗಸ್ತ್ಯಕೂಟಕ್ಕೆ ತನ್ನನ್ನು ಸ್ವಾಗತಿಸಿದಾಗ ಆಡಿದ ಮಾತುಗಳು ಅವಳಿಗೆ ನೆನಪಾದವು. ಒಂಬತ್ತು ವರ್ಷಗಳಾದರೂ ಸರಿ, ಕಾಯೋಣ ಎನ್ನುವ ಮಾತು. ಮಲಯಪುತ್ರ ಜ್ಯೋತಿಷಿಗಳು ಎಣಿಕೆ ಮಾಡಿದಂತೆ ಗ್ರಹಬಲ ಕೂಡಿಬರುವವರೆಗೆ ಕಾಯುವುದು. ಗ್ರಹಬಲ ಕೂಡಿಬಂದ ನಂತರವೇ ಅವಳನ್ನು ವಿಷ್ಣುಪದವಿಗೇರಿಸಿರುವುದನ್ನು ಜಗತ್ತಿಗೆ ಘೋಷಿಸಲಾಗುವುದೆಂದು ತೀರ್ಮಾನಿಸಲಾಗಿತ್ತು. ಅಲ್ಲಿಯವರೆಗೆ ಸೀತೆಗೆ ಸಿದ್ಧತೆಯ ಕಾಲಾವಕಾಶ. ತಾನು ಮಾಡಬೇಕಾದ ಕೆಲಸಗಳನ್ನು ಅರಿತುಕೊಳ್ಳಲು ಮಾರ್ಗದರ್ಶನಕ್ಕೆ ಮಲಯಪುತ್ರರಿದ್ದರು. ಅವಳ ಗುರುತನ್ನು ಬಹಿರಂಗಪಡಿಸುವುದಿಲ್ಲವೆಂದು ಮಲಯಪುತ್ರರು ಪ್ರಮಾಣಮಾಡಿದ್ದರು.

ಸೀತೆ ಹಿಂದಿರುಗಿ ನೋಡಿದಳು. ದೇವಾಲಯದೊಳಕ್ಕೆ ಯಾರೂ ಬಂದಿರಲಿಲ್ಲ. ಅವಳನ್ನು ಒಂಟಿಯಾಗಿ ಬಿಡಲಾಗಿತ್ತು. ಅವಳು ಪರಶು ರಾಮನ ವಿಗ್ರಹವನ್ನು ನೋಡಿದಳು. ವಿಷ್ಣುವಿನ ಪದವಿಗೇರಲು ಬೇಕಾದ ಸಾಮರ್ಥ್ಯ ತನ್ನಲ್ಲಿದೆ ಎಂದು ಎಲ್ಲ ಮಲಯಪುತ್ರರಿಗೂ ಮನದಟ್ಟಾಗಿಲ್ಲ ಎಂಬುದು ಅವಳಿಗೆ ತಿಳಿದಿತ್ತು. ಆದರೆ ಮಹರ್ಷಿ ವಿಶ್ವಾಮಿತ್ರರನ್ನು ಎದುರಿಸುವ ಧೈರ್ಯ ಯಾರಿಗೂ ಇರಲಿಲ್ಲ.

ಗುರು ವಿಶ್ವಾಮಿತ್ರರಿಗೆ ನನ್ನ ಬಗ್ಗೆ ಖಚಿತವಾಗಿದ್ದಾರೆಂತು? ನನಗೆ ಗೊತ್ತಿಲ್ಲದಿರುವುದು ಅವರಿಗೇನು ಗೊತ್ತಿದೆ?

—೧೮—

ಸೀತೆ ಅಗಸ್ತ್ಯಕೂಟಕ್ಕೆ ಬಂದು ಒಂದು ತಿಂಗಳು ಕಳೆದಿತ್ತು. ಈ ಅವಧಿಯಲ್ಲಿ ವಿಶ್ವಾಮಿತ್ರರು ಮತ್ತು ಅವಳ ನಡುವೆ ಸುದೀರ್ಘ

ಚರ್ಚೆಗಳಾಗಿದ್ದವು. ಕೆಲವು ವಿಜ್ಞಾನ, ಖಗೋಳಶಾಸ್ತ್ರ, ಔಷಧಿಶಾಸ್ತ್ರ, ಮೊದಲಾದ ಶೈಕ್ಷಣಿಕ ಚರ್ಚೆಗಳಾಗಿದ್ದವು. ಇನ್ನು ಕೆಲವು ಸ್ತ್ರೀತ್ವ, ಪುರುಷತ್ವ, ವಂಶವಾಹಿ, ಸಮಾನತೆ, ಸ್ವಾತಂತ್ರ್ಯದಂಥ ವಿಷಯಗಳನ್ನು ಕುರಿತದ್ದಾಗಿದ್ದವು.

ಈಗಿರುವ ಜಾತಿಪದ್ಧತಿ ಸಂಪೂರ್ಣವಾಗಿ ಹೋಗಬೇಕೆಂಬುದು ಗುರು–ಶಿಷ್ಯೆಯರ ಸಮಾನ ಅಭಿಪ್ರಾಯವಾಗಿತ್ತು. ಜಾತಿಪದ್ಧತಿ ಭಾರತದ ಸಾರಸತ್ತ್ವವನ್ನೇ ತಿಂದುಹಾಕಿದೆ. ಗತಕಾಲದಲ್ಲಿ ಗುಣ ಮತ್ತು ಕಾಯಕಗಳು ಜಾತಿಯನ್ನು ನಿರ್ಧರಿಸುತ್ತಿದ್ದವು. ಕಾಲಾನುಕ್ರಮಣದಲ್ಲಿ ಕೌಟುಂಬಿಕ ಪ್ರೀತಿ ಈ ಪರಿಕಲ್ಪನೆಯನ್ನು ವಿಕೃತಗೊಳಿಸಿತು. ಮಕ್ಕಳು ತಮ್ಮ ಜಾತಿಯಲ್ಲೇ ಇರುವಂತೆ ತಂದೆ–ತಾಯಿಯರು ಕಾಳಜಿವಹಿಸಿದರು. ಆರ್ಥಿಕ ಮತ್ತು ರಾಜಕೀಯ ಶಕ್ತಿಗಳನ್ನಾಧರಿಸಿ ಗುಂಪುಗಳಿಗೆ ಶ್ರೇಣಿಯನ್ನು ಗೊತ್ತುಪಡಿಸಲಾಯಿತು. ಕ್ರಮೇಣ ಜಾತಿ ಜನ್ಮಾಧಾರಿತವಾಯಿತು. ವಿಶ್ವಾಮಿತ್ರರೂ ಕೆಲವು ತೊಡಕುಗಳನ್ನೆದುರಿಸಲೇಬೇಕಾಯಿತು. ಕ್ಷತ್ರಿಯರಾಗಿ ಜನಿಸಿದ ಅವರು ಬ್ರಾಹ್ಮಣನಾಗಲು, ಋಷಿಯಾಗಲು ನಿರ್ಧರಿಸಿದರು. ಇದು ಸಮಾಜದೊಳಗೆ ವಿಭಜನೆಯನ್ನುಂಟುಮಾಡಿತು. ರಾವಣ ಈ ವಿಭಜನೆಯ ಲಾಭ ಪಡೆದ. ಆಶ್ಚರ್ಯರಾಗಿ ಸಪ್ತಸಿಂಧುವಿನಲ್ಲಿ ವಿಭಜನೆಗಳೇ ಪ್ರಾಮುಖ್ಯ ಗಳಿಸಿದವು.

ಇದಕ್ಕೆ ಪರಿಹಾರವೇನು? ಸರ್ವ ಸಮಾನತೆಯುಳ್ಳ ಸಮಾಜ ಸೃಷ್ಟಿ ಅಸಾಧ್ಯವೆಂಬುದು ಮಹರ್ಷಿಗಳ ನಂಬಿಕೆಯಾಗಿತ್ತು. ಕೌಶಲ, ಬುದ್ಧಿ ಮತ್ತೆಗಳಲ್ಲಿ ಜನರಲ್ಲಿ ವ್ಯತ್ಯಾಸಗಳಿದ್ದವು. ಹೀಗಾಗಿ ಅವರ ಕೆಲಸಕಾರ್ಯ ಚಟುವಟಿಕೆಗಳು ಭಿನ್ನವಾದವು. ಸಮಾನತೆಯ ಪ್ರಯತ್ನಗಳು ಹಿಂಸಾಚಾರ ಮತ್ತು ಗೊಂದಲಗಳಿಗೆಡೆಮಾಡಿಕೊಟ್ಟವು.

ವಿಶ್ವಾಮಿತ್ರರು ಸ್ವಾತಂತ್ರ್ಯಕ್ಕೆ ಹೆಚ್ಚು ಒತ್ತುಕೊಟ್ಟರು. ಪ್ರತಿಯೊಬ್ಬರಿಗೂ ತಮ್ಮ ಕನಸುಗಳನ್ನು ಸಾಕಾರಗೊಳಿಸಿಕೊಳ್ಳುವ ಅವಕಾಶವಿರಬೇಕು. ಶೂದ್ರ ದಂಪತಿಗಳಿಗೆ ಜನಿಸಿದ ಮಗುವಿಗೆ ಬ್ರಾಹ್ಮಣನ ಬುದ್ಧಿಕೌಶಲಗಳಿದ್ದಲ್ಲಿ ಅವನಿಗೆ ಬ್ರಾಹ್ಮಣನಾಗುವ ಅವಕಾಶವಿರಬೇಕು. ಕ್ಷತ್ರಿಯರ ಮಕ್ಕಳಿಗೆ ವಾಣಿಜ್ಯ ವ್ಯಾಪಾರ ಕೌಶಲವಿದ್ದಲ್ಲಿ ಅವರು ವೈಶ್ಯರಾಗಬೇಕೆಂಬುದು ಮಹರ್ಷಿಗಳ ನಂಬಿಕೆಯಾಗಿತ್ತು. ಕೃತಕ ಸಮಾನತೆ ಬದಲು ಒಬ್ಬನ ಭವಿಷ್ಯವನ್ನು ಜಾತಿಯಿಂದ ನಿರ್ಧರಿಸುವ ಶಾಪ ಹೋಗಬೇಕೆಂಬುದು ಅವರ ಅಭಿಪ್ರಾಯವಾಗಿತ್ತು. ಇದನ್ನು ಸಾಧಿಸಲು ಕೌಟುಂಬಿಕ ವ್ಯವಸ್ಥೆಯಲ್ಲಿ ಬದಲಾವಣೆ

ಯುಂಟುಮಾಡಬೇಕು. ಜನ್ಮಕಾಲದಲ್ಲೇ ಸರ್ಕಾರ ಮಕ್ಕಳನ್ನು ದತ್ತು ತೆಗೆದು ಕೊಳ್ಳಬೇಕು. ಹುಟ್ಟಿದಕೂಡಲೇ ಮಕ್ಕಳನ್ನು ತಂದೆ ತಾಯಿಯರು ರಾಜ್ಯದ ವಶಕ್ಕೊಪ್ಪಿಸಬೇಕು. ಸರ್ಕಾರ ಅವರ ಶಿಕ್ಷಣ, ಬೆಳವಣಿಗೆಯನ್ನು ನೋಡಿ ಕೊಳ್ಳತಕ್ಕದ್ದು. ಹದಿನೈದನೇ ವಯಸ್ಸಿಗೆ ಇಂಥ ಮಕ್ಕಳು ಬೌದ್ಧಿಕ ಹಾಗೂ ದೈಹಿಕ ಸಾಮರ್ಥ್ಯಗಳ ಪರೀಕ್ಷೆ ತೆಗೆದುಕೊಳ್ಳಬೇಕು. ಈ ಪರೀಕ್ಷೆಯ ಫಲಿತಾಂಶ ಆಧರಿಸಿ ಸರ್ಕಾರ ಅವರಿಗೆ ಸೂಕ್ತ ಜಾತಿಗಳನ್ನು ನೀಡತಕ್ಕದ್ದು. ಹೀಗಾಗಿ ಮಕ್ಕಳಿಗೆ ತಮ್ಮ ಜನ್ಮಮೂಲ ತಂದೆ ತಾಯಿಯರು ಯಾರೆಂದು ತಿಳಿದಿರುವುದಿಲ್ಲ. ದತ್ತಕ ತಂದೆ ತಾಯಿಯರು ಮಾತ್ರ ಗೊತ್ತಿರುತ್ತದೆ. ಜನ್ಮಕೊಟ್ಟವರಿಗೂ ತಮ್ಮ ಮಕ್ಕಳ ಗತಿ ಏನಾಯಿತೆಂದು ತಿಳಿದಿರುವುದಿಲ್ಲ.

ಇದೊಂದು ನ್ಯಾಯಯುತವಾದ ಪದ್ಧತಿ ಎಂದು ಸೀತೆಗೆ ಅನ್ನಿಸಿತ್ತು. ಆದರೆ ಅದು ಅವಾಸ್ತವ ಎಂದೂ ಅವಳ ಅಭಿಪ್ರಾಯವಾಗಿತ್ತು. ತಂದೆ ತಾಯಿಯರು ತಮ್ಮ ಮಕ್ಕಳನ್ನು ಸರ್ಕಾರಗಳ ವಶಕ್ಕೊಪ್ಪಿಸುತ್ತಾರೆಂಬುದು ಕಲ್ಪನಾತೀತವಾದದ್ದು ಎನ್ನುವುದು ಸೀತೆಯ ನಿಲುವಾಗಿತ್ತು.

ಸಮಾಜದಲ್ಲಿ ತೀವ್ರ ಸುಧಾರಣೆಯುಂಟು ಮಾಡುವುದು ವಿಷ್ಣುವಿನ ಕರ್ತವ್ಯವೆಂದು ವಿಶ್ವಾಮಿತ್ರರು ದೃಢವಾಗಿ ನುಡಿದರು. ತಮ್ಮ ಪರಿಕಲ್ಪನೆಯ ಸಾಮಾಜಿಕ ವ್ಯವಸ್ಥೆ ಕುರಿತು ಮೊದಲು ವಿಷ್ಣುವಿಗೆ ಮನವರಿಕೆ ಮಾಡಿ ಕೊಡಬೇಕಾದ ಅಗತ್ಯವಿದೆ ಎಂಬುದು ಸೀತೆಯ ಭಾವನೆ.

ಜಾತಿಪದ್ದತಿ ಕುರಿತು ಮತ್ತೊಂದು ಸುತ್ತಿನ ಚರ್ಚೆಯ ನಂತರ ಸೀತೆ ಉದ್ಯಾನವನದ ತುದಿಯವರೆಗೆ ನಡೆದು ಹೋದಳು. 850 ಅಡಿ ಆಳದ ಕಣಿವೆಯನ್ನು ನೋಡಿದಳು. ತಾಮ್ರಪರ್ಣಿಯ ವಿಷಯ ಅವಳನ್ನು ಸ್ತಂಭೀಭೂತಳನ್ನಾಗಿಸಿತು. ತಾಮ್ರಪರ್ಣಿ ಭೂಮಿಯೊಳಗೆ ಕಣ್ಮರೆಯಾಯಿತು.

ಇದನ್ನು ನಾನು ಮೊದಲೆ ಏಕೆ ಗಮನಿಸಲಿಲ್ಲ? ನದಿ, ಗುಹೆಯೊಳಕ್ಕೆ ಹರಿಯುತ್ತದೆ ಸೀತೆ. ಏನ್ನುತ್ತಾ ವಿಶ್ವಾಮಿತ್ರರು ಶಿಷ್ಯೆ ಬಳಿಗೆ ಬಂದಿದ್ದರು.

—೧೮—

ವಿಶ್ವಾಮಿತ್ರ ಮತ್ತು ಸೀತೆ ನೈಸರ್ಗಿಕ ಗುಹೆಯ ಬಾಯಿಯ ಮುಂದೆ ನಿಂತಿದ್ದರು. ತಾಮ್ರಪರ್ಣಿಯ ಹರಿವಿನಿಂದ ಕುತೂಹಲಭರಿತಳಾಗಿದ್ದ ಸೀತೆಗೆ ಅದು ಇಂದ್ರಜಾಲದಂತೆ ಕಣ್ಮರೆಯಾಗುವ ಸ್ಥಳವನ್ನು ನೋಡುವ

ಮನಸ್ಸಾಯಿತು. ದೂರದಿಂದ ಅದು, ನದಿಯೊಂದು ನೆಲಡೊಗರಿನೊಳಗೆ ಹರಿಯುತ್ತಿರುವಂತೆ ಕಂಡಿತು. ಹತ್ತಿರ ಹೋದಂತೆ ಗವಿಯ ಇಕ್ಕಟ್ಟಿನ ಬಾಯಿ ಕಾಣಿಸಿತು. ಉದ್ದನೆಯ ಡೊಗರು. ಇಡೀ ನದಿ ಅದರಲ್ಲಿ ಲೀನವಾದಂತೆ. ಆದರೆ ನದಿಯ ಭೋರ್ಗರೆತದಿಂದ ಅದು ಒಳಕ್ಕೆ ಹೋದಂತೆ ವಿಸ್ತಾರಗೊಳ್ಳುತ್ತಿರುವಂತೆ ಭಾಸವಾಯಿತು.

"ಆ ನೀರೆಲ್ಲ ಎಲ್ಲಿ ಹೋಗುತ್ತದೆ?"

—ಸೀತೆಯ ಪ್ರಶ್ನೆ.

"ನದಿಯ ಹರಿವು ಪೂರ್ವದಿಕ್ಕಿನತ್ತ ಮುಂದುವರಿಯುತ್ತದೆ. ಭಾರತವನ್ನು ಶ್ರೀಲಂಕಾದಿಂದ ಬೇರ್ಪಡಿಸುವ ಮನ್ನಾರ್ ಜಲಸಂಧಿಯಲ್ಲಿ ಸಂಗಮಿಸುತ್ತದೆ."

"ತಾನೇ ತೋಡಿಕೊಂಡ ಆ ಡೊಗರಿನಿಂದ ಅದು ಹೇಗೆ ಹೊರ ಹೊಮ್ಮುತ್ತದೆ?"

"ಅದು ಭೂಮಿಯೊಳಗಣ ಗುಹೆಯಿಂದ ಸುಮಾರು ಹತ್ತು ಕಿಲೋ ಮೀಟರಿನಾಚೆಗೆ ಹೊರಹೊಮ್ಮುತ್ತದೆ.

"ಗುಹೆ ಅಷ್ಟು ಉದ್ದವಾಗಿದೆಯೆ?"

—ಸೀತೆ ವಿಸ್ಮಿತಳಾಗಿ ಕೇಳಿದಳು.

ವಿಶ್ವಾಮಿತ್ರರು 'ಬಾ ತೋರಿಸ್ತೀನಿ' ಎಂದು ಅವಳನ್ನು ಕರೆದೊಯ್ದರು – ಗವಿ ಬಾಯ್ತೆರದಿದ್ದ ಸ್ಥಳಕ್ಕೆ. ಅದು ಇಪ್ಪತ್ತೈದು ಮೀಟರಿನಷ್ಟು ಅಗಲ ವಾಗಿತ್ತು. ಗುಹೆಯೊಳಗೆ ಎಡಭಾಗದಲ್ಲಿ ಮೆಟ್ಟಿಲುಗಳಿದ್ದವು. ವಿಶ್ವಾಮಿತ್ರರು ಆ ಸೋಪಾನಗಳತ್ತ ಸೀತೆಯ ಗಮನ ಸೆಳೆದರು. ಅದು ಮಾನವ ನಿರ್ಮಿತ ಸೋಪಾನವಾಗಿತ್ತು.

ಗುಹೆಯ ಮಾಳಿಗೆಯಿಂದ ತೊಟ್ಟುತ್ತಿದ್ದ ನೀರಿನಿಂದ ಪಾರಾಗಲು ವಿಶ್ವಾಮಿತ್ರರು ಅಂಗವಸ್ತ್ರವನ್ನು ತಲೆಯ ಮೇಲೆ ಎಳೆದುಕೊಂಡರು. ಗುಹೆಯ ಮಹಡಿ ಮೆಟ್ಟಿಲುಗಳನ್ನು ಇಳಿಯುತ್ತಾ "ಹುಷಾರಾಗಿ ಬಾ... ಮೆಟ್ಟಿಲುಗಳು ಜಾರುತ್ತವೆ" ಎಂದು ಸೀತೆಗೆ ಎಚ್ಚರಿಸಿದರು.

ಇಬ್ಬರು ಮೌನದಿಂದ ಇಳಿಯುತ್ತಿದ್ದರು. ಸೀತೆ ಮೈತುಂಬ ವಸ್ತ್ರ ಹೊದ್ದಿಕೊಂಡಳು. ಅಲ್ಪಸ್ವಲ್ಪ ಬೆಳಕು ತೂರಿ ಬರುತ್ತಿತ್ತು. ಸೀತೆಗೆ ಕತ್ತಲೆಂದರೆ ಯಾವಾಗಲೂ ಹೆದರಿಕೆ. ಇದರ ಜೊತೆಗೆ ಜಾರಿಕೆಯ ನೆಲ. ನದಿಯ

ಘೋರ್ಗರೆತ. ಅವಳಿಗೆ ತಾಯಿ ಹಿಂದೊಮ್ಮೆ ಹೇಳಿದ್ದ ಎಚ್ಚರಿಕೆಯ ಮಾತುಗಳು ನೆನಪಾದವು.

ಕತ್ತಲಿಗೆ ಹೆದರಬೇಡ ಮಗು. ಬೆಳಕಿಗೆ ಮೂಲವಿದೆ. ಆರದಂತೆ ಅದನ್ನು ಕಾಪಾಡಿಕೊಳ್ಳಬಹುದು. ಆದರೆ ಕತ್ತಲೆಗೆ ಮೂಲ ಮೊಬ್ಬು. ಅದು ಇದೆ ಮಾತ್ರ. ಕತ್ತಲೆ ಅದರತ್ತ ಒಂದು ಪಥ. ಅದಕ್ಕೆ ಮೂಲವಿಲ್ಲ–ಅದು ದೇವರು.

ವಿವೇಕದ ಮಾತುಗಳು. ಆದರೆ ಈ ಮಾತುಗಳು ಈಗ ಅವಳಿಗೆ ಸಾಂತ್ವನದ್ದಾಗಿರಲಿಲ್ಲ. ಹೆದರಿಕೆ ಅವಳೆದೆಯನ್ನು ನಡುಗಿಸಿತು. ಬಾಲ್ಯದ ಕರಾಳ ನೆನಪುಗಳು – ಕತ್ತಲೆ ಕೋಣೆಯಲ್ಲಿ ಕೂಡಿಹಾಕಿದ್ದು, ಅಲ್ಲಿ ಇಲಿ ಹೆಗ್ಗಣಗಳ ಕಿಚಕಿಚ ಸದ್ದು, ಡವಗುಟ್ಟುತ್ತಿದ್ದ ಎದೆ.

ಥಟ್ಟನೆ ಮೂಡಿದ ಕಣ್ಣು ಕೋರೈಸುವ ಬೆಳಕು ಅವಳ ನೆನಪುಗಳನ್ನು ತುಂಡರಿಸಿತು. ತನ್ನ ಮುಂದೆ ವಿಶ್ವಾಮಿತ್ರರು. ಅವರ ಕೈಯ್ಯಲ್ಲಿ ಬೆಳಕಿನ ದೊಂದಿಯಿತ್ತು. ಅದನ್ನು ಅವರು ಸೀತೆಗೆ ಕೊಟ್ಟರು.

ಮತ್ತೆ ಮೆಟ್ಟಿಲುಗಳನ್ನು ಇಳಿಯಲಾರಂಭಿಸಿದರು. ಈಗ ಮೆಟ್ಟಿಲುಗಳು ಅಗಲವಾಗಿರುವಂತೆ ತೋರಿತು. ಗವಿಯ ಗೋಡೆಗಳಿಗೆ ಅಪ್ಪಳಿಸುತ್ತಿದ್ದ ಪ್ರವಾಹದ ಅಲೆಗಳ ಶಬ್ದ ಪ್ರತಿಧ್ವನಿಸುತ್ತಿತ್ತು. ಮಲಯಪುತ್ರರು ಪಂಜುಗಳನ್ನು ಹಿಡಿದಿದ್ದರಿಂದ ಬೆಳಕು ಥಾಳವಾಯಿತು. ಸೀತೆ ಉಸಿರು ಹಿಡಿದಳು.

ಮಹಾರುದ್ರನ ಕೃಪೆ. ಸಣ್ಣ ಗುಹೆ ವಿಶಾಲವಾದ ಗುಹೆಯೊಂದಕ್ಕೆ ತೆರೆದುಕೊಂಡಿತು. ಸುಮಾರು 600 ಮೀಟರ್ ವಿಸ್ತೀರ್ಣದ ಇಂಥ ದೊಡ್ಡ ಗುಹೆಯನ್ನು ಸೀತೆ ನೋಡಿರಲೇ ಇಲ್ಲ. ಮುಂದೆ ಸಾಗಿದಂತೆ ಎರಡು ಮೀಟರ್ ಎತ್ತರದಲಿದ್ದ ಮಾಳಿಗೆ ಭದ್ರವಾಗಿರುವಂತೆ ಕಂಡಿತು. ದೊರೆಯೊಬ್ಬನಿಂದ ಮಾತ್ರ ಇದನ್ನು ನಿರ್ಮಿಸಲು ಸಾಧ್ಯ ಎನಿಸಿತು.

"ನದಿ ಈ ಗುಹೆಯನ್ನು ಕಾಲಾನುಕಾಲದಿಂದ ಸವೆಸುತ್ತಾ ಬಂದಿದೆ" ಎಂದರು ವಿಶ್ವಾಮಿತ್ರರು.

"ಇಷ್ಟು ದೊಡ್ಡ ಗುಹೆಯನ್ನು ನಾನುಕಂಡೇ ಇರಲಿಲ್ಲ"

—ಸೀತೆ ಅಚ್ಚರಿಯಿಂದ ನುಡಿದಳು.

ಗುಹೆಯ ಎಡಪಾರ್ಶ್ವದಲ್ಲಿ ಬೃಹತ್ ಸಭಾಂಗಣವಿತ್ತು. ಒಳಗೆ ಬೆಳಕಿತ್ತು. ಬೆಳಗುತ್ತಿದ್ದ ದೀವಟಿಗೆಗಳಿಂದಾಗಿ ಗುಹೆಯ ಮೂಲೆ ಮೂಲೆಯಲ್ಲೂ ಬೆಳಕು ಪಸರಿಸಿತ್ತು.

"ಗುರೂಜಿ ಈ ಗುಹೆಯನ್ನು ಏತರಿಂದ ನಿರ್ಮಿಸಿರಬಹುದು?"

"ಇಲ್ಲಿ ತುಂಬ ಬಾವಲಿಗಳಿವೆ"

ಸೀತೆ ಸುತ್ತ ಕಣ್ಣಾಡಿಸಿದಳು.

"ಈಗ ಅವೆಲ್ಲ ನಿದ್ದೆ ಮಾಡುತ್ತಿವೆ...ರಾತ್ರಿ ಅವಕ್ಕೆ ಎಚ್ಚರವಾಗುತ್ತದೆ"

ವಿಶ್ವಾಮಿತ್ರರ ಹಿಂದೆ ಏನೋ ಇರುವುದು ಸೀತೆಗೆ ಗೋಚರಿಸಿತು.

"ಏನದು ಗುರೂಜಿ?"

ವಿಶ್ವಾಮಿತ್ರರು ಸುತ್ತ ತಿರುಗಿ ನೋಡಿದರು. ಅರೆವೃತ್ತಾಕಾರದಲಿದ್ದ ಹಕ್ಕಿಗಳ ಗೂಡುಗಳು. ಅವು ಮೇಲೇರಲು ಏಣಿಗಳಂತಿದ್ದವು.

"ನಮಗೆ ರಾವಣನನ್ನು ನಿಯಂತ್ರಿಸುವ ಅಗತ್ಯವಿದೆ. ಹಕ್ಕಿ ಗೂಡು ಗಳಲ್ಲಿರುವ ದ್ರವ್ಯಗಳಿಂದ ಅದು ಸಾಧ್ಯ."

ಸೀತೆ ಮರಗಟ್ಟಿ ಹೋದಳು. ಮತ್ತೆ ಹೆದರಿಕೆ ಶುರುವಾಯಿತು.

ಮಲಯಪುತ್ರರು ಮತ್ತು ಲಂಕನ್ನರ ನಡುವೆ ಎಂಥ ಸಂಬಂಧ ಇರಬಹುದು?

"ಮುಂದೊಂದು ದಿನ ನಾನು ನಿನಗೆ ಅದನ್ನು ವಿವರಿಸುತ್ತೇನೆ" ಎಂದರು ವಿಶ್ವಾಮಿತ್ರರು.

"ಸದ್ಯಕ್ಕೆ ನನ್ನಲ್ಲಿ ನಂಬಿಕೆ ಇರಲಿ"

ಸೀತೆ ಮಾತಾಡಲಿಲ್ಲ.

"ಇದು ನಮ್ಮ ಪುಣ್ಯಭೂಮಿ. ಪವಿತ್ರವಾದದ್ದು. ಎತ್ತರದಲ್ಲಿ ಹಿಮಾಲಯ. ಹಿಂದೂ ಮಹಾಸಾಗರದ ಜಲ ಅದರ ಪಾದಗಳನ್ನು ಚುಂಬಿಸುತ್ತದೆ. ಪಶ್ಚಿಮ ಮತ್ತು ಪೂರ್ವದಲ್ಲಿನ ಸಾಗರಗಳು ಅದರ ತೋಳುಗಳಿದ್ದಂತೆ. ಇವೆಲ್ಲದ ರಲ್ಲೂ ಪುಣ್ಯಭೂಮಿ ಭಾರತದ ಮೃತ್ತಿಕೆ ಇದೆ. ಈ ಪುಣ್ಯ ಭೂಮಿಯನ್ನು ಹೀಗೆ ಹೀನಾವಸ್ಥೆಯಲ್ಲಿರಲು ಬಿಡಬಾರದು. ಇದರಿಂದ ನಮ್ಮ ಪೂರ್ವಿಕರಿಗೆ ಅವಮಾನ. ಭಾರತ ಮತ್ತೆ ಮಹಾನ್ ಭಾರತವಾಗಬೇಕು. ಅದಕ್ಕಾಗಿ ನಾನು ಏನು ಬೇಕಾದರೂ ಮಾಡುವೆ. ಹಾಗೆಯೇ ವಿಷ್ಣುವೂ..."

—१८—

ಜಟಾಯು ಮತ್ತು ಮಲಯಪುತ್ರರ ಸೇನಾ ತುಕಡಿ ಸಪ್ತಸಿಂಧುವಿಗೆ ಮರುಪಯಣ ಆರಂಭಿಸಿದ್ದರು. ಸೀತೆ ಮಿಥಿಲೆಗೆ ಹಿಂದಿರುಗುತ್ತಿದ್ದಳು.

ಅವಳು ಅಗಸ್ತ್ಯಕೂಟದಲ್ಲಿ ಐದು ತಿಂಗಳ ಕಾಲ ಇದ್ದಳು. ಈ ಅವಧಿಯಲ್ಲಿ ಅವಳು ಆಡಳಿತ, ತತ್ತ್ವಶಾಸ್ತ್ರ, ಪೂರ್ವವಿಷ್ಣುಗಳ ಸಮರವಿಚಕ್ಷಣೆ, ಖಾಸಗಿ ವಿಚಾರಗಳು ಇವೆಲ್ಲದರ ಬಗ್ಗೆ ಅಧ್ಯಯನ ನಡೆಸಿದ್ದಳು. ಕಲಿತುಕೊಂಡಿದ್ದಳು. ಬೇರೆ ಬಾಬುಗಳಲ್ಲೂ ಹೆಚ್ಚಿನ ತರಬೇತಿ ಪಡೆದಿದ್ದಳು. ಇದೆಲ್ಲ ಅವಳು ವಿಷ್ಣುಪದವಿಗೇರುವುದರ ಪೂರ್ವಭಾವಿ ಸಿದ್ಧತೆಯಾಗಿತ್ತು.

ಜಟಾಯು ಮತ್ತು ಸೀತೆ ಜೀರಿಗೆ ಕಷಾಯ ಕುಡಿಯುತ್ತ ಹಡಗಿನ ಮೇಲಟ್ಟದಲ್ಲಿ ಕುಳಿತಿದ್ದರು.

"ಜಟಾಯೂಜಿ, ನನ್ನ ಪ್ರಶ್ನೆಗೆ ನೀವು ಉತ್ತರಿಸುವಿರಿ ಎಂದು ನನ್ನ ನಂಬಿಕೆ..."

"ಉತ್ತರಿಸದಿರಲು ಹೇಗೆ ಸಾಧ್ಯ ಮಹಾವಿಷ್ಣು"

"ಮಲಯಪುತ್ರರು ಮತ್ತು ಲಂಕನ್ನರ ನಡುವೆ ಎಂಥ ಸಂಬಂಧ?"

"ನಾವು ಅವರೊಂದಿಗೆ ವಾಣಿಜ್ಯ ವ್ಯವಹಾರ ಇಟ್ಟುಕೊಂಡಿದ್ದೇವೆ- ಸಪ್ತಸಿಂಧುವಿನ ಎಲ್ಲ ರಾಜ್ಯಗಳಂತೆ. ತಾಮ್ರಪರ್ಣಿಯ ಒಡಲಿನಿಂದ ತೆಗೆಯುವ ಖನಿಜಗಳನ್ನು ನಾವು ಅವರಿಗೆ ರಫ್ತು ಮಾಡುತ್ತೇವೆ. ಅವರು ನಮ್ಮ ಅಗತ್ಯಗಳನ್ನು ಪೂರೈಸುತ್ತಾರೆ."

"ಅದು ನನಗೆ ಗೊತ್ತು. ಆದರೆ ರಾವಣ ಉಪವರ್ತಕರನ್ನು ನೇಮಿಸುತ್ತಾನೆ. ಅವರಿಗೆ ಲಂಕೆಯೊಂದಿಗೆ ವಾಣಿಜ್ಯ ವ್ಯವಹಾರ ನಡೆಸಲು ಪರವಾನಗಿ ನೀಡಲಾಗುತ್ತದೆ. ಆದರೆ ಅಗಸ್ತ್ಯಕೂಟದಲ್ಲಿ ಉಪವರ್ತಕರಿಲ್ಲ. ನೀವು ಅವರೊಡನೆ ನೇರ ವ್ಯವಹಾರ ನಡೆಸುತ್ತೀರಿ. ಇದು ವಿಚಿತ್ರ. ರಾವಣ ಪಶ್ಚಿಮ ಮತ್ತು ಪೂರ್ವ ಸಮುದ್ರಗಳ ಮೇಲೆ ಬಿಗಿಯಾದ ಹಿಡಿತ ಹೊಂದಿದ್ದಾನೆ. ಅವನಿಗೆ ತೆರಿಗೆ ಪಾವತಿಸದೇ ಯಾವ ಹಡಗೂ ಈ ಸಮುದ್ರಗಳ ಮೇಲೆ ಯಾನ ಮಾಡುವಂತಿಲ್ಲ. ಹೀಗೆ ರಾವಣ ನಮ್ಮ ವಾಣಿಜ್ಯ ವ್ಯಾಪಾರಗಳ ಮೇಲೆ ಕಪಿಮುಷ್ಠಿ ಸಾಧಿಸಿದ್ದಾನೆ. ಆದರೆ ಮಲಯಪುತ್ರರು ತೆರಿಗೆ ಪಾವತಿಸದೇ ನಿರಾತಂಕವಾಗಿ ಯಾನ ಮಾಡುತ್ತಾರೆ. ಇದು ಹೇಗೆ ಸಾಧ್ಯ?"

"ನಾನು ಆಗಲೇ ಹೇಳಿದಂತೆ ಅಮೂಲ್ಯವಾದುದನ್ನು ನಾವು ಅವರಿಗೆ ವಿಕ್ರಯಿಸುತ್ತೇವೆ."

"ಅಂದರೆ ಹಕ್ಕಿ ಗೂಡುಗಳ ಸಾಮಾಗ್ರಿಯೆ? ಸಪ್ತಸಿಂಧುವಿನ ಇತರ

ಪ್ರದೇಶಗಳಿಂದಲೂ ಅಮೂಲ್ಯ ಸಾಮಗ್ರಿಗಳನ್ನು ರಾವಣನಿಗೆ ಮಾರಾಟ ಮಾಡಲಾಗುತ್ತಿದೆ ಎಂಬುದು ನನಗೆ ಖಾತ್ರಿಯಾಗಿ ಗೊತ್ತು."

"ಈ ಸಾಮಗ್ರಿ, ಸಪ್ತಸಿಂಧುವಿನ ಇತರ ಭಾಗಗಳಿಂದ ವಿಕ್ರಯವಾಗುವ ಸಾಮಗ್ರಿಗಳಿಗಿಂತ ಅತ್ಯಮೂಲ್ಯವಾದದ್ದು."

"ಹಾಗಿದ್ದಲ್ಲಿ ಅವನೇಕೆ ಅಗಸ್ತ್ಯಕೂಟದ ಮೇಲೆ ಆಕ್ರಮಣ ನಡೆಸಿ ಅದನ್ನು ವಶಪಡಿಸಿಕೊಳ್ಳಬಾರದು?"

ಜಟಾಯು ಮೌನಿಯಾದ. ಯಾವುದನ್ನು ಹೇಳುವುದು ಯಾವುದನ್ನು ಬಿಡುವುದು ಎಂದು ಗೊಂದಲಗೊಂಡ.

"ಹಂಚಿಕೊಳ್ಳಲಾದ ಪರಂಪರೆಯೂ ಇದೆ ಎಂದು ನಾನು ಕೇಳಿದ್ದೇನೆ"

–ಸೀತೆ ಅತಿ ಎಚ್ಚರದಿಂದ ನುಡಿದಳು.

"ಇದ್ದಿತು. ಆದರೆ, ಮಹಾವಿಷ್ಣು ಪ್ರತಿ ಮಲಯಪುತ್ರರ ಪ್ರಥಮ ನಿಮಗೆ ಮೀಸಲಾದದ್ದು."

"ಅದರ ಬಗ್ಗೆ ನನಗೆ ಸಂದೇಹವಿಲ್ಲ. ಇಬ್ಬರ ನಡುವೆ ಸಮಾನವಾಗಿರುವ ಪರಂಪರೆ ಯಾವುದದು? ಹೇಳು..."

ಜಟಾಯು ನಿಡಿದಾದ ಉಸಿರೆಳೆದುಕೊಂಡ. ಮೊದಲ ಪ್ರಶ್ನೆಯನ್ನು ಪಕ್ಕಕ್ಕೆ ತಳ್ಳುವುದರಲ್ಲಿ ಅವನು ಯಶಸ್ವಿಯಾಗಿದ್ದ. ಆದರೆ ಈ ಪ್ರಶ್ನೆಯನ್ನು ಅಲಕ್ಷಿಸುವುದು ಸಾಧ್ಯವಿರಲಿಲ್ಲ.

"ಮಹರ್ಷಿ ವಿಶ್ವಾಮಿತ್ರರು ಬ್ರಾಹ್ಮಣ ಋಷಿಗಳಾಗುವ ಪೂರ್ವದಲ್ಲಿ ರಾಜರಾಗಿದ್ದರು."

"ಅದು ನನಗೆ ಗೊತ್ತು."

"ಅವರ ತಂದೆ ದೊರೆ ಗಾಧಿ ಕನೂಜ ಸಾಮ್ರಾಜ್ಯವನ್ನಾಳುತ್ತಿದ್ದರು. ಗುರು ವಿಶ್ವಾಮಿತ್ರರೇ ಸ್ವಲ್ಪಕಾಲ ಕನೂಜದ ಚಕ್ರವರ್ತಿಗಳಾಗಿದ್ದರು.

"ಹಾಗೆಂದು ನಾನೂ ಕೇಳಿ ತಿಳಿದಿದ್ದೇನೆ."

"ನಂತರ ಅವರು ಸಿಂಹಾಸನ ತ್ಯಾಗಮಾಡಿ ಬ್ರಾಹ್ಮಣನಾದರು. ಅದೊಂದು ಸುಲಭದ ನಿರ್ಧಾರವಾಗಿರಲಿಲ್ಲ. ಆದರೆ ಗುರುಗಳಿಗೆ ಮೀರಿದ್ದು ಯಾವುದೂ ಇಲ್ಲ. ಬ್ರಾಹ್ಮಣನಾದುದಷ್ಟೇ ಅಲ್ಲ ಅವರು ಮಹರ್ಷಿ ಪದವಿಯನ್ನೂ ಗಳಿಸಿದರು. ಮಲಯಪುತ್ರರ ಪ್ರಧಾನರಾದರು."

ಸೀತೆ ತಲೆದೂಗಿದಳು.

"ವಿಶ್ವಾಮಿತ್ರರಿಗೆ, ಮೀರಿದ್ದು ಯಾವುದೂ ಇಲ್ಲ. ಅವರು ಸರ್ವಕಾಲೀನ ಮಹಾಪುರುಷರು"

"ಅದು ಸತ್ಯವಾದದ್ದು"

—ಎಂದ ಜಟಾಯು

"ಎಂದೇ ಗುರುವಿಶ್ವಾಮಿತ್ರರ ಬೇರುಗಳು ಕನೂಜದಲ್ಲಿವೆ" – ಜಟಾಯು ಹಿಂಜರಿಕೆಯಿಂದಲೇ ಹೇಳಿದ.

"ಅದರೆ ಅದಕ್ಕೂ ರಾವಣನಿಗೂ ಏನು ಸಂಬಂಧ?"

ಜಟಾಯು ನಕ್ಕುಬಿಟ್ಟ.

"ಇದು ಅನೇಕರಿಗೆ ತಿಳಿಯದು. ತಂಗೀ, ಅದೊಂದು ಜೋಪಾನ ವಾಗಿರಿಸಿರುವ ರಹಸ್ಯ. ರಾವಣನೂ ಕನೂಜಿಗನೇ. ಅವನ ಕುಟುಂಬ ಕನೂಜ ಮೂಲದವರು."

ಅಧ್ಯಾಯ – 16

ಇಪ್ಪತ್ತು ವರ್ಷದ ಸೀತೆಗೆ ಆ ಪ್ರಾಯದ ಶಕ್ತಿ ಸಾಮರ್ಥ್ಯ, ಸಂಚಲನಗಳೆಲ್ಲ ಇದ್ದವು. ಪರ್ಯಟನ ಅನುಭವ ಮತ್ತು ಅಗಸ್ತ್ಯ ಕೂಟದಲ್ಲಿ ದೊರೆತ ಶಿಕ್ಷಣಗಳಿಂದಾಗಿ ವಯಸ್ಸಿಗೆ ಮೀರಿದ ವಿವೇಕ ಅವಳಲ್ಲಿ ಮೂಡಿತ್ತು.

ಸೀತೆ ಪದೇ ಪದೇ ಪರ್ಯಟನ ಕೈಗೊಳ್ಳುತ್ತಿದ್ದುದು ಸಮೀಚಿಯಲ್ಲಿ ಕುತೂಹಲ ಉಂಟುಮಾಡಿತ್ತು. ಅವು ವಾಣಿಜ್ಯ ಮತ್ತು ರಾಜತಾಂತ್ರಿಕ ಕೆಲಸ ಕಾರ್ಯಗಳ ಪರ್ಯಟನವೆಂದು ಆಕೆಗೆ ತಿಳಿಸಲಾಗಿತ್ತು. ಅದನ್ನು ನಂಬಿದ್ದಳು. ಸೀತೆಯ ಗೈರುಹಾಜರಿಯಲ್ಲಿ ಮಿಥಿಲೆಯ ಆಡಳಿತವೆಲ್ಲ ಸಮೀಚಿಯದೇ ಜವಾಬ್ದಾರಿಯಾಗಿತ್ತು. ಸೀತೆ ಈಗ ವಾಪಸಾದುದರಿಂದ ಆಡಳಿತವೆಲ್ಲ ಈಗ ಅವಳದೇ ಆಗಿತ್ತು.

ರಾಧಿಕಾ ರೂಢಿಯಂತೆ ಮಿಥಿಲೆಗೆ ಆಗಮಿಸಿದ್ದಳು.

"ಸಮೀಚಿ ಹೇಗಿದ್ದೀಯ?"

—ರಾಧಿಕಾಳ ಪ್ರಶ್ನೆ.

ಸೀತೆ, ರಾಧಿಕಾ, ಸಮೀಚಿ ಪ್ರಧಾನ ಮಂತ್ರಿಗಳ ಖಾಸಗಿ ಕಚೇರಿಯಲ್ಲಿ ಆಸೀನರಾಗಿದ್ದರು.

"ಚೆನ್ನಾಗಿದ್ದೇನೆ"

"ಕೊಳೆಗೇರಿ ನಿವಾಸಿಗಳಿಗಾಗಿ ನೀನು ಮಾಡಿರುವ ಕೆಲಸ ನನಗಿಷ್ಟ ವಾಯಿತು"

—ರಾಧಿಕಾಳ ಪ್ರಶಂಸೆ.

"ಪ್ರಧಾನಮಂತ್ರಿಯವರ ಮಾರ್ಗದರ್ಶನವಿಲ್ಲದೆ ಅದು ಸಾಧ್ಯವಾಗುತ್ತಿರಲಿಲ್ಲ"

—ಎಂದ ಸಮೀಚಿ. "ಪ್ರಧಾನ ಮಂತ್ರಿಯಲ್ಲ, ಸೀತೆ" ಎಂದು ತಿದ್ದಿಕೊಂಡಳು.

"ನಾವುಗಳೇ ಇದ್ದಾಗ ಹೆಸರು ಹಿಡಿದೇ ಕರೆಯುವಂತೆ ನಾನು ನಿನಗೆ ಸಾವಿರ ಸಲ ಹೇಳಿದ್ದೇನೆ"

"ತಪ್ಪಾಯಿತು. ಉದ್ದೇಶಪೂರ್ವಕವಲ್ಲ"

—ಎನ್ನುತ್ತಾ ಸಮೀಚಿ ಎದ್ದು ನಿಂತಳು: "ನಾನು ಪುರಭವನಕ್ಕೆ ಹೋಗಬೇಕಿದೆ. ಅಲ್ಲಿ ಪಂಡಿತೋತ್ತಮರ ಸಭೆಯಲ್ಲಿ ಭಾಗವಹಿಸುವುದಿದೆ."

ಸೀತೆ ನಿಲ್ಲುವಂತೆ ಸಂಜ್ಞೆ ಮಾಡಿದಳು. ಶ್ರೀಮಂತರು ಈಗ ಸಂತೋಷದಿಂದಿಲ್ಲ ಎಂದಳು ಮಾತು ಮುಂದುವರಿಸಿ.

"ಹೌದು. ಮಿಥಿಲೆಯಲ್ಲಿ ಈಗ ಎಲ್ಲ ಚೆನ್ನಾಗಿ ನಡೆದಿದೆ. ಶ್ರೀಮಂತರು ಮತ್ತಷ್ಟು ಶ್ರೀಮಂತರಾಗಿದ್ದಾರೆ. ಬಡವರ ಜೀವನಮಟ್ಟ ಸುಧಾರಿಸಿದೆ. ಬಡವರ ನಿರೀಕ್ಷೆಗಳು ಹೆಚ್ಚಾಗಿವೆ"

—ಎಂದು ಮರುತ್ತರಿಸಿದಳು ಸಮೀಚಿ.

"ಬದಲಾವಣೆ ಅಡೆ-ತಡೆ-ಒಡಕುಗಳನ್ನುಂಟುಮಾಡುತ್ತದೆ. ತೊಂದರೆಯ ಸೂಚನೆ ಕಂಡುಬಂದಾಗ ನನಗೆ ತಕ್ಷಣ ತಿಳಿಸು"

–ಎಂದಳು ಸೀತೆ. 'ಆಗಲಿ' ಎನ್ನುತ್ತಾ ಸಮೀಚಿ ಅಲ್ಲಿಂದ ಕಾಲ್ತೆಗೆದಳು.

"ವಿಷ್ಣು ಪದವಿಯ ಉಳಿದ ಆಕಾಂಕ್ಷಿಗಳ ಗತಿಯಲ್ಲಿ ಏನಾಗುತ್ತಿದೆ?"

–ಸೀತೆ ರಾಧಿಕಾಳನ್ನು ಪ್ರಶ್ನಿಸಿದಳು.

"ರಾಮ ಪ್ರಗತಿಯಲ್ಲಿ ಮುನ್ನಡೆ ಸಾಧಿಸಿದ್ದಾರೆ. ಭರತ ಸ್ವಲ್ಪ ತಲೆಹರಟೆ. ಇನ್ನು ಆಯ್ಕೆಯ ತೀರ್ಮಾನವಾಗಬೇಕಿದೆ."

—೮೪—

ಮಹರ್ಷಿ ಕಶ್ಯಪರ ಗುರುಕುಲ. ಸಂಜೆ ಸಮಯ. ಐವರು ಮಿತ್ರರು, ಎಂಟರ ವಯಸ್ಸಿನವರು. ಆಟವಾಡುತ್ತಿದ್ದರು. ಒಂದು ಬೌದ್ಧಿಕ ಆಟ. ಒಬ್ಬರು ಪ್ರಶ್ನೆ ಕೇಳುತ್ತಿದ್ದರು. ಉಳಿದವರು ಉತ್ತರಿಸಬೇಕಿತ್ತು.

"ನಾನು ಯಾರು?"–ಒಬ್ಬನ ಪ್ರಶ್ನೆ.

ಅವನ ಮಿತ್ರರು ಒಬ್ಬರ ಮುಖ ಒಬ್ಬರು ನೋಡಿದರು. ಗೊಂದಲ.

ಏಳು ವರ್ಷದ ಬಾಲಕನೊಬ್ಬ ಮುಂದೆ ಬಂದ. ನೀವು ಪ್ರಶ್ನೆಯೊಂದಿಗೆ ಕಲ್ಲನ್ನು ಕುಟ್ಟಿದಿರಿ. **1, 1, 2, 3, 5, 8** ಈ ಲಯದಲ್ಲಿ. ಅದು ಪಿಂಗಳನ ಕ್ರಮ. ಆದ್ದರಿಂದ ಋಷಿ ಪಿಂಗಳ.

ಮಿತ್ರರು ಬಾಲಕನತ್ತ ನೋಡಿದರು. ಅವನೊಬ್ಬ ಅನಾಥ ಬಾಲಕ. ದೇವಿಯ ಗುಡಿಯಲ್ಲಿ ಅವನ ವಾಸ. ಗುರುಕುಲದ ವಿದ್ಯಾರ್ಥಿ. ವಿಶ್ವಾಮಿತ್ರ ಈ ಅನಾಥ ಬಾಲಕನನ್ನು ಶಾಲೆಗೆ ಸೇರಿಸಿಕೊಳ್ಳುವಂತೆ ಪ್ರಾಂಶುಪಾಲರ ಮನ ಒಲಿಸಿದ್ದರು.

ಬಾಲಕನ ಉತ್ತರ ಸರಿಯಾಗಿದ್ದರೂ ಉಳಿದವರು ಅವನನ್ನು ಅಲಕ್ಷಿಸಿದರು.

"ವಸಿಷ್ಠ ನಿನ್ನ ಮಾತಿನಲ್ಲಿ ನಾವು ಅನಾಸಕ್ತರು. ಹೋಗಿ ಗುರುಗಳ ಮನೆ ಕಸ ಗುಡಿಸು."

ಅಲ್ಲಿದ್ದವರೆಲ್ಲ ಮುಸಿ ಮುಸಿ ನಕ್ಕರು. ವಶಿಷ್ಠನ ದೇಹ ಕಂಪಿಸಿತು. ಆದರೆ ಅವನು ಅಲ್ಲಿಂದ ಹೋಗಲಿಲ್ಲ.

ಪ್ರಶ್ನೆಗಾರ ನೆಲದ ಮೇಲೆ ಕಲ್ಲನ್ನು ಕುಟ್ಟಿದ. ಕುಟ್ಟಿದ ಸ್ಥಳದಲ್ಲಿ ಒಂದು ವೃತ್ತ ರಚಿಸಲಾಯಿತು. ಅದಕ್ಕೊಂದು ವ್ಯಾಸವನ್ನು ರಚಿಸಲಾಯಿತು. ಪ್ರಶ್ನೆಗಾರ ವೃತ್ತದ ಹೊರಗೆ ಮತ್ತೊಮ್ಮೆ ಕಲ್ಲಿನಿಂದ ಕುಟ್ಟಿ "ನಾನು ಯಾರು?" ಎಂದು ಎಂಟು ಸಲ ಕೇಳಿದ.

"ನಾನು ಸೂರ್ಯ ಭಗವಾನ್"

ಎಂದು ವಸಿಷ್ಠ ಥಟ್ಟನೆ ಉತ್ತರಿಸಿದ.

ನೀವು ನೆಲಕ್ಕೆ ಕುಟ್ಟಿದಿರಿ. ನಂತರ ವೃತ್ತ ರಚಿಸಿದಿರಿ. ಅದು ಮಾತೃಭೂಮಿ. ನಂತರ ವ್ಯಾಸ ರಚಿಸಿದಿರಿ. ನಂತರ ಅದರ ಹೊರಗೆ ಎಂಟು ಸಲ ಕುಟ್ಟಿದಿರಿ. ನಂತರ **1–0–8**ನ್ನು ವೃತ್ತದ ಹೊರಗೆ ಕುಟ್ಟಿದಿರಿ. ಭೂಮಿಯ ವ್ಯಾಸದ **108** ಆವರ್ತಿ ಸೂರ್ಯನದು.

ಮಿತ್ರರು ಈಗಲೂ ವಶಿಷ್ಠನ ಉತ್ತರವನ್ನು ಗಂಭೀರವಾಗಿ ತೆಗೆದುಕೊಳ್ಳಲಿಲ್ಲ.

"ಇಲ್ಲಿಂದ ತೊಲಗು, ವಶಿಷ್ಠ" ಎಂದು ಪ್ರಶ್ನೆಗಾರ ಅಬ್ಬರಿಸಿದ.

ಆದರೆ ವಶಿಷ್ಠ ನಿರ್ಗಮಿಸಲಿಲ್ಲ. ಸೂರ್ಯ ಸಿದ್ಧಾಂತದ ಪ್ರಕಾರ ಅವನ ಉತ್ತರ ಸರಿಯಾಗಿತ್ತು.

"ಹೇ...."

ಧ್ವನಿ ಕೇಳಿ ಬಂತು. ಅದು ವಿಶ್ವಾಮಿತ್ರನದು.

"ವಿಶ್ವಾಮಿತ್ರ ಇದಕ್ಕೂ ನಿನಗೂ ಸಂಬಂಧವಿಲ್ಲ"

–ಎಂಬ ಒಬ್ಬ.

ವಿಶ್ವಾಮಿತ್ರ ವಶಿಷ್ಠರ ಬಳಿ ಹೋಗಿ ಅವನ ಕೈಯ್ಯನ್ನು ಹಿಡಿದುಕೊಂಡ.

"ಇವನೀಗ ಗುರುಕುಲದ ವಿದ್ಯಾರ್ಥಿ. ನೀವು ಇವನನ್ನು ಗೌರವದಿಂದ ಕಾಣಬೇಕು'

–ಎಂದ ವಿಶ್ವಾಮಿತ್ರ, ಪ್ರಶ್ನೆಗಾರ ಕೋಪದಿಂದ ತತ್ತರಿಸಿದ.

"ಇವನ ಗುರುಕುಲದ ಹೆಸರು ದಿವೋದಾಸ. ಮಿತ್ರರೇ ಕರೆಯಿರಿ ಇವನನ್ನು ದಿವೋದಾಸನೆಂದು"

–ವಿಶ್ವಾಮಿತ್ರ ಘೋಷಿಸಿದ.

"ದಿವೋ... ದಾಸ"

–ಪ್ರಶ್ನೆಗಾರ ತೊದಲಿದ.

"ಗಟ್ಟಿಯಾಗಿ ಗೌರವಪೂರ್ವಕ ಹೇಳಿ"

–ವಿಶ್ವಾಮಿತ್ರ ಗುಡುಗಿದ.

"ದಿವೋದಾಸ್ ನನ್ನ ಮಿತ್ರ... ನೀವು ಅವನೊಂದಿಗೆ ಅಸಹ್ಯವಾಗಿ ವರ್ತಿಸಿದಿರಿ. ನನ್ನೊಂದಿಗೆ ಹಾಗೆ ಮಾಡಿ"

–ವಿಶ್ವಾಮಿತ್ರನ ಸವಾಲು.

"ಗುರೂಜೀ..."

ಎಂದು ವಿದ್ಯಾರ್ಥಿಗಳು ಉಗ್ಗಿದರು.

ವಸಿಷ್ಠನ ಮನಸ್ಸು 140 ವರ್ಷಗಳಷ್ಟು ಹಿಂದಕ್ಕೋಡಿತು. ಅವನ ಕಣ್ಣಾಲಿಗಳು ತುಂಬಿಬಂದವು. ಕಣ್ಣೀರನ್ನು ಒರೆಸಿಕೊಂಡ. ಶತ್ರುಘ್ನನತ್ತ ತಿರುಗಿದ. ಶತ್ರುಘ್ನ ಕೈಯ್ಯಲ್ಲಿ ಸೂರ್ಯ ಸಿದ್ಧಾಂತದ ಹಸ್ತಪ್ರತಿ ಇತ್ತು. ಅಯೋಧ್ಯೆಯ ರಾಜಕುವರರಲ್ಲಿ ಕೊನೆಯವನಾದ ಶತ್ರುಘ್ನ ಉಳಿದ ನಾಲ್ವರಿಗಿಂತ ಅತಿ ಬುದ್ಧಿಶಾಲಿಯಾಗಿದ್ದ. ವಶಿಷ್ಠ ಶತ್ರುಘ್ನನತ್ತ ತಿರುಗಿ ಕೇಳಿದ: "ಆಯಿತು ಮಗು, ಏನು ನಿನ್ನ ಪ್ರಶ್ನೆ?"

—೧೯—

ಸೀತೆ ಮತ್ತು ರಾಧಿಕಾ ಎರಡು ವರ್ಷಗಳ ನಂತರ ಭೇಟಿಯಾಗಿದ್ದರು. ಈ ಮಧ್ಯೆ ಸೀತೆ ಭಾರತದ ಪಶ್ಚಿಮ ಭಾಗಗಳಲ್ಲಿ–ಗಾಂಧಾರ, ಹಿಂದೂಕುಶ್

ಪರ್ವತಾವಳಿ ಸೇರಿದಂತೆ-ಪ್ರವಾಸ ಮಾಡಿ ಬಂದಿದ್ದಳು. ಮತ್ತೊಂದು ವರ್ಷ ಕಳೆಯಿತು. ಸೀತೆಗೆ ಈಗ ಇಪ್ಪತ್ನಾಲ್ಕರ ಪ್ರಾಯ. ಬಲೂಚಿಸ್ತಾನದ ಸಮುದ್ರ ದಂಡೆಗಳಿಂದ ಹಿಡಿದು ಕೇರಳದ ರಾಜಶಾಹಿಯ ಬಾಕಿ ಇರುವ ಕೆಲಸಗಳಲ್ಲಿ ಮಗ್ನಳಾಗಿದ್ದಳು.

ಕುಶಧ್ವಜ ಕೆಲಕಾಲದಿಂದ ಮಿಥಿಲೆಗೆ ಭೇಟಿ ಕೊಟ್ಟಿರಲಿಲ್ಲ. ಅವನು ಸಾಂಕ್ಷ್ಯಾದಲ್ಲೂ ಇರಲಿಲ್ಲ. ಸೀತೆ ಅವನ ಪತ್ತೆ ತಿಳಿಯುವ ಪ್ರಯತ್ನ ಮಾಡಿದಳು. ಸುಲೋಚನನ ನಿಧನಾನಂತರ ಸಾಂಕ್ಷ್ಯಾ ಆಡಳಿತದಲ್ಲಿ ದಕ್ಷತೆ ಕುಸಿದಿದೆ ಎಂಬುದು ಅವಳಿಗೆ ತಿಳಿದು ಬಂತು.

ಏತನ್ಮಧ್ಯೆ ರಾಧಿಕಾಳ ಆಗಮನವಾಗಿತ್ತು. ರಾಧಿಕಾಳ ಅನಿರೀಕ್ಷಿತ ಭೇಟಿಗಳಿಗೆ ಸೀತೆ ಒಗ್ಗಿಹೋಗಿದ್ದಳು.

"ಹೇಗಿದೆ ನಿಮ್ಮ ಊರು. ಅಯೋಧ್ಯೆಯ ರಾಜಕುವರರಿಗೆ ಆತಿಥ್ಯ ನೀಡುವ ಸಂಭ್ರಮವೂ ಈಗಿಲ್ಲವಲ್ಲ."

"ಚೆನ್ನಾಗಿದೆ" ಎಂದಳು ರಾಧಿಕಾ ನಗುತ್ತಾ.

"ಅಯೋಧ್ಯೆಯಲ್ಲಿ ರಾಮ ಹೇಗಿದ್ದಾನೆ?"

"ರಾಮ ಈಗ ಪೊಲೀಸ್ ಪಡೆಯ ಮುಖ್ಯಸ್ಥ. ಭರತ ರಾಜತಾಂತ್ರಿಕ ವ್ಯವಸ್ಥೆಯ ಮುಖ್ಯಸ್ಥ."

"ಅಂದರೆ... ಅಯೋಧ್ಯೆ ಮೇಲೆ ರಾಣಿ ಕೈಕೇಯಿಯ ಹಿಡಿತ ಇನ್ನೂ ಇದೆ ಎಂದಾಯಿತು. ಭರತನಿಗೆ ಒಳ್ಳೆಯ ಸ್ಥಾನ... ರಾಮನಿಗೆ ಕತ್ತೆ ಚಾಕರಿಯ ಕೃತಜ್ಞತೆ ಇಲ್ಲದ ಕೆಲಸ."

"ಹಾಗೆ ತೋರುತ್ತದೆ. ಆದರೆ ರಾಮ ಚೆನ್ನಾಗಿ ಕೆಲಸ ಮಾಡ್ತಿದಾನೆ. ಅಪರಾಧಗಳನ್ನು ಹತೋಟಿಗೆ ತಂದಿದ್ದಾನೆ. ಜನಾದರಣೆಗೆ ಪಾತ್ರನಾಗಿದ್ದಾನೆ."

"ಅದು ಹೇಗೆ ಸಾಧ್ಯವಾಯಿತು?"

"ಕಾನೂನು ಪಾಲನೆ ಮೂಲಕ."

ಸೀತೆ ನಕ್ಕುಬಿಟ್ಟಳು : "ರಾಮ ಕಾನೂನು ಪಾಲಿಸುವುದರಿಂದ ಏನು ವ್ಯತ್ಯಾಸವಾಗ್ತದೆ. ಜನ ಕಾನೂನು ಪಾಲಿಸಬೇಕು. ಭಾರತೀಯರು ಎಂದೂ ಅದನ್ನು ಮಾಡುವುದಿಲ್ಲ. ಕಾನೂನು ಜಾರಿಗೆ ತರಬೇಕು, ನಿಜ. ಅದಷ್ಟೇ ಅಲ್ಲ. ಕೆಲವೊಮ್ಮೆ ನೀನು ಬಯಸಿದ್ದನ್ನು ಮಾಡಲು ಕಾನೂನಿನ ದುರುಪಯೋಗವನ್ನೂ ಮಾಡಬೇಕಾಗುತ್ತದೆ."

"ನಾನು ನಿನ್ನ ಮಾತನ್ನು ಒಪ್ಪುವುದಿಲ್ಲ. ರಾಮ ಹೊಸಮಾರ್ಗ ತೋರಿಸಿದ್ದಾನೆ. ಅದು ಜನಸಾಮಾನ್ಯರಲ್ಲಿ ವಿದ್ಯುತ್ ಸಂಚಾರ ಮಾಡಿಸಿದೆ. ಕಾನೂನು ರಾಜಕುಮಾರನಿಗೂ ಮೀರಿದ್ದಾದಲ್ಲಿ, ಜನಸಾಮಾನ್ಯರಿಗೇಕಾಗ ಬಾರದು?"

"ಹೌದೇ! ಕುತೂಹಲದಾಯಕವಾಗಿದೆ"

"ಅದಿರಲಿ, ಗುರು ವಿಶ್ವಾಮಿತ್ರರೆಲ್ಲಿ?"

—ರಾಧಿಕಾಳ ಪ್ರಶ್ನೆ. ಸೀತೆ ಹಿಂಜರಿದಳು.

"ಗುರು ವಿಶ್ವಾಮಿತ್ರರು. ರಾಮನನ್ನು ವಿಷ್ಣು ಪದವಿಗೇರಿಸುವ ಸನ್ನಾಹ ದಿಂದ ಪಾರಿಹಾಗೆ ಹೋಗಿದ್ದಾರೆಂದು ತಿಳಿದುಬಂತು, ಅದಕ್ಕೆ ಕೇಳಿದೆ"

—ಎಂದಳು ರಾಧಿಕಾ.

ಸೀತೆಗೆ ಆಘಾತವಾಯಿತು.

"ವಿಶ್ವಾಮಿತ್ರರು ಪಾರಿಹಾದಲ್ಲಿದ್ದಾರೆಯೇ..."

"ವಿದ್ಯಮಾನಗಳು ನಿರ್ಣಾಯಕ ಘಟಕ್ಕೆ ಬರಲಿವೆ. ನೀನು ಮತ್ತು ರಾಮ ಸಹಭಾಗಿತ್ವದಿಂದ ವಿಷ್ಣು ಪದವಿ ನಿಭಾಯಿಸುವುದು ಸಾಧ್ಯ ಎಂದು ವಿಶ್ವಾ ಮಿತ್ರರಿಗೆ ಮನವರಿಕೆ ಮಾಡಿಕೊಡಲು ನೀನೀಗ ಕಾರ್ಯೋನ್ಮುಖಳಾಗಬೇಕು"

—ಎಂದಳು ರಾಧಿಕಾ. ಸೀತೆ ನಿಡಿದಾದ ಉಸಿರೆಳೆದುಕೊಂಡಳು.

"ವಾಯುಪುತ್ರರು ಏನು ಮಾಡಬಹುದು?"

"ನಾನು ನಿನಗೆ ಆಗಲೆ ಹೇಳಿದೆ. ಅವರು ಗುರು ವಶಿಷ್ಠರ ಪರ ವಾಲುವರು. ಅವರು ವಿಶ್ವಾಮಿತ್ರರನ್ನು ಒಪ್ಪಿಕೊಳ್ಳುವರೇ ಎಂಬುದೇ ಸಮಸ್ಯೆ. ವಿಶ್ವಾಮಿತ್ರರು ಮಲಯಪುತ್ರರ ಪ್ರಧಾನ ಗುರುಗಳು ಹಾಗೂ ಹಿಂದಿನ ವಿಷ್ಣುವಿನ ಪ್ರತಿನಿಧಿಗಳು."

"ನಾನು ಹನುಮಂತಣ್ಣನ ಜೊತೆ ಮಾತನಾಡುತ್ತೇನೆ."

ಅಧ್ಯಾಯ – 17

"ಆದರೆ ದೀದಿ..." ಊರ್ಮಿಳಾ ಸೀತೆಯನ್ನುದ್ದೇಶಿಸಿ ಮೆಲುದನಿಯಲ್ಲಿ ರಾಗವಾಗಿ ಕೇಳಿದಳು–

"ನೀವು ಸ್ವಯಂವರಕ್ಕೆ ಒಪ್ಪಿದ್ದೇಕೆ? ನಾನು ನಿಮ್ಮನ್ನು ಬಿಡಲ್ಲ. ನೀವಿಲ್ಲದೆ ನಾನೇನು ಮಾಡಲಿ?"

ಸೀತೆ ಮತ್ತು ಊರ್ಮಿಳಾ ಮರವೊಂದರ ಕೆಳಗೆ ಕುಳಿತಿದ್ದರು. ಹತ್ತಿರದಲ್ಲೇ ಸೀತೆಯ ಬಿಲ್ಲು ಮತ್ತು ಬಾಣ ತುಂಬಿದ ಬತ್ತಳಿಕೆ ಇತ್ತು.

ಸೀತೆ ಊರ್ಮಿಳೆಯನ್ನು ಸಮೀಪಕ್ಕೆ ಸೆಳೆದುಕೊಂಡು ಪಿಸುಗುಟ್ಟಿದಳು:

"ನಾನು ಒಂದಲ್ಲ ಒಂದು ದಿನ ವಿವಾಹವಾಗಲೇಬೇಕು. ಬಾಬಾನ ಇಚ್ಛೆ ಅದೇ ಆಗಿದ್ದಲ್ಲಿ, ಅದನ್ನು ಪೂರೈಸುವುದು ಹೊರತು ನನಗೆ ಅನ್ಯಮಾರ್ಗ ವಿಲ್ಲ."

ಸ್ವಯಂವರ ಏರ್ಪಡಿಸುವಂತೆ ತಂದೆಯ ಮನ ಒಲಿಸಿದವಳು ಸೀತೆಯೇ ಎಂಬುದು ಊರ್ಮಿಳಾಗೆ ತಿಳಿದಿರಲಿಲ್ಲ. ಸ್ವಯಂವರ ಪ್ರಾಚೀನ ವಿವಾಹ ಪದ್ಧತಿ. ತಂದೆ ವಿವಾಹಯೋಗ್ಯ ವರಗಳ ಸಮಾವೇಶ ಏರ್ಪಡಿಸು ತ್ತಾನೆ. ವಧು ತನಗೆ ಯೋಗ್ಯವಾದವನನ್ನು ವರಿಸುತ್ತಾಳೆ. ರಾಮನನ್ನು ಸ್ವಯಂವರಕ್ಕಾಗಿ ಮಿಥಿಲೆಗೆ ಕರೆತರುವಂತೆ ಸೀತೆ ವಿಶ್ವಾಮಿತ್ರರಿಗೆ ಮನವರಿಕೆ ಮಾಡಿಕೊಟ್ಟಿದ್ದಳು. ಮಿಥಿಲೆಯ ಅಧಿಕೃತ ಆಮಂತ್ರಣಕ್ಕೆ ಅಯೋಧ್ಯೆ ಪ್ರತಿಕ್ರಿಯಿಸುತ್ತಿರಲಿಲ್ಲ. ಅಯೋಧ್ಯೆ ಮಿಥಿಲೆಯಂಥ ಸಣ್ಣ ಸಂಸ್ಥಾನದೊಂದಿಗೆ

ಏಕೆ ಸಂಬಂಧ ಬೆಳೆಸಬೇಕು? ಆದರೆ ವಿಶ್ವಾಮಿತ್ರ ಮಹರ್ಷಿಯವರ ಸಲಹೆ ಎದುರು ಬೇರೆ ಉಪಾಯವಿರಲಿಲ್ಲ. ಸೀತೆಗೆ ಬೇರೆ ಆಲೋಚನೆಗಳಿರುವುದು ವಿಶ್ವಾಮಿತ್ರರಿಗೆ ತಿಳಿದಿರಲಿಲ್ಲ. ರಾಮನ ಸಹಭಾಗಿತ್ವದಲ್ಲಿ ವಿಷ್ಣು ಪದವಿ ನಿಭಾಯಿಸುವುದು ಅವಳ ಆಲೋಚನೆಯಾಗಿತ್ತು.

ಸೀತೆ ಊರ್ಮಿಳೆಯ ಕೈಯ್ಯನ್ನು ಹಿಡಿದು ಹೇಳಿದಳು:

"ಶೀಘ್ರದಲ್ಲೇ ನಿನ್ನ ವಿವಾಹವೂ ನಡೆಯಲಿದೆ."

ಊರ್ಮಿಳೆಯ ಕೆನ್ನೆ ಕೆಂಪಾಯಿತು.

ಸೀತೆಗೆ ಸಣ್ಣ ಸಪ್ಪಳ ಕೇಳಿಸಿತು. ಸೀತೆ ಸಮೀಚಿ ಮತ್ತು ಇಪ್ಪತ್ತು ಮಂದಿ ಪೊಲೀಸರೊಂದಿಗೆ ಅಡವಿಗೆ ಬಂದಿದ್ದಳು. ನರಭಕ್ಷಕ ಹುಲಿಯೊಂದರ ಬೇಟೆಗಾಗಿ.

"ಇಲ್ಲಿ ಕೇಳಿ ದೀದಿ..."

—ಊರ್ಮಿಳೆ ಏನೋ ಹೇಳಲು ಪ್ರಯತ್ನಿಸಿದವಳು, ಸೀತೆ ತುಟಿ ಮೇಲೆ ಬೆರಳಿಟ್ಟು ಮಾತಾಡದಂತೆ ಸಂಜ್ಞೆ ಮಾಡಿದಾಗ ತೆಪ್ಪಗಾದಳು.

ಸೀತೆ ಬಿಲ್ಲನ್ನು ಕೈಗೆತ್ತಿಕೊಂಡಳು. ಸದ್ದು ಮಾಡದಂತೆ ಬತ್ತಳಿಕೆಯಿಂದ ಬಾಣ ಸೆಳೆದಳು.

ಸೀತೆ ಕೇಳಿದ ಸದ್ದು ಮೇಕೆಯೊಂದರ ಕ್ಷೀಣದನಿ. ಪರಭಕ್ಷಕ ಪ್ರಾಣಿಯೊಂದನ್ನು ಕಂಡು ಮೇಕೆ ಅರಚಿತ್ತು. ಸೀತೆಯ ಜೊತೆಯಲ್ಲಿದ್ದ ಪೊಲೀಸರೂ ಬಿಲ್ಲು ಬಾಣದೊಂದಿಗೆ ಸಜ್ಜಾದರು. ಪಟ್ಟೆ ಹುಲಿಯೊಂದು ನಿಧಾನವಾಗಿ ಪೊದೆಯಿಂದ ಹೊರಬಂದು ಕೊಳದತ್ತ ಹೆಜ್ಜೆ ಹಾಕಿತು. ಮೇಕೆ ಪ್ರಾಣಭೀತಿಯಿಂದ ನಿಂತಲ್ಲೇ ಕುಸಿಯಿತು. ಹುಲಿಗೆ ಜೀವಚ್ಛವವಾಗಿದ್ದ ಮೇಕೆಯಲ್ಲಿ ಆಸಕ್ತಿ ಹುಟ್ಟಲಿಲ್ಲ. ಅದು ಕೊಳಕ್ಕೆ ಧಾವಿಸಿ ನೀರಿಗೆ ಬಾಯಿ ಹಾಕಿತು.

ಸೀತೆ ಬಾಣ ಹೂಡಿದಳು. ಹುಲಿ ಅಪಾಯದ ಸುಳಿವು ತಿಳಿದಂತೆ ಮುಖ ಮೇಲೆತ್ತಿ ನೋಡಿತು. ಸೀತೆಯ ಗುರಿ, ಕೋನ ಸರಿಯಾಗಿರಲಿಲ್ಲ. ಗುರಿ ಸರಿಪಡಿಸಿಕೊಂಡು ಬಾಣ ಬಿಟ್ಟಳು. ಬಾಣ ಹುಲಿಯ ಹೆಗಲಿಗೆ ನಾಟಿತು. ಹುಲಿ ಕೋಪದಿಂದ ಗರ್ಜಿಸಿತು. ಮುಂದೆ ಒಂದೆರಡು ನಿಮಿಷಗಳಲ್ಲೇ ಎಂಟು ಬಾಣಗಳು ಹುಲಿಯ ದೇಹದಲ್ಲಿ ನೆಟ್ಟವು. ಹುಲಿ ನೆಲಕ್ಕೆ ಬಿದ್ದು ಕೆಲವೇ ಕ್ಷಣಗಳಲ್ಲಿ ಅಸು ನೀಗಿತು.

ಕ್ಷಮಿಸು ಹುಲಿರಾಯ. ಪ್ರಜೆಗಳನ್ನು ರಕ್ಷಿಸುವುದು ನನ್ನ ಕರ್ತವ್ಯ.

—೧೮—

ಹುಲಿಗೆ ಅಂತ್ಯ ಸಂಸ್ಕಾರ ಮಾಡಲಾಯಿತು. ಹುಲಿಯ ಚರ್ಮದಲ್ಲಿ ತನಗೆ ಆಸಕ್ತಿ ಇಲ್ಲವೆಂದು ಸೀತೆ ಸ್ಪಷ್ಟಪಡಿಸಿದ್ದಳು. ಹುಲಿಯ ಚರ್ಮ ಇಟ್ಟು ಕೊಳ್ಳುವುದು ಬೇಟೆಗಾರರ ಹಮ್ಮಿನ ಸಂಕೇತ. ಎಂದೇ ಚರ್ಮಕ್ಕೆ ಹಾನಿ ಯಾಗದಂತೆ ಹುಲಿಯನ್ನು ಬೇಟೆಯಾಡುವುದು ಪೊಲೀಸರ ಉದ್ದೇಶ ವಾಗಿತ್ತು. ಇಂಥ ಉಪಾಯದ ದಾಳಿಯಿಂದ ಹುಲಿ ಸಾಯದೆ ಗಾಯ ಗೊಂಡಲ್ಲಿ... ಗಾಯಗೊಂಡ ಹುಲಿ ಹೆಚ್ಚು ಅಪಾಯಕಾರಿ. ಎಂದೇ ಹುಲಿ ಯನ್ನು ಕೊಲ್ಲುವುದು ಸೀತೆಯ ಉದ್ದೇಶವಾಗಿತ್ತು. ಗ್ರಾಮಸ್ಥರನ್ನು ಹುಲಿಯ ಕಾಟದಿಂದ ಪಾರು ಮಾಡುವುದು ಅವಳ ಮುಖ್ಯ ಉದ್ದೇಶವಾಗಿತ್ತು. ಕೊಂದ ನಂತರ ಅದರ ದಹನಕ್ಕೆ ಆದೇಶಿಸಿದಳು.

"ದಹನ ಮಾಡಿದರೆ ಹುಲಿ ಚರ್ಮ ಸಿಗುವುದಿಲ್ಲ. ಹುಲಿಯ ಚರ್ಮ ವನ್ನು ನಿನ್ನ ಬಿಲ್ಲುವಿದ್ಯೆ ಕೌಶಲಗಳಿಗೆ ಪಾರಿತೋಷಕವಾಗಿ ಅರಮನೆಯಲ್ಲಿ ಪ್ರದರ್ಶಿಸಬಹುದಿತ್ತು."

—ಎಂದಳು ಸಮೀಚಿ.

"ಅದೆಲ್ಲ ನಂಗಿಷ್ಟವಿಲ್ಲ." ಎಂದು ಸೀತೆ ಸಮೀಚಿಯ ಬಾಯಿ ಮುಚ್ಚಿಸಿ ದಳು.

—೧೯—

ಸೀತೆ ಬೇಟೆಯಿಂದ ಹಿಂದಿರುಗಿ ಕೆಲವು ದಿನಗಳು ಕಳೆದಿದ್ದವು. ಅರಮನೆಯಲ್ಲಿ ಸ್ವಯಂವರದ ಸಿದ್ಧತೆ ಭರದಿಂದ ಸಾಗಿತ್ತು. ಸಮೀಚಿ ಮತ್ತು ಊರ್ಮಿಳೆಯರ ನೆರವಿನಿಂದ ಸ್ವತಃ ಸೀತೆಯೇ ಸಿದ್ಧತೆಯ ಮೇಲುಸ್ತುವಾರಿ ವಹಿಸಿಕೊಂಡಿದ್ದಳು.

ಸೀತೆ ಪ್ರಧಾನಿಯ ಕೋಣೆಯಲ್ಲಿ ಕುಳಿತು ಕಾಗದಪತ್ರಗಳನ್ನು ನೋಡು ತ್ತಿದ್ದಳು. ಸೇವಕನೊಬ್ಬ ಬಂದು ದೂತನೊಬ್ಬ ಕಾಣಲು ಬಂದಿರುವುದಾಗಿ ಅರುಹಿದ.

"ಅವನನ್ನು ಕರೆತನ್ನಿ."

ಸೇವಕರು ದೂತನನ್ನು ಒಳಕ್ಕೆ ಕರೆತಂದರು. ಸೀತೆ ಅವನನ್ನು ಗುರುತಿಸಿದಳು. ದೂತ ರಾಧಿಕಾಳ ಕುಲದವನಾಗಿದ್ದ. ದೂತ ನಮಸ್ಕರಿಸಿ ಓಲೆಯೊಂದನ್ನು ಅರ್ಪಿಸಿದ. ಸೀತೆ ಓಲೆಯ ಮುದ್ರೆಯನ್ನು ಪರೀಕ್ಷಿಸಿದಳು. ಮುದ್ರೆಯನ್ನು ಒಡೆದಿರಲಿಲ್ಲ. ದೂತನ ನಿರ್ಗಮನಕ್ಕೆ ಆದೇಶಿಸಿ ಸೀತೆ ಓಲೆಯನ್ನು ಒಡೆದು ಓದಿಕೊಂಡಳು. ಪತ್ರದ ಕೊನೆಗೆ ಬರುವುದಕ್ಕೂ ಮೊದಲೇ ಅವಳ ಕೋಪ ನೆತ್ತಿಗೇರಿತ್ತು. ಆದರೆ ಕೋಪದಲ್ಲೂ ಅವಳು ತನ್ನ ಕರ್ತವ್ಯ ಮರೆಯಲಿಲ್ಲ. ಪತ್ರವನ್ನು ಹತ್ತಿರದಲ್ಲಿದ್ದ ದೊಂದಿಗೆ ಹಿಡಿದಳು. ಅದು ಸುಟ್ಟು ಬೂದಿಯಾಯಿತು. ಕರ್ತವ್ಯ ಮುಗಿಯಿತು ಎಂದುಕೊಂಡು ಬಾಲ್ಕನಿಗೆ ಬಂದಳು. ಮನ ಹಗುರ ಮಾಡಿಕೊಳ್ಳಲು.

ರಾಮ... ಗುರೂಜಿಯ ಬಲೆಗೆ ಬೀಳಬೇಡ.

—೧೮—

ಸೀತೆಯ ಸ್ವಯಂವರಕ್ಕೆ ಕೆಲವೇ ವಾರಗಳು ಉಳಿದಿದ್ದವು. ವಿಶ್ವಾಮಿತ್ರರು ಮಿಥಿಲೆಗೆ ಬರಲಿರುವ ಸುದ್ದಿ ಕೇಳಿ ಸೀತೆಯ ಉತ್ಸಾಹ ಸಡಗರಗಳು ಗರಿಗೆದರಿದ್ದವು. ವಿಶ್ವಾಮಿತ್ರರು ಅಯೋಧ್ಯೆಯ ರಾಜಕುವರ ರಾಮ ಮತ್ತು ಮಲಯಪುತ್ರರೊಂದಿಗೆ ಆಗಮಿಸಲಿದ್ದರು. ರಾಮನಿಲ್ಲದೆ ಸ್ವಯಂವರಕ್ಕೆ ಅರ್ಥವಿಲ್ಲ ಎಂಬುದು ಅವಳ ಭಾವನೆಯಾಗಿತ್ತು. ರಾಮ ಬಾರದಿದ್ದಲ್ಲಿ ಸ್ವಯಂವರವನ್ನು ರದ್ದುಗೊಳಿಸುವ ಉಪಾಯಗಳನ್ನೂ ಅವಳು ಯೋಚಿಸುತ್ತಿದ್ದಳು. ಇದೇ ಸಮಯಕ್ಕೆ ಸಮೀಚಿ ಬಂದಳು.

"ಏನು ಸಮೀಚಿ?"

"ತ್ರಾಸದಾಯಕ ಸುದ್ದಿಯೊಂದಿದೆ"

"ಏನದು ಹೇಳು?"

"ನಿನ್ನ ಚಿಕ್ಕಪ್ಪ ಕುಶಧ್ವಜನನ್ನು ಸ್ವಯಂವರಕ್ಕೆ ಆಮಂತ್ರಿಸಲಾಗಿದೆ ಎಂದು ಗೊತ್ತಾಯಿತು. ಅವನು ತನ್ನ ಕೆಲವು ಗೆಳೆಯರನ್ನು ಆಮಂತ್ರಿಸಿದ್ದಾನಂತೆ. ಅವನು ಭಾಗಿಸ್ಥ ಆತಿಥೇಯನಂತೆ ವರ್ತಿಸುತ್ತಿದ್ದಾನೆ."

ಸೀತೆ ನಿಟ್ಟುಸಿರಿಟ್ಟಳು. ತಂದೆ ಕುಶಧ್ವಜನನ್ನು ಆಮಂತ್ರಿಸುವುದನ್ನು ಅವಳು ಊಹಿಸಬಹುದಿತ್ತು.

ಅಪಾತ್ರನಿಗೆ ಔದಾರ್ಯ.

ಇತ್ತೀಚಿನ ದಿನಗಳಲ್ಲಿ ಕುಶಧ್ವಜ ಮಿಥಿಲೆಗೆ ಭೇಟಿ ಕೊಟ್ಟಿರಲಿಲ್ಲ. ಕುಗ್ಗಿದ ಪರಿಸ್ಥಿತಿಯಲ್ಲಿ ಅವನು ಶಾಂತಿಯೊಂದಿಗೆ ರಾಜಿ ಮಾಡಿಕೊಂಡಿದ್ದ.

"ಎಷ್ಟೇ ಆಗಲಿ ನಾನು ಅವನ ಮಗಳಲ್ಲವೆ?" ಎಂದುಕೊಂಡು ಸೀತೆ ಭುಜ ಕೊಡಹಿದಳು. "ಸೋದರನ ಸಾಮ್ರಾಜ್ಯದಲ್ಲಿ ತನ್ನ ಪ್ರಭಾವವೂ ಇದೆ ಎಂಬುದನ್ನು ತೋರ್ಪಡಿಸುವುದು ಕುಶಧ್ವಜನ ಉದ್ದೇಶವಿರಬಹುದು. ಬರಲಿ" ಎಂದಳು.

ಸಮೀಚಿ ನಸುನಕ್ಕಳು. "ನೀನು ಬಯಸುವವರು ಬಂದಲ್ಲಿ ಎಲ್ಲವೂ ಸರಿಯಾದೀತು" ಎಂದಳು.

"ರಾಮ ಬರುತ್ತಿದ್ದಾನೆ."

ಸಮೀಚಿಯ ಮುಖದಲ್ಲಿ ಅಪೂರ್ವ ನಗೆ. ಸೀತೆ ಹಠಾತ್ತನೆ ರಾಮನಲ್ಲಿ ಆಸಕ್ತಿ ತಾಳಿದ್ದು ಅವಳಿಗೆ ಅರ್ಥವಾಗಿರಲಿಲ್ಲ. ಅಯೋಧ್ಯೆಯೊಂದಿಗೆ ನೆಂಟಸ್ತನದಿಂದ ಮಿಥಿಲೆಗೆ ಒಳಿತಾದೀತು ಎಂದುಕೊಂಡಳು. ಸೀತೆಗೆ ಹೃತ್ಪೂರ್ವಕ ಬೆಂಬಲ ನೀಡಿದಳು. ಅಯೋಧ್ಯೆಗೆ ಹೋದನಂತರ ಸೀತೆ ಮತ್ತಷ್ಟು ಅಧಿಕಾರ ಶಕ್ತಿ ಗಳಿಸುವಳೆಂಬುದು ಸಮೀಚಿಯ ಅಂದಾಜಾಗಿತ್ತು. ಮಿಥಿಲೆಯನ್ನೂ ಆಳಬಹುದು.

ಬೇರೆ ಯಾರಿದ್ದಾರೆ?

೧೮

ಅಧ್ಯಾಯ – 18

ಸಮೀಚಿ ಆತಂಕಗೊಂಡಿದ್ದಳು. ಅರಣ್ಯದ ವಿಚಿತ್ರ ಸದ್ದುಗದ್ದಲಗಳು ಕರಾಳ ರಾತ್ರಿಯ ಭೀಕರತೆಯನ್ನು ಹೆಚ್ಚಿಸಿದ್ದವು. ಅವಳಿಗೆ ಬಾಲ್ಯದ ನೆನಪುಗಳು ಉಕ್ಕಿಬಂದವು.

"ಸಮೀಚಿ ನಾನು ಹೇಳಿದ್ದು ಅರ್ಥವಾಯಿತೆ?" ಅವನು ಗೊಗ್ಗರು ದನಿಯಲ್ಲಿ ಕೇಳಿದ. ಉದಾತ್ತ ವ್ಯಕ್ತಿ ಬೆಲೆ ಬಾಳುವ ಪೋಷಾಕು ಧರಿಸಿದ್ದ. ಆಭರಣಖಚಿತ ಖಡ್ಗ ಅವನ ಕಂಕುಳಲ್ಲಿ ನೇತಾಡುತ್ತಿತ್ತು. ಹಣೆಯಲ್ಲಿ ತಿಲಕ ರಾರಾಜಿಸುತ್ತಿತ್ತು.

ಅನತಿ ದೂರದಲ್ಲಿ ಇಪ್ಪತ್ತು ಸಿಪಾಯಿಗಳ ಸೇನಾ ತುಕಡಿಯೊಂದು ಕಾವಲಿಗೆ ನಿಂತಿತ್ತು.

"ಆದರೆ, ಅಕಂಪನಾ ಒಡೆಯರೇ..."

"ಹಿಂದಿನದೆಲ್ಲವನು ಮರೆತೆಯೇನು? ನಿನ್ನ ಪ್ರತಿಜ್ಞೆಯನ್ನು ಜ್ಞಾಪಿಸಿಕೊ."

"ನಾನು ಅದನ್ನೆಂದಿಗೂ ಮರೆಯಲಾರೆ..."

"ಹಾಗಿದ್ದಲ್ಲಿ ರಾಜಕುಮಾರಿ ಸೀತೆಯ ಸ್ವಯಂವರ..."

"ಅದನ್ನು ನೀನು ಪುನಃ ಪುನಃ ಹೇಳಬೇಕಾದಿದಲ್ಲ"

—ಎಂದಳು ಸಮೀಚಿ.

ಅಕಂಪನಾ ನಸುನಕ್ಕ.

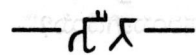

ಸಮೀಚಿ ಪೂಜಾ ಕೊಠಡಿಗೆ ತೆರಳಿ, ಚಾಕುವೊಂದನ್ನು ಕೈಗೆತ್ತಿಕೊಂಡಳು. ಅಂದು ಆಯುಧಪೂಜೆಯ ದಿನವಾಗಿತ್ತು. ಪೂಜೆಯ ನಂತರ ಕಿರುಗತ್ತಿಯನ್ನು ಎತ್ತಿಕೊಳ್ಳುವುದನ್ನು ಮರೆತಿದ್ದಳು.

ಅದೃಷ್ಟವಶಾತ್ ಇಂದು ಅಸ್ತ್ರವಿಲ್ಲದೆಯೇ ಕೆಲಸ ಕಾರ್ಯಗಳನ್ನು ನಿಭಾಯಿಸಿದ್ದಳು. ಶ್ರೀಮಂತ ವರ್ತಕ ವಿಜಯ ಮಿಥಿಲೆಗಿಂತ ಸಾಂಕ್ಶ್ಯಾಗೆ ಹೆಚ್ಚು ನಿಷ್ಠನಾಗಿದ್ದಾನೆಂಬುದು ಅವಳ ಅನುಮಾನವಾಗಿತ್ತು. ಅಂದು ಬೆಳಿಗ್ಗೆ ಮಾರುಕಟ್ಟೆಯಲ್ಲಿ ಬಾಲಾಪರಾಧಿಯೊಬ್ಬನನ್ನು ದೊಂಬಿ ನ್ಯಾಯದಿಂದ ಪಾರು ಮಾಡಿದಾಗ ವಿಜಯ್ ಅವಳ ವಿರುದ್ಧ ಗುಂಪನ್ನು ಎತ್ತಿಕಟ್ಟುವ ಪ್ರಯತ್ನ ಮಾಡಿದ್ದ. ವಿಜಯ್‌ಗೆ ಮೂಳೆ ಮುರಿದದ್ದು ಹೊರತಾಗಿ ಎಲ್ಲವೂ ಸುಖಾಂತವಾಗಿತ್ತು.

ಸಮೀಚಿ ಎಲ್ಲಿ?

ಅಂಗರಕ್ಷಕ ಪಡೆಯ ಬೆಂಗಾವಲಿನಲ್ಲಿ ಗುರು ವಿಶ್ವಾಮಿತ್ರರು ಮಲಯಪುತ್ರರೊಂದಿಗೆ ರಾಮ ಲಕ್ಷ್ಮಣರೊಂದಿಗೆ ಮಿಥಿಲೆಗೆ ಆಗಮಿಸುವ ಸಮಯ ಸನ್ನಿಹಿತವಾಗಿತ್ತು.

"ಮಲಯಪುತ್ರರ ಸೇನಾ ದಂಡನಾಯಕ ಅರಿಷ್ಠನೇಮಿ ಬಂದಿದ್ದಾನೆಂದು" ಸೇವಕ ಹೇಳಿದ.

"ಆತನನ್ನು ಗೌರವಪೂರ್ವಕವಾಗಿ ಒಳಗೆ ಕರೆದು ತಾ."

ಅರಿಷ್ಠನೇಮಿಯನ್ನು ಸೀತೆ ಕೈ ಮುಗಿದು ನಮಸ್ಕರಿಸಿ ಸ್ವಾಗತಿಸಿದಳು.

"ಮಿಥಿಲೆಯಲ್ಲಿ ನೀವು ಸೌಖ್ಯವಾಗಿದ್ದೀರಷ್ಟೆ.."

"ಓಹೋ... ಮನೆಯಲ್ಲಿದ್ದಂತೆಯೇ..."

ಅರಿಷ್ಠನೇಮಿಯೊಂದಿಗೆ ಸಮೀಚಿ ಇಲ್ಲದಿರುವುದು ಸೀತೆಗೆ ಅಚ್ಚರಿಯನ್ನುಂಟು ಮಾಡಿತ್ತು.

"ಕ್ಷಮಿಸಬೇಕು, ಅರಿಷ್ಠನೇಮಿಜೀ. ಸಮೀಚಿ ತಮ್ಮನ್ನು ಇಲ್ಲಿಗೆ ಕರೆತರಬೇಕಿತ್ತು."

"ಪರವಾಗಿಲ್ಲ. ನಿಮ್ಮನ್ನು ಏಕಾಂಗಿಯಾಗಿ ಭೇಟಿ ಮಾಡುವುದು ನನ್ನ ಇಚ್ಛೆಯಾಗಿತ್ತು. ಎಂದೇ ನಾನೇ ಬೇಡವೆಂದೆ."

"ಗುರು ವಿಶ್ವಾಮಿತ್ರರು ಮತ್ತು ಅಯೋಧ್ಯೆಯ ರಾಜಕುವರರಿಗೆ ಮಾಡಿರುವ ಬಿಡಾರ ವ್ಯವಸ್ಥೆ ಸರಿಯಾಗಿದೆಯೆ?"

"ಗುರು ವಿಶ್ವಾಮಿತ್ರರು ಅರಮನೆಯ ಅತಿಥಿಕೋಣೆಯಲ್ಲಿ ಆರಾಮ ದಿಂದಿದ್ದಾರೆ. ರಾಜಕುವರರಿಗೆ 'ಜೇನುಗೂಡು' ವಸತಿಗೃಹದಲ್ಲಿ ಬಿಡಾರದ ವ್ಯವಸ್ಥೆ ಮಾಡಲಾಗಿದೆ."

ಜೇನುಗೂಡು! ಸಮೀಚಿಗೆ ತಲೆ ಕೆಟ್ಟಿದೆಯೆ?

ಸೀತೆಗೆ ಘಾತವಾಯಿತು.

"ರಾಜಕುವರರು ಅಲ್ಲೇ ಬಿಡಾರ ಮಾಡಬೇಕೆಂಬುದು ಗುರೂಜಿಯವರ ಅಪೇಕ್ಷೆಯಾಗಿತ್ತು."

ಸೀತೆಯ ಕಳವಳ ಅರ್ಥ ಮಾಡಿಕೊಂಡವನಂತೆ ಅರಿಷ್ಟನೇಮಿ ನುಡಿದ:

"ಏಕೆ? ಅವರು ಅಯೋಧ್ಯೆಯ ರಾಜಕುವರರು. ಅಯೋಧ್ಯೆ ಇದನ್ನು ಅವಮಾನವೆಂದು ಭಾವಿಸಬಹುದು. ಮಿಥಿಲೆ ತೊಂದರೆಗೆ ಸಿಲುಕುವುದು ನನಗಿಷ್ಟವಾಗದು."

"ರಾಜಕುವರ ರಾಮ ಅದನ್ನು ಅವಮಾನವೆಂದು ಭಾವಿಸಿಲ್ಲ. ಅವನು ಪ್ರಬುದ್ಧ. ಅವನಿಗೆ ಅರ್ಥವಾಗುತ್ತೆ. ಕೆಲವು ದಿನಗಳ ಕಾಲ ಅವರ ಭೇಟಿಯನ್ನು ರಹಸ್ಯವಾಗಿರಿಸುವುದು ನಮ್ಮ ಉದ್ದೇಶ."

ಸೀತೆ ಸಹನೆ ಕಳೆದುಕೊಳ್ಳುತ್ತಿದ್ದಳು. "ರಹಸ್ಯ! ಅರಿಷ್ಟನೇಮಿಜಿ ಆತ ಸ್ವಯಂವರದಲ್ಲಿ ಭಾಗವಹಿಸಲು ಇಲ್ಲಿಗೆ ಬಂದಿದ್ದಾನೆ. ಅದನ್ನು ರಹಸ್ಯ ವಾಗಿರಿಸುವುದೆಂತು?"

"ರಾಜಕುಮಾರಿ. ಸ್ವಲ್ಪ ತೊಡಕಿದೆ."

"ಏನದು ತೊಡಕು?"

ಅರಿಷ್ಟನೇಮಿ ಕೆಲನಿಮಿಷ ಮೌನ ತಾಳಿ ನಂತರ ಪಿಸುಗುಟ್ಟಿದ– "ರಾವಣ."

— १८ —

ಸೀತೆ ಮತ್ತು ಸಮೀಚಿ ಅರಮನೆಯ ಶಸ್ತ್ರಾಸ್ತ್ರಕೋಟಿಯ ಒಂದು ವಿಶೇಷ ಕೋಣೆಯಲ್ಲಿ ಕುಳಿತು ಮಾತನಾಡುತ್ತಿದ್ದರು.

"ನೀನು ಆತನನ್ನು ಇಲ್ಲಿಯವರೆಗೆ ಭೇಟಿ ಮಾಡದೇ ಇರುವುದು ವಿವೇಕದ ನಿರ್ಧಾರವೇ ಆಗಿದೆ."

ಸೀತೆ ಮಹಾರುದ್ರನ 'ಪಿನಾಕ' ಬಿಲ್ಲಿಗೆ ತೈಲಸಂಸ್ಕರಣ ಮಾಡುತ್ತಿದ್ದಳು.

ಅರಿಷ್ಟನೇಮಿಯೊಂದಿಗಿನ ಮಾತುಕತೆ ಅವಳಿಗೆ ಇರುಸುಮುರುಸುಂಟು ಮಾಡಿತ್ತು. ಮಲೆಯಪುತ್ರರು ಏನೋ ಹುನ್ನಾರ ನಡೆಸಿದ್ದಾರೆ ಎಂಬ ಅನುಮಾನವಿತ್ತು ಅವಳಿಗೆ. ಅವರು ತನ್ನ ವಿರುದ್ಧ ಏನೂ ಮಾಡಲಾರರು ಎಂಬ ಖಾತ್ರಿ ಇತ್ತು. ಆದರೆ ರಾಮ...

ಅವನೊಡನೆ ಮಾತಿಗೆ ಕಳುಹಿಸಲು ಯಾರಾದರೂ ಇದ್ದಿದ್ದರೆ... ಹನುಮಂತಣ್ಣ ಅಥವಾ ರಾಧಿಕಾ...

ಎಂದುಕೊಂಡಳು ಮನದಲ್ಲೇ.

ಸಮೀಚಿಯೂ ಆತಂಕಗೊಂಡಿದ್ದಳು.

"ನಾನು ನಿನಗೆ ಒಂದು ವಿಷಯ ಹೇಳುವುದಿದೆ. ಬೇರೆಯವರು ಏನು ಹೇಳುತ್ತಾರೆಂಬುದಕ್ಕೆ ನಾನು ಲಕ್ಷ್ಯ ಕೊಡುವುದಿಲ್ಲ. ಆದರೆ ಸೀತಾ, ಅದು ನಿಜ. ರಾಮನ ಜೀವಕ್ಕೆ ಅಪಾಯವಿದೆ. ನೀನು ಹೇಗಾದರೂ ಅವನನ್ನು ಅವನ ಮನೆಗೆ ಕಳುಹಿಸುವುದೊಳಿತು."

ಎಣ್ಣೆ ಹಚ್ಚುವುದನ್ನು ನಿಲ್ಲಿಸಿದ ಸೀತೆ, "ಅವನು ಹುಟ್ಟಿದಂದಿನಿಂದ ಅವನ ಜೀವ ಅಪಾಯದಲ್ಲಿದೆ" ಎಂದಳು ನಿರುದ್ವಿಗ್ನಳಾಗಿ.

"ಇಲ್ಲಿ ನಿಜವಾಗಿಯೂ ಅಪಾಯ."

"ಸುಳ್ಳು ಅಪಾಯ ಬೇರೆ ಇದೆಯೆ?"

"ದಯವಿಟ್ಟು ನನ್ನ ಮಾತು ಕೇಳು."

"ಏನನ್ನು ಮುಚ್ಚಿಟ್ಟಿದ್ದೀಯ ಸಮೀಚಿ?"

"ಏನೂ ಇಲ್ಲ ರಾಜಕುಮಾರಿ."

"ಕೆಲವು ದಿನಗಳಿಂದ ನಿನ್ನ ವರ್ತನೆ ವಿಚಿತ್ರವಾಗಿದೆ. ಸಮೀಚಿ."

"ನನ್ನ ವಿಷಯ ಮರೆತುಬಿಡಿ. ನನ್ನ ಮಾತನ್ನ ನಂಬಿ. ರಾಮನನ್ನು ಮನೆಗೆ ಕಳುಹಿಸಿಬಿಡಿ."

"ಅದಾಗದು."

"ಸೀತೆ, ದೈತ್ಯ ಶಕ್ತಿಗಳು ಕೆಲಸ ಮಾಡಲಿವೆ. ಅವರ ಮೇಲೆ ನಿನ್ನ ನಿಯಂತ್ರಣ ಇಲ್ಲ. ಅಪಾಯವಾಗುವ ಮುನ್ನ ಅವನನ್ನು ಕಳುಹಿಸಿಬಿಡು."

ಸೀತೆ ಉತ್ತರಿಸಲಿಲ್ಲ.

ಮಹಾರುದ್ರ... ನಾನೇನು ಮಾಡಬೇಕು. ಹೇಳು.

— ೞ —

ಸೀತೆ ಖಾಸ ಕೋಣೆಯಲ್ಲಿದ್ದಳು. ಅರಿಷ್ಠನೇಮಿ ಒಳಹೊಕ್ಕ–ಕಂಗೆಡಿಸುವ ಸುದ್ದಿಯೊಂದಿಗೆ. ಸೀತೆಯ ಸ್ವಯಂವರದಲ್ಲಿ ಭಾಗವಹಿಸಲು ರಾವಣ ಮಿಥಿಲೆಗೆ ಬಂದಿದ್ದ. ಅವನ ಪುಷ್ಪಕವಿಮಾನ ನಗರದ ಹೊರವಲಯದಲ್ಲಿ ಭೂಸ್ಪರ್ಶ ಮಾಡಿತ್ತು. ಅವನೊಡನೆ ತಮ್ಮ ಕುಂಭಕರ್ಣ ಹಾಗೂ ಹತ್ತು ಸಾವಿರ ಮಂದಿ ಶ್ರೀಲಂಕಾ ಸೈನಿಕರು ಬಂದಿದ್ದರು.

"ಪುಷ್ಪಕವಿಮಾನ ಕಂಡು ಮಿಥಿಲೆಯ ಜನ ಮೂಕವಿಸ್ಮಿತರಾದರು, ಸೀತೆ" ಎಂದ ಅರಿಷ್ಠನೇಮಿ.

"ಅದು ಮುಖ್ಯವಲ್ಲ. ನಾವು ನಿರ್ಗಮಿಸದಂತೆ ತಡೆಯಬೇಕಾದ್ದು ಮುಖ್ಯವಾದದ್ದು"–ಎಂದಳು ಸೀತೆ.

"ಏನು ರಾಮ ಹೊರಡುತ್ತಿದ್ದಾನೆಯೆ? ಅವನು ರಾವಣನಿಗ ಬುದ್ಧಿ ಕಲಿಸಲಿದ್ದಾನೆ ಎಂದು ನಾನು ಭಾವಿಸಿದ್ದೆ."

"ಅವನಿನ್ನೂ ಮನಸ್ಸು ಮಾಡಿಲ್ಲ. ಲಕ್ಷ್ಮಣ ಊರಿಗೆ ಹೋಗುವಂತೆ ಅಣ್ಣನ ಮನ ಒಲಿಸಬಹುದು."

"ಅಂದರೆ, ಲಕ್ಷ್ಮಣನ ಗೈರುಹಾಜರಿಯಲ್ಲಿ ನಾನು ರಾಮನ ಜೊತೆ ಮಾತನಾಡಬೇಕೆಂಬುದು ನಿನ್ನಪೇಕ್ಷೆಯೆ?"

"ಹೌದು."

"ನೀನು..."

"ನಾನು ಆಗಲೇ ಅವನ ಜೊತೆ ಮಾತನಾಡಿಯಾಗಿದೆ. ಆದರೆ ಅದೇನೂ ಪರಿಣಾಮ ಮಾಡಿದಂತಿಲ್ಲ..."

"...."

"ಅವನ ಜೊತೆ ಮಾತನಾಡಬಲ್ಲವರು ಬೇರೆ ಯಾರಾದರೂ ಇದ್ದಾರೆಯೆ?"

ಅರಿಷ್ಠನೇಮಿ ಇಲ್ಲ ಎಂಬಂತೆ ತಲೆ ಅಲ್ಲಾಡಿಸಿದ.

"ಗುರು ವಿಶ್ವಾಮಿತ್ರರಿಂದಲೂ ರಾಮನನ್ನು ಒಪ್ಪಿಸುವುದು ಸಾಧ್ಯವಿಲ್ಲ."

"ಆದರೆ..."

"ಅದು ನಿನಗೇ ಸೇರಿದ್ದು ಸೀತೆ... ರಾಮ ನಿರ್ಗಮಿಸಿದರೆ ಈ ಸ್ವಯಂವರವನ್ನು ನಾವು ರದ್ದುಗೊಳಿಸಬೇಕಾಗುತ್ತದೆ."

"ದೇವರೇ ನಾನೇನು ಹೇಳಲಿ. ಹೋಗದಿರು ಎಂದು ಮನ ಒಲಿಸಲು ಏನು ತಾನೇ ಹೇಳಲಿ."

"ನಂಗೂ ತಿಳಿಯದು."

ಸೀತೆ ನಕ್ಕುಬಿಟ್ಟಳು.

ಏನಾದರೂ ದಾರಿ ಕಂಡುಹಿಡಿಯಬೇಕು. ದಾರಿಯೊಂದು ಕಾಣಿಸುತ್ತದೆ.

ಅರಿಷ್ಠನೇಮಿ ಉದ್ವಿಗ್ನನಾಗಿದ್ದ.

"ಇನ್ನೂ ಒಂದಿದೆ..."

"ಏನದು?"

"ಪರಿಸ್ಥಿತಿ ಇನ್ನಷ್ಟು ಜಟಿಲಗೊಳ್ಳಬಹುದು.'

"ಹೇಗೆ?"

"ರಾಮನನ್ನು ಹುನ್ನಾರ ಮಾಡಿ ಇಲ್ಲಿಗೆ ಕರೆಸಿಕೊಳ್ಳಲಾಗಿದೆ."

"ಏನು ನೀನು ಹೇಳ್ತಿರೋದು?"

"ಮಿಥಿಲೆಗೆ ಕಾರ್ಯಭಾರದ ಮೇಲೆ ಬಂದಿರುವ ವಿಶ್ವಾಮಿತ್ರರಿಗೆ ನೆರವಾಗಲು ತನ್ನನ್ನು ಕರೆತರಲಾಗಿದೆ ಎಂದು ರಾಮ ತಿಳಿದಿದ್ದಾನೆ. ಹಾಗೆಂದು ಅವನಿಗೆ ತಿಳಿಸಲಾಗಿದೆ. ಗುರು ವಿಶ್ವಾಮಿತ್ರರು ಹೇಳಿದಂತೆ ಮಾಡು ಎಂದ ತಂದೆಯ ಕಟ್ಟಪ್ಪಣೆ ಮೀರಲಾರದೆ ಅವನು ಬಂದಿದ್ದಾನೆ. ಸ್ವಯಂವರದಲ್ಲಿ ಭಾಗವಹಿಸುವಂತೆ ಅವನಿಗೆ ಯಾರೂ ಹೇಳಿಲ್ಲ... ಮಿಥಿಲೆಗೆ ಆಗಮಿಸುವವರೆಗೆ."

"ಏನು ನೀನು ತಮಾಷೆ ಮಾಡ್ತಿಲ್ಲ ತಾನೆ?"

"ಆದರೆ ಕೆಲ ದಿನಗಳ ಹಿಂದೆ ಆಖ್ಯೈರಾಗಿ ರಾಮ ಸ್ವಯಂವರದಲ್ಲಿ ಭಾಗವಹಿಸಲು ಒಪ್ಪಿಕೊಂಡ... ಅಂದು, ಮಾರುಕಟ್ಟೆಯಲ್ಲಿ ನೀನು ಬಾಲಾಪರಾಧಿಯನ್ನು ರಕ್ಷಿಸಿದ ದಿವಸ."

ಸೀತೆ ತಲೆ ಬಾಗಿಸಿ ಕಣ್ಮುಚ್ಚಿಕೊಂಡಳು.

"ಮಲೆಯಪುತ್ರರು ಇದನ್ನೆಲ್ಲ ಮಾಡಿದ್ದಾರೆಂದರೆ ನನ್ನಿಂದ ನಂಬಲಿಕ್ಕಾಗದು."

"ಸೀತಾ, ಫಲ ಒಳ್ಳೆಯದಾಗಿದ್ದಲ್ಲಿ ಮಾರ್ಗ ಯಾವುದಾದರೂ ಪರವಾಗಿಲ್ಲ."

"ನಾನು ಅದರ ಪರಿಣಾಮಗಳನ್ನು ಅನುಭವಿಸಬೇಕೆಂದು ನಿರೀಕ್ಷಿಸ
ಲಾಗದು."

"ಆದರೆ ಅವನು ಸ್ವಯಂವರದಲ್ಲಿ ಭಾಗವಹಿಸಲು ಒಪ್ಪಿಲ್ಲ."

"ಅದು ರಾವಣನ ಆಗಮನಕ್ಕೆ ಮುಂಚಿನ ಮಾತು."

"ಹೌದು."

ಮಹಾರುದ್ರ ನನ್ನ ಕಾಪಾಡು.

—ಸೀತೆ ಮನದಲ್ಲೇ ಪ್ರಾರ್ಥಿಸಿದಳು.

ಅಧ್ಯಾಯ – 19

ಸೀತೆ ಮತ್ತು ಸಮೀಚಿ 'ಜೇನುಗೂಡು' ವಸತಿಗೃಹ ಸಮುಚ್ಚಯದತ್ತ ಹೊರಟಿದ್ದರು. ಭಾರತ ಹಾಗೂ ಭಾರತದ ರಾಜ–ಮಹಾರಾಜರುಗಳಿಗೆ ಭಯಂಕರನೆನಿಸಿದ್ದ ಲಂಕಾದ ದೊರೆ ರಾವಣನ ಆಗಮನದ ಸುದ್ದಿ ಊರ ತುಂಬ ಹರಡಿತ್ತು. ಅವನ ಪುಷ್ಪಕವಿಮಾನ ಪುರಜನರಿಗೆ ವಿಶೇಷ ಆಕರ್ಷಣೆ ಯಾಗಿತ್ತು. ಸೀತೆಯ ತಂಗಿ ಊರ್ಮಿಳೆಗೂ ಪುಷ್ಪಕ ವಿಮಾನ ನೋಡುವ ಆಸೆಯಾಗಿ 'ಅಕ್ಕ ಹೋಗೋಣ ಬಾರೆ' ಎಂದು ಸೀತೆಗೆ ದುಂಬಾಲು ಬಿದ್ದಿದ್ದಳು.

ಪುಷ್ಪಕ ವಿಮಾನವನ್ನು ಮಿಥಿಲೆಯ ಅಗಳ್ತೆಯ ಆಚೆ ಅರಣ್ಯದ ಸಮೀಪ ನಿಲ್ಲಿಸಲಾಗಿತ್ತು. ಸೀತೆ ಮತ್ತು ಸಮೀಚಿ ಕೋಟೆಯ ಗೋಡೆವರೆಗೆ ಬಂದಿದ್ದರು. ಸೀತೆಗೆ ವಿಮಾನ ಕಂಡು ಅಚ್ಚರಿಯಾಗಿತ್ತು. ಅದು ಲೋಹದಿಂದ ತಯಾರಿಸಿದ ಶಂಕ್ವಾಕೃತಿಯ ದೈತ್ಯ ರಚನೆಯಾಗಿತ್ತು.

"ಮೇಲಿರುವ ಮುಖ್ಯ ತಿರುಗುಸಿಂಬಿ ವಿಮಾನಕ್ಕೆ ಹಾರುವ ಶಕ್ತಿ ನೀಡುತ್ತದೆ. ಕೆಳಗಿರುವ ಸಣ್ಣ ತಿರುಗುಸಿಂಬಿಗಳು ವಿಮಾನ ಚಲಿಸುವ ದಿಕ್ಕನ್ನು ನಿಯಂತ್ರಿಸುತ್ತದೆ" ಎಂದಳು.

"ಓಹೋ, ನಿನಗೆ ಲಂಕನ್ನರ ಯಂತ್ರ ಕೌಶಲದ ಬಗ್ಗೆ ಬಹಳ ತಿಳಿದಿರುವಂತಿದೆ"

—ಎಂದಳು ಸಮೀಚಿ. ಸೀತೆ ನಕ್ಕಳು. ವಿಮಾನದ ಸುತ್ತ ಲಂಕಾದ ಸೈನಿಕರು ಬಿಡಾರ ಮಾಡಿದ್ದರು.

ಲಂಕನ್ನರು ಭದ್ರತೆ ಬಗ್ಗೆ ಬಹಳ ಕಾಳಜಿ ವಹಿಸುತ್ತಾರೆ.

"ಸೈನಿಕರು ಎಷ್ಟು ಮಂದಿ ಇರಬಹುದು?"

—ಸೀತೆ ಕೇಳಿದಳು.

"ಬಹುಶಃ ಹತ್ತು ಸಾವಿರ ಇರಬಹುದು."

—ಸಮೀಚಿ ಉತ್ತರ.

ಮಹಾರುದ್ರ ನಿನ್ನ ಕರುಣೆ ಇರಲಿ. ಸೀತೆ ಸಮೀಚಿಯತ್ತ ನೋಡಿದಳು. ಗೆಳತಿ ಗಾಬರಿಗೊಂಡಿದ್ದಾಳೆ ಎನಿಸಿತು ಸಮೀಚಿಗೆ.

"ಯೋಚಿಸಬೇಡ. ಇದನ್ನು ನಾವು ನಿಭಾಯಿಸಬಲ್ಲೆವು"

—ಸಮೀಚಿಯ ಸಾಂತ್ವನ.

—೪೭—

ಸಮೀಚಿ 'ಜೇನುಗೂಡಿ'ನ ಮಾಳಿಗೆ ಮೇಲಿದ್ದ ಕಳ್ಳ ಬಾಗಿಲನ್ನು ಬಡಿದಳು. ಅದರ ಹಿಂದೆ ಹತ್ತು ಸಿಪಾಯಿಗಳು ನಿಂತಿದ್ದರು. ಯಾರೂ ಬಾಗಿಲು ತೆರೆಯಲಿಲ್ಲ.

"ಇನ್ನೊಮ್ಮೆ ಕದ ತಟ್ಟು"

ಸೀತೆ ಸಮೀಚಿಗೆ ಆದೇಶಿಸಿದಳು.

"ದೀದಿ–ಇದೇನು?" ಎಂದು ಕಕ್ಕಾಬಿಕ್ಕಿಯಾಗಿದ್ದ ಊರ್ಮಿಳೆಯ ಪ್ರಶ್ನೆ.

ಬಾಗಿಲು ತೆರೆಯಿತು. ಲಕ್ಷ್ಮಣ ಬಾಗಿಲ ಬಳಿ ನಿಂತಿದ್ದ. ಭೀಮಕಾಯದ ಅವನು ಮಿಲಿಟರಿ ಉಡುಪು ಧರಿಸಿದ್ದು ಮೇಲೆ ಅಂಗವಸ್ತ್ರ ಹೊದ್ದಿದ್ದ. ಕೊರಳಲ್ಲಿ ರುದ್ರಾಕ್ಷಿ ಮಾಲೆ ಇತ್ತು. ಅವನ ಕೈ ಖಡ್ಗದ ಮೇಲಿತ್ತು.

"ನಮಸ್ತೆ, ಸಮೀಚಿ. ಈ ಭೇಟಿಗೆ ನಾವು ಸಲ್ಲಿಸಬೇಕಾದ ಋಣ ಏನು?"

—ಲಕ್ಷ್ಮಣನ ಪ್ರಶ್ನೆ.

"ಖಡ್ಗದಿಂದ ಕೈ ತೆಗಿಯಪ್ಪ, ಪ್ರಧಾನಮಂತ್ರಿಯವರು ನಿನ್ನಣ್ಣನನ್ನು ಭೇಟಿ ಮಾಡುವ ಅಪೇಕ್ಷೆಯಿಂದ ಬಂದಿದ್ದಾರೆ."

ಲಕ್ಷ್ಮಣ ಅವಕ್ಕಾದ. ಅದು ಅವನಿಗೆ ಅನಿರೀಕ್ಷಿತವಾಗಿತ್ತು. ಅವನು ಅಣ್ಣನಿದ್ದ ಕೊಠಡಿಯತ್ತ ಮುಖ ಮಾಡಿದ. ಅಣ್ಣನಿಂದ ಸೂಚನೆ ಬಂದದ್ದೇ ಖಡ್ಗದ ಮೇಲಿಂದ ಕೈ ತೆಗೆದು ಅತಿಥಿಗಳಿಗೆ ದಾರಿ ಮಾಡಿಕೊಟ್ಟ.

ಸಮೀಚಿ ಮೆಟ್ಟಿಲುಗಳನ್ನು ಇಳಿಯತೊಡಗಿದಳು. ಸೀತೆ ಅವಳ ಹಿಂದೆ. ಮೆಟ್ಟಿಲಿಳಿದು ಕೋಣೆಯ ಬಾಗಿಲ ಬಳಿ ಬಂದಂತೆ ಸೀತೆ, 'ಅಲ್ಲೆ ನಿಲ್ಲು' ಎಂದು ಊರ್ಮಿಳೆಗೆ ಸಂಜ್ಞೆ ಮಾಡಿದಳು.

ಲಕ್ಷ್ಮಣ ಊರ್ಮಿಳೆಯತ್ತ ನೋಡುತ್ತಿದ್ದ. ಮಿಥಿಲೆಯ ಪ್ರಧಾನಮಂತ್ರಿಯನ್ನು ಸ್ವಾಗತಿಸಲು ರಾಮ ಬಂದಿದ್ದು ಇಬ್ಬರು ಮಹಿಳೆಯರೂ ಕೊಠಡಿಯನ್ನು ಪ್ರವೇಶಿಸಿದರು. ಲಕ್ಷ್ಮಣ ಊರ್ಮಿಳೆಯನ್ನು ನೋಡುವುದರಲ್ಲೇ ಮಗ್ನನಾಗಿದ್ದ.

ಊರ್ಮಿಳಾ ಮತ್ತು ಲಕ್ಷ್ಮಣ! ಆಹಾ!!

"ಬಾಗಿಲು ಮುಚ್ಚು ಲಕ್ಷ್ಮಣ"

ರಾಮನ ಆಜ್ಞೆ, ಲಕ್ಷ್ಮಣ ಮನಸ್ಸಿಲ್ಲದೆಯೇ ಪಾಲಿಸಿದ.

"ರಾಜಕುಮಾರಿ, ನಮ್ಮಿಂದ ನಿಮಗೇನು ಸಹಾಯ...?"

ಸೀತೆ ತಾನು ಆಯ್ಕೆ ಮಾಡಿಕೊಂಡಿರುವ ಭಾವಿ ಪತಿಯತ್ತ ತಿರುಗಿದಳು. ಅವಳು ಆತನ ಬಗ್ಗೆ ಸಾಕಷ್ಟು ಕೇಳಿ ತಿಳಿದಿದ್ದಳು. ವಿಷ್ಣು ಪದವಿಯ ಮಾರ್ಗದಲ್ಲಿ ರಾಮ ಯೋಗ್ಯ ಸಂಗಾತಿಯಾಗಿದ್ದಾನೆಂದು ಅವಳಿಗನ್ನಿಸಿತ್ತು. ಆದರೆ ಇದೇ ಮೊದಲು ಅವಳು ಅವನನ್ನು ಸಾಕಾರವಾಗಿ ನೋಡುತ್ತಿದ್ದುದು.

ಅಯೋಧ್ಯೆಯ ಯುವರಾಜ ಕೊಠಡಿಯ ತುದಿಯಲ್ಲಿ ನಿಂತಿದ್ದ. ಧೋತಿ ಉಟ್ಟು ಅಂಗವಸ್ತ್ರ ಹೊದ್ದಿದ್ದ. ಅವನ ಮುಖದಲ್ಲಿ ಉದಾತ್ತತೆ ಎದ್ದುಕಾಣುತ್ತಿತ್ತು. ಕೊರಳಲ್ಲಿ ರುದ್ರಾಕ್ಷಿ ಮಾಲೆ ಧರಿಸಿದ್ದ.

ಸೀತೆ ನಸು ನಕ್ಕಳು. **ಪರವಾಗಿಲ್ಲ... ಅಡ್ಡಿಯಿಲ್ಲ...**

"ಒಂದು ನಿಮಿಷ" ಎನ್ನುತ್ತ ಸಮೀಚಿಯ ಕಡೆ ಮುಖ ಮಾಡಿದ ಸೀತೆ, "ನಾನು ರಾಜಕುಮಾರರ ಜೊತೆ ಏಕಾಂತದಲ್ಲಿ ಮಾತನಾಡುವುದಿದೆ" ಎಂದಳು. ಸಮೀಚಿ ತಕ್ಷಣ ಅಲ್ಲಿಂದ ನಿರ್ಗಮಿಸಿದಳು. ರಾಮ ಲಕ್ಷ್ಮಣನಿಗೂ ನಿರ್ಗಮಿಸುವಂತೆ ಸಂಜ್ಞೆ ಮಾಡಿದ. ಲಕ್ಷ್ಮಣ ಅಲ್ಲಿಂದ ಕಾಲ್ತೆಗೆದ.

"ರಾಮ, ದಯವಿಟ್ಟು ಕುಳಿತುಕೊ."

"ಪರವಾಗಿಲ್ಲ ಹೇಳಿ..."

"ಇಲ್ಲ ನೀವು ಕುಳಿತುಕೊಳ್ಳಬೇಕು"

—ಎನ್ನುತ್ತಾ ಸೀತೆ ಕುಳಿತಳು. ರಾಮನೂ ಅವಳಿಗಭಿಮುಖವಾಗಿ ಕುಳಿತ.

"ನಿಮ್ಮನ್ನು ಕುತಂತ್ರದಿಂದ ಇಲ್ಲಿಗೆ ಕರೆತಲಾಗಿದೆ ಎಂದು ನನ್ನ ಭಾವನೆ."

—ಎಂದಳು ಸೀತೆ. ರಾಮ ಮಾತಾಡಲಿಲ್ಲ.

"ಹಾಗಿದ್ದಲ್ಲಿ ನೀವೇಕೆ ಇಲ್ಲಿಂದ ಹೊರಟುಹೋಗಲಿಲ್ಲ?"

"ಏಕೆಂದರೆ ಅದು ಕಾನೂನು ವಿರೋಧಿ ನಡೆಯಾಗುತ್ತದೆ"

ಹಾಗಿದ್ದಲ್ಲಿ ಸ್ವಯಂವರದಲ್ಲಿ ಪಾಲ್ಗೊಳ್ಳಲು ಅವನು ನಿರ್ಧರಿಸಿದ್ದಾನೆ. ರುದ್ರ, ಪರಶುರಾಮರನ್ನು ಸ್ತುತಿಸೋಣ.

"ನಾಳಿದ್ದು ನಡೆಯಲಿರುವ ಸ್ವಯಂವರದಲ್ಲಿ ನೀನು ಪಾಲ್ಗೊಳ್ಳುವುದು ಕಾನೂನುಬದ್ಧವಾಗಿರುತ್ತದೆಯೆ?"

ರಾಮ ಮೌನ ತಾಳಿದ.

"ನೀನು ಅಯೋಧ್ಯೆ, ಸಪ್ತಸಿಂಧುವಿನ ಅಧಿಪತಿ. ನಾನು ಮಿಥಿಲೆ. ಒಂದು ಪುಟ್ಟ ರಾಜ್ಯ. ಈ ನಂಟಿನಿಂದ ಯಾವ ಉದ್ದೇಶ ಈಡೇರ ಬಹುದು?"

"ಮದುವೆಗೆ ಘನ ಉದ್ದೇಶಗಳಿವೆ. ಅದು ರಾಜಕೀಯ ನಂಟಿಗೆ ಮಿಗಿಲಾದದ್ದು."

ಸೀತೆ ನಗುತ್ತಾ ನುಡಿದಳು : "ಅರಸು ಮನೆತನದ ವಿವಾಹಗಳು ರಾಜಕೀಯ ಲಾಭಕ್ಕಾಗಿ ನಡೆಯುತ್ತವೆ ಎಂಬುದು ಲೋಕದ ನಂಬಿಕೆ. ಅದಲ್ಲದೆ ಬೇರೆ ಯಾವ ಧ್ಯೇಯೋದ್ದೇಶಗಳನ್ನು ಸಾಧಿಸಬಹುದೆಂದು ನಿನ್ನ ಅಭಿಪ್ರಾಯ?"

ರಾಮ ಉತ್ತರಿಸಲಿಲ್ಲ. ಅವನು ಬೇರೆ ಯಾವುದೋ ಪ್ರಪಂಚದಲ್ಲಿ ಮುಳುಗಿಹೋದಂತಿದ್ದ. ಅವನ ಕಣ್ಣುಗಳಲ್ಲಿ ಕನಸುಗಳಿದ್ದವು.

ಅವನು ನನ್ನ ಮಾತುಗಳನ್ನು ಆಲಿಸುತ್ತಿರುವಂತಿಲ್ಲ...

ರಾಮ ತನ್ನ ಮುಖಾವಲೋಕನ ಮಾಡುತ್ತಿರುವುದನ್ನು ಸೀತೆ ಗಮನಿಸಿದ್ದಳು.

ಅವನ ಮುಖ ಕೆಂಪಡರಿದೆಯೆ? ರಾಮನಿಗೆ ರಾಜ್ಯಭಾರದಲ್ಲಿ ಮಾತ್ರ ಆಸಕ್ತಿ ಎಂದು ನಾನು ಕೇಳಿದ್ದೇನೆ...

"ರಾಮ, ರಾಜಕುಮಾರ."

ಸೀತೆ ಗಟ್ಟಿಯಾಗಿ ನುಡಿದಳು.

"ಕ್ಷಮಿಸಿ."

"ವಿವಾಹ ರಾಜಕೀಯ ನೆಂಟಸ್ಥನವಲ್ಲದಿದ್ದಲ್ಲಿ, ಬೇರೇನು?" ಇದು ನನ್ನ ಪ್ರಶ್ನೆಯಾಗಿತ್ತು.

"ಶುರುವಿಗೇ ಹೇಳುವುದಾದರೆ ಅದರ ಅಗತ್ಯವಿಲ್ಲ. ಮದುವೆಗೆ ಆಗ್ರಹ ಒತ್ತಡಗಳಿರಬಾರದು. ಇಷ್ಟವಾದವರನ್ನು, ಜೀವನ ಧ್ಯೇಯ ಈಡೇರಿಕೆಗೆ ಸಹಕಾರಿಯಾಗುವಂಥವರನ್ನು ಮಾತ್ರ ವಿವಾಹವಾಗಬೇಕು. ಅಂಥವರು ಸಿಕ್ಕರೆ ಮದುವೆಯಾಗಬಹುದು."

ಸೀತೆಯ ಹುಬ್ಬುಗಳೇರಿದವು.

"ನೀನು ಏಕಪತ್ನಿ ವಿವಾಹದ ಪರವಾಗಿದ್ದೀಯ? ಅನೇಕ ಮಂದಿ ಅದನ್ನಿಷ್ಟ ಪಡುವುದಿಲ್ಲ?"

"ಬಹುಪತ್ನಿತ್ವ ಸರಿ ಎನಿಸಿದರೂ ಅದು ಹಾಗಾಗುವುದಿಲ್ಲ."

"ಆದರೆ ಬಹುತೇಕ ಪುರುಷರು ಹೆಚ್ಚು ಮಂದಿ ಹೆಂಡತಿಯರನ್ನು ಹೊಂದಿರುತ್ತಾರೆ... ಔದಾರ್ಯವೆಂಬಂತೆ."

"ನಾನು ಹಾಗಲ್ಲ. ಮತ್ತೊಬ್ಬಳನ್ನು ವರಿಸುವುದು ಹೆಂಡತಿಯನ್ನು ಅವಮಾನಗೊಳಿಸಿದಂತೆ."

ಓಹೋ! ಇವನು ಅಸಾಧಾರಣ ಪುರುಷ!

ಕೊಠಡಿಯಲ್ಲಿ ಮೌನ ಹೆಪ್ಪುಗಟ್ಟಿತು.

"ಮೊನ್ನೆ ನೀನು ಮಾರುಕಟ್ಟೆ ಪ್ರದೇಶದಲ್ಲಿದ್ದೆಯಲ್ಲವೆ?"

"ಹೌದು."

"ಹಾಗಾದರೆ ಆಗ ನೀನೇಕೆ ನನ್ನ ಸಹಾಯಕ್ಕೆ ಧಾವಿಸಿರಲಿಲ್ಲ."

"ಆದರೆ ಪರಿಸ್ಥಿತಿ ನಿನ್ನ ಹತೋಟಿಯಲ್ಲಿತ್ತು"

ಸೀತೆ ನಕ್ಕಳು. **ಪ್ರತಿಕ್ಷಣವೂ ಅವನು ನನ್ನ ಗೆಲ್ಲುತ್ತಿದ್ದಾನೆ.**

ಈಗ ಪ್ರಶ್ನೆ ಕೇಳುವುದು ರಾಮನ ಸರದಿಯಾಗಿತ್ತು.

"ರಾವಣ ಇಲ್ಲೇನು ಮಾಡ್ತಿದಾನೆ?"

"ಗೊತ್ತಿಲ್ಲ. ಆದರೆ ಅದರಿಂದ ಸ್ವಯಂವರದ ಕಾಳಜಿ ಕಳವಳ ಹೆಚ್ಚಾಗಿದೆ."

ರಾಮನ ಸ್ನಾಯುಗಳು ಬಿಗಿಗೊಂಡವು. ಅವನಿಗೆ ಆಘಾತವಾಗಿತ್ತು.

"ಅವನು ನಿನ್ನ ಸ್ವಯಂವರದಲ್ಲಿ ಭಾಗವಹಿಸಲು ಬಂದಿರುವನೆ?"

"ಹಾಗೆಂದು ನನಗೆ ತಿಳಿದುಬಂದಿದೆ. ಮತ್ತೆ ನಾನಿಲ್ಲಿಗೆ ಬಂದಿದ್ದೇನೆ" ಎಂದ ಸೀತೆ ಮುಂದಿನ ಮಾತುಗಳ್ನು ಮನದಲ್ಲೇ ಹುಗಿದುಕೊಂಡಳು.

ರಾಮ ಅವಳು ಮಾತು ಮುಂದುವರಿಸಲು ಕಾದ.

"ನಿನ್ನ ಬಿಲ್ಲು ಬಾಣಗಳು ಎಷ್ಟು ಹರಿತವಾಗಿವೆ?"–ಸೀತೆ ಕೇಳಿದಳು.

"ಅವು ಅದ್ಭುತವಾಗಿವೆ."

ಸೀತೆ ಎದ್ದು ನಿಂತಳು. ರಾಮನೂ. ಸೀತೆ ನಮಸ್ತೆ ಎಂದು ವಿದಾಯ ಹೇಳಿದಳು.

"ಮಹಾರುದ್ರನ ಕೃಪೆ ನಿನ್ನ ಮೇಲಿರಲಿ."

ರಾಮನೂ ವಿದಾಯದ ನಮಸ್ಕಾರ ಹೇಳಿದ. ದೇವರ ಕೃಪೆ ಅವಳ ಮೇಲಿರಲಿ ಎಂದು ಶುಭ ಕೋರಿದ.

"ನಾಳೆ ಅರಮನೆ ಉದ್ಯಾನವನದಲ್ಲಿ ನಾನು ನಿನ್ನನ್ನು ತಮ್ಮನ ಸಮೇತ ಭೇಟಿಯಾಗಬಹುದೆ?"

ರಾಮ ಸೀತೆಯ ಕೈಗಳನ್ನೇ ದಿಟ್ಟಿಸಿ ನೋಡುತ್ತಿದ್ದ. ಸೀತೆ ಅದನ್ನು ಗಮನಿಸಿದಳು. ಸಂಕೋಚವಾಯಿತು. ಅವಳ ಕೈ ಮೇಲಿದ್ದ ಕಪ್ಪು ಮಚ್ಚೆ. ಅವಳಿಗೇ ಅನ್ನಿಸಿದಂತೆ ಅವಳ ಕೈಗಳು ಸುಂದರವಾಗೇನೂ ಇರಲಿಲ್ಲ.

"ರಾಮ್ ನನ್ನ ಪ್ರಶ್ನೆಗೆ...?"

"ಓಹ್ ನನಗೆ ಗೊತ್ತಾಗಲಿಲ್ಲ. ಮತ್ತೊಮ್ಮೆ ಅದೇನೆಂದು ತಿಳಿಸುವಿರಾ?"– ರಾಮ ವಿನಯಪೂರ್ವಕ ನುಡಿದ.

"ಅರಮನೆ ಉದ್ಯಾನವನದಲ್ಲಿ ನಾನು ನಿಮ್ಮನ್ನು ತಮ್ಮನ ಜೊತೆ ಭೇಟಿಯಾಗಬಹುದೆ?"

"ಅದಕ್ಕೇನಂತೆ... ಆಗಬಹುದು."

ಸೀತೆ ಎದ್ದು ನಿಂತಳು. ತನ್ನ ಕೈಗೆ ಕಟ್ಟಿಕೊಂಡಿದ್ದ ದಾರವನ್ನು ಬಿಚ್ಚಿದಳು.

"ಇದನ್ನು ನೀವು ಧರಿಸಿ. ಇದರಿಂದ ಒಳ್ಳೆಯದಾಗುತ್ತದೆ. ಕನ್ಯಾಕುಮಾರಿಯದು."

ರಾಮ ಆ ದಾರವನ್ನು ಗಮನಿಸಿದವನೇ ಏನನ್ನೊ ಮಣಮಣಿಸ ಲಾರಂಭಿಸಿದ. ಅದೊಂದು ಪವಿತ್ರ ಮಂತ್ರ:

ಮಾಂಗಲ್ಯಂ ತಂತು ನಾನೇನ ಭವಜೀವನ ಹೇತುಮೇ

ಪ್ರಾಚೀನ ಸಂಸ್ಕೃತ ಮಂತ್ರ.

ಸೀತೆ ಉಕ್ಕಿಬರುತ್ತಿದ್ದ ನಗೆಯನ್ನು ಅದುಮಿಕೊಂಡಳು.

"ರಾಮ"

ಸೀತೆ ಜೋರಾಗಿ ಕರೆದಳು. ರಾಮ ದಿಗ್ಮೂಢನಾದ.

"ನೀವು ಹೇಳಿದ್ದೇನು..."

ಸೀತೆ ಸುಮ್ಮನೆ ನಕ್ಕಳು.

"ಪರವಾಗಿಲ್ಲ. ದಾರವನ್ನು ಇಲ್ಲಿಟ್ಟಿರುತ್ತೇನೆ. ಇಷ್ಟವಾದಲ್ಲಿ ನೀವು ಧರಿಸಬಹುದು."

ಎನ್ನುತ್ತಾ ಸೀತೆ ದಾರವನ್ನು ಮೇಜಿನ ಮೇಲಿರಿಸಿ ಅಲ್ಲಿಂದ ನಿರ್ಗಮಿಸಲುದ್ಯುಕ್ತಳಾದಳು. ರಾಮ ದಾರವನ್ನು ಬಲಗೈನ ಅಂಗೈಯಲ್ಲಿ ಹಿಡಿದಿಟ್ಟುಕೊಂಡಿದ್ದ–ಅದು ಪ್ರಪಂಚದ ಅತಿ ಪವಿತ್ರ ವಸ್ತು ಎಂಬಂತೆ.

ಅವಳು ನಕ್ಕಳು.

ಇದು ತೀರಾ ಅನಿರೀಕ್ಷಿತವಾಗಿತ್ತು.

ಅಧ್ಯಾಯ – 20

ಸೀತೆ ಏಕಾಂಗಿಯಾಗಿ ಖಾಸಗಿ ಕೋಣೆಯಲ್ಲಿ ನಿಬ್ಬೆರಗಾಗಿ ಕುಳಿತಿದ್ದಳು. ಹಿತಕರವಾದ ಅಚ್ಚರಿ.

ಲಕ್ಷ್ಮಣ ಮತ್ತು ಊರ್ಮಿಳೆಯರ ನಡುವಣ ಸಂಭಾಷಣೆಯನ್ನು ಸಮೀಚಿ ಅವಳಿಗೆ ವರದಿ ಮಾಡಿದ್ದಳು. ಲಕ್ಷ್ಮಣನಿಗೆ ಅಣ್ಣ ರಾಮನ ಬಗ್ಗೆ ಬಹಳ ಹೆಮ್ಮೆ ಇತ್ತು. ವಿವಾಹ ಕುರಿತಂತೆ ಅಣ್ಣನ ದೃಷ್ಟಿಧೋರಣೆಗಳನ್ನು ಲಕ್ಷ್ಮಣ ಊರ್ಮಿಳೆ-ಸಮೀಚಿಯರಿಗೆ ಅರುಹಿದ್ದ. ರಾಮನಿಗೆ ಸಾಮಾನ್ಯ ಸ್ತ್ರೀಯೊಬ್ಬಳನ್ನು ವಿವಾಹವಾಗುವ ಇರಾದೆ ಇರಲಿಲ್ಲ. ತಾನು ಪ್ರಶಂಸೆಯಿಂದ ತಲೆ ಬಾಗುವಂತಿರಬೇಕು, ತಾನು ವರಿಸಲಿರುವ ಹೆಣ್ಣು ಎಂಬುದು ಅವನಾಸೆಯಾಗಿತ್ತು.

'ರಾಮ ಒಬ್ಬ ಶ್ರದ್ಧಾವಂತ ಶಾಲಾಬಾಲಕನಿದ್ದಂತೆ'. ಅವನಿನ್ನೂ ಬೆಳೆದಿಲ್ಲ. ಮುಗ್ಧ. ಅವನಲ್ಲಿ ಸಿನಿಕತೆ ಇಲ್ಲ. ನನ್ನ ಮಾತನ್ನು ನಂಬು ಸೀತೆ. ಘಾಸಿ ಯಾಗುವ ಮುನ್ನ ಅವನನ್ನು ಅಯೋಧ್ಯೆಗೆ ವಾಪಸು ಕಳುಹಿಸಿಬಿಡು.

—ಎಂದಳು ಸಮೀಚಿ.

ಸೀತೆ ಪ್ರತಿಕ್ರಿಯಿಸಲಿಲ್ಲ. ತಾನು ಮದುವೆಯಾಗಲಿರುವ ಹೆಣ್ಣು, ಪ್ರಶಂಸೆಯಿಂದ ತಲೆ ಬಾಗುವಂತೆ ತನ್ನನ್ನು ಮಣಿಸುವಂತಿರಬೇಕು ಎನ್ನುವ ರಾಮನ ಮಾತುಗಳು ಅವಳ ಮನದಲ್ಲಿ ಅನುರಣಿಸುತ್ತಿದ್ದವು.

ಅವನು ನನಗೆ ತಲೆ ಬಾಗಿದ.

ಸೀತೆ ತನ್ನ ರೂಪ ಸೌಂದರ್ಯಗಳ ಬಗ್ಗೆ ತಲೆ ಕೆಡಿಸಿಕೊಂಡವಳಲ್ಲ. ಅಂದು ಅದೇಕೋ ಕನ್ನಡಿ ಮುಂದೆ ನಿಂತುಕೊಂಡು ತನ್ನ ಮುಖಾವಲೋಕನ ಮಾಡಿಕೊಂಡಳು.

ಅವಳು ಸಪೂರ, ರಾಮನಷ್ಟೇ ಎತ್ತರ ಇದ್ದಳು. ಗೋಧಿ ಮೈಬಣ್ಣ. ವಿಶಾಲ ನೇತ್ರಗಳು. ಬಿಲ್ಲಿನಂಥ ಹುಬ್ಬುಗಳು. ಬನ್ನಿನಾಕಾರದಲ್ಲಿ ಕಟ್ಟಿದ ಮುಡಿ. ಅವಳು ಹಿಮಾಲಯವಾಸಿ ಜನರಂತೆ ಕಾಣಿಸುತ್ತಿದ್ದಳು. ಹಿಮಾಲಯ ತನ್ನ ತೌರುಮನೆ ಇರಬಹುದೇ ಎಂದು ಅನೇಕ ಸಲ ಅವಳು ಯೋಚಿಸಿದ್ದುಂಟು.

ಯುದ್ಧದಲ್ಲಿ ಹಣೆಯ ಮೇಲೆ ಆದ ಗಾಯದ ಕಲೆಯನ್ನು ಸವರಿಕೊಂಡಳು. ಈ ಕಲೆ ತನ್ನನ್ನು ಕುರೂಪಿಯನ್ನಾಗಿಸಿದೆಯೇ ಎನಿಸಿತು.

ಸೀತೆಗೆ ನಗು ಬಂತು. ಅವಳು ರಾಜಕುಮಾರಿ.

ಆಳುವ ಪ್ರಭು. ಮಲೆಯಪುತ್ರರ ವಿಷ್ಣು. ಆದರೆ ಈಗಿನ ಭಾವನೆ ಮಾತ್ರ ಹೊಸದಾಗಿತ್ತು. ಈಗ ಅವಳಿಗೆ ತಾನು ಅಪ್ಸರೆಯಂತೆ ಎಂದನಿಸಿತು. ಟೊಂಕದ ಮೇಲೆ ಕೈ ಇರಿಸಿ ಕಣ್ಣಂಚಿನಿಂದ ಕನ್ನಡಿಯಲ್ಲಿ ತನ್ನ ವಿಶೇಷ ಭಂಗಿಯನ್ನು ನೋಡಿಕೊಂಡಳು. 'ಜೇನುಗೂಡು' ವಸತಿಗೃಹದಲ್ಲಿ ರಾಮನೊಡನೆ ಕಳೆದ ಕ್ಷಣಗಳು ನೆನಪಾದವು.

ರಾಮ...

ಇದು ಹೊಸತು. ಇದು ವಿಶೇಷ.

ಸುಂದರ ಸಂಬಂಧದ ಪ್ರಾರಂಭವಿದು.

—೯೭—

ಅರಮನೆಯ ಉದ್ಯಾನವನ. ಉದ್ಯಾನವನದಲ್ಲಿ ಊರ್ಮಿಳೆ-ಲಕ್ಷ್ಮಣನೊಂದಿಗೆ ಹೆಚ್ಚು ಸಮಯ ಕಳೆಯಲೆಂಬುದು ಸೀತೆಯ ಉದ್ದೇಶವಾಗಿತ್ತು. ಲಕ್ಷ್ಮಣನನ್ನು ಕರೆತರಲು ಸಮೀಚಿಯನ್ನು ಕಳುಹಿಸಿ ಸೀತೆ ಊರ್ಮಿಳೆಯೊಂದಿಗೆ ಉದ್ಯಾನವನಕ್ಕೆ ಬಂದಿದ್ದಳು. ಇದರಿಂದಾಗಿ ಲಕ್ಷ್ಮಣನ ಅನುಪಸ್ಥಿತಿಯಲ್ಲಿ ತಾನು ರಾಮನೊಡನೆ ಏಕಾಂತದಲ್ಲಿ ಸ್ವಲ್ಪ ಕಾಲ ಕಳೆಯಬಹುದೆಂಬುದು ಸೀತೆಯ ಹುನ್ನಾರವಾಗಿತ್ತು. ಸಮೀಚಿ ಲಕ್ಷ್ಮಣನೊಡನೆ ಬಂದಳು. ಅವಳನ್ನು ಹಿಂಬಾಲಿಸಿಕೊಂಡೇ ರಾಮನೂ ಬಂದ.

"ನಮಸ್ತೆ"-ರಾಮ.

"ನಮಸ್ತೆ. ಇವಳು ಊರ್ಮಿಳಾ ನನ್ನ ತಂಗಿ."

ಎಂದು ಸೀತೆ ರಾಮ ಲಕ್ಷ್ಮಣರಿಗೆ ಪರಿಚಯಿಸಿದಳು. ಊರ್ಮಿಳಾ ಇಬ್ಬರಿಗೂ ನಮಸ್ಕರಿಸಿದಳು.

"ರಾಮನೊಂದಿಗೆ ಖಾಸಗಿಯಾಗಿ ಮಾತನಾಡುವುದಿದೆ" ಎಂದಳು ಸೀತೆ ಸಮೀಚಿಯತ್ತ ನೋಡುತ್ತಾ.

"ಆಗಬಹುದು. ಅದಕ್ಕೂ ಮುಂಚೆ ನಂಗೆ ನಿಮ್ಮೊಡನೆ ಮಾತನಾಡುವುದಿದೆ" ಎಂದು ಸಮೀಚಿ ಸೀತೆಯನ್ನು ಪಕ್ಕಕ್ಕೆ ಎಳೆದೊಯ್ದಳು.

"ಸೀತೆ, ನೆನಪಿರಲಿ. ರಾಮ ಸರಳ ವ್ಯಕ್ತಿ. ಮುಗ್ಧ. ಅವನ ಜೀವಕ್ಕೆ ಅಪಾಯವಿದೆ. ಮಿಥಿಲೆ ತೊರೆದುಹೋಗುವಂತೆ ಅವನಿಗೆ ಹೇಳು."

—ಎಂದಳು ಸಮೀಚಿ. ಸೀತೆ ನಕ್ಕಳಷ್ಟೆ.

ಸಮೀಚಿ ಊರ್ಮಿಳೆಯ ಕೈ ಹಿಡಿದು ಅವಳನ್ನು ಅಲ್ಲಿಂದ ಕರೆದೊಯ್ದಳು. ಲಕ್ಷ್ಮಣನೂ ಅವಳನ್ನು ಹಿಂಬಾಲಿಸಿದ.

"ರಾಜಕುಮಾರಿ, ನನ್ನ ಭೇಟಿ ಮಾಡುತ್ತಿರುವ ಉದ್ದೇಶವೇನು?"

—ರಾಮನ ಪ್ರಶ್ನೆ.

"ರಾಜಕುಮಾರ, ಒಂದು ನಿಮಿಷ ಕಾಲಾವಕಾಶ ಕೊಡು."

—ಸೀತೆ ಮರದ ಹಿಂಬದಿಗೆ ಹೋದಳು. ಅಲ್ಲಿ ಬಟ್ಟೆಯಲ್ಲಿ ಸುತ್ತಿದ್ದ ವಸ್ತುವೊಂದನ್ನು ಕೈಗೆತ್ತಿಕೊಂಡು ರಾಮನ ಬಳಿಗೆ ಬಂದಳು. ಬಟ್ಟೆಯ ಮುಸುಕನ್ನು ತೆರೆದು ಆ ವಸ್ತುವನ್ನು ರಾಮನ ಕೈಗಿತ್ತಳು. ಅದೊಂದು ಸುಂದರವಾದ ಬಿಲ್ಲು. ರಾಮ ಅದನ್ನು ಕೈಗೆತ್ತಿಕೊಂಡು ನೋಡಿದ. ಬಿಲ್ಲಿನ ಮೇಲಿನ ಕೆತ್ತನೆಯನ್ನು ಸೂಕ್ಷ್ಮವಾಗಿ ಅವಲೋಕಿಸಿದ. ಅದೊಂದು ಜ್ವಾಲೆಯ ಪ್ರತಿಮೆ–ಜ್ವಾಲೆ ಅಗ್ನಿದೇವರ ಪ್ರತಿನಿಧಿ. ಋಗ್ವೇದದ ಮೊದಲ ಅಧ್ಯಾಯವನ್ನು ಪೂಜನೀಯ ಅಗ್ನಿದೇವರಿಗೆ ಅರ್ಪಿಸಲಾಗಿದೆ.

ಸೀತೆ ರಾಮನ ಮುಂದೆ ಮರದ ಪೀಠವೊಂದನ್ನು ಇರಿಸಿದಳು. ಬಿಲ್ಲನ್ನು ನೆಲದ ಮೇಲಿರಿಸಬಾರದು. ರಾಮ ಈ ಬಿಲ್ಲಿನಿಂದ ಸಮ್ಮೋಹಿತನಾಗಿದ್ದ. ಸೀತೆ ರಾಮನಿಂದ ಬಿಲ್ಲನ್ನು ತನ್ನ ಕೈಗೆ ತೆಗೆದುಕೊಂಡು ಹೆದೆ ಏರಿಸಿದಳು. ಬಿಲ್ಲಿನ ದಾರಗಳನ್ನು ಎಳೆದಳು. ಬಿಲ್ಲಿನಿಂದ ಮೋಹಕ ಧ್ವನಿ ಹೊಮ್ಮಿತು.

"ಇದೊಂದು ಅದ್ಭುತವಾದ ಬಿಲ್ಲು"

—ರಾಮ ಉದ್ಗರಿಸಿದ.

"ಈ ಬಿಲ್ಲು ನಾವಿಬ್ಬರೂ ಆರಾಧಿಸುವ ದೇವತೆಗೆ ಸೇರಿದ್ದು"

—ಎಂದಳು ಸೀತೆ.

"ಹೌದು. ಅದು ಪಿನಾಕ"

ಪಿನಾಕ ಮಹಾರುದ್ರನ ಬಿಲ್ಲು. ಈ ಪಿನಾಕ ಮಿಥಿಲೆಗೆ ಬಂದದ್ದಾದರೂ ಹೇಗೆ? ಅದೊಂದು ಕಥೆ.

"....ಆದರೆ ಈ ಬಿಲ್ಲಿನ ಪ್ರಯೋಗವನ್ನು ನೀನು ಅಭ್ಯಾಸ ಮಾಡಬೇಕು. ನಾಳೆ ಸ್ವಯಂವರದಲ್ಲಿ ಸ್ಪರ್ಧೆಗೆ ಇದೇ ಬಿಲ್ಲನ್ನು ಬಳಸಲಾಗುವುದು.'

—ಎಂದಳು ಸೀತೆ. ರಾಮ ತಲೆ ಆಡಿಸಿ ನುಡಿದ:

"ಇದು ಮಹಾರುದ್ರನ ಬಿಲ್ಲು. ನಾಳೆ ನಾನು ಅದನ್ನು ಬಳಸುವೆ. ಇವತ್ತಲ್ಲ."

ಸೀತೆ ಪೆಚ್ಚಾದಳು.

ಏನು... ಅವನಿಗೆ ನನ್ನನ್ನು ವಿವಾಹವಾಗುವ ಆಸೆ ಇಲ್ಲವೆ?

"ನಿನಗೆ ನನ್ನ ಕೈ ಹಿಡಿವ ಆಸೆ ಇದೆ ಎಂದು ಭಾವಿಸಿದ್ದೆ."

ಸೀತೆ ಮಂದಸ್ವರದಲ್ಲಿ ನುಡಿದಳು.

"ಇದೆ. ಅದನ್ನು ನೇರ ಮಾರ್ಗದಲ್ಲಿ ಹಿಡಿಯುವೆ. ನಿಯಮಾನುಸಾರ ಜಯಿಸಿ ನಿನ್ನ ಕೈ ಹಿಡಿಯುವೆ"

ಸೀತೆ ಮನದುಂಬಿ ನಕ್ಕಳು.

ಇವನು ನಿಜಕ್ಕೂ ವಿಶೇಷ ಪುರುಷ. ಇವನು ಇತಿಹಾಸಪುರುಷನಾಗುತ್ತಾನೆ. ಮಹಾಪುರುಷನೆಂದು ಜನ ಚಿರಕಾಲ ಸ್ಮರಿಸುತ್ತಾರೆ.

ರಾಮನನ್ನು ಬಾಳಸಂಗಾತಿಯಾಗಿ ಆರಿಸಿಕೊಂಡದ್ದು ಸೀತೆಗೆ ಸಂತಸವುಂಟು ಮಾಡಿತ್ತು. ಜೊತೆಗೆ ಕಳವಳವೂ ಆಗಿತ್ತು. ರಾಮ ತೊಂದರೆ ಅನುಭವಿಸಲಿದ್ದಾನೆಂಬುದು ಅವಳಿಗೆ ತಿಳಿದಿತ್ತು.

"ನನ್ನ ಮಾತನ್ನು ಒಪ್ಪುವುದಿಲ್ಲವೆ?"

—ರಾಮ ಕೇಳಿದ.

"ಒಪ್ಪುತ್ತೇನೆ. ನಿನ್ನ ಮಾತಿನಿಂದ ನಾನು ಪ್ರಭಾವಿತಳಾಗಿದ್ದೇನೆ ರಾಮ. ನೀನೊಬ್ಬ ಅಸಾಧಾರಣ ಪುರುಷ."

ರಾಮನ ಕೆನ್ನೆ ಕೆಂಪೇರಿತು.

"ನಾಳೆ ಬೆಳಿಗ್ಗೆ ನಿನ್ನ ಬಿಲ್ಲುವಿದ್ಯೆ ನೋಡುವ ಕಾತರದಲ್ಲಿದ್ದೇನೆ."

ಎಂದಳು ಸೀತೆ ನಗುನಗುತ್ತಾ.

— ೧೮ —

ಉತ್ತರದ ಅರಣ್ಯದ ಅಂಚು. ಈಚಿನ ದಿನಗಳಲ್ಲಿ ಸೀತೆ ಮತ್ತು ಜಟಾಯುವಿನ ಭೇಟಿಯ ಸ್ಥಳವಾಗಿತ್ತು. ಈ ಸ್ಥಳ ರಾವಣನ ಖಾಸಗಿ ಮೊಕ್ಕಾಮಿನ ಸ್ಥಳಕ್ಕೆ ಅತಿ ದೂರದಲ್ಲಿತ್ತು.

"ಅವನು ನಿಜಕ್ಕೂ ನಿನ್ನ ಸಹಾಯ ನಿರಾಕರಿಸಿದನೆ?"

ಜಟಾಯುವಿನ ಪ್ರಶ್ನೆ.

"ಹೌದು."

"ಅವನು ಸಾಧಾರಣ ವ್ಯಕ್ತಿಯಲ್ಲ"

"ಹೌದು. ಅವನು ಅಸಾಧಾರಣ ಪುರುಷ. ಆದರೆ ಮಲೆಯಪುತ್ರರು ಇದನ್ನು ಒಪ್ಪುವರೋ ಇಲ್ಲವೋ ನನಗೆ ಸಂದೇಹ" ಎಂದಳು ಸೀತೆ.

"ತಂಗೀ ಅವನಂಥವರ ಅಗತ್ಯ ಇಂದು ನಮ್ಮ ದೇಶಕ್ಕಿದೆ."

"ನಾಳೆ ಮಲೆಯಪುತ್ರರು ರಾಮನ ಬಗ್ಗೆ ಏನಾದರೂ ಮಾಡುವ ಸಂಭವವಿದೆಯೇ?"

—ಸೀತೆ ತನ್ನ ಮನದಲ್ಲಿ ಕೊರೆಯುತ್ತಿದ್ದುದನ್ನು ಕೊನೆಗೂ ಕೇಳಿದಳು.

ಜಟಾಯು ಮೌನವನ್ನಾಶ್ರಯಿಸಿದ್ದ. ಅವನ ಮುಖದಲ್ಲಿ ಆತಂಕ ಇದ್ದಂತಿತ್ತು.

"ನನ್ನನ್ನು ತಂಗೀ ಎಂದು ಕರೆದಿದ್ದೀಯ. ಇದು ನನ್ನ ಭಾವಿಪತಿಯ ವಿಷಯ. ಅದನ್ನು ತಿಳಿದುಕೊಳ್ಳುವ ಅರ್ಹತೆ ನನಗಿದೆ. ಜಟಾಯು... ಹೇಳು.'

ಜಟಾಯು ಬೆನ್ನು ನೆಟ್ಟಗೆ ಮಾಡಿ ಕುಳಿತ.

"ನಮ್ಮ ಗಂಗಾ ಆಶ್ರಮದ ಸಮೀಪ ಅಸುರರ ಮೇಲೆ ನಡೆದ ದಾಳಿ ವಿಷಯ ನಿನಗೆ ತಿಳಿದಿರಬೇಕಲ್ಲವೆ?"

ಗಂಗೆಯ ಸಮೀಪದ ವಿಶ್ವಾಮಿತ್ರನ ಆಶ್ರಮದ ಮೇಲೆ ಅಸುರರು ಆಗಾಗ್ಗೆ ದಾಳಿ ನಡೆಸುತ್ತಿದ್ದರು. ಈ ಅಸುರರ ನಿಯಂತ್ರಣಕ್ಕಾಗಿ ಮಲೆಯಪುತ್ರರ ಸೇನೆಯ ನಾಯಕತ್ವ ವಹಿಸಿಕೊಳ್ಳುವಂತೆ ವಿಶ್ವಾಮಿತ್ರರು

ರಾಮ ಲಕ್ಷ್ಮಣರನ್ನು ಕೇಳಿಕೊಂಡಿದ್ದರು. ಈ ಅಸುರರಿಗೆ ಬುದ್ಧಿ ಕಲಿಸಿದ ನಂತರ ರಾಮಲಕ್ಷ್ಮಣರು ಸ್ವಯಂವರಕ್ಕಾಗಿ ಮಿಥಿಲೆಗೆ ಬಂದಿದ್ದರು.

"ಹೌದು. ರಾಮನ ಜೀವಕ್ಕೆ ಅಪಾಯವಾಗಿತ್ತೆ?"

ಇಲ್ಲವೆಂದು ಜಟಾಯು ತಲೆ ಆಡಿಸಿದ.

"ಅದೊಂದು ಕಾಕಪೋಕ ಆದಿವಾಸಿಗಳ ಪುಟ್ಟ ಗುಂಪಷ್ಟೇ. ರಾಮನ ಜೀವಕ್ಕೆ ಯಾವತ್ತೂ ಅಪಾಯವಿರಲಿಲ್ಲ."

"ನಂಗೆ ಅರ್ಥವಾಗ್ತಾ ಇಲ್ಲ."

ಸೀತೆ ಗೊಂದಲಗೊಂಡಿದ್ದಳು.

"ರಾಮನ ಜೀವಕ್ಕೆ ಹಾನಿಯುಂಟು ಮಾಡುವುದು ಅವರ ಉದ್ದೇಶವಲ್ಲ. ಬೆಂಬಲಿಗರ ಕಣ್ಣಲ್ಲಿ ಅವನ ಕೀರ್ತಿಗೆ ಹಾನಿಯುಂಟು ಮಾಡುವುದಷ್ಟೇ ಅವರ ಉದ್ದೇಶವಾಗಿತ್ತು."

ಸೀತೆ ರಹಸ್ಯ ತಿಳಿದು ಕಣ್ಣರಳಿಸಿದಳು.

"ಮಲೆಯಪುತ್ರರಿಗೆ ರಾಮನ ಅವಸಾನ ಬೇಕಿಲ್ಲ. ತಮ್ಮ ನಿಯಂತ್ರಣ ದಿಂದ ಅವನು ವಿಷ್ಣುವನ್ನು ಹಾರಿಸಿಕೊಂಡು ಹೋಗಬಾರದೆಂಬುದಷ್ಟೇ ಅವರ ಉದ್ದೇಶ."

"ಮಲೆಯಪುತ್ರರು ರಾವಣನ ಜೊತೆ ಸೇರಿಕೊಳ್ಳಲಿದ್ದಾರೆಯೇ?"

ಜಟಾಯುವಿಗೆ ಘಾತವಾಯಿತು.

"ಇದೆಂಥ ಪ್ರಶ್ನೆ ವಿಷ್ಣು. ಅವರೆಂದಿಗೂ ರಾವಣನ ಜೊತೆ ಸೇರುವುದಿಲ್ಲ. ಅವರು ರಾವಣನನ್ನು ನಾಶ ಮಾಡುತ್ತಾರೆ. ಆದರೆ ಕಾಲ ಕೂಡಿ ಬಂದಾಗ. ಮಲೆಯಪುತ್ರರು ಭಾರತದ ಪುನರುತ್ಥಾನಕ್ಕೆ ನಿಷ್ಠರಾಗಿದ್ದಾರೆಂಬುದನ್ನು ಮರೆಯದಿರು. ರಾವಣ ಅವರಿಗೊಂದು ಸಾಧನವಷ್ಟೆ."

"ರಾಮನಂತೆ, ನನ್ನಂತೆ."

"ಇಲ್ಲ... ಇಲ್ಲ... ಮಲೆಯಪುತ್ರರು ನಿನ್ನನ್ನು ಸಾಧನವಾಗಿ ಬಳಸುವರೆಂಬ ಯೋಚನೆಯಾದರೂ ನಿನಗೆ ಹೇಗೆ ಬಂತು?"

ಸೀತೆ ಜಟಾಯುವನ್ನೇ ನೋಡಿದಳು.

ಬಹುಶಃ ಸಮೀಚಿ ಹೇಳಿದ್ದು ಸರಿ. ನನ್ನ ಹತೋಟಿ ಮೀರಿದ ಶಕ್ತಿಗಳಿವೆ. ಹಾಗೂ ರಾಮ...

"ವಿಷ್ಣು ನೆನಪಿಡಿ. ಮಲೆಯಪುತ್ರರ ಯೋಜನೆಯಲ್ಲಿ ನಿನ್ನ ಪಾತ್ರ ಮಹತ್ವದ್ದು. ನಿನಗೆ ಹಾನಿಯಾಗಲು ಅವರು ಆಸ್ಪದ ನೀಡುವುದಿಲ್ಲ. ನಿನಗೆ ಯಾವ ಕೇಡೂ ಆಗದು."

ಜಟಾಯು ಸ್ಪಷ್ಟ ಮಾತುಗಳಲ್ಲಿ ನುಡಿದ.

ಸೀತೆ ನಕ್ಕಳು. ಜಟಾಯು ಅವಳಿಗೆ ಉತ್ತರಿಸಿದ್ದ. ಮುಂದೆ ತಾನೇನು ಮಾಡಬೇಕೆಂಬುದು ಅವಳಿಗೆ ಖಚಿತವಾಗಿತ್ತು.

ಅಧ್ಯಾಯ – 21

"ಸ್ವಯಂವರದ ಬಗ್ಗೆ ಮಲಯಪುತ್ರರ ಯೋಜನೆಗಳೆಲ್ಲವನ್ನೂ ನನ್ನ ಗಮನಕ್ಕೆ ತರಲಾಗಿದೆಯೆ ಅರಿಷ್ಠನೇಮಿ?"

—ಸೀತೆ ಕೇಳಿದಳು. ಅರಿಷ್ಠನೇಮಿಗೆ ಈ ಪ್ರಶ್ನೆಯಿಂದ ಸೋಜಿಗ ಉಂಟಾಯಿತು.

"ನನಗೆ ಅರ್ಥವಾಗ್ತಿಲ್ಲ"

—ಎಂದು ಅವನು ಎಚ್ಚರಿಕೆಯಿಂದ ಪ್ರತಿಕ್ರಿಯಿಸಿದ.

"ರಾವಣನಿಗೆ ಆಮಂತ್ರಣ ಹೋದದ್ದು ಹೇಗೆ?"

"ಇದರಲ್ಲಿ ನಿಮ್ಮಂತೆಯೇ ನಮಗೂ ಏನೊಂದು ಸುಳಿವೂ ತಿಳಿಯದು. ಅದರಲ್ಲಿ ಚಿಕ್ಕಪ್ಪನ ಕೈವಾಡವಿರಬೇಕು ಎಂದು ನಮ್ಮ ಶಂಕೆ. ಆದರೆ ಸಾಕ್ಷಿಪುರಾವೆ ಇಲ್ಲ."

ಸೀತೆ ಸಂದೇಹಪೀಡಿತಳಾದಳು.

"ಸರಿ... ಸಾಕ್ಷಿಪುರಾವೆ ಇಲ್ಲ."

ಅರಿಷ್ಠನೇಮಿ ನಿಡಿದಾದ ಉಸಿರು ತೆಗೆದುಕೊಂಡ.

"ಸೀತೆ, ನಿನ್ನ ಮನಸ್ಸಿನಲ್ಲೇನಿದೆಯೋ ಅದನ್ನು ಹೇಳಬಾರದೇಕೆ?"

ಸೀತೆ ಅರಿಷ್ಠನೇಮಿಯ ಕಣ್ಣಲ್ಲಿ ಕಣ್ಣಿಟ್ಟು ಹೇಳಿದಳು :

"ರಾವಣನ ಕುಟುಂಬದ ಬೇರುಗಳು ಕನೂಜ್‌ನಲ್ಲಿವೆ ಎಂಬುದು ನನಗೆ ಗೊತ್ತು."

ಅರಿಷ್ಠನೇಮಿ ಬೆಚ್ಚಿಬಿದ್ದ. ತಕ್ಷಣವೇ ಅದರಿಂದ ಬಿಡಿಸಿಕೊಂಡ.

"ಸೀತೆ, ಪರಶುರಾಮನ ಆಣೆ, ಇಂಥ ಆಲೋಚನೆಗಳು ನಿಂಗೆ ಹೇಗೆ ಬಂದವು?"

"ಗುರು ವಿಶ್ವಾಮಿತ್ರರಿಗೆ ಮಲೆಯಪುತ್ರರ ಪ್ರಧಾನರು ಎಂಬುದಕ್ಕೆ ಮಿಗಿಲಾದ ಬೇರೆ ಗುರುತು ಪತ್ತೆಗಳಿವೆಯೆ?"

—ಸೀತೆ ತಣ್ಣಗೆ ಕೇಳಿದಳು.

ಅರಿಷ್ಟನೇಮಿ ಗಲಿಬಿಲಿಗೊಂಡ. ತಾನು ಮರ್ಮಘಾತುಕ ಪೆಟ್ಟು ಕೊಟ್ಟಿದ್ದೇನೆ ಎಂಬುದರ ಅರಿವು ಅವಳಿಗಿತ್ತು. ಅವಳಿಗೆ ವಿಶ್ವಾಮಿತ್ರರ ಜೊತೆ ಇಂಥ ಮಾತುಕತೆ ಸಾಧ್ಯವಿರಲಿಲ್ಲ. ವಿಶ್ವಾಮಿತ್ರರ ಮನವೊಲಿಸುವ ಸಾಮರ್ಥ್ಯ ಉಳ್ಳವರಲ್ಲಿ ಒಬ್ಬ ಅರಿಷ್ಟನೇಮಿ.

"ರಾವಣನನ್ನು ನಾವು ಯಾವಾಗ ಬೇಕಾದರೂ ನಾಶಗೊಳಿಸಬಹುದು."

ಎಂದ ಅರಿಷ್ಟನೇಮಿ.

"ಅವನ ಮರಣದಿಂದ ನಿನಗೆ ಸಹಾಯ ಮಾಡಲೆಂದೇ ನಾವು ಅವನನ್ನು ಜೀವಂತ ಇರಿಸಿದ್ದೇವೆ. ಸಮಸ್ತ ಭಾರತೀಯರೂ ನಿನ್ನನ್ನು ವಿಷ್ಣುವೆಂದು ಮಾನ್ಯ ಮಾಡಲೆಂದು."

"ನಾನು ನಿನ್ನ ನಂಬುತ್ತೇನೆ"

ಅರಿಷ್ಟನೇಮಿ ಮೌನಿಯಾದ. ಅವನ ಮನಸ್ಸು ಗೊಂದಲದ ಗೂಡಾಗಿತ್ತು.

"ರಾಮನ ಬಗ್ಗೆಯೂ ನೀವು ಯೋಜನೆಗಳನ್ನು ರೂಪಿಸಿಕೊಂಡಿರುವಿರಿ ಎಂಬುದು ನನಗೆ ಗೊತ್ತು."

"ಸೀತೆ ನನ್ನ ಮಾತು ಕೇಳು..."

ಸೀತೆ ಅರಿಷ್ಟನೇಮಿಯ ಮಾತನ್ನು ಅರ್ಧಕ್ಕೆ ತಡೆದಳು. ಚುರುಕು ಮುಟ್ಟಿಸಲು ಇದು ಸಕಾಲವಾಗಿತ್ತು.

"ರಾಮನ ಜೀವ ನನ್ನ ಕೈಯ್ಯಲ್ಲಿ ಇಲ್ಲದೇ ಇರಬಹುದು. ಆದರೆ ನನ್ನ ಜೀವ ನನ್ನ ಕೈಯ್ಯಲ್ಲಿದೆ"

ಅರಿಷ್ಟನೇಮಿ ಆಘಾತಗೊಂಡ. ಅವನಿಗೆ ಮಾತಾಡಲು ತೋಚಲಿಲ್ಲ. ಸೀತೆ ಇಲ್ಲದಿದ್ದಲ್ಲಿ ಅವರ ಎಲ್ಲಾ ಯೋಜನೆಗಳೂ ನೆಲ ಕಚ್ಚುತ್ತಿದ್ದವು. ಅವರು ಆಕೆಯನ್ನು ಅತಿಯಾಗಿ ನಂಬಿದ್ದರು. ಅವಲಂಬಿಸಿದ್ದರು.

"ನಾನು ನಿರ್ಧರಿಸಿರಿಯಾಗಿದೆ. ಈಗ ಮುಂದೇನು ಮಾಡಬೇಕೆಂಬು ದನ್ನು ನೀವು ನಿರ್ಧರಿಸಬೇಕು"

ಎಂದು ದೃಢತೆಯಿಂದ ನುಡಿದಳು ಸೀತೆ.

“ಸೀತಾ...”

“ಇನ್ನು ನನ್ನಿಂದ ಹೆಚ್ಚಿಗೆ ಹೇಳುವುದು ಏನೂ ಇಲ್ಲ ಅರಿಷ್ಟನೇಮಿ.”

—೧೮—

ಸ್ವಯಂವರವನ್ನು ಆಸ್ಥಾನ ಸಭಾಂಗಣದ ಬದಲು ಧರ್ಮಶಾಲೆಯಲ್ಲಿ ಏರ್ಪಡಿಸಲಾಗಿತ್ತು. ಮಿಥಿಲೆಯ ರಾಜಸಭಾಂಗಣ ಅಷ್ಟೇನೂ ವಿಶಾಲ-ವಾದುದಾಗಿರಲಿಲ್ಲವೆಂಬ ಕಾರಣದಿಂದ. ಜನಕ ಮಹಾರಾಜ ಧರ್ಮಶಾಲೆಯ ಸಭಾಂಗಣವನ್ನು ಮಿಥಿಲೆ ವಿಶ್ವವಿದ್ಯಾನಿಲಯಕ್ಕೆ ದಾನ ಮಾಡಿದ್ದರು. ಧರ್ಮ ಸಭಾಂಗಣ ವೃತ್ತಾಕಾರವಾಗಿ ನಿರ್ಮಿಸಲಾದ ಕಟ್ಟಡದಲ್ಲಿತ್ತು. ಸಭಾಂಗಣದ ಒಂದು ತುದಿಯಲ್ಲಿ, ಮರದ ವೇದಿಕೆಯ ಮೇಲೆ ರಾಜ ಸಿಂಹಾಸನವಿತ್ತು. ಸಿಂಹಾಸನದ ಹಿಂದೆ ಮಿಥಿಲೆಯ ಸಂಸ್ಥಾಪಕ ದೊರೆ ಮಿಥಿಯ ಪ್ರತಿಮೆ ಯನ್ನಿರಿಸಲಾಗಿತ್ತು. ದೊರೆಯ ಸಿಂಹಾಸನದ ಎಡ-ಬಲ ಪಾರ್ಶ್ವಗಳಲ್ಲಿ ಎರಡು ಸಿಂಹಾಸನಗಳನ್ನಿರಿಸಲಾಗಿತ್ತು. ಸಭಾಂಗಣ ಭರ್ತಿಯಾಗಿತ್ತು. ಅರಿಷ್ಟನೇಮಿ ರಾಮ-ಲಕ್ಷ್ಮಣನರನ್ನು ಸಭಾಂಗಣಕ್ಕೆ ಕರೆತಂದ. ಸ್ಪರ್ಧಿಗಳೆಲ್ಲ ಆಸೀನರಾಗಿದ್ದರು. ರಾಮ ಗೊತ್ತುಪಡಿಸಿದ್ದ ಪೀಠದಲ್ಲಿ ಆಸೀನನಾದ. ಲಕ್ಷ್ಮಣ ಮತ್ತು ಅರಿಷ್ಟನೇಮಿ ಅವನ ಹಿಂದೆ ನಿಂತರು. ಸ್ಪರ್ಧಿಗಳಲ್ಲೇ ಗುಸುಗುಸು ಮಾತು ಶುರುವಾಗಿತ್ತು.

“ಅಯೋಧ್ಯೆಗೇಕೆ ಬೇಕು ಮಿಥಿಲೆಯೊಂದಿಗೆ ನೆಂಟಸ್ಥಿಕೆ?”

ಎಲ್ಲರ ದೃಷ್ಟಿ ರಾಮನ ಮೇಲಿತ್ತು.

ಸಭಾಂಗಣದಲ್ಲಿ ಮೇಜಿನ ಮೇಲೆ ಪಿನಾಕವನ್ನು ಇರಿಸಲಾಗಿತ್ತು. ಮೇಜಿನ ಕೆಳಗೆ ನೆಲಹಂತದಲ್ಲಿ ತಾಮ್ರದ ಹರಿವಾಣವೊಂದನ್ನಿರಿಸಲಾಗಿತ್ತು. ಹರಿವಾಣದ ಭರ್ತಿ ನೀರು ತುಂಬಲಾಗಿತ್ತು. ಅದರೊಳಗೊಂದು ಚಲಿಸುವ ಮೀನು. ಸ್ಪರ್ಧಾಳು ನೆಲದ ಮೇಲಿಂದ ನೂರು ಮೀಟರು ಎತ್ತರದಲ್ಲಿ ದೃಷ್ಟಿ ನೆಟ್ಟು ಕೆಳಗೆ ಕಾಣುವ ಮೀನಿನ ಪ್ರತಿಬಿಂಬವನ್ನು ಗುರುತಿಸಿ ಅದರ ಕಣ್ಣಿಗೆ ಗುರಿ ಇಟ್ಟು ಬಾಣ ಬಿಡಬೇಕಾಗಿತ್ತು. ಈ ಗುರಿ ಸಾಧಿಸಿದವನು ಸೀತೆಯ ಕೈ ಹಿಡಿಯಲಿದ್ದ.

ಸೀತೆ ಧರ್ಮಶಾಲೆಯ ಸಭಾಂಗಣದ ಮೇಲುಪ್ಪರಿಗೆಯಲ್ಲಿ ಕುಳಿತಿದ್ದಳು. ಅಯೋಧ್ಯೆಯ ರಾಜಕುವರ ರಾಮ ವೃತ್ತಾಕಾರದಲ್ಲಿ ಆಸೀನರಾಗಿದ್ದ ಸ್ಪರ್ಧಿಗಳ ಮಧ್ಯೆ ಕುಳಿತಿರುವುದನ್ನು ನೋಡಿ ಸೀತೆ ಕಣ್ಣು ತುಂಬಿಕೊಂಡಳು. "ರಾಮ, ನಾನಿಲ್ಲಿದ್ದೇನೆ... ನಿನ್ನ ವಿಜಯದ ನಿರೀಕ್ಷೆಯಲ್ಲಿ" ಎಂದು ಮನಸ್ಸಿನಲ್ಲೇ ಉಲಿದಳು.

ಸಮೀಚಿ ಭದ್ರತೆಯ ಹೊಣೆ ಹೊತ್ತಿದ್ದಳು. ಅವಳನ್ನು ಕಂಡು ಸೀತೆಗೆ ಕಿರಿಕಿರಿಯಾಯಿತು.

ಸಮೀಚಿ ಆರಾಮವಾಗಿರಬೇಕು. ಪರಿಸ್ಥಿತಿಯನ್ನು ನಾನು ನಿಭಾಯಿಸಬಲ್ಲೆ. ರಾಮನ ಜೀವಕ್ಕೆ ಅಪಾಯವಿಲ್ಲ.

ಸಭಾಂಗಣದಲ್ಲಿ ಲಕ್ಷ್ಮಣ ಕಂಡ. ಲಕ್ಷ್ಮಣ ಅವಳತ್ತ ನೋಡಿ ನಕ್ಕ. ಅಷ್ಟರಲ್ಲಿ ರಾಜಘೋಷ...

ಮಿಥಿ ವಂಶದ ಜನಕ ಮಹಾರಾಜರು...

ಸಭೆ ಜನಕನನ್ನು ಸ್ವಾಗತಿಸಲು ಎದ್ದು ನಿಂತಿತು. ವಿಶ್ವಾಮಿತ್ರರನ್ನು ಮುಂದಿಟ್ಟುಕೊಂಡು ಜನಕ ಮಹಾರಾಜ ಸಭಾಂಗಣ ಪ್ರವೇಶಿಸಿದ. ಅವನ ಹಿಂದೆ ತಮ್ಮ ಕುಶಧ್ವಜನಿದ್ದ.

ಮಿಥಿಲೆಯ ಮಹಾಸಿಂಹಾಸನದಲ್ಲಿ ಆಸೀನರಾಗುವಂತೆ ಜನಕರಾಜ ವಿಶ್ವಾಮಿತ್ರರನ್ನು ಪ್ರಾರ್ಥಿಸಿದ. ಅವನು ಕಿರು ಸಿಂಹಾಸನದಲ್ಲಿ ಆಸೀನನಾದ. ಕುಶಧ್ವಜ ಮಹಾಸಿಂಹಾಸನದ ಎಡತುದಿಯಲ್ಲಿದ್ದ ಮತ್ತೊಂದು ಕಿರು ಸಿಂಹಾಸನದಲ್ಲಿ ಆಸೀನನಾದ.

ರಾಮನೆಲ್ಲಿ?

ಉಪ್ಪರಿಗೆಯಲ್ಲಿ ಕುಳಿತಿದ್ದ ಸೀತೆ ನಗುತ್ತಿದ್ದಳು. ಸಭಾಂಗಣದ ಮಹಾ ದ್ವಾರದಲ್ಲಿ ಘಂಟಾನಾದವಾಯಿತು. ವಿಶ್ವಾಮಿತ್ರರು ಎದ್ದುನಿಂತು "ಜನಕ ಮಹಾರಾಜ ಕರೆದಿರುವ ಈ ಸಭೆಗೆ ತಮಗೆಲ್ಲರಿಗೂ ಸ್ವಾಗತ" ಎಂದರು. ಜನಕ ಸೌಮ್ಯ ನಗೆ ಬೀರಿದ.

"ಮಿಥಿಲೆಯ ರಾಜಕುವರಿ ಸೀತೆ. ಈ ಗುಪ್ತ ಸ್ವಯಂವರವನ್ನು ನಿರ್ಧರಿಸಿದ್ದಾಳೆ. ಅವಳು ಸಭಾಂಗಣದಲ್ಲಿರುವುದಿಲ್ಲ. ಅವಳೊಡನೆ ಪಾಣಿಗ್ರಹಣ ಬಯಸುವವರು ಸ್ಪರ್ಧೆಯಲ್ಲಿ ಭಾಗವಹಿಸಬಹುದು."

—ಮಹರ್ಷಿಯವರ ಮಾತುಗಳನ್ನು ಸಭೆ ಕಿವಗಡಚಿಕ್ಕುವ

ಚಪ್ಪಾಳೆಯಿಂದ ಸ್ವಾಗತಿಸಿತು. ಶಂಖನಾದವಾಯಿತು. ಶಂಖನಾದ ಬಂದತ್ತ ಎಲ್ಲಾ ತಿರುಗಿದರು. ಹದಿನೈದು ಮಂದಿ ವೀರಯೋಧರು ಕಪ್ಪುಬಾವುಟ ಹಿಡಿದು ಸಭಾಂಗಣ ಪ್ರವೇಶಿಸಿದ್ದರು. ಅವರ ಕೈಗಳಲ್ಲಿ ಗರ್ಜಿಸುವ ಸಿಂಹ ಲಾಂಛನವಿತ್ತು. ಅವರ ಹಿಂದೆ ಇಬ್ಬರು ಅದಮ್ಯ ಪುರುಷರಿದ್ದರು. ಅವರಲ್ಲಿ ಒಬ್ಬ ಲಕ್ಷ್ಮಣನಿಗಿಂತ ಎತ್ತರವಾಗಿದ್ದ. ಅವನು ರಾವಣನ ತಮ್ಮ ಕುಂಭಕರ್ಣ ನಾಗಿದ್ದ. ಅವನೊಟ್ಟಿಗೆ ರಾವಣ ಹೆಮ್ಮೆಯಿಂದ ಬೀಗುತ್ತಾ ಹೆಜ್ಜೆ ಹಾಕುತ್ತಿದ್ದ.

ರಾವಣನ ಪರಿವಾರ ಮಹಾರುದ್ರನ ಅಸ್ತ್ರವಾದ ಪಿನಾಕಿಯನ್ನು ಇರಿಸಲಾಗಿದ್ದ ವೇದಿಕೆಯ ಬದಿ ಬಂದು ನಿಂತಿತು.

ರಾಜಾಧಿರಾಜ ಮಹಾರಾಜ ರಾವಣೇಶ್ವರ ಬಹುಪರಾಕ್ ಬಹುಪರಾಕ್...

—ಎಂದು ವಂದಿಮಾಗಧರು ರಾವಣನ ಪ್ರವೇಶವನ್ನು ಘೋಷಿಸಿದರು.

ಸಭೆಯಲ್ಲಿ ಆಸೀನನಾದ ರಾವಣ ವಿಶ್ವಾಮಿತ್ರರತ್ತ ದೃಷ್ಟಿ ಬೀರಿ–

ಮಲೆಯಪುತ್ರರೇ ಮುಂದುವರಿಸಿ,

—ಎನ್ನುವಂತೆ ನಕ್ಕ.

ವಿಶ್ವಾಮಿತ್ರರು ಕೆಂಡಾಮಂಡಲವಾದರು. ರಾವಣ ಅಹಂಕಾರದಿಂದ ವಿಶ್ವಾಮಿತ್ರರನ್ನೇ ದಿಟ್ಟಿಸಿ ನೋಡುತ್ತಿದ್ದ. ವಿಶ್ವಾಮಿತ್ರರು ಸಂಭಾಳಿಸಿಕೊಂಡರು.

ಸ್ಪರ್ಧೆ ಶುರುವಾಗಿತ್ತು. ರಾವಣ ಎದ್ದು ನಿಂತು ಪಿನಾಕಿಯತ್ತ ನಡೆದ.

"ಮೊದಲ ಸ್ಪರ್ಧಾಳು ನೀನಲ್ಲ ರಾವಣ. ಅಯೋಧ್ಯೆಯ ರಾಜಕುಮಾರ ಶ್ರೀರಾಮ.'

—ಎಂದು ವಿಶ್ವಾಮಿತ್ರರು ಕಂಚಿನ ಕಂಠದಲ್ಲಿ ಪ್ರಕಟಿಸಿದರು.

ಬಿಲ್ಲಿಗೆ ಕೆಲವೇ ಅಂಗುಲ ದೂರದಲ್ಲಿ ನಿಂತ ರಾವಣ ವಿಶ್ವಾಮಿತ್ರರನ್ನು ದುರುಗುಟ್ಟಿ ನೋಡಿದ. ಅವರ ಹಿಂದೆ ನಿಂತಿದ್ದ ಅರಿಷ್ಟನೇಮಿಯನ್ನೂ ನೋಡಿದ. ನಂತರ ರಾಮನತ್ತ ದೃಷ್ಟಿ ಬೀರಿದ.

"ಇದು ಅಪಮಾನ. ಬಿಲ್ಲುಗಾರಿಕೆಯಲ್ಲಿ ಕೌಶಲವಿಲ್ಲದ ಬಾಲಕರನ್ನು ನನಗೂ ಮೊದಲೇ ಆಮಂತ್ರಿಸುವ ಯೋಚನೆ ಮಾಡಿದ್ದಲ್ಲಿ ನನ್ನನೇಕೆ ಆಮಂತ್ರಿಸಿದಿರಿ... ಇದು ನನಗಾಗಿರುವ ಅವಮಾನ."

ರಾವಣ ಗರ್ಜಿಸಿದ. ಜನಕ ಕುಶಧ್ವಜನತ್ತ ನೋಡಿ, ಮೃದು ದನಿಯಲ್ಲಿ ನುಡಿದ:

"ಇದು ಸ್ವಯಂವರದ ನಿಯಮ, ಲಂಕಾಧೀಶರೇ"

"ಸಾಕು ಈ ಅಸಂಬದ್ಧ. ದಾದಾ ನಡೆಯಿರಿ ನಾವಿನ್ನು ಹೊರಡೋಣ" ಎಂದು ಕುಂಭಕರ್ಣ ರಾವಣನತ್ತ ನೋಡಿ ಗುಡುಗಿದ.

ರಾವಣ ಧಿಡೀರನೇ ಪಿನಾಕವನ್ನು ಕೈಗೆತ್ತಿಕೊಂಡು ವಿಶ್ವಾಮಿತ್ರರತ್ತ ಗುರಿ ಮಾಡಿದ. ವಿಶ್ವಾಮಿತ್ರರು ಅಂಗವಸ್ತ್ರ ಕಿತ್ತೆಸೆದು ಎದೆ ಮುಂದು ಮಾಡಿ–

"ರಾವಣ ಬಿಲ್ಲು ಪ್ರಯೋಗಿಸು... ನಿನಗೆ ಧೈರ್ಯವಿದ್ದಲ್ಲಿ."

ಎಂದರು.

ಸಭೆ ಭಯದಿಂದ ತಲ್ಲಣಿಸುತ್ತಿತ್ತು. ಸೀತೆಗೆ ಆಘಾತವಾಗಿತ್ತು.

ರಾವಣ ಬಾಣ ಬಿಟ್ಟ. ಅದು ಮಿಥಿಲೆಯ ಸಂಸ್ಥಾಪಕನ ಪ್ರತಿಮೆಗೆ ತಾಗಿ ಅದರ ಮೂಗನ್ನು ಛಿದ್ರಗೊಳಿಸಿತ್ತು. ಊಹೆಗೂ ಮೀರಿದ ಅಪಮಾನ.

"ಎಷ್ಟು ಧೈರ್ಯ ಇವನಿಗೆ?"

ಸೀತೆ ಕೋಪದಿಂದ ಸಿಡಿಮಿಡಿಗೊಂಡಳು.

"ರಾವಣ"

ಎನ್ನುತ್ತಾ ಅವಳು ಚಂಡಮಾರುತದಂತೆ ತಿರುಗಿ ಖಡ್ಗವನ್ನು ಹಿರಿದು ನಿಂತಳು. ಸೇವಕಿಯರು ಅವಳತ್ತ ಧಾವಿಸಿ ಬಂದರು.

"ಬೇಡ ಸೀತೆ..."

"ರಾವಣನೊಬ್ಬ ರಾಕ್ಷಸ"

"ನಿನ್ನ ಹತ್ಯೆಯಾಗುತ್ತದೆ."

ಸೀತೆ ಹಿಂದೆ ಸರಿದಳು. ರಾವಣ ಪಿನಾಕವನ್ನು ಮೇಜಿನ ಮೇಲಿರಿಸಿ ಮಹಾದ್ವಾರದತ್ತ ನಡೆಯುತ್ತಿರುವುದನ್ನು ಕಂಡಳು. ಕುಂಭಕರ್ಣ ಅಣ್ಣನನ್ನು ಹಿಂಬಾಲಿಸಿದ್ದ.

ರಾವಣನ ಪರಿವಾರ ದುರ್ದಾನ ತೆಗೆದುಕೊಂಡವರಂತೆ ಸಭೆಯಿಂದ ನಿರ್ಗಮಿಸಿತು.

"ಸ್ಪರ್ಧೆ ಶುರುವಾಗಲಿ"

ವಿಶ್ವಾಮಿತ್ರರು ಪ್ರಕಟಿಸಿದರು.

ರಾಮ ಎದ್ದು ಪಿನಾಕಿಯ ಬಳಿ ಬಂದ. ಅದಕ್ಕೆ ನಮಸ್ಕರಿಸಿದ. ಬಿಲ್ಲನ್ನು ಕೈಗೆತ್ತಿಕೊಂಡು ಬಾಣ ಹೂಡಿದ.

ಕನ್ಯಾಕುಮಾರಿಯ ಆಶೀರ್ವಾದ ನಿನಗಿರಲಿ ರಾಮ ಎಂದು ಸೀತೆ ಮನದಲ್ಲೇ ಹಾರೈಸಿದಳು.

ರಾಮ ಪ್ರಶಾಂತ ಚಿತ್ತದಿಂದ ಬಿಲ್ಲನ್ನು ಎಳೆದು ಬಾಣ ಬಿಟ್ಟ. ಅದು ಗುರಿ ತಲುಪಿತ್ತು. ಸೀತೆಯ ಮೊಗದಲ್ಲಿ ಸಮಾಧಾನದ ನಗು.

ನಾನಿನ್ನು ಏಕಾಂಗಿಯಲ್ಲ.

ದೂರದಿಂದಲೇ ರಾಮನತ್ತ ದೃಷ್ಟಿ ಬೀರಿ ಮನದಲ್ಲೇ ಪಿಸುಗುಟ್ಟಿದಳು:

"ನಾನು ನಿನ್ನ ಪ್ರೀತಿಸ್ತೀನಿ."

ಅಧ್ಯಾಯ – 22

"ಧನ್ಯವಾದಗಳು ಅರಿಷ್ಟನೇಮಿ. ಮಲೆಯಪುತ್ರರು ನನ್ನ ರಕ್ಷಣೆಗೆ ನಿಂತರು. ಗುರೂಜಿಯವರಂತೂ ತಮ್ಮ ಜೀವಕ್ಕಾಗಬಹುದಾದ ಅಪಾಯವನ್ನೂ ಲೆಕ್ಕಿಸಲಿಲ್ಲ. ನಾನು ಆಭಾರಿಯಾಗಿದ್ದೇನೆ"

—ಎಂದಳು ಸೀತೆ.

ಅಂದೇ ಮಧ್ಯಾಹ್ನ ಸರಳ ಆಚರಣೆಗಳೊಂದಿಗೆ ರಾಮ–ಸೀತೆಯರ ವಿವಾಹ ನಡೆಸಲಾಗುವುದೆಂದು ಪ್ರಕಟಿಸಲಾಯಿತು. ಅದೇ ಮುಹೂರ್ತದಲ್ಲಿ ಲಕ್ಷ್ಮಣ–ಊರ್ಮಿಳೆಯರ ವಿವಾಹವೂ ನಡೆಯಲೆಂದು ಸೀತೆ ಸಲಹೆ ಮಾಡಿದ್ದು ಅಚ್ಚರಿಯನ್ನುಂಟು ಮಾಡಿತ್ತು. ಇದಕ್ಕೆ ಲಕ್ಷ್ಮಣ ಉತ್ಸಾಹದಿಂದ ಒಪ್ಪಿಗೆ ನೀಡಿದ್ದನ್ನು ರಾಮನಿಂದ ನಂಬಲಿಕ್ಕಾಗಲಿಲ್ಲ. ರಾಮ–ಸೀತೆ, ಲಕ್ಷ್ಮಣ–ಊರ್ಮಿಳೆಯರ ವಿವಾಹದ ಸಂಭ್ರಮಾಚರಣೆಗಳನ್ನು ಇಕ್ಷ್ವಾಕು ವಂಶ ಪರಂಪರೆಗನುಗುಣವಾಗಿ ನಡೆಸಲು ಅತ್ತ ಅಯೋಧ್ಯೆಯಲ್ಲೂ ಸಿದ್ಧತೆಗಳು ನಡೆದಿದ್ದವು.

ಏತನ್ಮಧ್ಯೆ ಅರಿಷ್ಟನೇಮಿ ಸೀತೆಯನ್ನು ಭೇಟಿಯಾಗಿ "ಮಲೆಯಪುತ್ರರ ನಿಷ್ಠೆ ಯಾರಿಗೆ ಎಂಬ ಅನುಮನ ಈಗ ಬಗೆಹರಿದಿರಬಹುದು. ನಾವು ಯಾವಾಗಲೂ ನಿಮ್ಮೊಂದಿಗಿರುತ್ತೇವೆ ವಿಷ್ಣು."

—ಎಂದ.

ನೀವು ನನ್ನಿಂದ ಏನನ್ನು ಬಯಸುವಿರೋ ಅದನ್ನು ಮಾಡುತ್ತಿರುವವರೆಗೆ

ನೀವು ವಿಷ್ಣುವಿನೊಂದಿಗಿರುವಿರಿ. ನಿಮ್ಮ ಕಾರ್ಯತಂತ್ರಗಳಿಗೆ ವಿರುದ್ಧವಾದುದನ್ನು ಮಾಡಿದಾಗ ವಿಷ್ಣುವಿನೊಂದಿಗಿರುವುದಿಲ್ಲ.

"ನಿಮ್ಮ ಬಗ್ಗೆ ಅನುಮಾನ ತಾಳಿದ್ದಕ್ಕೆ ಕ್ಷಮೆ ಯಾಚಿಸುವೆ."

—ಎಂದಳು ಸೀತೆ.

"ನಿಕಟಸಂಬಂಧವಿರುವ ಕುಟುಂಬಗಳಲ್ಲಿ ತಪ್ಪು ಅಭಿಪ್ರಾಯಗಳು ಉಂಟಾಗಬಹುದು. ಎಲ್ಲವೂ ಸುಖಾಂತ್ಯವಾದಲ್ಲಿ ಒಳಿತೇ."

ಎಂದ ಅರಿಷ್ಟನೇಮಿ ನಗುತ್ತ.

"ಗುರು ವಿಶ್ವಾಮಿತ್ರರೆಲ್ಲಿ?"

"ಎಲ್ಲಿರಬಹುದು?"

"ರಾವಣ"

"ರಾವಣನಿಗೆ ಇದೆಲ್ಲದಿರಿಂದ ಏನನ್ನಿಸಿರಬಹುದು?"

—ಸೀತೆಯ ಕುತೂಹಲದ ಪ್ರಶ್ನೆ.

ಸ್ವಯಂವರದಲ್ಲಿ ರಾವಣನನ್ನು ತಡೆಯಲು ವಿಶ್ವಾಮಿತ್ರರು ಜೀವಹಾನಿಯನ್ನೂ ಲೆಕ್ಕಿಸದೆ ಉಗ್ರರಾಗಿದ್ದರು. ಲಂಕೆಯ ದೊರೆಗೆ ಅಪಮಾನವೆನಿಸಿತ್ತು. ಪರಿಣಾಮಗಳಾಗಬಹುದು. ರಾವಣನ ಅಹಂ ಬಗ್ಗೆ ಅವನ ಶೌರ್ಯ ಪರಾಕ್ರಮಗಳಂತೆಯೇ ದಂತಕಥೆಯಿತ್ತು. ಆದರೆ ಅದಮ್ಯ ಮಲೆಯ ಪುತ್ರರ ವಿರುದ್ಧ ಅವನಿಂದ ಹೋರಾಟ ಸಾಧ್ಯವೇ?

"ರಾವಣ ಕಠಿಣ ಲೆಕ್ಕಾಚಾರಗಳ ಮೇಲೆ ನಿರ್ಧರಿಸುತ್ತಾನೆ. ಆದರೆ ಕೆಲವೊಮ್ಮೆ ಅವನ ಅಹಂ ಅಡ್ಡ ಬರುತ್ತದೆ.'

"ಬಹುಶಃ ವಿಶ್ವಾಮಿತ್ರರು ಅದನ್ನು ನಿಭಾಯಿಸಬಲ್ಲರು"

ಮಲೆಯಪುತ್ರರು ರಾವಣನಿಗೆ ನೆರವಾದುದರ ಇಡೀ ರಹಸ್ಯ ಸೀತೆಗೆ ತಿಳಿದಿಲ್ಲ ಎಂಬುದರ ಅರಿವಾಗಿ ಅರಿಷ್ಟನೇಮಿಗೆ ವಿಸ್ಮಯವಾಗಿತ್ತು. ಬಹುಶಃ ಕೆಲವು ಸಂಗತಿಗಳು ಸೀತೆಯ ಸಾಮರ್ಥ್ಯವನ್ನು ಮೀರಿದವಾಗಿರಬಹುದು. ಆದರೆ ಅರಿಷ್ಟನೇಮಿ ತನಗಾಗಿರುವ ಅಚ್ಚರಿಯನ್ನು ಮುಖದಲ್ಲಿ ತೋರಗೊಡಲಿಲ್ಲ.

— ೧೮ —

ಸ್ವಯಂವರದ ದಿನ ಮಧ್ಯಾಹ್ನವೇ ಎರಡು ವಿವಾಹಗಳೂ ಸರಳವಾಗಿ ನಡೆದವು. ರಾಮ–ಸೀತೆಯರಿಗೆ ಕೊನೆಗೂ ಏಕಾಂತ ಲಭ್ಯವಾಗಿತ್ತು. ಸಂಜೆ ಮೂರನೆಯ ಪ್ರಹರದ ಆರನೆಯ ಗಂಟೆ. ಇಬ್ಬರೂ ಭೋಜನಕ್ಕೆ ಕುಳಿತಿದ್ದರು.

"ಓಹ್!"

—ಎಂದು ರಾಮ ಉದ್ಗರಿಸಿದ.

"ಏನಾಯಿತು ರಾಮ?"

"ಊಟ..."

"ಚೆನ್ನಾಗಿಲ್ಲವೆ?"

"ಇಲ್ಲ ರುಚಿಕಟ್ಟಾಗಿದೆ. ಆದರೆ..."

ಸೀತೆ ರಾಮನ ಕಣ್ಣಲ್ಲಿ ಕಣ್ಣಿಟ್ಟು ನೋಡಿದಳು.

ನಾನು ನಿನ್ನ ಪತ್ನಿ. ನೀನು ನನ್ನೊಡನೆ ನಿಜ ನುಡಿಯಬಹುದು. ಏನೇ ಇರಲಿ ಇಂದಿನ ಅಡಿಗೆ ನನ್ನದಲ್ಲ.

"ಸ್ವಲ್ಪ ಉಪ್ಪು ಕಡಿಮೆಯಾಗಿದೆ"

ಸೀತೆಗೆ ಅರಮನೆಯ ಅಡಿಗೆಯವರ ಬಗ್ಗೆ ಕಿರಿಕಿರಿಯಾಯಿತು.

ದಯಾ! ಕೇಂದ್ರ ಸಪ್ತಸಿಂಧುಗಳು ಪೂರ್ವದವರಿಗಿಂತ ಉಪ್ಪು ಜಾಸ್ತಿ ತಿನ್ನುತ್ತಾರೆಂದು ನಾನು ನಿನಗೆ ಹೇಳಿರಲಿಲ್ಲವೆ...

"ಸ್ವಲ್ಪ ಉಪ್ಪು ಬಡಿಸಿ.... ಬೇಗ"

ಸೀತೆ ಪರಿಚಾರಕರಿಗೆ ಆಜ್ಞೆ ಮಾಡಿದಳು.

ರಾಮ ಊಟ ಮುಗಿಸಿ ಕೈ ತೊಳೆದುಕೊಂಡ. ಇಬ್ಬರೂ ಮಾತಿಗೆ ಕುಳಿತರು.

"ನಿನ್ನ ಬಾಲ್ಯದ ಬಗ್ಗೆ ಹೇಳು"

—ರಾಮ ಕೇಳಿದ.

"ದತ್ತು ತೆಗೆದುಕೊಳ್ಳುವುದಕ್ಕೆ ಮುಂಚಿನದೆ? ನಾನು ಜನಕ ರಾಜನ ದತ್ತುಪುತ್ರಿ. ಅದು ನಿನಗೆ ಗೊತ್ತಿರಬಹುದಲ್ಲವೆ?"

"ಗೊತ್ತು. ಅದರಿಂದ ನಿನಗೆ ಬೇಸರವಾಗುವುದಾದಲ್ಲಿ ಆ ಬಗ್ಗೆ ಹೇಳಬೇಕಿಲ್ಲ"

"ಇಲ್ಲ. ಬೇಸರವೇನಿಲ್ಲ. ಆದರೆ ನನಗೆ ಯಾವುದೂ ನೆನಪಿಲ್ಲ. ದತ್ತು ತಂದೆ ತಾಯಿಗಳು ನನ್ನ ಪಡೆದಾಗ ನಾನು ತುಂಬ ಚಿಕ್ಕವಳಾಗಿದ್ದೆ."

ರಾಮ ತಲೆದೂಗಿದ.

ನೀನೂ ಸಹ ನನ್ನ ಹುಟ್ಟಿನಿಂದಲೇ ನನ್ನ ಬಗ್ಗೆ ತೀರ್ಮಾನಕ್ಕೆ ಬರುವಿಯಾ?

"ನನ್ನ ತಂದೆ–ತಾಯಿ ಯಾರು ಎನ್ನುವುದು ನಿನ್ನ ಪ್ರಶ್ನೆಯಾಗಿದ್ದಲ್ಲಿ ಗೊತ್ತಿಲ್ಲ ಎನ್ನುವುದು ನನ್ನ ಉತ್ತರ. ಆದರೆ ನಾನು ಭೂಮಿಜಾತೆ, ನಾನು ಭೂಮಿಪುತ್ರಿ."

"ಹುಟ್ಟು ಮುಖ್ಯವಲ್ಲ. ಈ ಕರ್ಮಭೂಮಿ ಪ್ರವೇಶಕ್ಕೆ ಅದೊಂದು ಮಾರ್ಗವಷ್ಟೆ. ಕರ್ಮವೇ ಮುಖ್ಯ. ಕರ್ಮ ಪವಿತ್ರವಾದದ್ದು, ದಿವ್ಯವಾದದ್ದು"

ಸೀತೆ ನಸುನಕ್ಕಳು. ರಾಮನ ಬುದ್ಧಿಸಾಮರ್ಥ್ಯಗಳಿಂದ ಆಕರ್ಷಿತ ಳಾಗಿದ್ದಳು.

ಮಹರ್ಷಿ ವಸಿಷ್ಠರು ನಿನ್ನಲ್ಲಿ ಏನು ಕಂಡರೋ ಅದನ್ನು ನಾನೀಗ ಕಾಣುತ್ತಿದ್ದೇನೆ. ಅವನು ಅಸಾಧಾರಣ...

ರಾಮ ಏನೋ ಹೇಳಲೆತ್ನಿಸಿದಂತೆ ಪರಿಚಾರಕ ಉಪ್ಪಿನ ಬೋಗುಣಿ ಯೊಂದಿಗೆ ಧಾವಿಸಿ ಬಂದು ಅವನನ್ನು ತಡೆದಿದ್ದ. ಪರಿಚಾರಕನ ನಿರ್ಗಮನದ ನಂತರ ಸೀತೆ ಕೇಳಿದಳು : "ನೀವು ಏನನ್ನೋ ಹೇಳಲು..."

"ಹೌದು" ಎನ್ನುತ್ತಿದ್ದ ರಾಮ–ಅಷ್ಟರಲ್ಲಿ ದ್ವಾರಪಾಲಕ ಅವನ ಮಾತಿಗಡ್ಡ ಬಂದಿದ್ದ.

ಮಲೆಯಪುತ್ರರ ಪ್ರಧಾನರು, ಸಪ್ತರ್ಷಿಗಳ ಉತ್ತರಾಧಿಕಾರಿ, ವಿಷ್ಣು ರಕ್ಷಕ ಮಹರ್ಷಿ ವಿಶ್ವಾಮಿತ್ರರು...

—ದ್ವಾರಪಾಲಕ ಘೋಷಿಸಿದ.

ಸೀತೆಗೆ ಅಚ್ಚರಿ. "ಈಗೇಕೆ ಮಹರ್ಷಿಗಳು ಇಲ್ಲಿ?"

ಅವಳು ರಾಮನತ್ತ ನೋಡಿದಳು. ರಾಮ ತನಗೆ ತಿಳಿಯದು ಎಂಬಂತೆ ಡುಬ್ಬ ಹಾರಿಸಿದ. ವಿಶ್ವಾಮಿತ್ರರು ಆಗಮಿಸಿದಂತೆ ರಾಮ, ಸೀತೆ ಎದ್ದು ನಿಂತರು. ಅರಿಷ್ಟನೇಮಿ ಅವರನ್ನು ಹಿಂಬಾಲಿಸಿ ಬಂದಿದ್ದ.

"ನಮಗೊಂದು ಸಮಸ್ಯೆ ಎದುರಾಗಿದೆ?"

ಸೀತೆ ಒಳಗೊಳಗೆ ಶಪಿಸಿದಳು–ರಾವಣ.

"ಏನಾಯಿತು ಗುರೂಜಿ?"–ರಾಮನ ಪ್ರಶ್ನೆ.

"ರಾವಣ ದಾಳಿಗೆ ಸನ್ನದ್ಧನಾಗುತ್ತಿದ್ದಾನೆ."

"ಆದರೆ ಅವನಲ್ಲಿ ಸೇನೆ ಇಲ್ಲ... ಹತ್ತು ಸಾವಿರ ಅಂಗರಕ್ಷಕರೊಂದಿಗೆ ಅವನೇನು ಮಾಡಲು ಸಾಧ್ಯ? ಅಷ್ಟು ಜನರಿಂದ ಮಿಥಿಲೆಗೆ ಮುತ್ತಿಗೆ ಹಾಕಲಾಗದು. ಯುದ್ಧದಲ್ಲಿ ಅವನ ಮಂದಿ ಹತರಾಗುತ್ತಾರೆ. ಅಷ್ಟೇ ಅವನ ಸಾಧನೆಯಾಗುತ್ತದೆ"

—ಎಂದ ರಾಮ.

"ರಾವಣ ತರ್ಕಕ್ಕೆ ಸಿಗುವ ವ್ಯಕ್ತಿಯಲ್ಲ. ಅವನ ಅಹಂಗೆ ಘಾಸಿಯಾಗಿದೆ. ಅವನ ಅಂಗರಕ್ಷಕರು ಹತರಾಗಬಹುದು. ಆದರೆ ಮಿಥಿಲೆಯಲ್ಲಿ ಅಲ್ಲೋಲ-ಕಲ್ಲೋಲ ಉಂಟು ಮಾಡುತ್ತಾನೆ"

—ವಿಶ್ವಾಮಿತ್ರರು ನುಡಿದರು. ರಾಮ ಪತ್ನಿಯತ್ತ ನೋಡಿದ.

"ಮಹಾರುದ್ರನ ಹೆಸರಿನಲ್ಲಿ ಆ ದೈತ್ಯನನ್ನು ಸ್ವಯಂವರಕ್ಕೆ ಆಹ್ವಾನಿಸಿದವರು ಯಾರು? ನನ್ನ ತಂದೆ ಆಮಂತ್ರಿಸಿಲ್ಲ ಎಂಬುದು ನನಗೆ ಗೊತ್ತು?"

—ಸೀತೆ ವಿಶ್ವಾಮಿತ್ರರನ್ನು ಕೇಳಿದಳು.

ವಿಶ್ವಾಮಿತ್ರರು ದೀರ್ಘ ಶ್ವಾಸ ತೆಗೆದುಕೊಂಡರು. ಅವರ ಕಂಗಳು ಮೃದುವಾದವು.

"ಪ್ರವಾಹ ಬಂದಾಗಿದೆ, ಸೀತೆ, ನಾವೀಗ ಏನು ಮಾಡಬೇಕು ಎನ್ನುವುದು ಪ್ರಶ್ನೆ"

"ನಿಮ್ಮ ಆಲೋಚನೆ ಏನು ಗುರೂಜಿ?"

—ರಾಮನ ಪ್ರಶ್ನೆ.

"ನನ್ನ ಅಮೂಲ್ಯ ದ್ರವ್ಯವಿದೆ. ಗಂಗಾತಟದ ನನ್ನ ಆಶ್ರಮದಲ್ಲಿ ಅಗೆದು ತೆಗೆದದ್ದು ಅದು. ಅಗಸ್ತ್ಯಕೂಟದಲ್ಲಿ ಕೆಲವು ವೈಜ್ಞಾನಿಕ ಪ್ರಯೋಗಗಳನ್ನು ನಡೆಸುವ ಇರಾದೆ ನನ್ನದು. ಆದ್ದರಿಂದಲೇ ನಾನು ನನ್ನ ಆಶ್ರಮಕ್ಕೆ ಭೇಟಿ ಕೊಟ್ಟಿದ್ದೆ"

"ವೈಜ್ಞಾನಿಕ ಪ್ರಯೋಗಗಳು?"

—ರಾಮನ ಕುತೂಹಲಭರಿತ ಪ್ರಶ್ನೆ.

"ಹೌದು. ದೈವೀ ಅಸ್ತ್ರಗಳೊಂದಿಗೆ ಪ್ರಯೋಗ"

—ವಿಶ್ವಾಮಿತ್ರರ ಉತ್ತರ. ಸೀತೆ ದೀರ್ಘಶ್ವಾಸ ತೆಗೆದುಕೊಂಡಳು. ಅವಳಿಗೆ ದಿವ್ಯಾಸ್ತ್ರಗಳ ಶಕ್ತಿ ಮತ್ತು ಹಿಂಸ್ರತೆಗಳ ಅರಿವಿತ್ತು.

"ಗುರೂಜಿ ನಾವು ದೈವೀ ಅಸ್ತ್ರಗಳನ್ನು ಬಳಸಬೇಕೆಂದು ಸೂಚಿಸುತ್ತಿರುವಿರಾ?"–ಸೀತೆ ಕೇಳಿದಳು.

ವಿಶ್ವಾಮಿತ್ರರು ಹೌದೆಂದು ತಲೆದೂಗಿದರು.

"ಆದರೆ ಅವು ಮಿಥಿಲೆಯನ್ನೂ ಧ್ವಂಸಗೈಯ್ಯಬಹುದು."

—ರಾಮನ ಆತಂಕ.

"ಇಲ್ಲ. ಅದು ಸಾಂಪ್ರದಾಯಿಕ ದೈವೀ ಅಸ್ತ್ರಗಳಲ್ಲ. ನನ್ನ ಬಳಿ ಇರುವುದು ಅಸುರಾಸ್ತ್ರಗಳು"

"ಅದು ಜೈವಿಕ ಅಸ್ತ್ರವೆ?"

ರಾಮನ ಪ್ರಶ್ನೆ. ಅವನು ಕಳವಳಗೊಂಡಿದ್ದ.

"ಹೌದು. ವಿಷಾನಿಲ ಮತ್ತು ಅಸುರಾಸ್ತ್ರ ಸ್ಫೋಟದ ಅಲೆಗಳು ಲಂಕನ್ನರನ್ನು ನಿಷ್ಕ್ರಿಯಗೊಳಿಸುತ್ತವೆ. ಆಗ ಅವರನ್ನು ನಾವು ಸುಲಭವಾಗಿ ಬಂಧಿಸಬಹುದು.'

"ಕೇವಲ ನಿಷ್ಕ್ರಿಯಗೊಳಿಸುತ್ತದೆಯೇ... ದೊಡ್ಡ ಪ್ರಮಾಣದಲ್ಲಿ ಅಸುರಾಸ್ತ್ರ ಮಾರಕವೂ ಹೌದು ಎಂದು ನಾನು ಕೇಳಿದ್ದೇನೆ."

—ರಾಮ ಆತಂಕದಿಂದ ಕೇಳಿದ.

ಒಬ್ಬ ವ್ಯಕ್ತಿ ಮಾತ್ರ, ರಾಮನಿಗೆ ಇದನ್ನೆಲ್ಲ ತಿಳಿಯಹೇಳಿರಬಹುದು ಎಂಬುದು ವಿಶ್ವಾಮಿತ್ರರಿಗೆ ಗೊತ್ತಿತ್ತು. ಆ ವ್ಯಕ್ತಿ ಶತ್ರುವಿನ ಮಿತ್ರ ವಸಿಷ್ಠ. ವಿಶ್ವಾಮಿತ್ರರಿಗೆ ಸಿಟ್ಟು ಬಂತು.

"ಇನ್ನಾವ ಉತ್ತಮ ಆಲೋಚನೆಗಳು..."

ರಾಮ ಮೌನಿಯಾದ. ಸೀತೆ ಇಬ್ಬರನ್ನೂ ಗಮನಿಸಿದಳು.

ಗುರೂಜಿ ಏನು ಮಾಡುತ್ತಿದ್ದಾರೆಂಬುದು ನನಗೆ ಖಚಿತವಾಗಿ ಗೊತ್ತು.

"ಭಗವಾನ್ ರುದ್ರರ ನೀತಿ ನಿಯಮಗಳ ವಿಚಾರ ಏನು?"

—ಸೀತೆ ಉದ್ರಿಕ್ತಳಾಗಿಯೇ ಕೇಳಿದಳು.

ಮಹಾರುದ್ರ ಶತಮಾನಗಳಷ್ಟು ಹಿಂದೆಯೇ ದೈವೀಅಸ್ತ್ರಗಳ ಅನಧಿಕೃತ ಬಳಕೆಯನ್ನು ನಿಷೇಧಿಸಿದ್ದ.

"ಅಸುರಾಸ್ತ್ರ ಬಳಕೆಗೆ ಆ ನಿಯಮ ಅನ್ವಯಿಸುವುದಿಲ್ಲ. ಅದು ಸಮೂಹ ವಿನಾಶ ಅಸ್ತ್ರವಲ್ಲ. ಸಮೂಹವನ್ನು ನಿಷ್ಕ್ರಿಯಗೊಳಿಸುವ ಅಸ್ತ್ರವಷ್ಟೆ."

—ವಿಶ್ವಾಮಿತ್ರರ ಸಮಜಾಯಿಷಿ.

ಸೀತೆಗೆ ಇದರಿಂದ ಸಮಾಧಾನವಾಗಲಿಲ್ಲ.

"ವಾಯುಪುತ್ರರ ಅನುಮತಿ ಇಲ್ಲದೆ ನಾವು ಅದನ್ನು ಬಳಸಲಾಗದು. ನಾನು ಮಹಾರುದ್ರನ ಭಕ್ತೆ. ನಾನು ಕಾನೂನನ್ನು ಉಲ್ಲಂಘಿಸುವುದಿಲ್ಲ."

"ಹಾಗಿದ್ದಲ್ಲಿ   ಶರಣಾಗಬೇಕೆ?"   ಸೀತೆಯ   ಮಾತಿಗೆ   ವಿಶ್ವಾಮಿತ್ರರ ತಿರುಗೇಟು.

"ನಾವು ಹೋರಾಡೋಣ"

ವಿಶ್ವಾಮಿತ್ರು ಗಹಗಹಿಸಿ ನಕ್ಕುಬಿಟ್ಟರು.

"ಹೋರಾಟ! ಯಾರು ಹೋರಾಡುತ್ತಾರೆ? ರಾವಣನ ವಿರುದ್ಧ ಮಿಥಿಲೆಯ ಬುದ್ಧಿಜೀವಿಗಳು ಹೋರಾಡುತ್ತಾರೇನು?"

"ನಮ್ಮಲ್ಲಿ ಸೇನಾಪಡೆ ಇದೆ."

"ಅವರಿಗೆ ತರಬೇತಿ ಇಲ್ಲ. ರಾವಣನ ಪಡೆಗಳನ್ನು ಎದುರಿಸಲು ಅವರು ಸಜ್ಜಾಗಿಲ್ಲ."

"ಅವರನ್ನು ಎದುರಿಸಲು ನಮ್ಮ ಸಶಸ್ತ್ರ ಪಡೆಗಳು ಸಾಕು... ಗುರೂಜಿ ನಾವು ದೈವೀ ಅಸ್ತ್ರಗಳನ್ನು ಬಳಸುವುದಿಲ್ಲ."

—ಸೀತೆ ದಿಟ್ಟವಾಗಿ ನುಡಿದಳು.

"ಮಿಥಿಲೆಯ   ಸೇನಾಪಡೆ   ಮಾತ್ರವಲ್ಲ. ಲಕ್ಷ್ಮಣ, ನಾನು   ಇದ್ದೇವೆ. ಮಲೆಯಪುತ್ರರಿದ್ದಾರೆ. ನಾವು ಯುದ್ಧ ಮಾಡಬಹುದು"

—ಎಂದ ರಾಮ.

ವಿಶ್ವಾಮಿತ್ರರು ರಾಮನತ್ತ ತಿರಸ್ಕಾರದ ನೋಟ ಬೀರಿ ಹೇಳಿದರು: "ಅಬದ್ಧ. ಅವರು ನಮಗಿಂತ ಹೆಚ್ಚಿನ ಸಂಖ್ಯೆಯಲ್ಲಿದ್ದಾರೆ..."

"ಗುರೂಜಿ ನಾವು ದೈವೀ ಅಸ್ತ್ರ ಬಳಸಬಾರದು." ಎಂದವಳೇ ಸೀತೆ ಎದ್ದು ನಿಂತಳು—

"ಕ್ಷಮಿಸಿ. ನಾನೀಗ ಯುದ್ಧಸನ್ನದ್ಧಳಾಗಬೇಕಿದೆ" ಎಂದು ಅಲ್ಲಿಂದ ನಿರ್ಗಮಿಸಿದಳು.

—೧೮—

"ಸಮೀಚಿ ಎಲ್ಲಿ?"

ಸಮೀಚಿ ಕಚೇರಿಯಲ್ಲಿ ಇರಲಿಲ್ಲ. ಸೂರ್ಯಾಸ್ತವಾಗಿತ್ತು. ಸೀತೆ ರಾವಣನ ಆಕ್ರಮಣ ಎದುರಿಸಲು ತನ್ನ ಪಡೆಗಳನ್ನು ಸಜ್ಜುಗೊಳಿಸುತ್ತಿದ್ದಳು.

"ಅಮ್ಮಣ್ಣಿ, ಸಮೀಚಿ ಎಲ್ಲಿ ಹೋಗಿದ್ದಾಳೋ, ತಿಳಿಯದು"

—ಎಂದ ಅಧಿಕಾರಿಯೊಬ್ಬ.

"ಎಲ್ಲಿದ್ದಾಳೆ ನೋಡಿ ತಕ್ಷಣ ಕೋಟೆಗೆ ಬರುವಂತೆ ಅವಳಿಗೆ ಹೇಳಿ."

ಎಂದ ಸೀತೆ ಹೊರನಡೆದಳು. ಕೋಟೆಗೆ ಬಂದಳು.

"ಜಟಾಯು ಎಲ್ಲಿದ್ದಾನೆ ನೋಡಿ. ನೀವೆಲ್ಲ ನಮ್ಮ ಒಳಗೋಡೆಯ ಸುರಂಗ ಮಾರ್ಗವನ್ನು ರಕ್ಷಿಸಬೇಕು–ಅವನಿಗೆ ಅದೆಲ್ಲಿದೆ ಎಂಬುದು ಗೊತ್ತು..."

"ಅಮ್ಮಣ್ಣಿ ರಾವಣ..."

"ಹೌದು. ಸುರಂಗಕ್ಕೆ ತಡೆ ಒಡ್ಡಿ. ಒಂದು ಗಂಟೆಯೊಳಗೆ ಸುರಂಗಮಾರ್ಗಕ್ಕೆ ತಡೆ ನಿರ್ಮಾಣವಾಗಬೇಕು."

"ಅಪ್ಪಣೆ ಅಮ್ಮಣ್ಣಿ."

—೮೮—

"ಅದು ನನ್ನಿಂದಾಗದು"

—ಸಮೀಚಿ ಪಿಸುಗುಟ್ಟಿದಳು. ಹತ್ತಿರ ಯಾರೂ ಇರಲಿಲ್ಲ. ಅಕಂಪನ ಎಂದಿನಂತಿರಲಿಲ್ಲ. ಅವನ ಬಟ್ಟೆಗಳೆಲ್ಲ ಅಸ್ತವ್ಯಸ್ತವಾಗಿದ್ದವು. ಬೆರಳುಗಳಲ್ಲಿನ ಉಂಗುರಗಳು ಮಾಯವಾಗಿದ್ದವು. ಒರೆಯಿಂದ ಹೊರಬಂದಿದ್ದ ಖಡ್ಗ ಕೆಳಗೆಬಿದ್ದಿತು. ಅದು ರಕ್ತಸಿಕ್ತವಾಗಿತ್ತು.

ಸಮೀಚೆಗೆ ಆಘಾತವಾಗಿತ್ತು.

"ನನ್ನ ಆದೇಶದಂತೆ ನೀನು ಮಾಡಬೇಕು' ಅಕಂಪನನ ನುಡಿ.

ಸಮೀಚಿ ಕೋಪದಿಂದ ನೆಲದತ್ತ ದೃಷ್ಟಿ ಹರಿಸಿದಳು. ಅನ್ಯ ಮಾರ್ಗವಿಲ್ಲ ಎಂಬುದು ಅವಳಿಗೆ ತಿಳಿದಿತ್ತು. ಇಷ್ಟೆಲ್ಲ ವರ್ಷಗಳಿಂದ ನಡೆದುದೆಲ್ಲದರ ಕಾರಣದಿಂದಾಗಿ...

"ರಾಜಕುವರಿ ಸೀತೆಗೆ ಹಾನಿ ಮಾಡಲಾಗದು"

"ನೀನೀಗ ಬೇಡಿಕೆಗಳನ್ನು ಮಂಡಿಸುವ ಸ್ಥಿತಿಯಲ್ಲಿಲ್ಲ."

"ಸೀತೆಗೆ ಹಾನಿಯುಂಟು ಮಾಡಲಾಗದು... ವಚನ ಕೊಡು."

ಅಕಂಪನ ಮುಷ್ಟಿ ಬಿಗಿ ಮಾಡಿದ. ಅವನ ಕೋಪ ಸ್ಫೋಟದ ಹಂತ ತಲುಪಿತ್ತು.

"ವಚನ ಕೊಡು."

ಕೋಪ ಎಷ್ಟೇ ಇದ್ದರೂ, ತಾವು ಯಶಸ್ಸು ಸಾಧಿಸಬೇಕಾದರೆ ಸಮೀಚಿಯ ಅಗತ್ಯವಿದೆ ಎಂಬುದು ಅಕಂಪನನಿಗೆ ಮನವರಿಕೆಯಾಗಿತ್ತು.

ಅವನು ಅಸ್ತು ಎಂಬಂತೆ ತಲೆದೂಗಿದ.

ಸಮೀಚಿ ತಿರುಗಿ ಅಲ್ಲಿಂದ ಬಿರುಗಾಳಿಯಂತೆ ನಿರ್ಗಮಿಸಿದಳು.

ಅಧ್ಯಾಯ – 23

ತಡರಾತ್ರಿ. ನಾಲ್ಕನೆ ಪ್ರಹರದ ನಾಲ್ಕನೆಯ ಗಂಟೆ. ರಾಮ ಸೀತೆ 'ಜೇನುಗೂಡಿ'ನ ಒಳಗೋಡೆಯ ಸಮೀಪದ ದಿಬ್ಬದ ಮೇಲೆ ಕುಳಿತಿದ್ದರು. ಲಕ್ಷ್ಮಣ, ಸಮೀಚಿಯೂ ಅವರ ಜೊತೆಗಿದ್ದರು. ಮುನ್ನೆಚ್ಚರಿಕೆ ಕ್ರಮವಾಗಿ 'ಜೇನುಗೂಡು' ವಸತಿಸಂಕೀರ್ಣದ ಎಲ್ಲಾ ನಿವಾಸಗಳನ್ನು ತೆರವುಗೊಳಿಸ ಲಾಗಿತ್ತು.

ಮಿಥಿಲೆಯಲ್ಲಿ ನಾಲ್ಕುಸಾವಿರ ಪೊಲೀಸರಿದ್ದರು. ಕಾಯಿದೆ ಸುವ್ಯವಸ್ಥೆ ಪಾಲನೆಗೆ ಇದು ಸಾಕಾಗಿತ್ತು. ಆದರೆ ರಾವಣನ ಅಂಗರಕ್ಷಕ ಪಡೆಯ ದಾಳಿಯನ್ನು ವಿಫಲಗೊಳಿಸುವುದು ಇದರಿಂದ ಸಾಧ್ಯವಾದೀತೆ?

ಸಾಧ್ಯ ಎಂದು ಸೀತೆಯ ನಂಬಿಕೆ. ಮೂಲೆಗೊತ್ತರಿಸಲಾದ ಪ್ರಾಣಿ ಉಗ್ರವಾಗಿ ಹೋರಾಡುತ್ತದೆ. ಮಿಥಿಲೆಯ ಪಡೆಗಳು ಸಾಮ್ರಾಜ್ಯವನ್ನು ವಶಪಡಿಸಿಕೊಳ್ಳಲು ಹೋರಾಡುತ್ತಿರಲಿಲ್ಲ. ಅಥವಾ ಸಂಪತ್ತಿಗಾಗಿ ಇಲ್ಲವೇ ಅಹಂನಿಂದಾಗಿ ಯುದ್ಧ ಮಾಡುತ್ತಿರಲಿಲ್ಲ. ಅವರು ಪ್ರಾಣ ಉಳಿಸಿಕೊಳ್ಳಲು, ತಮ್ಮ ನಗರವನ್ನು ವಿನಾಶದಿಂದ ರಕ್ಷಿಸಲು ಹೋರಾಡುತ್ತಿದ್ದರು. ಮಿಥಿಲೆಯ ಪಡೆಗಳು ರಕ್ಷಣಾ ಕೋಟೆಯ ಹಿಂದಿದ್ದವು. ಕೋಟೆಗೆ ಎರಡು ಸಾಲು ಭದ್ರತಾ ಗೋಡೆಗಳಿದ್ದವು. ಲಂಕಾದ ಸೇನಾ ದಂಡನಾಯಕರಿಗೆ ಇದರ ಕಲ್ಪನೆ ಇರಲಿಲ್ಲ.

ಕೋಟೆಯ ಹೊರಗೋಡೆಯತ್ತ ಸಾಗುವ ಪ್ರಯತ್ನವನ್ನು ರಾಮ ಸೀತೆಯರು ಕೈಬಿಟ್ಟಿದ್ದರು. ಲಂಕೆಯ ಸೈನಿಕರು ಹೊರಗೋಡೆಯನ್ನೇರಿ

ಒಳಗೋಡೆಯ ಮೇಲೆ ದಾಳಿ ನಡೆಸಲಿ ಎಂಬುದು ಅವರ ಇಚ್ಛೆಯಾಗಿತ್ತು. ಆಗ ಲಂಕಾ ಸೈನಿಕರು ಎರಡು ಗೋಡೆಗಳ ಮಧ್ಯೆ ಬಂದಿಯಾಗುತ್ತಿದ್ದರು. ಹಾಗಾದಲ್ಲಿ ಮಿಥಿಲೆಯ ಬಿಲ್ಲುಗಾರರು ರಣರಂಗವನ್ನು ಹತ್ಯಾಭೂಮಿಯಾಗಿ ಪರಿವರ್ತಿಸುವಷ್ಟು ಶಕ್ತರಾಗಿದ್ದರು. ಶತ್ರುಗಳಿಂದಲೂ ಬಾಣಗಳ ಸುರಿಮಳೆಯಾಗುವುದನ್ನು ನಿರೀಕ್ಷಿಸಿದ್ದ ಮಿಥಿಲೆ ಪಡೆಗಳು ಮರದ ಗುರಾಣಿಗಳಿಂದ ಸಜ್ಜಿತರಾಗಿದ್ದರು. ಬಾಣಗಳ ದಾಳಿಯಿಂದ ತಪ್ಪಿಸಿಕೊಳ್ಳುವ ಮಾರ್ಗೋಪಾಯಗಳನ್ನು ಲಕ್ಷ್ಮಣ ಅವರಿಗೆ ಬೋಧಿಸಿದ್ದ.

ಮಲೆಯಪುತ್ರರೆಲ್ಲಿ? ಲಕ್ಷ್ಮಣನ ಪ್ರಶ್ನೆ.

ಸೀತೆ ಸುತ್ತ ಕಣ್ಣಾಡಿಸಿದಳೇ ಹೊರತು ಉತ್ತರ ಕೊಡಲಿಲ್ಲ. ಮಲೆಯ ಪುತ್ರರು ತಮ್ಮ ಕೈ ಬಿಡುವುದಿಲ್ಲವೆಂದು ಅವಳಿಗೆ ಗೊತ್ತಿತ್ತು. ಅವರು ಹಿಂದಿರುಗುವಂತೆ ಲಂಕೆಯ ಸೈನಿಕರ ಮನ ಒಲಿಸುವ ಕೊನೆಯ ಪ್ರಯತ್ನ ನಡೆಸುತ್ತಿರುವುದು ಅವಳಿಗೆ ತಿಳಿದಿತ್ತು.

"ನಾವಷ್ಟೇ ಇದ್ದೀವಿ."

—ರಾಮ ಲಕ್ಷ್ಮಣನ ಕಿವಿಯಲ್ಲಿ ಪಿಸುಗುಟ್ಟಿದ.

"ಹೇಡಿಗಳು"

—ಲಕ್ಷ್ಮಣ ಜೋರಾಗಿಯೇ ಹೇಳಿದ.

ಸೀತೆ ಪ್ರತಿಕ್ರಿಯಿಸಲಿಲ್ಲ. ಲಕ್ಷ್ಮಣ ಶೀಘ್ರಕೋಪಿ ಎಂಬುದು ಅವಳಿಗೆ ತಿಳಿದಿತ್ತು. ಯುದ್ಧದಲ್ಲಿ ಅವಳಿಗೆ ಅವನ ಕೋಪದಿಂದ ಪ್ರಯೋಜನವಿತ್ತು.

"ಅಲ್ಲಿ ನೋಡಿ"

—ಸಮೀಚಿ ಕಿರುಚಿದಳು. ಸೀತೆ ಮತ್ತು ಲಕ್ಷ್ಮಣ ಸಮೀಚಿ ಹೇಳಿದ ದಿಕ್ಕಿನತ್ತ ದೃಷ್ಟಿ ಹೊರಳಿಸಿದರು.

ಮಿಥಿಲೆಯನ್ನು ಸುತ್ತುವರಿದಿದ್ದ ಕಂದಕದಾಚೆ ಪಂಜುಗಳ ಸಾಲು ಕಾಣಿಸಿತು. ರಾವಣನ ಸೈನಿಕರು ಅರಣ್ಯ ಕಡಿದು ದೋಣಿಗಳನ್ನು ತಯಾರಿಸುವುದರಲ್ಲಿ ಮಗ್ನರಾಗಿದ್ದರು. ಕಂದಕದ ಸರೋವರ ದಾಟಲು ಅವರಿಗೆ ದೋಣಿಗಳ ಅಗತ್ಯವಿತ್ತು.

ಲಂಕನ್ನರು ಕಂದಕ ಸರೋವರದೊಳಕ್ಕೆ ದೋಣಿಗಳನ್ನು ಇಳಿಸುತ್ತಿದ್ದರು. ಮಿಥಿಲೆಯ ಮೇಲೆ ಆಕ್ರಮಣ ನಡೆಯಲಿತ್ತು.

"ಕಾಲ ಸನ್ನಿಹಿತ"

—ಎಂದಳು ಸೀತೆ.

"ಹೌದು. ಇನ್ನು ಅರ್ಧ ಗಂಟೆಯಲ್ಲಿ ಅವರು ನಮ್ಮ ಕೋಟೆಯ ಹೊರಗೋಡೆಯ ಮೇಲೆ ದಾಳಿ ನಡೆಸಲಿದ್ದಾರೆ" ಎಂದ ರಾಮ.

—೫೭—

ರಾತ್ರಿ ಶಂಖನಾದ ಕೇಳಿಬಂತು. ಶಂಖನಾದ ರಾವಣನ ಯುದ್ಧಘೋಷ ನಾದವೆಂಬುದು ಈಗಾಗಲೇ ತಿಳಿದ ವಿಷಯವಾಗಿತ್ತು. ಪಂಜಿನ ಬೆಳಕಿನಲ್ಲಿ ಲಂಕನ್ನರು ಮಿಥಿಲೆ ಕೋಟೆಯ ಹೊರಗೋಡೆಗಳನ್ನೇರುತ್ತಿರುವುದು ಕಾಣಿಸುತ್ತಿತ್ತು.

"ಅಗೋ ಅವರಿಲ್ಲಿ..."

—ಎಂದ ರಾಮ.

ಸೀತೆ ದೂತನತ್ತ ತಿರುಗಿದಳು ಮತ್ತು ತಲೆಯಾಡಿಸಿದಳು. ಮಿಥಿಲೆಯ ಸಿಪಾಯಿಗಳಿಗೆ ಸಂದೇಶ ರವಾನೆಯಾಯಿತು.

ತಮ್ಮ ಸೈನಿಕರು ಹೊರಗಡೆಯ ಹೊರ ಆವರಣದಲ್ಲಿರುವಾಗ ಮಾತ್ರ ಲಂಕನ್ನರು ಬಾಣಗಳನ್ನು ಪ್ರಯೋಗಿಸುವರು. ಲಂಕನ್ನರು ಗೋಡೆ ಹತ್ತಿ ನಿಂತಕೂಡಲೇ ಬಾಣಪ್ರಯೋಗ ನಿಲ್ಲುವುದು.

ಬಾಣ ಪ್ರಯೋಗದ ಭಾರಿ ಸದ್ದು.

"ಗುರಾಣಿಗಳು"

—ಸೀತೆ ಅಬ್ಬರಿಸಿದಳು. ಮಿಥಿಲೆಯ ಸೈನಿಕರು ಬಾಣಗಳಿಂದ ರಕ್ಷಣೆ ಪಡೆಯಲು ಗುರಾಣಿಗಳನ್ನು ಹಿಡಿದು ಸಜ್ಜಾದರು.

ಸೀತೆಗೆ ಏನೋ ಅಂತಃಸ್ಫುರಣೆ.

ಕೇಳಿಬಂದ ಸದ್ದಿನಲ್ಲಿ ಏನೋ ದೋಷವಿದೆ. ಆ ಸದ್ದು ಸಾವಿರ ಬಾಣಗಳ ಪ್ರಯೋಗಕ್ಕಿಂತ ಹೆಚ್ಚು ಶಕ್ತಿಶಾಲಿಯಾದದ್ದು. ಭಾರಿ ಅಸ್ತ್ರವನ್ನೇ ಪ್ರಯೋಗಿಸಿದಂತಿದೆ.

ಗುರಾಣಿಯ ಹಿಂದೆ ಅವಿತುಕೊಂಡು ಅವಳು ರಾಮನತ್ತ ನೋಡಿದಳು. ರಾಮನೂ ಗಲಿಬಿಲಿಗೊಂಡಿರುವುದು ಅವಳ ಅರಿವಿಗೆ ಬಂತು.

ಅವರ ಅಂತಃಸ್ಫುರಣೆ ಸರಿಯಾಗಿತ್ತು.

ಮಿಥಿಲೆಯ ರಕ್ಷಣಾವ್ಯೂಹವನ್ನು ಭೇದಿಸಿಕೊಂಡು ಕ್ಷಿಪಣಿಗಳು ಅಪ್ಪಳಿಸಿದ್ದವು. ಮಿಥಿಲೆಯ ಅನೇಕ ಮಂದಿ ಸಿಪಾಯಿಗಳು ನೆಲಕಚ್ಚಿದ್ದರು.

"ಏನದು?"

—ಲಕ್ಷ್ಮಣ.

ಸೀತೆ ರಾಮರ ಮರದ ಗುರಾಣಿ ಛಿದ್ರವಾಗಿತ್ತು. ಕೂದಲೆಳೆಯಲ್ಲಿ ರಾಮ ಪಾರಾಗಿದ್ದ.

ಭರ್ಜಿಗಳು!

ಮರದ ಗುರಾಣಿಗಳು ಬಾಣದ ದಾಳಿಯಿಂದ ರಕ್ಷಿಸುವ ಸಾಮರ್ಥ್ಯ ಹೊಂದಿದ್ದವು. ಭರ್ಜಿಗಳಿಂದಲ್ಲ.

ಇಷ್ಟು ದೂರಕ್ಕೆ ಭರ್ಜಿಗಳನ್ನು ಉಡಾಯಿಸುವುದು ಹೇಗೆ ಸಾಧ್ಯ?

ಮೊದಲ ಸುತ್ತಿನ ದಾಳಿ ನಿಂತಿತ್ತು. ಸೀತೆ ರಾಮನತ್ತ ನೋಡಿದಳು.

"ಭಗವಂತ, ಮಹಾರುದ್ರ, ಕರುಣೆದೋರು"

—ರಾಮ ಹೇಳಿದ್ದು ಸೀತೆಗೆ ಕೇಳಿಸಿತು.

"ಮುಂದೆ ಯಾವುದೇ ಕ್ಷಣದಲ್ಲಿ ಮತ್ತೊಂದು ವರಸೆ ದಾಳಿಯಾಗ ಬಹುದು"

—ಎಂದ ರಾಮ.

"ಮನೆಯೊಳಕ್ಕೆ"

—ಸೀತೆ ಗಾಬರಿಯಿಂದ ಕೇಳಿದಳು.

"ಮನೆಯೊಳಕ್ಕೆ"

—ಸೇನಾನಿಗಳೂ ಮರುನುಡಿದರು. ಸಿಪಾಯಿಗಳು ಮನೆಗಳೊಳಕ್ಕೆ ನುಗ್ಗಿ ಅವಿತುಕೊಂಡರು. ಬಾಗಿಲುಗಳು ಬಂದಾದವು. "ಜೇನುಗೂಡಿನ" ನಿವಾಸಗಳ ಮಾಳಿಗೆಗಳು ಭರ್ಜಿಗಳ ದಾಳಿಗೆ ಗುರಿಯಾಗಿದ್ದವು.

ಮನೆಯೊಳಕ್ಕೆ ಹೋದಕೂಡಲೇ ರಾಮ ಸೀತೆಯನ್ನು ಒಂದು ಬದಿಗೆ ಸೆಳೆದ. ಲಕ್ಷ್ಮಣ ಸಮೀಚಿ ಅವರನ್ನು ಹಿಂಬಾಲಿಸಿದರು.

"ಮುಂದೇನು ರಾಮ?"

—ಏದುಸಿರು ಬಿಡುತ್ತಿದ್ದ ಸೀತೆಯ ಪ್ರಶ್ನೆ.

ಮನೆಗಳ ಕಿಟಕಿಗಳ ಬಾಗಿಲುಗಳನ್ನು ಮುರಿದು ಹಾಕಲು ಸೀತೆ ಆಜ್ಞೆ ಮಾಡಿದಳು. ಕಿಟಕಿಗಳ ಮೂಲಕ ಲಂಕನ್ನರ ಮೇಲೆ ಬಾಣಗಳ ದಾಳಿ ನಡೆಸುವುದು ಸೀತೆಯ ತಂತ್ರವಾಗಿತ್ತು.

"ಅದ್ಭುತವಾದ ಆಲೋಚನೆ"

—ಲಕ್ಷ್ಮಣ ಉದ್ವೇಗದಿಂದ ಅರುಚಿದ.

ಮಿಥಿಲೆಯ ಸೈನಿಕರ ಪ್ರತಿದಾಳಿ ಶುರುವಾಯಿತು. ಈ ದಾಳಿ ಅನೇಕ ಮಂದಿ ಲಂಕಾ ಸಿಪಾಯಿಗಳನ್ನು ಹತರನ್ನಾಗಿಸಿತ್ತು.

ಮತ್ತೆ ಶಂಖನಾದ.

ಈ ಬಾರಿಯ ಶಂಖನಾದ ಭಿನ್ನವಾಗಿತ್ತು. ಅದು ಶತ್ರುಪಡೆ ರಣರಂಗದಿಂದ ಹಿಮ್ಮೆಟ್ಟುವುದರ ಸೂಚನೆಯಾಗಿತ್ತು. ಲಂಕನ್ನರು ಹಿಮ್ಮೆಟ್ಟಿದ್ದರು. ಮಿಥಿಲೆಯ ಪಾಳೆಯದಲ್ಲಿ ಹರ್ಷೋದ್ಗಾರ.

—೪೮—

ಮುಂಜಾನೆ ಬೆಳಕು ಹರಿದಂತೆ ರಾಮ, ಸೀತೆ, ಲಕ್ಷ್ಮಣರು "ಜೇನುಗೂಡು" ವಸತಿಗೃಹ ಸಮುಚ್ಚಯದ ಮಾಳಿಗೆಯ ಮೇಲೆ ನಿಂತಿದ್ದರು. ಬೆಳಗಿನ ಸೂರ್ಯರಶ್ಮಿ ಲಂಕೆಯ ಸೈನಿಕರು ಧ್ವಂಸಗೈದ ದೃಶ್ಯಗಳನ್ನು ಎತ್ತಿ ತೋರಿಸುತ್ತಿತ್ತು. ಸುತ್ತಮುತ್ತ ಮಿಥಿಲೆಯ ಸೈನಿಕರ ಮೃತದೇಹಗಳು ಚೆಲ್ಲಾಡಿದ್ದವು.

"ಕನಿಷ್ಠ ಪಕ್ಷ ನಮ್ಮ ಸಾವಿರ ಸೈನಿಕರು..."

"ಅತ್ತಿಗೆ ನಾವು ಅವರಿಗೆ ಬಲವಾದ ಪೆಟ್ಟು ಕೊಟ್ಟಿದ್ದೇವೆ. ಕೋಟೆಯ ಹೊರಗೋಡೆ ಮತ್ತು ಒಳಗೋಡೆಯ ನಡುವೆ ಸಾವಿರಾರು ಲಂಕನ್ನರ ಮೃತದೇಹಗಳು ಬಿದ್ದಿವೆ."

"ಇರಬಹುದು. ಅವರಲ್ಲಿ ಇನ್ನೂ ಒಂಬತ್ತು ಸಾವಿರ ಸಿಪಾಯಿಗಳಿದ್ದಾರೆ. ನಮ್ಮವರು ಕೇವಲ ಮೂರು ಸಾವಿರ."

ರಾಮ ಲಂಕೆಯ ಸೇನಾ ಶಿಬಿರಗಳತ್ತ ಕಣ್ಣು ಹಾಯಿಸಿದ. ಸೀತೆಯೂ. ಗಾಯಾಳು ಸೈನಿಕರ ಶುಶ್ರೂಷೆ ನಡೆಯುತ್ತಿತ್ತು. ಉಳಿದ ಲಂಕೆಯ ಸೇನೆ ಹಾದಿಗಡ್ಡವಾದ ಮರಗಳನ್ನು ಕಡಿದು ಮುನ್ನುಗ್ಗುವ ಹವಣಿಕೆಯಲ್ಲಿತ್ತು.

ಅವರಿಗೆ ಹಿಂದೆ ಸರಿಯುವ ಉದ್ದೇಶವಿದ್ದಂತಿರಲಿಲ್ಲ.

"ಅವರೇನಾದರೂ ಒಳಗೋಡೆ ಹತ್ತುವ ಪ್ರಯತ್ನ ಮಾಡಿದರೆ ಅವರ ಕಥೆ ಮುಗಿಯಿತು"

—ಎಂದು ರಾಮ.

ಸೀತೆ ನಗರದತ್ತ ದೃಷ್ಟಿ ಹರಿಸಿದಳು.

"ಎಲ್ಲ ಮುಗಿದಿಲ್ಲ. ನಮ್ಮೊಡನೆ ಸೇರಿಕೊಳ್ಳುವಂತೆ ಪ್ರಜೆಗಳಿಗೆ ಕರೆ ನೀಡುತ್ತೇನೆ..."

ಅವನಿಗೆ ನನ್ನಲ್ಲಿ ನಂಬಿಕೆ ಇದೆ. ನಾನು ಇದನ್ನು ನಿರ್ವಹಿಸುತ್ತೇನೆ. ನನಗೆ ಸೋಲಿಲ್ಲ.

ತಲೆದೂಗಿದ ಸೀತೆ ಸೇನಾಧಿಕಾರಿಗಳಿಗೆ ಸಂಜ್ಞೆ ಮಾಡಿ ಅಲ್ಲಿಂದ ಕಾಲ್ತೆಗೆದಳು. ಸೇನಾಧಿಕಾರಿಗಳು ಅವಳನ್ನು ಹಿಂಬಾಲಿಸಿದರು. ರಾಮ ಲಕ್ಷ್ಮಣರು...

"ಬೇಡ ನೀವಿಲ್ಲೆ ನಿಲ್ಲಿ..."

—ಎಂದಳು ಸೀತೆ ದೃಢಮಾತುಗಳಲ್ಲಿ.

ಲಕ್ಷ್ಮಣ ವಾದ ಮಾಡಲು ಯತ್ನಿಸಿದ.

"ನಾವಿಲ್ಲೆ ಇರುತ್ತೇವೆ ಸೀತೆ. ಲಂಕಾ ಸೇನೆ ಪುರಪ್ರವೇಶ ಮಾಡಲು ಬಿಡುವುದಿಲ್ಲ. ನೀನು ಉಳಿದವರನ್ನು ಒಗ್ಗೂಡಿಸು."

ಸೀತೆ ನಕ್ಕು ಮುಂದಕ್ಕೆ ಧಾವಿಸಿ ನಡೆದಳು.

—೪೮—

ಎರಡನೆಯ ಪ್ರಹರ ಮುಗಿಯುತ್ತಾ ಬಂದಿತ್ತು. ಹಗಲು ಬೆಳಕು ಶುಭ್ರವಾಗಿತ್ತು. ಆದರೆ ಈ ಬೆಳಕು ಮಿಥಿಲೆಯ ಶುಭವಾರ್ತೆಯನ್ನೇನೂ ತಂದಿರಲಿಲ್ಲ. ಹಿಂದಿನ ದಿನದ ಯುದ್ಧದಲ್ಲಿ ಮಿಥಿಲೆಯ ಸಾವಿರಕ್ಕೂ ಹೆಚ್ಚು ವೀರರು ಹುತಾತ್ಮರಾಗಿದ್ದರು. ನಗರದಲ್ಲಿ ಗಾಳಿಸುದ್ದಿಗಳು ಹಬ್ಬಿದ್ದವು. ಶರಣಾಗತಿ, ರಾಜಸಂಧಾನ, ಸೀತೆ ಸ್ಫೂರ್ತಿದಾಯಕ ನಾಯಕತ್ವ ನೀಡಲಿಲ್ಲ– ಇಂಥ ಸುದ್ದಿಗಳು.

ಲಂಕನ್ನರ ವಿರುದ್ಧ ಪೌರಸೇನೆಯೊಂದನ್ನು ಸಜ್ಜುಗೊಳಿಸಲು ಸೀತೆ ಮಾರುಕಟ್ಟೆ ಚೌಕದಲ್ಲಿ ಸ್ಥಳೀಯ ನಾಯಕರುಗಳ ಸಭೆಯೊಂದನ್ನು ಕರೆದಿದ್ದಳು. ಶ್ರೀಮಂತರು ತಾಯ್ನಾಡಿಗಾಗಿ ತನುಮನಧನ ತ್ಯಾಗ ಮಾಡಲು ಮುಂದಾಗಲಿಲ್ಲ. ಸೀತೆಯ ಸುಧಾರಣಾ ಕಾರ್ಯಗಳ ಫಲಾನುಭವಿಗಳಾದ ಬಡವರೂ ಸಾಮ್ರಾಜ್ಯ ರಕ್ಷಣೆಗೆ ಮುಂದೆ ಬರಲಿಲ್ಲ.

“ನಾವು ವ್ಯವಹಾರಿಕವಾಗಿರಬೇಕು”

“ನಮಗಿನ್ನೂ ಬಡತನದಿಂದ ಮುಕ್ತಿ ದೊರೆತಿಲ್ಲ. ಒಂದು ಯುದ್ಧಕ್ಕಾಗಿ ಇರುವುದೆಲ್ಲವನ್ನೂ ಕಳೆದುಕೊಳ್ಳುವುದೆ?”

“ಹಿಂಸೆಯಿಂದ ಪರಿಹಾರ ಸಾಧ್ಯವಿಲ್ಲ.”

“ಲಂಕನ್ನರೂ ನಮ್ಮಂತೆ ಮನುಷ್ಯರೇ ಅಲ್ಲವೆ?”

“ಸ್ವಯಂವರದಲ್ಲಿ ನಾವು ಚಕ್ರವರ್ತಿ ರಾವಣನನ್ನು ಅವಮಾನಿಸಿರಲಿಲ್ಲವೆ?”

“ನಾವು ತೆರಿಗೆ ತೆರುತ್ತಿಲ್ಲವೆ? ಲಂಕಾದಲ್ಲಿ ತೆರಿಗೆ ಕಡಿಮೆ?”

ಪೌರಸಭೆಯಲ್ಲಿ ತಲೆಗೊಂದು ಮಾತು ಕೇಳಿಬಂತು. ಜನರನ್ನು ಪ್ರಜ್ಞಾವಂತರಾಗಿಸುವ ನಿಟ್ಟಿನಲ್ಲಿ ಸೀತೆ ಜನಕ ಮಹಾರಾಜ ಮತ್ತು ಸೋದರಿ ಊರ್ಮಿಳೆಯ ನೆರವನ್ನೂ ಕೋರಿದಳು. ಜನರು ಮಹಾರಾಜನ ಮಾತಿಗೆ ಕಿವಿಗೊಡಲಿಲ್ಲ.

ಸೀತೆ ಮುಷ್ಟಿ ಬಿಗಿಮಾಡಿದಳು. ಅವಳು ಕೋಪದಿಂದ ಪ್ರಜೆಗಳ ಮೇಲೆ ಹರಿಹಾಯಲಿದ್ದಳು. ಅಷ್ಟರಲ್ಲಿ ಸಮೀಚಿ ಅವಳ ಹೆಗಲ ಮೇಲೆ ಕೈಯ್ಯಿರಿಸಿ ಸೀತೆಯನ್ನು ಪಕ್ಕಕ್ಕೆ ಸೆಳೆದಳು.

“ಅವರೆಲ್ಲಿದ್ದಾರೆ?”

ವಿಶ್ವಾಮಿತ್ರರು ಮತ್ತು ಅರಿಷ್ಟನೇಮಿಯರ ಪತ್ತೆಗಾಗಿ ಸೀತೆ ಸಮೀಚಿಯನ್ನು ಕಳುಹಿಸಿದ್ದಳು.

“ನಾನು ಎಲ್ಲ ಕಡೆ ಹುಡುಕಿದೆ. ಎಲ್ಲೂ ಅವರು ಕಾಣಲಿಲ್ಲ.”

ಸೀತೆ ಅವಡುಗಚ್ಚಿದಳು.

“ಸೀತೆ, ನನಗೆ ಗೊತ್ತು ನೀನು ಇದನ್ನು ಕೇಳಲಿಚ್ಛಿಸುವುದಿಲ್ಲ. ಆದರೆ ಅನ್ಯಮಾರ್ಗವಿಲ್ಲ. ಲಂಕನ್ನರೊಂದಿಗೆ ನಾವು ರಾಜಸಂಧಾನ ಮಾಡಿಕೊಳ್ಳಬೇಕು. ರಾವಣನನ್ನು...”

“ನನ್ನ ಮುಂದೆ ಅಂಥ ಮಾತುಗಳನ್ನಾಡದಿರು.”

ಸೀತೆ ಅಬ್ಬರಿಸಿದಳು.

ಭಯಂಕರ ಸದ್ದು. ‘ಜೇನುಗೂಡು’ ಸಮುಚ್ಚಯದ ಮೇಲೆ ಸ್ಫೋಟಗಳು ಸಂಭವಿಸಿದ್ದವು. ಮಾರುಕಟ್ಟೆ ಚೌಕದ ಸಭೆಯ ಕಣ್ಣುಗಳೆಲ್ಲ ‘ಜೇನುಗೂಡಿ’ನತ್ತ ನೋಟ ಹರಿಸಿದವು. ಏನಾಯಿತೆಂಬುದು ಸೀತೆ ಹೊರತು ಬೇರಾರಿಗೂ

ತಿಳಿದಿರಲಿಲ್ಲ. ಮಲೆಯಪುತ್ರರು ರಾತ್ರಿಯೆಲ್ಲ ಏನು ಮಾಡುತ್ತಿದ್ದರೆಂಬುದು ಅವಳಿಗರಿವಾಗಿತ್ತು.

ಅಸುರಾಸ್ತ್ರ

ಕ್ಷಿಪಣಿಯೊಂದು ಕಂದಕ ಸರೋವರವನ್ನು ದಾಟಿಕೊಂಡು ಹೋಗಿತ್ತು. ಲಂಕೆಯ ಶಿಬಿರದ ಮೇಲೆ ಸ್ಫೋಟಸಿತ್ತು. ಹಸಿರು ಬಣ್ಣದ ಬೆಳಕಿನಿಂದ ಚೌಕದಲ್ಲಿ ಸೇರಿದ್ದ ಜನರ ಕಣ್ಣು ಕೋರೈಸಿತ್ತು. ಸ್ಫೋಟದ ಶಬ್ದದಿಂದ ಮಿಥಿಲೆಯ ಜನರ ಕಿವಿಗಳು ಕೀವುಡಾಗಿದ್ದವು. ಭಯಗ್ರಸ್ತ ಜನರು ಭಗವಂತನ ಪ್ರಾರ್ಥನೆಯಲ್ಲಿ ತೊಡಗಿದರು.

ಮಿಥಿಲೆ ಪಾರಾಯಿತೆಂಬುದು ಸೀತೆಗೆ ಈಗ ಅರಿವಾಗಿತ್ತು. ರಾವಣನ ಸೇನೆ ಧ್ವಂಸವಾಗಿತ್ತು. ಈ ದಾಳಿಯಿಂದ ಸುಧಾರಿಸಿಕೊಳ್ಳಲು ಲಂಕೆಗೆ ವಾರಗಳೇ ಬೇಕಾಗಬಹುದು. ಮಿಥಿಲೆ ಸುರಕ್ಷಿತವಾಗಿತ್ತು.

"ಭಗವಂತ, ಮಲೆಯಪುತ್ರರನ್ನು, ಗುರು ವಿಶ್ವಾಮಿತ್ರರನ್ನೂ ಕಾಪಾಡು" ಎಂದು ಸೀತೆ ಮನದಲ್ಲೆ ಪ್ರಾರ್ಥಿಸಿದಳು.

ಅಸುರಾಸ್ತ್ರವನ್ನು ಯಾರು ಪ್ರಯೋಗಿಸಿದ್ದರು?

ಮಿಥಿಲೆಯಲ್ಲಿ ಅಸುರಾಸ್ತ್ರ ಪ್ರಯೋಗ ವಿಧಿವಿಧಾನಗಳು ಮೂವರಿಗೆ ಮಾತ್ರ ತಿಳಿದಿದ್ದವು–ವಿಶ್ವಾಮಿತ್ರ, ಅರಿಷ್ಟನೇಮಿ ಮತ್ತು...

ರಾಮ...

ಇಲ್ಲ, ಇರಲಿಕ್ಕಿಲ್ಲ. ಮಹಾರುದ್ರ, ಕಾಪಾಡು.

ಸೀತೆ 'ಜೇನುಗೂಡಿ'ನತ್ತ ಜಿಂಕೆ ವೇಗದಲ್ಲಿ ಓಡಿದಳು ಸಮೀಚಿ. ಅಂಗರಕ್ಷಕರು ಅವಳನ್ನು ಹಿಂಬಾಲಿಸಿದರು.

ಅಧ್ಯಾಯ – 24

ಸೀತೆ ಮೂರು ಮೂರು ಮೆಟ್ಟಿಲುಗಳನ್ನು ಹಾರಿಕೊಂಡು 'ಜೇನುಗೂಡು' ವಸತಿ ಸಮುಚ್ಚಯದ ಮಾಳಿಗೆಗೆ ಬಂದಿದ್ದಳು ಧಾವಂತದಿಂದ. ಕೊರಳಲ್ಲಿದ್ದ ರುದ್ರಾಕ್ಷಿ ಮಾಲೆಯನ್ನು ಕೈಯಲ್ಲಿ ಹಿಡಿದು "ಮಹಾರುದ್ರ, ಕರುಣೆ ತೋರು" ಎಂದು ಮನದಲ್ಲೇ ಪ್ರಾರ್ಥಿಸುತ್ತಿದ್ದಳು. ಅರಿಷ್ಟನೇಮಿ ಹಾಗೂ ಮಲೆಯ ಪುತ್ರರು ಮೈ ಮುದುಡಿಕೊಂಡು ನಿಂತಿರುವುದು ಅವಳ ಕಣ್ಣಿಗೆ ಬಿತ್ತು. ಅವರ ಸಮೀಪಕ್ಕೆ ಧಾಮಿಸಿದ ಸೀತೆ–

"ಯಾರು ಅದನ್ನು ಪ್ರಯೋಗಿಸಿದ್ದು?"

—ಎಂದು ಪ್ರಶ್ನಿಸಿದಳು.

ಅರಿಷ್ಟನೇಮಿ ತಲೆ ಬಾಗಿಸಿ ಪಕ್ಕಕ್ಕೆ ಸರಿದ. ರಾಮ ಸೀತೆಯ ಕಣ್ಣಿಗೆ ಗೋಚರಿಸಿದ. ರಾಮನ ಕೈಯ್ಯಲ್ಲಿ ಮಾತ್ರ ಬಿಲ್ಲಿತ್ತು. ಅಸುರಾಸ್ತ್ರ ಪ್ರಯೋಗಿಸುವಂತೆ ವಿಶ್ವಾಮಿತ್ರರು ರಾಮನ ಮೇಲೆ ಒತ್ತಡ ತಂದಿದ್ದರು. ಹೀಗೆ ಮಹಾರುದ್ರನ ಕಾನೂನಿನ ಉಲ್ಲಂಘನೆಯಾಗಿತ್ತು.

ಸೀತೆ ವಿಶ್ವಾಮಿತ್ರರತ್ತ ಉಗ್ರವಾಗಿ ನೋಡಿದಳು. ರಾಮನ ಬಳಿಗೆ ಓಡಿ ಅವನನ್ನು ಭದ್ರವಾಗಿ ಬಿಗಿದಪ್ಪಿಕೊಂಡಳು. ರಾಮನ ಕೈಯ್ಯಲ್ಲಿದ್ದ ಬಿಲ್ಲು ನೆಲಕ್ಕೆ ಬಿತ್ತು. ರಾಮ ಸೀತೆಯನ್ನು ಅಪ್ಪಿಕೊಳ್ಳಲಿಲ್ಲ. ಸೀತೆ ಗಂಡನ ಎದೆಯೊಳಗೆ ಹುದುಗಿಸಿದ್ದ ಮುಖವನ್ನು ಮೇಲೆತ್ತಿ ನೋಡಿದಳು. ಗಂಡನ ಕಣ್ಣಿಂದ ಒಂದು ಹನಿ ಕಣ್ಣೀರು ತೊಟ್ಟಿಕ್ಕಿದ್ದನ್ನು ಕಂಡಳು.

"ರಾಮ ನಾನು ನಿಮ್ಮೊಟ್ಟಿಗೆ ಇದ್ದೇನೆ"

–ಎಂದು ಸೀತೆ ಉದ್ಗರಿಸಿದಳು. ರಾಮ ಮೌನದಿಂದಿದ್ದ.

ಓ ದೇವರೇ! ಮಹಾರುದ್ರ, ಅವನಿಗೆ ಸಹಾಯ ಮಾಡುವ ಶಕ್ತಿಯನ್ನು ನನಗೆ ಕೊಡು. ನನ್ನ ಸಲುವಾಗಿ ಕಷ್ಟಪಡುತ್ತಿರುವ ಈ ಮಹಾಪುರುಷನಿಗೆ ಸಹಾಯ ಮಾಡುವ ಶಕ್ತಿಯನ್ನು ಕೊಡು.

—ಸೀತೆ ಮನದಲ್ಲೇ ದೇವರ ಮೊರೆ ಹೊಕ್ಕಳು. ಅವಳು ಬಿಗಿಯಪ್ಪುಗೆ ಸಡಿಲಿಸಲಿಲ್ಲ. "ರಾಮ ನಾನು ನಿನ್ನೊಟ್ಟಿಗಿದ್ದೇನೆ. ಇಬ್ಬರೂ ಒಟ್ಟಿಗೆ ಇದನ್ನು ನಿರ್ವಹಿಸೋಣ."

ರಾಮ ಕಣ್ಣು ಮುಚ್ಚಿಕೊಂಡ. ತೋಳುಗಳಿಂದ ಸೀತೆಯನ್ನು ಬಿಗಿಯಾಗಿ ಅಪ್ಪಿಕೊಂಡ. ರಾಮನ ಹೆಗಲುಗಳ ಮೂಲಕ ಸೀತೆ ವಿಶ್ವಾಮಿತ್ರರತ್ತ ನೋಡಿದಳು. ಅದು ತಾಯಿ ರಣಚಂಡಿಯ ಉಗ್ರ ನೋಟದಂತಿತ್ತು. ವಿಶ್ವಾಮಿತ್ರರೂ ಅವಳನ್ನು ದಿಟ್ಟಿಸಿ ನೋಡಿದರು. ಅವರ ನೋಟದಲ್ಲಿ ಪಶ್ಚಾತ್ತಾಪವಿರಲಿಲ್ಲ.

ಭಾರಿ ಸದ್ದು. ಎಲ್ಲರ ದೃಷ್ಟಿಯೂ ಮಿಥಿಲೆಯ ಕೋಟೆಗೋಡೆಗಳಾಚೆ ನೆಟ್ಟಿತ್ತು. ರಾವಣನ ಪುಷ್ಪಕವಿಮಾನ ಭಾರಿ ಸದ್ದು ಮಾಡುತ್ತಾ ನಭಕ್ಕೇರುತ್ತಿತ್ತು. ರಾವಣ ಅಸುರಾಸ್ತ್ರದಿಂದ ಪಾರಾಗಿದ್ದ. ಜೀವ ಉಳಿಸಿಕೊಂಡ ರಾವಣ ಅಲ್ಲಿಂದ ಪಲಾಯನ ಮಾಡಿದ್ದ.

—೫೭—

ನಗರದ ಹೊರವಲಯದಲ್ಲಿ ಗಾಯಾಳು ಸೈನಿಕ ಶುಶ್ರೂಷೆಗಾಗಿ **ಆಯುರಾಲಯ** ಸ್ಥಾಪಿಸಲಾಗಿತ್ತು. ದೊಡ್ಡ ದೊಡ್ಡ ಗುಡಾರಗಳಲ್ಲಿ ಲಂಕೆಯ ಸೈನಿಕರನ್ನಿಡಲಾಗಿತ್ತು. ಮಲಯಪುತ್ರರು ಮಿಥಿಲೆಯ ಜನರಿಗೆ ಗಾಯಾಳುಗಳಿಗೆ ಚಿಕಿತ್ಸೆ ನೀಡುವುದನ್ನು ಕಲಿಸಿದ್ದರು.

ಸೀತೆ ಕಚೇರಿಯಲ್ಲಿ ಕುಳಿತು ಮಿಥಿಲೆಯ ಆಡಳಿತಕ್ಕೆ ಸಂಬಂಧಿಸಿದ ಕಾಗದಪತ್ರಗಳನ್ನು ನೋಡುತ್ತಿದ್ದಳು. ಅವಳ ಹತ್ತಿರವೇ ಭಯಗ್ರಸ್ತಳಾದ ಸಮೀಚಿ ನಿಂತಿದ್ದಳು.

"ಚಿಂತೆ ಬೇಡ ಸಮೀಚಿ. ನಾನು ರಾಮನನ್ನು ರಕ್ಷಿಸುತ್ತೇನೆ. ಅವನಿಗೆ ಶಿಕ್ಷೆಯಾಗುವುದಿಲ್ಲ"

—ಎಂದಳು ಸೀತೆ. ಸಮೀಚಿ ತಲೆ ಆಡಿಸಿದಳು.

"ರಾವಣ ಪಾರಾದ. ಲಂಕನ್ನರು ಮತ್ತೆ ದಾಳಿ ಮಾಡಬಹುದು. ನೀನು... ನಾನು... ಎಲ್ಲ ಮುಗಿದಂತೆಯೇ."

"ಹುಚ್ಚುಚ್ಚಾಗಿ ಮಾತಾಡಬೇಡ. ಲಂಕನ್ನರಿಗೆ ಸರಿಯಾಗಿ ಪಾಠ ಕಲಿಸಲಾಗಿದೆ. ಅವರು ಬೇಗ ಅದನ್ನು ಮರೆಯಲಾರರು."

"ಅವರು ನೆನಪಿನಲ್ಲಿಟ್ಟುಕೊಳ್ಳುತ್ತಾರೆ. ಅಯೋಧ್ಯಾ... ಕರಚಾಪ.... ಚಿಲಿಕಾ..."

"ಸಮೀಚಿ. ಹೆದರದಿರು. ಏನಾಗಿದೆ ನಿನಗೆ?"

ಸೀತೆ ಸಮೀಚಿಯ ಭುಜ ಹಿಡಿದು ಅಲ್ಲಾಡಿಸುತ್ತ ಕೇಳಿದಳು.

ಸಮೀಚಿ ಮೌನಿಯಾದಳು. ಭಗವಂತನಲ್ಲಿ ಮೊರೆ ಇಟ್ಟಳು.

ಸೀತೆ ಸಮೀಚಿಯನ್ನೇ ನೋಡಿದಳು. ಅಯೋಧ್ಯೆಗೆ ಹೊರಡುವ ಮುನ್ನ ಮಿಥಿಲೆಯ ಆಡಳಿತವನ್ನು ಸಮೀಚಿಗೆ ವಹಿಸುವುದು ಸೀತೆಯ ಆಲೋಚನೆಯಾಗಿತ್ತು. ಆದರೆ ಭೀತಿಗ್ರಸ್ತ ಸಮೀಚಿಯನ್ನು ಕಂಡು ಮಿಥಿಲೆಯ ಹೊಣೆಗಾರಿಕೆ ನಿರ್ವಹಣೆ ಇವಳಿಂದ ಸಾಧ್ಯವಾದೀತೆ ಎಂಬ ಶಂಕೆ ಮೂಡಿತು. ಸಮೀಚಿ ಹಿಂದೆಂದೂ ಈ ಪರಿ ಭೀತಿಗ್ರಸ್ತಳಾಗಿರಲಿಲ್ಲ.

—೩೭—

"ಅರಿಷ್ಟನೇಮೀಜಿ. ದಯವಿಟ್ಟು ಈ ಕೆಲಸ ನನ್ನಿಂದ ಮಾಡಿಸಬೇಡಿ"

ಕುಶಧ್ವಜ ಬೇಡಿಕೊಂಡ. ಅರಿಷ್ಟನೇಮಿ ಕುಶಧ್ವಜನ ಭಾಗಕ್ಕೆ ಬಂದಿದ್ದ ಮಿಥಿಲೆಯ ಅರಮನೆಯಲ್ಲಿದ್ದ.

"ಇಲ್ಲ. ಈ ಕೆಲಸ ನಿನ್ನಿಂದಾಗಬೇಕು ಕುಶಧ್ವಜ"

–ಅರಿಷ್ಟನೇಮಿ ಕಟ್ಟುನಿಟ್ಟಾಗಿ ಹೇಳಿದ.

"ಏನೆಲ್ಲ ಸಂಭವಿಸಿದೆ ಎಂಬುದು ನಮಗೆ ತಿಳಿದಿದೆ. ರಾವಣ ಇಲ್ಲಿಗೆ ಹೇಗೆ ಬಂದ ಎಂಬುದು..."

ಕುಶಧ್ವಜನಲ್ಲಿ ಕಂಪನ ಶುರುವಾಗಿತ್ತು.

"ಮಿಥಿಲೆ ನಮಗೆಲ್ಲ ಪ್ರಿಯವಾದ್ದು. ಅದನ್ನು ನಾಶವಾಗಲು ನಾವು ಬಿಡುವುದಿಲ್ಲ. ನೀನು ಮಾಡಿದ ತಪ್ಪಿಗೆ ದಂಡ ತೆರಬೇಕಾಗಿದೆ."

"ಆದರೆ ನಾನು ಈ ಘೋಷಣೆಗೆ ಸಹಿ ಹಾಕಿದರೆ, ರಾವಣನ ಕಡೆಯವರು ನನ್ನ ಮೇಲೆ ಕಣ್ಣಿಡುತ್ತಾರೆ."

"ನನ್ನ ಮಾತನ್ನು ನಂಬು."

"ಅರಿಷ್ಠನೇಮಿಜಿ..."

"ಸಾಕು ಇನ್ನು ಸಾಕು"

ಎಂದ ಅರಿಷ್ಠನೇಮಿ ಸಾಂಕ್ಷ್ಯಾದ ರಾಜಮುದ್ರೆಯನ್ನು ಎತ್ತಿಕೊಂಡು ಘೋಷಣಾ ಪತ್ರದ ಮೇಲೆ ಅದನ್ನು ಒತ್ತಿದ.

"ನಿನ್ನ ಮತ್ತು ದೊರೆ ಜನಕನ ಹೆಸರಿನಲ್ಲಿ ಈ ಘೋಷಣೆಯನ್ನು ಪ್ರಕಟಿಸಲಾಗುವುದು"

ಎಂದವನೇ ಅರಿಷ್ಠನೇಮಿ ಲಗುಬಗೆಯಿಂದ ನಿರ್ಗಮಿಸಿದ.

—೫೮—

ರಾವಣ ಬಿಟ್ಟುಹೋದ ಲಂಕೆಯ ಸೈನಿಕರನ್ನು ಸೆರೆಹಿಡಿಯುವಂತೆ ಜನಕ ಮಹಾರಾಜ ಮತ್ತು ಕುಶಧ್ವಜ ಆಜ್ಞೆ ಹೊರಡಿಸಿದರು. ಅಗಸ್ತ್ಯಕೂಟಕ್ಕೆ ಹೋಗುವಾಗ ಲಂಕೆ ಸೈನಿಕರನ್ನು ತಮ್ಮೊಡನೆ ಕರೆದೊಯ್ಯುವುದಾಗಿ ವಿಶ್ವಾಮಿತ್ರರು ಆಶ್ವಾಸನೆ ಇತ್ತಿದ್ದರು. ಇನ್ನು ಮುಂದೆ ಮಿಥಿಲೆಯ ತಂಟೆಗೆ ಬರುವುದಿಲ್ಲ ಎಂದು ರಾವಣನಿಂದ ಮುಚ್ಚಳಿಕೆ ಬರೆಸಿಕೊಂಡು, ಲಂಕೆ ಯುದ್ಧಕೈದಿಗಳನ್ನು ತಾಯ್ನಾಡಿಗೆ ಕಳುಹಿಸುವುದು ವಿಶ್ವಾಮಿತ್ರರ ಉದ್ದೇಶ ವಾಗಿತ್ತು.

ಈ ಸುದ್ದಿ ಮಿಥಿಲೆಯ ಜನರಿಗೆ ಸಮಾಧಾನವುಂಟುಮಾಡಿತ್ತಾದರೂ ಸಮೀಚಿಗೆ ಭಯ ತಪ್ಪಿರಲಿಲ್ಲ.

"ನಾವು ನಾಳೆ ಹೊರಡುತ್ತಿದ್ದೇವೆ"

—ಎಂದು ಅರಿಷ್ಠನೇಮಿ ಸೀತೆಗೆ ಅರುಹಿದ.

ರಾಮ ದೈವೀ ಅಸ್ತ್ರ ಪ್ರಯೋಗಿಸಿದ ದಿನದಿಂದ ಸೀತೆ ಮಲೆಯಪುತ್ರರ ಪ್ರಧಾನ ದಂಡನಾಯಕ ವಿಶ್ವಾಮಿತ್ರರನ್ನು ಭೇಟಿ ಮಾಡಲು ನಿರಾಕರಿಸಿದ್ದಳು.

"ಭಗವಾನ್ ಪರಶುರಾಮ ಮತ್ತು ಮಹಾರುದ್ರರ ಅನುಗ್ರಹ ನಿಮ್ಮ ಮೇಲಿರಲಿ. ಸುಖ ಪ್ರಯಾಣವಾಗಲಿ"

—ಎಂದಳು ಸೀತೆ.

"ಪ್ರಕಟಣೆಯ ದಿನಾಂಕ ಸಮೀಪಿಸುತ್ತಿರುವುದು ನಿಮಗೆ ತಿಳಿದಿದೆ ಯೆಂದು ನಾನು ಭಾವಿಸುವೆ."

ಸೀತೆಯನ್ನು ವಿಷ್ಣುವೆಂದು ಘೋಷಿಸುವ ಅಧಿಕೃತ ಪ್ರಕಟಣೆ ಬಗ್ಗೆ ಅರಿಷ್ಟನೇಮಿ ಮಾತಾಡುತ್ತಿದ್ದ.

ಒಮ್ಮೆ ಅಧಿಕೃತ ಪ್ರಕಟಣೆ ಹೊರಬಿದ್ದಕೂಡಲೇ ಮಲೆಯಪುತ್ರರು ಮಾತ್ರವಲ್ಲ ಸಮಸ್ತ ಭಾರತೀಯರೂ ಸೀತೆಯನ್ನು ತಮ್ಮ ರಕ್ಷಕಿ, ಹೊಸ ಮಾರ್ಗದ ಹರಿಕಾರಳು ಎಂದು ತಿಳಿಯಲಿದ್ದರು.

ಸೀತೆ ಮಾತನಾಡಲಿಲ್ಲ.

"ಸೀತೆ ನೀನು ಹೀಗೆ ಹಠ ಹಿಡಿಯಬಾರದು. ನಾವು ಮಾಡಲೇ ಬೇಕಾದ್ದನ್ನು ಮಾಡಿದ್ದೇವೆ."

"ಅರಿಷ್ಟನೇಮಿಜಿ ನೀವು ಅಸುರಾಸ್ತ್ರ ಪ್ರಯೋಗಿಸಬಹುದಿತ್ತು. ಗುರೂಜಿ ಅದನ್ನು ಪ್ರಯೋಗಿಸಬಹುದಿತ್ತು. ವಾಯುಪುತ್ರರಿಗೆ ಅದು ಅರ್ಥವಾಗುತ್ತಿತ್ತು. ಮಲೆಯಪುತ್ರರು ಸ್ವರಕ್ಷಣೆಗೆ ಪ್ರಯೋಗಿಸಿದ್ದಾರೆ ಎಂದುಕೊಳ್ಳುತ್ತಿದ್ದರು. ಆದರೆ ನೀವು ರಾಮನನ್ನು ಹೂಡಿದಿರಿ."

"ಅವನೇ ಸ್ವಯಂಪ್ರೇರಣೆಯಿಂದ ಮುಂದಾದ."

"ಅದು ಸರಿ"

—ಸೀತೆ ವ್ಯಂಗ್ಯವಾಗಿ ನುಡಿದಳು. ಅಸುರಾಸ್ತ್ರ ಪ್ರಯೋಗದಲ್ಲಿ ವಿಶ್ವಾಮಿತ್ರರು ರಾಮನನ್ನು ಭಾವನಾತ್ಮಕವಾಗಿ ವಂಚಿಸಿರುವ ವಿಷಯ ಅವಳಿಗೆ ಲಕ್ಷ್ಮಣನಿಂದ ತಿಳಿದಿತ್ತು.

"ಸೀತೆ, ಮಿಥಿಲೆ ಯಾವ ಸ್ಥಿತಿಯಲ್ಲಿತ್ತೆಂಬುದನ್ನು ನೀನು ಮರೆತಿದ್ದೀಯ. ರಾವಣ ಇನ್ನು ಮುಂದೆ ಮಿಥಿಲೆಯ ತಂಟೆಗೆ ಬರದಂತೆ ವಿಶ್ವಾಮಿತ್ರರು ವ್ಯವಸ್ಥೆ ಮಾಡಲಿದ್ದಾರೆ. ಇದಕ್ಕಿಂತ ನಿನಗಿನ್ನೇನು ಬೇಕು?"

"ನೀವು... ನಡೆದುಕೊಳ್ಳುವಿರಿ ಎಂದು..."

"ಗೌರವಯುತವಾಗಿ ಎಂದು..."

—ಅರಿಷ್ಟನೇಮಿ ಮಧ್ಯೆ ಬಾಯಿ ಹಾಕಿ ನುಡಿದ:

"ಬಾಲಿಶವಾಗಿ ಮಾತನಾಡಬೇಡ ಸೀತಾ. ನಿನ್ನ ವ್ಯವಹಾರ ಜ್ಞಾನ ನನಗೆ ಮೆಚ್ಚುಗೆಯಾಗಿದೆ. ವಿಷ್ಣು ಪದವಿ ಪ್ರಕಟಣೆಗೆ ನೀನು ಒಪ್ಪಬೇಕು."

"ನಾನು ಗೌರವದ ಬಗ್ಗೆ ಮಾತಾಡುತ್ತಿರಲಿಲ್ಲ. ನಾನು ಹೇಳುತ್ತಿದ್ದುದು ವಿವೇಕದ ಬಗ್ಗೆ."

"ಅಸುರಾಸ್ತ್ರ ಪ್ರಯೋಗ ಸಲ್ಲದೆಂದು ನಮ್ಮ ವಿವೇಕ ಹೇಳಿತ್ತು. ಆದರೆ ವಾಯುಪುತ್ರರೊಂದಿಗೆ ಈಗಾಗಲೇ ನಮ್ಮ ಸಂಬಂಧ ಹಳಸಿದೆ."

"ಅದು ಸರಿ. ಆದರೆ ಅದಕ್ಕೆ ರಾಮನೇ ಆಗಬೇಕಿತ್ತೆ?"

ಅಸುರಾಸ್ತ್ರ ಪ್ರಯೋಗಕ್ಕಾಗಿ ರಾಮನನ್ನು ಶಿಕ್ಷಿಸಲಾಗುವುದು ಎಂಬ ಭೀತಿಯೆ?

"ರಾಮನನ್ನು ಶಿಕ್ಷಿಸುವುದಿಲ್ಲ. ಅಸುರಾಸ್ತ್ರ ಸಮೂಹ ಹತ್ಯೆಯ ಅಸ್ತ್ರವಲ್ಲ. ಗುರೂಜಿ ಇದನ್ನು ಈಗಾಗಲೇ ನಿಂಗೆ ತಿಳಿಸಿದ್ದಾರೆ."

"ತನಗೆ ಕಾನೂನಿನಂತೆ ಶಿಕ್ಷೆಯಾಗಬೇಕೆಂಬುದು ರಾಮನ ನಂಬಿಕೆ."

"ಹುಚ್ಚುಚ್ಚು ಮಾತನಾಡದಿರುವಂತೆ ರಾಮನಿಗೆ ತಿಳಿಸು."

"ಅರಿಷ್ಠನೇಮಿಜಿ, ರಾಮನನ್ನು ಅರ್ಥ ಮಾಡಿಕೊಳ್ಳುವ ಪ್ರಯತ್ನ ಮಾಡಿ. ಮಹಾಪುರುಷ ರಾಮ ಭಾರತದ ಆದರ್ಶಪುರುಷ. ಕಾನೂನಿನ ಎದುರು ತಾನೂ ಸಾಮಾನ್ಯ ಪ್ರಜೆಯಂತೆಯೇ ಎಂಬುದನ್ನು ತೋರಿಸಿ ಕೊಡುವ ಮೂಲಕ ರಾಮನ ಬಗ್ಗೆ ಜನರ ವಿಶ್ವಾಸಾರ್ಹತೆ ಹೆಚ್ಚುತ್ತದೆ."

"ಇದು ಅರ್ಥವಿಲ್ಲದ ಸಂಭಾಷಣೆ. ಆಯಿತು. ನಿನ್ನನ್ನು ವಿಷ್ಣು ಪದವಿಗೇರಿಸಲು ಮಲೆಯಪುತ್ರರು ಅಧಿಕಾರ ನೀಡಿದ್ದಾರೆ."

ಸೀತೆ ನಕ್ಕಳು : "ಭಾರತೀಯರು ಇಂಥ ಹೇರಿಕೆಯನ್ನು ಇಷ್ಟಪಡು ವುದಿಲ್ಲ. ಇದು ಬಂಡಾಯಗಾರರ ನಾಡು. ಜನ ನನ್ನನ್ನು ವಿಷ್ಣುವೆಂದು ಅಂಗೀಕರಿಸಬೇಕು."

ಅರಿಷ್ಠನೇಮಿ ಹುಬ್ಬುಗಂಟಿಕ್ಕಿದ.

"ರಾವಣನನ್ನು ಒಂದು ಹಂತದವರೆಗೆ ಜೀವಂತವಾಗಿರಿಸಿ ನಂತರ ನಾನು ಅವನನ್ನು ಕೊಲ್ಲಬೇಕೆಂಬುದು ಮಲೆಯಪುತ್ರರ ಅನಿಸಿಕೆ ಇರ ಬಹುದು..."

ಅರಿಷ್ಠನೇಮಿ ಕಣ್ಣುಗಳು ಹಿಗ್ಗಿದವು. ಮಲೆಯಪುತ್ರರು ಪ್ರಮಾದ ಎಸಗಿರುವುದು ಅವನಿಗರ್ಥವಾಯಿತು.

"ಅರಿಷ್ಠನೇಮಿಜಿ ರಾಮ ಶಿಕ್ಷೆ ಅನುಭವಿಸಲಿದ್ದಾನೆ ಎಂಬುದು ನಿಮ್ಮ ಆಲೋಚನೆಯಾಗಿತ್ತು. ಪ್ರತಿಯಾಗಿ ನೀವು ಅವನನ್ನು ವೀರಶಿರೋಮಣಿ ಯನ್ನಾಗಿಸಿದ್ದೀರಿ. ರಾವಣನ ಆರ್ಥಿಕ ದಿಗ್ಬಂಧನದಿಂದಾಗಿ ಇಲ್ಲಿ ಸಪ್ತಸಿಂಧು ಕಷ್ಟನಷ್ಟ ಅನುಭವಿಸಿದೆ. ಈಗ ರಾಮ ಅವರ ಉದ್ಧಾರಕನಾಗಿದ್ದಾನೆ."

ಅರಿಷ್ಠನೇಮಿಯ ಬಾಯಿಂದ ಮಾತುಗಳು ಹೊರಡಲಿಲ್ಲ.

"ಅರಿಷ್ಠನೇಮಿಜಿ. ಅತಿ ಜಾಣತನದ ಅರಬರೆ ತಂತ್ರಗಳು ಕೆಲವೊಮ್ಮೆ ತಿರುಗುಬಾಣವಾಗಬಹುದು"

—ಎಂದು ಸೀತೆ ಜಗ್ಗಿಸಿದಳು.

—೫೭—

ಪಕ್ಕದಲ್ಲಿ ಕುದುರೆ ಏರಿ ಬರುತ್ತಿದ್ದ ಗಂಡನತ್ತ ಸೀತೆ ದೃಷ್ಟಿ ಹರಿಸಿದಳು. ಲಕ್ಷ್ಮಣ–ಊರ್ಮಿಳೆ ಅವರ ಹಿಂದೆ ಇದ್ದರು. ಅವರು ಸಾಂಕ್ಷ್ಯಕ್ಕೆ ಹೊರಟಿದ್ದರು. ಸಾಂಕ್ಷ್ಯದಿಂದ ಮುಂದಿನ ಪಯಣ ಅಯೋಧ್ಯೆಗೆ. ಲಂಕೆಯ ಶಿಬಿರದ ಮೇಲೆ ಅಸುರಾಸ್ತ್ರ ಪ್ರಯೋಗಿಸಿದ ಎರಡು ವಾರಗಳ ನತಂರ ರಾಮ–ಸೀತೆ, ಲಕ್ಷ್ಮಣ–ಊರ್ಮಿಳೆ ಅಯೋಧ್ಯೆಗೆ ಪಯಣ ಬೆಳೆಸಿದ್ದರು. ಮಾತಿನಂತೆ ವಿಶ್ವಾಮಿತ್ರರು ಲಂಕೆಯ ಯುದ್ಧಕೈದಿಗಳೊಂದಿಗೆ ಅಗಸ್ತ್ಯಕೂಟಕ್ಕೆ ಹೊರಟಾಗಿತ್ತು. ಮಲಯಪುತ್ರರು ತಮ್ಮೊಡನೆ ಮಹಾರುದ್ರನ ಪಿನಾಕವನ್ನೂ ಎತ್ತಿಕೊಂಡಿದ್ದರು. ವಿಷ್ಣು ಪದವಿಗೇರಿದ ನಂತರ ಅದನ್ನು ಸೀತೆಗೆ ಹಸ್ತಾಂತರಿಸುವುದು ಅವರ ಉದ್ದೇಶವಾಗಿತ್ತು.

ಹೊರಡುವ ಮುನ್ನ ಸೀತೆ ಸಮೀಚಿಯನ್ನು ಮಿಥಿಲೆಯ ಹಂಗಾಮಿ ಪ್ರಧಾನಿಯನ್ನಾಗಿ ಮಾಡಿದ್ದಳು. ಸೀತೆ ರಚಿಸಿದ ಐವರು ಹಿರಿಯರ ಸಲಹಾ ಮಂಡಳಿಯೊಂದಿಗೆ ಸಮಾಲೋಚಿಸಿ ಅವಳು ಕೆಲಸ ಮಾಡಬೇಕಿತ್ತು.

"ರಾಮ"

ಮಾರ್ಗ ಮಧ್ಯೆ ಸೀತೆ ಕರೆದಳು. ಅವನು 'ಹ್ಞಾಂ' ಎಂದು ಓಗೊಟ್ಟ.

"ರಾವಣನನ್ನು ಪರಾಜಯಗೊಳಿಸಿದ ಮೊದಲಿಗ ನೀನು. ಅದು ನಿಜವಾಗಿ ದೈವೀಅಸ್ತ್ರವಲ್ಲ... ನೀನು..."

ರಾಮ ಹುಬ್ಬುಗಂಟಿಕ್ಕಿದ.

"ಅದೊಂದು ತಂತ್ರಜ್ಞಾನವಷ್ಟೆ."

"ನಾಯಕನಾದವನು ಜನರಿಗೆ ಬೇಕಾದ್ದನ್ನು ಕೊಡುವುದಷ್ಟೇ ಅಲ್ಲ ಅವನು ಅವರ ಗುರುವೂ ಮಾರ್ಗದರ್ಶಕನೂ ಆಗಬೇಕೆಂದು ಮಹಾರುದ್ರ ಹೇಳಿದ್ದಾನೆ."

"ಇದಕ್ಕೆ ಮೋಹಿನಿಯ ಪ್ರತಿಕ್ರಿಯೆ ಏನಿತ್ತು?"

—ರಾಮನ ಪ್ರಶ್ನೆ.

"ಜನರಿಗೆ ಇತಿಮಿತಿಗಳಿವೆ. ನಾಯಕನದವನು ಅವರಿಂದ ಅವರ ಸಾಮರ್ಥ್ಯ ಮೀರಿ ಅತಿಯಾದುದನ್ನು ಅಪೇಕ್ಷಿಸಬಾರದು" ಎನ್ನುತ್ತಾಳೇ ಮೋಹಿನಿ.

ರಾಮ ತಲೆ ಆಡಿಸಿದ. ಮೋಹಿನಿ ಬಗ್ಗೆ ಸೀತೆಗೆ ಪ್ರೀತಿಪೂರ್ವಕ ಗೌರವವಿತ್ತೆಂಬುದು ಅವನಿಗೆ ತಿಳಿದಿತ್ತು. ರಾಮ ಹಿಂದಿನ ಮಾತನ್ನೇ ಮತ್ತೆ ಎತ್ತಿಕೊಂಡ.

"ನಾನು ಮಹಾರುದ್ರನ ಕಾನೂನು ಉಲ್ಲಂಘಿಸಿದ್ದೇನೆ. ಇದು ಅವನ ಶಿಕ್ಷೆ. ವಾಯುಪುತ್ರರು ಶಿಕ್ಷೆ ಕೊಡುವರೋ ಇಲ್ಲವೋ, ನನ್ನ ಜನರು ನನ್ನ ಬೆಂಬಲಿಸುವರೋ ಇಲ್ಲವೋ... ನಾನು ಮಾತ್ರ ಶಿಕ್ಷೆ ಅನುಭವಿಸಲೇಬೇಕು"

—ರಾಮ ದೃಢತೆಯಿಂದ ನುಡಿದ.

ಸೀತೆ ನಕ್ಕಳು.

"ರಾಮ ನಾನು ನಿನ್ನ ಪತ್ನಿ. ನಾವು ಯಾವಾಗಲೂ ಒಟ್ಟಿಗೆ ಇರುತ್ತೇವೆ."

ಹದಿನಾಲ್ಕು ವರ್ಷಗಳ ನಂತರ ಹಿಂದಿರುಗುತ್ತೇವೆ. ವಿಷ್ಣು ಪದವಿ ಅಲ್ಲಿಯವರೆಗೆ ಕಾಯಬಹುದು.

ಅವಳಾಗಲೇ **ಸೋಮರಸ** ತರಲು ಜಟಾಯುವಿಗೆ ಆಜ್ಞೆ ಮಾಡಿದ್ದಳು. ಬ್ರಹ್ಮ ಲಕ್ಷಾಂತರ ವರ್ಷಗಳ ಹಿಂದೆ ಸೃಷ್ಟಿಸಿದ, ವೀರ್ಯ–ಶೌರ್ಯಗಳನ್ನು ವೃದ್ಧಿಸುವ ಸೋಮರಸ. ಹದಿನಾಲ್ಕು ವರ್ಷಗಳ ವನವಾಸದಲ್ಲಿ ಸ್ವತಃ ಸೀತೆಯೇ ಸೋಮರಸವನ್ನು ರಾಮನಿಗೆ ಪಾನ ಮಾಡಿಸುವಳು.

ಸೀತೆಗೆ ಮೂರನೆಯ ವಿಷ್ಣು ವರಾಹಿಯ ಮಾತುಗಳು ನೆನಪಾದವು:

ಭಾರತ ಎದ್ದು ನಿಲ್ಲುತ್ತದೆ–ಸ್ವಾರ್ಥ ಕಾರಣಗಳಿಂದಾಗಿ. ಅದು ಧರ್ಮೋದ್ಧಾರ ಮಾಡುತ್ತದೆ.

ಅವಳು ರಾಮನತ್ತ ದೃಷ್ಟಿಹರಿಸಿದಳು. ರಾಮ ಮೃದುವಾಗಿ ಅವಳ ಕೈಗಳನ್ನು ಅಮುಕಿದ. ಕುದುರೆಯ ಕಡಿವಾಣವನ್ನು ಹಿಡಿದು ಎಳೆದ. ಸೀತೆಯ ಆಲೋಚನಾಲಹರಿಯಂತೆ ಮಂದಗತಿಯಲ್ಲಿ ಕುದುರೆಗಳು ಸಾಗಿದವು.

ಅಧ್ಯಾಯ - 25

ನವದಂಪತಿಗಳು. ಅಯೋಧ್ಯೆ ತಲುಪಿದ್ದರು. ಪುರಜನರು ಅಪಾರ ಸಂಖ್ಯೆಯಲ್ಲಿ ಬೀದಿ ಬೀದಿಗಳಲ್ಲಿ ಸೇರಿ ರಾಮಸೀತೆಯರಿಗೆ ಭವ್ಯ ಸ್ವಾಗತ ನೀಡಿದರು.

ಅಯೋಧ್ಯೆಯಲ್ಲಿ ಹಡಗಿನಿಂದಿಳಿಯುತ್ತಿದ್ದಂತೆಯೇ ಸ್ಫುರದ್ರೂಪಿ ಯುವಕನೊಬ್ಬ 'ದಾದಾ' ಎಂದು ಕೂಗುತ್ತಾ ಓಡಿಬಂದು ರಾಮನನ್ನು ಅಪ್ಪಿಕೊಂಡ.

ಅದು ಭರತ.

ಅವನ ಹಿಂದೆಯೇ ಮತ್ತೊಬ್ಬ ಕಟ್ಟುಮಸ್ತಾದ ಸ್ಫುರದ್ರೂಪಿ ಯುವಕ ರಾಮಸೀತೆಯರನ್ನು ಸ್ವಾಗತಿಸಲು ಮುಂದಾಗಿದ್ದ. ಅದು ಶತ್ರುಘ್ನ.

"ನನ್ನ ತಮ್ಮ"–ಎಂದು ರಾಮ ಭರತನನ್ನು ಪತ್ನಿಗೆ ಪರಿಚಯಿಸಿದ. ಭರತನ ರೂಪ ಕಂಡ ಸೀತೆ, ರಾಧಿಕಾ ಇವನಿಗೇಕೆ ಮಾರುಹೋದಳೆಂಬುದು ಈಗರ್ಥವಾಗುತ್ತಿದೆ ಎಂದುಕೊಂಡಳು.

ಇವಳು ನನ್ನ ಪತ್ನಿ ಸೀತೆ. ಅವಳು ಊರ್ಮಿಳಾ, ಲಕ್ಷ್ಮಣನ ಹೆಂಡತಿ ಎಂದು ರಾಮ ತಮ್ಮಂದಿರಿಗೆ ಪರಿಚಯಿಸಿದ.

ಸುಸ್ವಾಗತ ಎಂದು ಭರತ ಶತ್ರುಘ್ನರು ಅತ್ತಿಗೆಯರನ್ನು ಬರಮಾಡಿ ಕೊಂಡರು.

—೯೮—

ಅಲಂಕರಿಸಿದ ಬೀದಿಗಳಲ್ಲಿ ರಾಮ ಸೀತೆ-ಲಕ್ಷ್ಮಣ ಊರ್ಮಿಳೆಯನ್ನು ರಥದಲ್ಲಿ ಕುಳ್ಳಿರಿಸಿ ಮೆರವಣಿಗೆ ಮೂಲಕ ಅರಮನೆಗೆ ಕರೆ ತರಲಾಯಿತು. ರಥದಲ್ಲಿ ದಶರಥ, ಕೌಸಲ್ಯೆಯರೂ ಆಸೀನರಾಗಿದ್ದರು. ಸ್ವಾಗತ ಸಮಾರಂಭಕ್ಕೆ ಕೌಸಲ್ಯ ಕಳುಹಿಸಿದ್ದ ಆಮಂತ್ರಣವನ್ನು ಕೈಕೇಯಿ ತಿರಸ್ಕರಿಸಿದ್ದಳು. ಅದಕ್ಕೆ ಉತ್ತರಿಸುವ ಗೋಜಿಗೂ ಹೋಗಿರಲಿಲ್ಲ. ಮಂಗಳವಾದ್ಯಗಳ ನಿನಾದ ದೊಂದಿಗೆ ಅರಮನೆಗೆ ನೂತನ ದಂಪತಿಗಳನ್ನು ಬರಮಾಡಿಕೊಳ್ಳಲಾಯಿತು.

ರಾಮ ತಾಯಿಯ ಪಾದಗಳಿಗೆ ನಮಸ್ಕರಿಸಿದ. ತಂದೆಯ ಆಶೀರ್ವಾದ ಪಡೆದುಕೊಳ್ಳುವಂತೆ ಕೌಸಲ್ಯೆ ರಾಮನಿಗೆ ಸೂಚಿಸಿದಳು. ಎಲ್ಲರೂ ದಶರಥ ಮಹಾರಾಜ ಮತ್ತು ಕೌಸಲ್ಯೆಗೆ ನಮಸ್ಕರಿಸಿದರು. ಕೌಸಲ್ಯೆ ಆರತಿ ಬೆಳಗಿದಳು.

ಊರ್ಮಿಳೆ ಹಿಂದೆಯೇ ನಿಂತಿದ್ದಳು. ಅವಳ ಮುಖ ಮ್ಲಾನವಾಗಿದ್ದು ದನ್ನು ಕಂಡು ಕೌಸಲ್ಯೆ ಚಕಿತಗೊಂಡಳು. ಊರ್ಮಿಳೆ 'ಮಾ' ಎನ್ನುತ್ತಾ ಕೌಸಲ್ಯೆಯ ಮಡಿಲಲ್ಲಿ ತಲೆ ಇಟ್ಟು ಸುನಯನಳ ನಿಧನ ವಾರ್ತೆಯನ್ನು ಅರುಹಿದಳು.

—೯೯—

ಮಂಥರೆ.

—ಅಯೋಧ್ಯೆಯ ಶ್ರೀಮಂತ ವರ್ತಕ ಮಹಿಳೆ. ಸಪ್ತಸಿಂಧುವಿನ ಶ್ರೀಮಂತ ಮಹಿಳೆ ಮಂಥರೆ ದಶರಥ ಚಕ್ರವರ್ತಿಗಿಂತ ಶ್ರೀಮಂತಳೆಂದು ವದಂತಿ. ಧ್ರುಹ್ಯು-ಮಂಥರೆಯ ಆಪ್ತ ಸೇವಕ.

"ಅಮ್ಮಣ್ಣಿಯವರೆ. ಅಪ್ಪಣೆಯಾಗಲಿ"

—ಕೌಸಲ್ಯೆಯ ಆಸ್ಥಾನದ ಪರಿಚಾರಿಕೆಯೊಬ್ಬಳು ಮಂಥರೆಯ ಆದೇಶಕ್ಕಾಗಿ ಕಾದು ನಿಂತಿದ್ದಳು. ಧ್ರುಹ್ಯು ಪರಿಚಾರಿಕೆಗೆ ಸಂಜ್ಞೆ ಮಾಡಿದ. ಪರಿಚಾರಿಕೆ ಬಾಯಿ ಮುಚ್ಚಿಕೊಂಡಳು.

ಗೂನು ಬೆನ್ನಿನ ಮಂಥರೆ ಅವಳಿಗೆಂದೇ ವಿಶೇಷವಾಗಿ ಮಾಡಿಸಲಾಗಿದ್ದ ಕುರ್ಚಿಯಲ್ಲಿ ಕುಳಿತಿದ್ದಳು. ಹುಟ್ಟು ಬಡವೆಯೂ ಕುರೂಪಿಯೂ ಆಗಿದ್ದ ಮಂಥರೆಯನ್ನು ಜನ ಅಪಹಾಸ್ಯ ಮಾಡುತ್ತಿದ್ದುದುಂಟು. ಆದರೆ ಈಗ ಮಂಥರೆಯ ಬಳಿ ಸಂಪತ್ತಿದೆ, ಅಧಿಕಾರವೂ ಇದೆ. ವೈಶ್ಯಳಲ್ಲದ ಮಂಥರೆ ಇಷ್ಟೊಂದು ಸಂಪತ್ತು ಗಳಿಸಿರುವುದಕ್ಕೆ ಈಗ ಜನ ಗುಟ್ಟಾಗಿ ಅವಳನ್ನು ದ್ವೇಷಿಸು ತ್ತಿದ್ದರು.

ಧ್ರುಹ್ಯುಗೆ ಈಗೀಗ ತಾನೇಕ ಮಂಥರೆಗೆ ನಿಷ್ಠಳಾಗಿರಬೇಕೆನಿಸುತ್ತಿತ್ತು. ಮಂಥರೆಯ ಮಗಳು ರೋಷಿಣಿ. ರೋಷಿಣಿ ದುರುಳರಿಂದ ಮಾನವಹರಣ ಕ್ಕೊಳಗಾಗಿ ಹತಳಾಗಿದ್ದಳು. ಧೇನುಕ ಎಂಬ ರೌಡಿಯ ತಂಡದಿಂದ ಈ ಹೀನಕೃತ್ಯವಾಗಿತ್ತು. ನ್ಯಾಯಾಲಯದ ವಿಚಾರಣೆಯಾಗಿ ಅಪರಾಧಿಗಳಿಗೆ ಶಿಕ್ಷೆ ಯಾಗಿತ್ತು. ಆದರೆ ಬಾಲಾಪರಾಧಿ ಎಂಬ ಕಾರಣಕ್ಕಾಗಿ ಧೇನುಕ ಬಿಡುಗಡೆ ಹೊಂದಿದ್ದ. ಕಾನೂನಿನಂತೆ ರಾಮ ಬಾಲಕನನ್ನು ಬಿಡುಗಡೆಗೊಳಿಸಿದ್ದ. ಮಂಥರೆಯು ಧೇನುಕನನ್ನು ಕೊಲ್ಲಿಸಿ ದ್ವೇಷ ಸಾಧಿಸಿದ್ದಳು. ಅವಳ ಮುಂದಿನ ಗುರಿ ರಾಮನಾಗಿದ್ದ. ದ್ವೇಷ ಸಾಧಿಸಲು ಸೂಕ್ತ ಸಮಯಕ್ಕಾಗಿ ಕಾಯು ತ್ತಿದ್ದಳು.

ಮಂಥರೆ ನಿರ್ಧಾರ ಮಾಡಿದ್ದಳು. ಧ್ರುಹ್ಯುನತ್ತ ನೋಡಿ ತಲೆ ಆಡಿಸಿದಳು. ಧ್ರುಹ್ಯುಗೆ ಆಘಾತವಾಯಿತು. ಸಂಭಾಳಿಸಿಕೊಳ್ಳಲಾಗಲಿಲ್ಲ.

ಒಂದು ಸಾವಿರ ಚಿನ್ನದ ನಾಣ್ಯಗಳು. ಬಡಪಾಯಿ ಪರಿಚಾರಿಕೆ ಹತ್ತು ವರ್ಷ ದುಡಿದರೂ ಇಷ್ಟೊಂದನ್ನು ಸಂಪಾದಿಸಲಾರಳು.

ಧ್ರುಹ್ಯು ಈ ಮೊತ್ತಕ್ಕೆ ಹುಂಡಿಯೊಂದನ್ನು ತಯಾರಿಸಿದ. ಪರಿಚಾರಿಕೆ ಅದನ್ನು ನಗದುಗೊಳಿಸಿಕೊಳ್ಳಬಹುದಿತ್ತು. ಮಂಥರೆ ಸೆರಗಿಗೆ ಕಟ್ಟಿಕೊಂಡ ತನ್ನ ಮುದ್ರೆಯನ್ನು ಹೊರತೆಗೆದು ಹುಂಡಿಯ ಮೇಲೆ ಒತ್ತಿದಳು. ಧ್ರುಹ್ಯು ಹುಂಡಿಯನ್ನು ಪರಿಚಾರಿಕೆಯ ಕೈಯ್ಯಲ್ಲಿಡುತ್ತಾ ಪಿಸುಗುಟ್ಟಿದ:

"ಕಾಲ ಕಾಲಕ್ಕೆ ಮಾಹಿತಿ ಬರುತ್ತಿರಬೇಕು... ಅದು ಸುಳ್ಳಾದಲ್ಲಿ ನಿನ್ನ ವಾಸವೆಲ್ಲಿ ಎಂಬುದು ನಮಗೆ ತಿಳಿದಿದೆ."

"ಇಲ್ಲ ನಾನು ವಂಚಿಸುವುದಿಲ್ಲ"

—ಎಂದಳು ಪರಿಚಾರಿಕೆ.

ಪರಿಚಾರಿಕೆ ಹೊರಡಲುನುವಾದಂತೆ ಮಂಥರೆ ಹೇಳಿದಳು :

"ರಾಮ ಇಷ್ಟರಲ್ಲೇ ಚಕ್ರವರ್ತಿ ದಶರಥನೊಡನೆ ಮಾತುಕತೆಗಾಗಿ ಅಂತಃ ಪುರದಲ್ಲಿನ ಕೌಸಲ್ಯೆಯ ಉಪ್ಪರಿಗೆಗೆ ಬರಲಿದ್ದಾನೆ ಎಂದು ನಮಗೆ ಗೊತ್ತಾಗಿದೆ."

"ಮಾತುಕತೆಯ ಸಂಪೂರ್ಣ ವಿವರವನ್ನು ನಾನು ನಿಮಗೆ ತಿಳಿಸುತ್ತೇನೆ ಅಮ್ಮಣ್ಣಿ"

—ಎಂದು ಪರಿಚಾರಿಕೆ ತಲೆ ಬಾಗಿದಳು.

ಪರಿಚಾರಿಕೆಗೆ ಮತ್ತಷ್ಟು ಧನ ಲಾಭವಾಗಲಿದೆ ಎಂಬುದು ಧ್ರುಹ್ಯಗೆ ಗೊತ್ತಿತ್ತು.

ಅಧ್ಯಾಯ – 26

ಕೆಲವು ದಿನಗಳ ನಂತರ. ಅರಮನೆಯ ಉದ್ಯಾನವನದಲ್ಲಿ ಸೀತೆ ಏಕಾಂಗಿಯಾಗಿ ಕುಳಿತಿದ್ದಳು. ಕಣ್ಣೆದುರಿಗೆ ಪ್ರಕೃತಿಯ ರಮಣೀಯ ಸೌಂದರ್ಯ ತೆರೆದುಕೊಂಡಿತ್ತು.

ರಾಮ ತಂದೆ ದಶರಥ ಮತ್ತು ತಾಯಿ ಕೌಸಲ್ಯೆಯರೊಂದಿಗೆ ಮಾತನಾಡಲು ಹೋಗಿದ್ದ. ಮಿಥಿಲೆಯಲ್ಲಿ ವಾಯುಪುತ್ರರ ಅನುಮತಿ ಇಲ್ಲದೆ ದೈವೀ ಅಸ್ತ್ರ ಬಳಸಿದ್ದಕ್ಕಾಗಿ ತಾನು ಶಿಕ್ಷಾರ್ಹ ಎಂಬುದು ರಾಮನ ದೃಢ ನಿಲುವಾಗಿತ್ತು. ತನ್ನ ಶಿಕ್ಷೆಗೆ ಅವನು ಒತ್ತಾಯಿಸಲಿದ್ದ.

ಸೀತೆ ವನವಾಸದಲ್ಲಿ ತಮ್ಮ ಜೀವಕ್ಕೆ ಅಪಾಯವಾಗದಂತೆ ಯೋಜನೆ ಗಳನ್ನು ರೂಪಿಸುವುದರಲ್ಲಿ ನಿರತಳಾಗಿದ್ದಳು. ನಗರದ ಹೊರವಲಯದಲ್ಲಿ ತನ್ನನ್ನು ಭೇಟಿಯಾಗುವಂತೆ ಜಟಾಯುವಿಗೆ ಸಂದೇಶ ಕಳುಹಿಸಿದ್ದಳು. ಗಡೀಪಾರು ಕಾಲದಲ್ಲಿ ಜಟಾಯು ತಮ್ಮ ನೆರಳಾಗಿರಬೇಕೆಂಬುದು ಸೀತೆಯ ಅಪೇಕ್ಷೆಯಾಗಿತ್ತು. ಆದರೆ ಇದಕ್ಕೆ ಮಲೆಯಪುತ್ರರು ಹೇಗೆ ಪ್ರತಿಕ್ರಿಯಿಸುವರೋ ಎಂಬ ಆತಂಕ ಅವಳಿಗೆ. ತನ್ನನ್ನು ವಿಷ್ಣುವೆಂದು ಸಾರ್ವಜನಿಕವಾಗಿ ಪ್ರಕಟಿಸು ವುದನ್ನು ತಿರಸ್ಕರಿಸಿದ್ದ ಕಾರಣ ಮಲೆಯಪುತ್ರರಿಗೆ ಸೀತೆಯ ಬಗ್ಗೆ ಅಸಮಾಧಾನವಿತ್ತು. ಜಟಾಯು ನಿಷ್ಠೆ ಬಗ್ಗೆ ಅವಳಿಗೆ ಖಾತ್ರಿ ಇತ್ತು. ಅವನು ನಿರಾಕರಿಸಲಾರ ಎಂದು ನಂಬಿದ್ದಳು.

"ಭಾಬಿ ನಿಮಗೆ ನೂರು ಗ್ರಾಮಗಳ ಜಹಗೀರು ಕೊಡಬೇಕು" ಎನ್ನುತ್ತಾ ಭರತ ಬಂದ.

"ಏಕೆ?"

"ಗಡೀಪಾರು ಶಿಕ್ಷೆಗೆ ಆಗ್ರಹಿಸದಂತೆ ಅಣ್ಣನ ಮನದಲ್ಲಿ ವಿವೇಕ ಮಾತುಗಳ್ನು ತುಂಬಿದ್ದೀರಿ..."

"ರಾಮನ ಅಭಿಪ್ರಾಯವನ್ನು ನಾನು ಒಪ್ಪುವುದಿಲ್ಲ ಎಂದು ನೀನು ಭಾವಿಸಲು ಕಾರಣಗಳಾದರೂ ಏನು?"

—ಸೀತೆ ಪ್ರಶ್ನೆ.

"ನೀನು..."

"ವ್ಯವಹಾರ ದೃಷ್ಟಿಯ ಚತುರೆ ಅಂತ..."

"ಹೌದು."

"ನಿನ್ನಣ್ಣನ ಮಾರ್ಗ ವ್ಯಾವಹಾರಿಕವಾದುದಲ್ಲ ಅಂತ ಹೇಗೆ ಹೇಳ್ತೀಯ?"

ಭರತನಿಗೆ ಉತ್ತರಿಸಲು ಶಬ್ದಗಳೇ ಸಿಗಲಿಲ್ಲ.

"ನಿನ್ನಣ್ಣನದು ಪ್ರಜ್ಞಾಪೂರ್ವಕ ವ್ಯಾವಹಾರಿಕ ದೃಷ್ಟಿ ಅಂತ ನಾನು ಹೇಳ್ತಿಲ್ಲ... ಸಮಾಜದ ಕೆಲವು ವರ್ಗಗಳಿಗೆ ವ್ಯವಹಾರಿಕವಾಗಿ ಕಾಣಿಸಿರ ಬಹುದು, ಅಷ್ಟೇ."

"ನಿಜಕ್ಕೂ..."

"ಹೌದು. ಕಾಲ ಬದಲಾಗುತ್ತಿದೆ. ಸಪ್ತ ಸಿಂಧು ಸಮಾಜ ವೈಶ್ಯರನ್ನು ದ್ವೇಷಿಸಿದ್ದು ತಪ್ಪು. ವೈಶ್ಯರಲ್ಲಿ ಎಲ್ಲರೂ ಸುಲಿಗೆಕೋರರಲ್ಲ. ಅವರಲ್ಲೂ ಕಷ್ಟಪಟ್ಟು ದುಡಿಯುವವರಿದ್ದಾರೆ. ಅವರು ಅಭಿವೃದ್ಧಿ ಹೊಂದದಿದ್ದರೆ, ಸಮಾಜ ಅಭಿವೃದ್ಧಿ ಹೊಂದದು. ಸಮಾಜದಲ್ಲಿ ಧನದ ಉತ್ಪಾದನೆಯಾಗ ದಿದ್ದರೆ ಜನ ಬಡವರಾಗೇ ಉಳಿಯುತ್ತಾರೆ..."

"ಹೌದು ಅತ್ತಿಗೆ..."

"ನಾನಿನ್ನು ಮುಗಿಸಿಲ್ಲ. ಬುದ್ಧಿವಂತಿಕೆ–ವಿವೇಕಗಳಿದ್ದರೆ ಬಡತನಕ್ಕೆ ಹೊಂದಿಕೊಂಡು ಹೋಗಬಹುದು. ಆದರೆ ಇತ್ತೀಚೆಗೆ ಭಾರತದಲ್ಲಿ ಬ್ರಾಹ್ಮಣರ ಬಗ್ಗೆಯೂ ಗೌರವ ಕಮ್ಮಿಯಾಗ್ತಿದೆ. ಅವರು ವೈಶ್ಯರನ್ನು ದ್ವೇಷಿಸುತ್ತಾರೆ. ಇವತ್ತಿನ ಸಮಾಜದಲ್ಲಿ ಆದರ್ಶಮಯರಾದವರೆಂದರೆ ಕ್ಷತ್ರಿಯರು."

"ಬ್ರಾಹ್ಮಣ, ಕ್ಷತ್ರಿಯ, ವೈಶ್ಯ ಎಂದಾಗ ನೀವು ಅವರ ಗುಣಕರ್ಮಗಳ ಬಗ್ಗೆ ಮಾತನಾಡುತ್ತಿದ್ದೀರಿ. ಅವರ ಜನ್ಮಜಾತ ಜಾತಿಯ ಬಗ್ಗೆಯಲ್ಲ, ಅಲ್ಲವೆ?"

"ಹೌದು... ಈಗಿನ ಜಾತಿಪದ್ಧತಿ ವಿನಾಶವಾಗಬೇಕು."

"ನಾನು ನಿಮ್ಮ ಮಾತನ್ನು ಒಪ್ಪುತ್ತೇನೆ"

—ಎಂದ ಭರತ.

"ಸುಧಾರಣೆಯೂ ಬೇಕು... ವಿಶೇಷವಾಗಿ ಯುವಕರಲ್ಲಿ"

—ಎಂದಳು ಸೀತೆ.

"ಸುಧಾರಣೆ ಎಂದರೆ ಯಾವ ರೀತಿ? ಅಣ್ಣನ ಬಹುತೇಕ ಆಲೋಚನೆ ಗಳು ಪುರುಷಪ್ರಧಾನ ವ್ಯವಸ್ಥೆ ಮೂಲದವು... ಸ್ತ್ರೀಯರಿಗೆ ಸ್ವಾತಂತ್ರ್ಯ ಬೇಡವೆ?"

"ಸ್ವಾತಂತ್ರ್ಯ ಇರಬೇಕು. ಅದು ಸಾಧಾರಣವಾಗಿರಬೇಕು. ನನ್ನ ಮಾರ್ಗದಂತೆ ಸ್ತ್ರೀ ಪುರುಷರ ಸ್ವಾತಂತ್ರ್ಯದಲ್ಲಿ ಸಮತೋಲ ಇರಬೇಕು."

"ಸ್ವಾತಂತ್ರ್ಯ ಬೆಳ್ಳಿಗೆರೆ ಇದ್ದಂತೆ. ಅದರಲ್ಲಿ ಎಲ್ಲ ಸಮಸ್ಯೆಗಳಿಗೂ ಉತ್ತರವಿದೆ."

"ಅಂದರೆ ಸ್ವಾತಂತ್ರ್ಯ ಕಾನೂನಿಗಿಂತ ಮುಖ್ಯವಾದದ್ದೆ?"

—ಸೀತೆ ಕೇಳಿದಳು.

"ಕಾನೂನುಗಳಿರಬೇಕು. ಸ್ವಾತಂತ್ರ್ಯ ಜೀವನದ ಸಹಜ ವಿಧಾನ" ಎಂದು ಭರತ ಹೇಳುತ್ತಿದ್ದಂತೆ ರಾಮ ಬಂದಿದ್ದ. ಬಂದವನೇ ಹೆಂಡತಿಯ ಭುಜದ ಮೇಲೆ ಕೈಗಳನ್ನಿಟ್ಟ.

ಭರತ ಅಣ್ಣನತ್ತ ನೋಡಿ ಹೇಳಿದ:

"ಅಣ್ಣಾ, ತಂದೆಯವರು ನಿನ್ನನ್ನು ಕಳುಹಿಸಿಕೊಡುವುದಿಲ್ಲ. ನೀನು ಇಲ್ಲೇ ಇದ್ದು ರಾಜ್ಯಭಾರ ಮಾಡ್ತೀಯ?"

"ಇಲ್ಲ. ಅದು ಸಾಧ್ಯವಿಲ್ಲ"

—ರಾಮ ಖಡಾಖಂಡಿತವಾಗಿ ಹೇಳಿದ.

"ಅಣ್ಣ ಹಠ ಏಕೆ?"

"ಭರತ, ಕಾನೂನು ಹಾಗೆ ಹೇಳುತ್ತೆ... ನಾನು ದೈವೀಅಸ್ತ್ರ ಪ್ರಯೋಗಿಸಿದೆ."

"ಅದು ಹಾಳಾಗಲಿ... ನಿನ್ನ ನಿರ್ಗಮನದಿಂದ ಅಯೋಧ್ಯೆಗೆ ಒಳಿತಾಗುವುದೆ?"

"ಹದಿನಾಲ್ಕು ವರ್ಷಗಳ ನಂತರ ನಾನು ವಾಪಸು ಬರುವೆ. ಕಾನೂನು ಎಲ್ಲರಿಗೂ ಒಂದೇ."

—ಎಂದ ರಾಮ ಭರತನ ಕಣ್ಣಲ್ಲಿ ಕಣ್ಣಿಟ್ಟು ನೋಡುತ್ತ.

ಭರತನೂ ಅಣ್ಣನನ್ನೇ ದಿಟ್ಟಿಸಿ ನೋಡುತ್ತಿದ್ದ. ಚರ್ಚೆ ಸೂಕ್ಷ್ಮವಾದುದು ಎಂಬುದನ್ನು ಸೀತೆ ಗ್ರಹಿಸಿದಳು. ಎದ್ದು ನಿಂತವಳೇ "ಜನರಲ್ ಮ್ರಿಗಶ್ಯನೊಂದಿಗೆ ಭೇಟಿಯಾಗುವುದಿದೆ" ಎಂದು ನೆನಪಿಸಿದಳು.

—೨೮—

ಸೀತೆ ಮಾರುಕಟ್ಟೆಗೆ ಬಂದಿದ್ದಳು. ಅರಮನೆಯ ದೂತನೊಬ್ಬನ ಮೂಲಕ ಮರುದಿನ ಭೇಟಿಯಾಗುವಂತೆ ಜಟಾಯುವಿಗೆ ಸಂದೇಶ ಕಳುಹಿಸುವುದಿತ್ತು. ಅರಮನೆಯಲ್ಲಿ ದೂತನ ಚಲನವಲನದ ಮೇಲೆ ನಿಗಾ ಇರುತ್ತದೆ. ಆದ್ದರಿಂದ ಮಾರುಕಟ್ಟೆಯಿಂದ ದೂತನ ಮೂಲಕ ಸಂದೇಶ ರವಾನಿಸುವುದು ಅವಳ ಕಾರ್ಯತಂತ್ರವಾಗಿತ್ತು. ದೂತ ಸಂದೇಶದೊಂದಿಗೆ ಕಾಲ್ತೆಗೆದಿದ್ದ. ಸೀತೆ ಮೇನೆಯಲ್ಲಿ ಕುಳಿತಳು, ಅರಮನೆಗೆ ಹಿಂದುರುಗಲು. ಮೇನೆ ಹೊರಡಬೇಕು ಅಷ್ಟರಲ್ಲಿ "ನಿಲ್ಲಿ" ಎಂಬ ಸ್ತ್ರೀ ಧ್ವನಿಯೊಂದು ಕೇಳಿಬಂತು.

ಆ ಧ್ವನಿ ಮಂಥರೆಯದು. ಮತ್ತೊಂದು ಮೇನೆಯಲ್ಲಿ ಅಲ್ಲಿಗೆ ಬಂದಿಳಿದ ಮಂಥರೆ–

"ರಾಜಕುಮಾರಿಗೆ ನಮಸ್ತೆ"

ಎಂದು ಸೀತೆಗೆ ನಮಸ್ಕರಿಸಿದಳು.

ಸೀತೆ ಹಿಂದಿನ ದಿನ ಅಯೋಧ್ಯೆಯ ಈ ಶ್ರೀಮಂತ ಮಹಿಳೆಯನ್ನು ಭೇಟಿಯಾಗಿದ್ದಳು. ಹೀಗಾಗಿ ಗುರುತಿಸುವುದು ಕಷ್ಟವಾಗಲಿಲ್ಲ. ಅಷ್ಟರಲ್ಲಿ ಸೇವಕಿಯೊಬ್ಬಳು ಮಂಥರೆಗೆ ಪೀಠವೊಂದನ್ನು ತಂದಿರಿಸಿದಳು.

"ನನ್ನಿಂದ ಹೆಚ್ಚು ಹೊತ್ತು ನಿಲ್ಲಲಾಗದು ರಾಜಕುವರಿ"

—ಎನ್ನುತ್ತಾ ಮಂಥರೆ ಆಸೀನಳಾದಳು.

"ಇದೇನು ನೀವು ಮಾರುಕಟ್ಟೆಗೆ?"

—ಸೀತೆ ಪ್ರಶ್ನೆ.

"ನಾನು ವ್ಯಾಪಾರ ವಹಿವಾಟು ನಡೆಸುವವಳು..."

—ಮಂಥರೆಯ ಉತ್ತರ.

ಲೋಕಾಭಿರಾಮದ ನತಂರ ಮಂಥರೆ ನೇರ ವಿಷಯಕ್ಕೆ ಬಂದಳು:

"ದೈವೀ ಅಸ್ತ್ರ ಪ್ರಯೋಗಿಸಿದ್ದಕ್ಕಾಗಿ ತನಗೆ ಶಿಕ್ಷೆಯಾಗಬೇಕೆಂದು ರಾಮನೇಕೆ ಹಠ ಹಿಡಿದಿದ್ದಾನೆ?"

"ಮಂಥರೇಜಿ ಈ ವಿಷಯದಲ್ಲಿ ನಾವು ಕಾಯುವುದೊಳಿತು"

—ಎಂದಳು ಸೀತೆ.

"ದಶರಥ ಚಕ್ರವರ್ತಿ ರಾಮನಿಗೆ ಪಟ್ಟಾಭಿಷೇಕ ಮಾಡಿ ಸಿಂಹಾಸನ ತ್ಯಾಗ ಮಾಡಲಿದ್ದಾರೆಂದು ನನಗೆ ಕೇಳಿಬಂತು. ಹದಿನಾಲ್ಕು ವರ್ಷ ಶಿಕ್ಷೆಯನ್ನು ರಾಣಿಯರೊಟ್ಟಿಗೆ ದಶರಥರೇ ಅನುಭವಿಸಲಿದ್ದಾರೆಂದು..."

ಇದು ಸೀತೆಯ ಕಿವಿಗೂ ಬಿದ್ದಿತ್ತು. ರಾಮ ಅದಕ್ಕೆ ಅವಕಾಶ ನೀಡುವುದಿಲ್ಲ.

ಇದು ಮಂಥರೆಗೆ ಹೇಗೆ ಗೊತ್ತಾಯಿತು?

ಮಂಥರೆಯ ಈ ಭೇಟಿ ಆಕಸ್ಮಿಕವಾಗಿರಲಿಲ್ಲ. ಯೋಜಿತವಾದುದಾಗಿತ್ತು.

"ನನಗೇನೂ ತಿಳಿಯದು."

—ಸೀತೆಯ ಉತ್ತರ.

"ನಿಜಕ್ಕೂ..."

"ನಾನೇಕೆ ಸುಳ್ಳು ಹೇಳಲಿ..."

"ನಿನ್ನ ಬಗ್ಗೆ ನಾನು ಕುತೂಹಲಕಾರಿಯಾದ ಸಂಗತಿಗಳನ್ನು ಕೇಳಿದ್ದೇನೆ. ನೀನು ಬುದ್ಧಿವಂತೆ. ನಿನ್ನ ಗಂಡ ನಿನ್ನ ಜೋಪಾನ ಮಾಡ್ತಾನೆ. ನಿನ್ನ ಮಾತನ್ನು ನಂಬ್ತಾನೆ"

—ಎಂದಳು ಮಂಥರೆ.

"ನಾನು ಸಣ್ಣ ಊರಿನಿಂದ ಬಂದವಳು... ನೀವೇನು ಮಾತಾಡ್ತೀರೋ ನನಗೆ ತಿಳಿಯದು."

"ದೊಡ್ಡ ನಗರಗಳು ಸಂಕೀರ್ಣವಾದವು. ಸೂರ್ಯನ ಪ್ರಖರ ಪ್ರಕಾಶದಲ್ಲೇ ಏನೆಲ್ಲ ನಡೆದುಹೋಗುತ್ತದೆ. ಆದರೆ ನಿಜವಾದ ವಿವೇಕೋದಯ ವಾಗಲು ಸೂರ್ಯಾಸ್ತವಾಗಬೇಕು"

—ಎಂದಳು ಮಂಥರೆ.

"ನಿಮ್ಮ ಬುದ್ಧಿಮಾತಿಗೆ ವಂದನೆಗಳು ಮಂಥರೇಜಿ"

—ಎಂದಳು ಸೀತೆ.

ಮಂಥರೆ ಸೀತೆಯನ್ನು ಪಕ್ಕಕ್ಕೆ ಸೆಳೆದು ಕಿವಿಯಲ್ಲಿ ಪಿಸುಗುಟ್ಟಿದಳು :
"ರಾಮ ವನವಾಸಕ್ಕೆ ಹೋಗ್ತಾನೋ ಇಲ್ಲವೋ?"

"ಅದು ನನಗೆ ತಿಳಿಯದು. ಚಕ್ರವರ್ತಿಗಳು ಅದನ್ನು ನಿರ್ಧರಿಸುತ್ತಾರೆ"
—ಎಂದಳು ಸೀತೆ.

ಬೇರೇನೂ ಮಾತನಾಡುವುದಿಲ್ಲ ಎಂಬಂತೆ ಮಂಥರೆ "ನಿನ್ನ ಆರೋಗ್ಯ
ನೋಡಿಕೋ ಸೀತೆ" ಎಂದು ವಿದಾಯ ಹೇಳಿದಳು.

"ನೀವೂ ಅಷ್ಟೇ" ಎಂದಳು ಸೀತೆ.

ಮಂಥರೆ ನಿರ್ಗಮಿಸಿದಳು.

"ಏನೋ ಎಡವಟ್ಟಾಗಿದೆ. ನಾನು ಮಂಥರೆ ಬಗ್ಗೆ ಹೆಚ್ಚು ತಿಳಿದು
ಕೊಳ್ಳಬೇಕು"
—ಎಂದು ಮನದಲ್ಲೇ ಅಂದುಕೊಂಡಳು ಸೀತೆ.

ಅಧ್ಯಾಯ – 27

ಸೀತೆ ಸಾಂಕೇತಿಕ ಸಂದೇಶವನ್ನು ತ್ವರಿತವಾಗಿ ಓದಿಕೊಂಡಳು. ಅದು ರಾಧಿಕಾಳ ಮೂಲಕ ಬಂದಿತ್ತು.

ಸಂದೇಶ ಸ್ಪಷ್ಟವಾಗಿತ್ತು : "ನಾನು ಗುರೂಜಿ ಬಳಿ ಮಾತನಾಡುವೆ. ಕೆಲಸ ಆಗುತ್ತದೆ."

ಸಂದೇಶದಲ್ಲಿ ಕಳುಹಿಸಿದವರ ಹೆಸರಿರಲಿಲ್ಲ. ಆದರೆ ಅದನ್ನು ಕಳುಹಿಸಿದವರ್‍ಯಾರೆಂಬುದು ಸೀತೆಗೆ ಗೊತ್ತಿತ್ತು. "ಹನುಮಣ್ಣ ಧನ್ಯವಾದಗಳು" ಎಂದು ಮನದಲ್ಲೇ ವಂದಿಸಿದಳು.

ಸೀತೆ ಮತ್ತು ಜಟಾಯು ಅರಣ್ಯದಲ್ಲಿ, ಪೂರ್ವನಿಶ್ಚಿತ ಸ್ಥಳದಲ್ಲಿ ಸಂಧಿಸಿದ್ದರು. ಸೀತೆ ತನ್ನ ಗುರುತು ಪತ್ತೆಯಾಗಬಾರದೆಂದು ದೊಡ್ಡ ಅಂಗವಸ್ತ್ರದಿಂದ ಮೈ ಮುಖ ಮುಚ್ಚಿಕೊಂಡಿದ್ದಳು.

"ಮಹಾ ವಿಷ್ಣು ಇದು ನಿಮಗೆ ಖಚಿತವಾಗಿ ಗೊತ್ತೆ?"

–ಜಟಾಯು ಕೇಳಿದ.

"ಮೊದಲು ನನಗೆ ಅನ್ನಿಸಿತ್ತು : ರಾಮನಿಗೆ ನಗರದಲ್ಲೇ ಹೆಚ್ಚು ಅಪಾಯವಿದೆಯೆಂದು. ಈಗನ್ನಿಸುತ್ತಿದೆ ಅವನಿಗೆ ನಿಜವಾದ ಅಪಾಯ ಇರುವುದು ಅರಣ್ಯದಲ್ಲಿ ಎಂದು."

"ಹಾಗಿದ್ದಲ್ಲಿ ನಗರದಲ್ಲೇ ಉಳಿಯಬಹುದಲ್ಲ?"

"ಅದಾಗದು. ನನ್ನ ಪತಿ ಅದಕ್ಕೊಪ್ಪುವುದಿಲ್ಲ."

"ಏಕಾಗಬಾರದು?"

"ಜಟಾಯು, ನನ್ನ ಪತಿಯ ಅಂತರಂಗ ತಿಳಿಸುತ್ತೇನೆ, ಕೇಳು. ದಶರಥನ ಜಾಗದಲ್ಲಿ ರಾಮನಿಗೆ ಪಟ್ಟಾಭಿಷೇಕ ಮಾಡಲು ಮಹಾ ದಂಡನಾಯಕ ಮ್ರಿಗಸ್ಯ ಸಿದ್ಧರಿದ್ದರು. ದಶರಥ ಮಹಾರಾಜರು ರಾಮನಿಗಾಗಿ ಸಿಂಹಾಸನ ತ್ಯಾಗ ಮಾಡಲು ಸಿದ್ಧರಿದ್ದರು. ಅದು ಕಾನೂನಿಗೆ ವಿರುದ್ಧ ಎಂದು ರಾಮ ಒಪ್ಪಲಿಲ್ಲ."

"ನಿನ್ನ ಗಂಡ ಪುರುಷರಲ್ಲಿ ಮಾಣಿಕ್ಯವಿದ್ದಂತೆ."

"ಹೌದು" ಎಂದಳು ಸೀತೆ ನಗುತ್ತ.

"ಹಾಗಾದರೆ ಮಂಥರೆ..."

"ಅವಳಿಗೆ ಸಿಂಹಾಸನದ ಆಟದಲ್ಲಿ ಆಸಕ್ತಿ ಇಲ್ಲ. ಅವಳಿಗೆ ಕಾನೂನು ಪಾಲಿಸಿದ್ದಕ್ಕಾಗಿ ರಾಮನ ವಿರುದ್ಧ ಸೇಡು ತೀರಿಸಿಕೊಳ್ಳಬೇಕಾಗಿದೆ. ಮಗಳ ಮಾನಹಾನಿ ಮಾಡಿದವನಿಗೆ ಮರಣದಂಡನೆ ವಿಧಿಸಲಿಲ್ಲ ಎಂಬ ಕಾರಣಕ್ಕಾಗಿ ಅದು ವೈಯಕ್ತಿಕ ದ್ವೇಷ."

"ಅವಳ ಏನು ಹುನ್ನಾರ ನಡೆಸಿದ್ದಾಳೆ ಎಂಬ ಬಗ್ಗೆ..."

"ಅವಳು ಆಯೋಧ್ಯೆಯಲ್ಲಿ ಏನೂ ಮಾಡುವುದಿಲ್ಲ. ನಗರದಲ್ಲಿ ಜನಾದರಣೀಯ ರಾಜಕುಮಾರನಿಗೆ ಏನಾದರೂ ಮಾಡಿದಲ್ಲಿ ತನಗೆ ಅಪಾಯ ತಪ್ಪಿದ್ದಲ್ಲ ಎಂಬುದು ಅವಳಿಗೆ ಗೊತ್ತು. ಅರಣ್ಯದಲ್ಲಿ ಏನಾದರೂ ಮಾಡಬಹುದೆಂದು ನನ್ನ ಅನುಮಾನ"

—ಎಂದಳು ಸೀತೆ.

"ಮಂಥರೆ ಮತ್ತು ಅವಳ ಬಂಟ ಧ್ರುಹ್ಯ ಬಗ್ಗೆ ನನಗೆ ಅನುಮಾನವಿದೆ. ಅವರ ನಿಷ್ಠೆ..."

—ಜಟಾಯು ಮಾತು ಮುಗಿಸುವ ಮುನ್ನವೇ ಸೀತೆ ನುಡಿದಳು:

"ರಾವಣನಿಗೆ. ರಾವಣ ಅವರ ಪ್ರಭು."

"ಮಂಥರೆಯನ್ನು ವಿಚಾರಿಸಿಕೊಳ್ಳೋಣವೇ?"

—ಜಟಾಯು ಕೇಳಿದ.

"ಬೇಡ. ಮಂಥರೆ ರಾವಣನ ಪಾಲಿಗೆ ಇಲ್ಲಿ ಕರೆಯುವ ಆಕಳಿದ್ದಂತೆ.

ಅವಳನ್ನು ಕೊಂದಲ್ಲಿ ರಾವಣ ಯುದ್ಧ ನಿಲುಗಡೆ ಒಪ್ಪಂದ ಮುರಿದು ಮಿಥಿಲೆಯ ಮೇಲೆರಗಬಹುದು."

"ಹಾಗಿದ್ದಲ್ಲಿ ಧ್ರುಹ್ಯ..."

—ಹೌದು ಎಂದು ಸೀತೆ ತಲೆಯಾಡಿಸಿದಳು.

"ಆಯಿತು ನಾಳೆ ನೋಡೋಣ. ಮಹಾವಿಷ್ಣು ನೀವೀಗ ನನ್ನ ಸೋದರ ಪರಶುರಾಮನ ಜೊತೆ ಅರಮನೆಗೆ ಹಿಂದಿರುಗಿ"

—ಎಂದು ಜಟಾಯು ಹೇಳಿದ.

ಸೀತೆ ಕುದುರೆ ಏರಿ ಅಲ್ಲಿಂದ ನಿರ್ಗಮಿಸಿದಳು.

ಓಂ ನಮೋ ಭಗವತೇ ವಿಷ್ಣು ದೇವಾಯ. ತಸ್ಮೈ ಸೀತಾದೇವಿ ನಮೋನ್ನಮಃ

—ಎಂದು ಜಪಿಸುತ್ತ ಜಟಾಯುವೂ ಅಲ್ಲಿಂದ ನಿರ್ಗಮಿಸಿದ.

—೫೭—

ಸೀತೆ ವಸಿಷ್ಠರ ಖಾಸಗಿ ಕಚೇರಿ ಮುಂದೆ ಅವರಿಗಾಗಿ ಕಾಯುತ್ತಿದ್ದಳು. ಸೀತೆಯ ಆಗಮನ ವಸಿಷ್ಠರ ಸೇವಕರನ್ನು ಅಚ್ಚರಿಸಿಗೊಳಿಸಿತ್ತು. ಅಯೋಧ್ಯೆಯ ರಾಜಗುರುಗಳು ವಿದೇಶಿಯೊಬ್ಬರ ಜೊತೆ ಸಭೆಯಲ್ಲಿದ್ದುದರಿಂದ ಅವಳಿಗೆ ಕಾಯುವಂತೆ ಹೇಳಿದ್ದರು.

ಕಳೆದ ಕೆಲವು ದಿನಗಳು ಚಟುವಟಿಕೆಗಳಿಂದ ಕೂಡಿದ್ದವು. ದಶರಥ ಸಿಂಹಾಸನ ತ್ಯಾಗ ಮಾಡಿ ರಾಮನಿಗೆ ಪಟ್ಟಾಭಿಷೇಕ ಮಾಡುವುದು ಖಚಿತವಾಗಿತ್ತು. ಹಾಗಾದಲ್ಲಿ ಸಿಂಹಾಸನವನ್ನು ಭರತನಿಗೆ ಬಿಟ್ಟುಕೊಡುವುದೆಂದು ರಾಮ ಸೀತೆ ನಿರ್ಧರಿಸಿದ್ದರು.

ಅಂದು ದಶರಥ ಮಹಾರಾಜ ಸಿಂಹಾಸನ ತ್ಯಾಗವನ್ನು ರಾಜಸಭೆಯಲ್ಲಿ ಪ್ರಕಟಿಸಬೇಕಿತ್ತು. ಆದರೆ ಅದಕ್ಕೆ ಮುನ್ನ ಕೆಲವು ನಾಟಕೀಯ ಘಟನೆಗಳು ಸಂಭವಿಸಿದ್ದವು. ರಾಣಿ ಕೈಕೇಯಿ ಕೋಪಗೃಹ ಸೇರಿದ್ದಳು. ರಾಜವಂಶದಲ್ಲಿ ಬಹುಪತ್ನಿತ್ವ ಮಾನ್ಯವಾದ ನಂತರ ಶತಮಾನಗಳ ಹಿಂದೆ ಕೋಪಗೃಹವನ್ನು ನಿರ್ಮಿಸಲಾಗಿತ್ತು. ಗಂಡನೊಂದಿಗೆ ವಿರಸ ತಲೆದೋರಿದಾಗ ರಾಣಿಯರು ಈ ಕೋಪಗೃಹದಲ್ಲಿ ಅವಿತುಕೊಳ್ಳುತ್ತಿದ್ದರು. ರಾಣಿ ಅಸಮಾಧಾನವನ್ನು ದೊರೆಗೆ

ಸೂಚಿಸುವ ವಿಧಾನ ಇದಾಗಿತ್ತು. ರಾಣಿ ರಾತ್ರೋರಾತ್ರಿ ಕೋಪಗೃಹದಲ್ಲಿ ಉಳಿಯುವುದು ಅಶುಭ ಎಂದು ನಂಬಲಾಗಿತ್ತು. ಹೀಗಾಗಿ ದಶರಥ ಕೈಕೇಯಿಯನ್ನು ಸಮಾಧಾನ ಪಡಿಸಲೇಬೇಕಿತ್ತು. ಕೋಪಗೃಹದಲ್ಲಿ ದಶರಥ ಕೈಕೇಯಿಯನ್ನು ಭೇಟಿಯಾದಾಗ ಏನು ನಡೆಯಿತೋ, ಯಾರಿಗೂ ತಿಳಿಯದು. ರಾಮನಿಗೆ ಹದಿನಾಲ್ಕು ವರ್ಷ ವನವಾಸ ವಿಧಿಸಲಾಗಿತ್ತು. ಭರತನಿಗೆ ಪಟ್ಟಾಭಿಷೇಕ ಎಂದು ಘೋಷಿಸಲಾಗಿತ್ತು. ರಾಮ ಸೀತೆಯರು ಒಂದು ದಿನದಲ್ಲಿ ಸಪ್ತಸಿಂಧು ತ್ಯಜಿಸಿ ಕಾಡಿಗೆ ಹೋಗಬೇಕಿತ್ತು. ಒಂದು ದಿನದಲ್ಲಿ ಸೀತೆ ಕಾಡಿನಲ್ಲಿ ರಕ್ಷಣೆ ಬಗ್ಗೆ ವ್ಯವಸ್ಥೆಗಳನ್ನು ಮಾಡಿಕೊಳ್ಳಬೇಕಿತ್ತು.

ವಸಿಷ್ಠರ ಕಚೇರಿ ಹೊರಗೆ ಕಾಯುತ್ತಿದ್ದಾಗ ಉದ್ದನೆಯ ಸ್ಫುರದ್ರೂಪಿ ವ್ಯಕ್ತಿಯೊಬ್ಬ ಅವರ ಕಚೇರಿಯಿಂದ ಹೊರಬಂದ. ಅವನು ಬಿಳಿ ಧೋತಿ ಉಟ್ಟು ಅಂಗವಸ್ತ್ರ ಹೊದ್ದಿದ್ದ.

ಅವನು ಪಾರಿಹನ್. ಬಹುಶಃ ಒಬ್ಬ ವಾಯುಪುತ್ರ

ಪಾರಿಹನ್ ಸೀತೆ ಅಲ್ಲಿರುವುದನ್ನು ಗಮನಿಸಿದೆ ಮುಖ್ಯದ್ವಾರದಿಂದ ನಿರ್ಗಮಿಸಿದ್ದ.

ಸೇವಕನೊಬ್ಬ ಸೀತೆಯ ಬಳಿ ಬಂದು "ಕಾಯಿಸಿದ್ದಕ್ಕಾಗಿ ಕ್ಷಮಿಸಿ" ಎಂದು ಕ್ಷಮೆ ಯಾಚಿಸಿ ಅವಳನ್ನು ವಸಿಷ್ಠರ ಬಳಿಗೆ ಕರೆದೊಯ್ದ.

— ೮೮ —

"ಸಪ್ತಸಿಂಧುವಿನ ಗಡಿಯಾಚೆ ಈ ಕೆಲಸವಾಗಬೇಕು"

—ಎಂದ ಧ್ರುಹ್ಯ.

ಕೊಲೆಗಡುಕ ದೂರದಲ್ಲಿ ಕುಳಿತಿದ್ದ. ಅವನು ಕುಳಿತಲ್ಲೇ ಚಾಕುವನ್ನು ಹರಿತಗೊಳಿಸುತ್ತಿದ್ದ. ಕೊಲೆಗಡುಕನ ಹೆಸರು ಮಾರ. ಧ್ರುಹ್ಯ ಕೊಲೆಗಡುಕನ ಕೈಗೆ ಸುಪಾರಿ ಹಣವನ್ನು ಹಸ್ತಾಂತರಿಸಬೇಕಿತ್ತು.

"ರಾಮನಿಗೆ ವನವಾಸವಾಗಿದೆ. ಅವನು ಮತ್ತು ಅವನ ಹೆಂಡತಿ ರಾಜಧಾನಿ ಬಿಟ್ಟು ಹೋಗುವವರೆಗೆ ನೀನು ಅವರ ಚಲನವಲನವನ್ನು ಗಮನಿಸುತ್ತಿರಬೇಕು."

ಧ್ರುಹ್ಯ ದೂರದಲ್ಲಿ ಮುಖ ಅಡಗಿಸಿಕೊಂಡು ಕುಳಿತಿದ್ದ ಮಾರನಿಗೆ

ಹೇಳಿದ. ಮಾರ ಪ್ರತಿಕ್ರಿಯಿಸಲಿಲ್ಲ. ಧ್ರುಹ್ಯ ಹತ್ತಿರ ಇದ್ದ ಮರದ ಕೊಂಬೆಯ ಮೇಲೆ ಚಿನ್ನದ ನಾಣ್ಯಗಳ ಥೈಲಿಯನ್ನಿರಿಸಿದ. ನಂತರ ಜೇಬಿನೊಳಗಿದ್ದ ಹುಂಡಿಯನ್ನು ಹೊರ ತೆಗೆದ. ಐವತ್ತು ಸಾವಿರ ಚಿನ್ನದ ನಾಣ್ಯಗಳಿಗೆ ತಕ್ಷಶಿಲೆಯಲ್ಲಿ ಈ ಹುಂಡಿಯನ್ನು ನಗದು ಮಾಡಿಕೊಳ್ಳಬಹುದಿತ್ತು.

ಮಾರ ನಿಧಾನವಾಗಿ ಧ್ರುಹ್ಯುವಿನೆಡೆಗೆ ಹೆಜ್ಜೆ ಹಾಕಿದೆ.

"ಹೇ... ನಿನ್ನ ಮುಖ ತೋರಿಸಬೇಡ."

ಎಂದ ಧ್ರುಹ್ಯ. ಇದುವರೆಗೆ ಜೀವ ಇದ್ದವರ್‍ಯಾರೂ ಮಾರನ ಮುಖ ಕಂಡಿಲ್ಲವಂತೆ. ಧ್ರುಹ್ಯುವಿಗೆ ಜೀವ ಕಳೆದುಕೊಳ್ಳುವ ಅಪಾಯ ಬೇಕಿರಲಿಲ್ಲ.

ಮಾರ ಮರದ ಕೊಂಬೆಯ ಮೇಲಿದ್ದ ಥೈಲಿಯನ್ನು ಎತ್ತಿಕೊಂಡ. ಕೈಯ್ಯಲ್ಲೆ ತೂಗಿ ನೋಡಿ ಖಾತ್ರಿ ಮಾಡಿಕೊಂಡ. ಹುಂಡಿಯನ್ನು ಎತ್ತಿಕೊಂಡ. ಕೆಲವೇ ಕ್ಷಣಗಳಲ್ಲಿ ಧ್ರುಹ್ಯುವಿನ ಮೇಲೆ ಎರಗಿದ. ಚಾಕುವಿನ ಹಿಡಿಯಿಂದ ಕುತ್ತಿಗೆಯ ಹಿಂಭಾಗಕ್ಕೆ ಏಟು ಹಾಕಿದ. ಧ್ರುಹ್ಯ ನೋವಿನಿಂದ ವಿಲಿವಿಲಿ ಒದ್ದಾಡಿದ. ಅವನ ದೇಹದ ಕೆಳಭಾಗ ನಿಷ್ಕ್ರಿಯವಾಗಿತ್ತು.

"ದಮ್ಮಯ್ಯ ನನ್ನ ಕೊಲ್ಲಬೇಡ"

ಧ್ರುಹ್ಯ ಅಂಗಲಾಚಿದ.

"ಹೇಳು ಇನ್ಯಾರಿಗಾದರೂ ಸುಪಾರಿ ಕೊಡಲಾಗಿದೆಯೆ?"

"ಇಲ್ಲ ಯಾರಿಗೂ ಇಲ್ಲ."

"ನನ್ನ ಮೀರಿಸುವ ಕೊಲೆಗಾರ ಮಂಥರೆಗೆ ಸಿಕ್ಕಾರೇನು?"

—ಎಂದು ಮಾರ ಅಬ್ಬರಿಸಿದ. ಮಾರ ಕೇಕೆ ಹಾಕಿ ನಗುತ್ತ ನಿರ್ಗಮಿಸಿದ. ಧ್ರುಹ್ಯ ನೆಲಕಚ್ಚಿದ್ದ. ಮಂಥರೆಯ ನೌಕರರು ಅದನ್ನು ಪತ್ತೆ ಹಚ್ಚಬೇಕಾಗಿತ್ತು. ಅವನ ಅರೆಮೃತಾವಸ್ಥೆ ದೇಹದಲ್ಲೊಂದು ಸಂದೇಶವಿತ್ತು.

—೧೮—

ಸೀತೆ ಊರ್ಮಿಳೆಯ ಜೊತೆ ಕುಳಿತಿದ್ದಳು. ಊರ್ಮಿಳೆಯ ಶೋಕಕ್ಕೆ ಕೊನೆ ಇರಲಿಲ್ಲ. ರಾಮ ಸೀತೆಯರ ಜೊತೆ ಹದಿನಾಲ್ಕು ವರ್ಷಗಳ ವನವಾಸಕ್ಕೆ ತಾನೂ ಹೋಗವುದಾಗಿ ಲಕ್ಷ್ಮಣ ಹಠ ಹಿಡಿದಿದ್ದ. ಊರ್ಮಿಳೆಗೆ ರಾಜಧಾನಿಯಲ್ಲೇ ಇರುವಂತೆ ಹೇಳಿದ್ದ. ಊರ್ಮಿಳೆ ಅಸಮಾಧಾನದಿಂದಲೇ ಒಪ್ಪಿಕೊಂಡಿದ್ದಳು.

"ನೀನೂ ಲಕ್ಷ್ಮಣನೂ ಹೋಗುತ್ತಿದ್ದೀರಿ. ಇಲ್ಲಿ ನಾನೊಬ್ಬಳೇ ಇದ್ದು ಏನು ಮಾಡುವುದು?"

ಊರ್ಮಿಳೆ ಸೀತೆ ಎದುರು ದುಃಖ ತೋಡಿಕೊಂಡಳು.

"ಊರ್ಮಿಳಾ ನಿನ್ನ ಪರವಾಗಿ ನಾನು ಮಾತಾಡಬಹುದು. ಆದರೆ ವನವಾಸದಲ್ಲಿ ಅನ್ನ ಬಟ್ಟೆ ವಸತಿ ಯಾವುದೂ ದುರ್ಲಭ. ದಂಡಕಾರಣ್ಯದಲಿ ಅಪಾಯಗಳು ಕಟ್ಟಿಟ್ಟ ಬುತ್ತಿ. ಜೊತೆಗೆ ನರ್ಮದಾ ನದಿಯ ದಕ್ಷಿಣದ ಕರಾವಳಿ ರಾವಣನ ನಿಯಂತ್ರಣದಲ್ಲಿದೆ. ಸಾವಿನ ಭೀತಿ ಬಿಟ್ಟು ನಾವು ಅಲ್ಲಿಗೆ ಹೋಗಲಾಗದು"

"ದೀದಿ ಹಾಗೆಲ್ಲ ಮಾತನಾಡಬೇಡಿ"

—ಊರ್ಮಿಳಾ ಬಿಕ್ಕುತ್ತ ನುಡಿದಳು.

ಸೀತೆ ಊರ್ಮಿಳೆ ಕೈಯ್ಯನ್ನು ಹಿಡಿದು ಹೇಳಿದಳು : "ಭರತ ಶತ್ರುಘ್ನರು ಒಳ್ಳೆಯ ಹುಡುಗರು. ಅವರು ಕೌಸಲ್ಯೆಯನ್ನು ಚೆನ್ನಾಗಿ ನೋಡಿಕೊಳ್ಳುವರು. ಕೌಸಲ್ಯೆಗೆ ಬೆಂಗಾವಲಾಗಿ ನೀನಿಲ್ಲಿರಬೇಕು."

"ಲಕ್ಷ್ಮಣನೂ ಇದೇ ಮಾತನ್ನು ಹೇಳಿದ. ನಿನಗೆ ಇಲ್ಲಿ ಮಾಡಬೇಕಾದ ಕರ್ತವ್ಯಗಳಿವೆ. ಆದರೆ ಕರ್ತವ್ಯಗಳು ನೋಯಿಸುವುದಿಲ್ಲ ಎಂದೇನಿಲ್ಲ"

—ಎಂದಳು ಊರ್ಮಿಳೆ.

"ನಂಗೆ ಅರ್ಥವಾಗುತ್ತೆ ಊರ್ಮಿಳಾ"

—ಎನ್ನುತ್ತಾ ಸೀತೆ ಬೆನ್ನು ತಟ್ಟಿದಳು.

—೪೮—

ರಾಮ, ಸೀತೆ, ಲಕ್ಷ್ಮಣ ವನವಾಸಕ್ಕಾಗಿ ಪುರವ ತ್ಯಜಿಸಲು ಕೆಲವೇ ಗಂಟೆಗಳು ಉಳಿದಿದ್ದವು. ಸೀತೆ ವಸಿಷ್ಠರ ಭೇಟಿಗೆ ಬಂದಿದ್ದಳು.

"ನಿನ್ನೆ ಭೇಟಿಯಾದಾಗಿನಿಂದ ನಾನು ಯೋಚಿಸುತ್ತಲೇ ಇದ್ದೇನೆ ಸೀತಾ. ನಾವು ಮುಂಚೆಯೇ ಭೇಟಿಯಾಗಿದ್ದಿದ್ದರೆ ಅನೇಕ ವಿದ್ಯಮಾನಗಳನ್ನು ತಪ್ಪಿಸಬಹುದಿತ್ತು" ಎಂದರು ವಸಿಷ್ಠರು.

"ಎಲ್ಲದಕ್ಕೂ ಕಾಲ ಸ್ಥಳ ಸನ್ನಿವೇಶಗಳಿರುತ್ತವಲ್ಲ ಗುರೂಜಿ" ಎಂದಳು ಸೀತೆ.

ವಸಿಷ್ಠರು ಸಣ್ಣ ಸಂಚಿಯೊಂದನ್ನು ಅವಳ ಕೈಯ್ಯಲ್ಲಿಟ್ಟರು. ಸೀತೆ ಸಂಚಿಯನ್ನು ಬಿಚ್ಚಿ ಒಳಗಿದ್ದ ಬಿಳಿಪುಡಿಯನ್ನು ಪರೀಕ್ಷಿಸಿದಳು.

"ಇದು ಸೋಮರಸ ಪುಡಿಗಿಂತ ಉತ್ತಮವಾದದ್ದೇ?"

"ಹೌದು. ಆದರೆ ತಯಾರಿಸುವ ರೀತಿ ಒಂದೇ... ಆದರೆ ಹೆಚ್ಚು ಪರಿಣಾಮಕಾರಿ"

ಸೀತೆ ಸಂಚಿಯನ್ನು ತನ್ನ ಚೀಲದಲ್ಲಿಟ್ಟುಕೊಂಡಳು.

"ಭರತ ಏನು ಮಾಡಿದ್ದಾನೆ ಎಂಬುದು ನಿಮಗೆ ತಿಳಿದಿರಬೇಕಲ್ಲವೆ?"

—ಸೀತೆ ಕೇಳಿದಳು.

ಭರತ ರಾಮನ ಪಾದುಕೆಗಳನ್ನು ತೆಗೆದಿಟ್ಟುಕೊಂಡಿದ್ದ. ಅದನ್ನು ಸಿಂಹಾಸನದ ಮೇಲಿಟ್ಟು ಆಡಳಿತಸೂತ್ರ ಹಿಡಿಯುವ ಉದ್ದೇಶ ಅವನದು.

ಸೀತೆ ವಸಿಷ್ಠರಿಗೆ ಕೈ ಮುಗಿದು ನಮಸ್ಕರಿಸಿದಳು.

"ನೀವು ಹೇಳಿದ್ದು ನೆನಪಿನಲ್ಲಿದೆ ಗುರೂಜಿ. ನಿಮ್ಮ ಆದೇಶಗಳಿಗೆ ನನ್ನ ಸಮ್ಮತಿ ಇದೆ. ನಾವಿಬ್ಬರೂ ಸಿದ್ಧ ಎನಿಸಿದಾಗ ರಾಮನಿಗೆ ತಿಳಿಸುವೆ."

"ರಾಮ ಅನೇಕ ರೀತಿಯಲ್ಲಿ ವಿಶಿಷ್ಟ ವ್ಯಕ್ತಿ. ಆದರೆ ಕಾನೂನಿನ ಗೀಳು ಹಿಡಿದಿದೆ ಅವನಿಗೆ. ಅದೇ ಅವನ ಶಕ್ತಿ. ಸಮತೋಲ ಕಳೇದುಕೊಳ್ಳದಂತೆ ಅವನಿಗೆ ನೆರವಾಗು ಸೀತೆ. ನೀವು ಭಾರತಕ್ಕೆ ಅವಶ್ಯಕವಾಗಿರುವ ಜೋಡಿ."

"ನನ್ನಲ್ಲೂ ದೌರ್ಬಲ್ಯಗಳಿವೆ ಗುರೂಜಿ. ಅವನು ನಾನು ಸಮತೋಲ ತಪ್ಪದಂತೆ ನೋಡಿಕೊಳ್ಳುತ್ತಾನೆ. ಎಂದೇ ಅವನನ್ನು ಮೆಚ್ಚಿದ್ದೇನೆ."

"ಅವನೂ ನಿನ್ನ ಮೆಚ್ಚಿದ್ದಾನೆ. ನಿಜಕ್ಕೂ ಸುಂದರ ಜೋಡಿ"

—ಎಂದರು ವಸಿಷ್ಠರು.

"ನಾನು ನಿಮ್ಮನ್ನು ಒಂದು ಪ್ರಶ್ನೆ ಕೇಳುವುದಿದೆ" ಎಂದಳು ಸೀತೆ ಅನುಮಾನಿಸುತ್ತಲೇ.

"ಕೇಳು ಸೀತೆ.""

"ನೀವು ಮಲೆಯಪುತ್ರರಾಗಿದ್ದಿರಲ್ಲವೇ? ಅದನ್ನೇಕೆ ತ್ಯಜಿಸಿದಿರಿ?"

ವಸಿಷ್ಠರು ನಕ್ಕರು. "ಹನುಮಾನ್ ಹೇಳಿದ್ದು ದಿಟ. ನೀನು ತುಂಬಾ ಜಾಣೆ."

"ಆದರೆ ಇದು ನನ್ನ ಪ್ರಶ್ನೆಗೆ ಉತ್ತರವಲ್ಲ ಗುರೂಜಿ."

"ನನ್ನ ಮತ್ತು ವಿಶ್ವಾಮಿತ್ರರ ವಿಷಯವನ್ನು ಬದಿಗಿಟ್ಟು ಬಿಡು... ಅದೆಲ್ಲ ಯಾತನಾಮಯ."

"ನಿಮಗೆ ಯಾತನೆಯುಂಟುಮಾಡುವ ಇಚ್ಛೆ ನನ್ನದಲ್ಲ ಗುರೂಜಿ."

ವಸಿಷ್ಠರು ನಕ್ಕುಬಿಟ್ಟರು.

"ನೀವು ನನಗೆ ಕಲಿಸಿದ ಗುರುಗಳಷ್ಟೆ ಮಹಾನುಭಾವರು ಗುರೂಜಿ. ಇದು ನನ್ನಂತರಾಳದ ಮಾತು."

"ನೀನೂ ಅಷ್ಟೇ ಸೀತೆ. ನಾನು ಬೋಧಿಸಿದವನಂತೆಯೇ, ಮಹಾವಿಷ್ಣುವಿ ನಂತೆ ಮಹಾನುಭಾವಳು" ಎಂದರು ವಸಿಷ್ಠರು.

ಸೀತೆ ವಸಿಷ್ಠರ ಕಾಲಿಗೆರಗಿದಳು.

"ಎಲ್ಲರ ಕೃಪೆ ಆಶೀರ್ವಾದಗಳು ನಿನಗಿರಲಿ. ನಮ್ಮ ಪುಣ್ಯಭೂಮಿ ಭಾರತಕ್ಕೆ ನಿನ್ನ ಸೇವೆ ದೊರಕಲಿ" ಎಂದು ಆಶೀರ್ವದಿಸಿದರು ವಸಿಷ್ಠರು.

ಮಹರ್ಷಿಗೆ ಪ್ರಣಾಮಗಳು.

ಮಹಾವಿಷ್ಣುವಿಗೆ ಪ್ರಣಾಮಗಳು.

ಅಧ್ಯಾಯ - 28

ರಾಮ-ಸೀತೆ-ಲಕ್ಷ್ಮಣರು ಅಯೋಧ್ಯೆ ತೊರೆದು ವನವಾಸಕ್ಕೆ ತೆರಳಿ ಹನ್ನೊಂದು ತಿಂಗಳು ಕಳೆದಿದೆ. ಈ ಅವಧಿಯಲ್ಲಿ ಅನೇಕ ಘಟನೆಗಳು ಸಂಭವಿಸಿದೆ. ದಶರಥ ಮಹಾರಾಜ ಸ್ವರ್ಗಸ್ಥನಾಗಿದ್ದಾನೆ. ಸಪ್ತಸಿಂಧುವಿನಲ್ಲಿ ಇದ್ದಾಗಲೇ ರಾಮನಿಗೆ ಈ ಹೃದಯವಿದ್ರಾವಕ ಸುದ್ದಿ ಮುಟ್ಟಿದೆ. ತಂದೆ ಯೊಂದಿಗೆ ರಾಮನ ಸಂಬಂಧ ಅಷ್ಟಕ್ಕಷ್ಟೇ. ಕರಚಾಪ ಯುದ್ಧದಲ್ಲಿ ಅಯೋಧ್ಯೆ ರಾವಣನಿಗೆ ಸೋತದ್ದಕ್ಕೆ ರಾಮನ ಹೀನ ಜಾತಕವೇ ಕಾರಣ ಎಂದು ದಶರಥನೂ ಸೇರಿದಂತೆ ಪುರಜನರನೇಕರು ದೂಷಿಸಿದ್ದರು. ಇತ್ತೀಚಿನ ದಿನಗಳಲ್ಲಿ ತಂದೆ-ಮಕ್ಕಳ ನಡುವೆ ಬಾಂಧವ್ಯ ಸುಧಾರಿಸುತ್ತಿತ್ತು. ಆದರೆ ವನವಾಸ, ಮೃತ್ಯುವಿನಿಂದಾಗಿ ತಂದೆ ಮಕ್ಕಳು ಮತ್ತೆ ದೂರವಾಗಿದ್ದರು. ಅರಣ್ಯದಲ್ಲೇ ರಾಮ ತಂದೆಯ ಆತ್ಮಕ್ಕೆ ಶಾಂತಿ ಕೋರಿ ಯಜ್ಞ ಮಾಡಿದ.

ಭರತ ತನ್ನ ಮಾತಿನಂತೆ ರಾಮನ ಪಾದುಕೆಗಳನ್ನು ಸಿಂಹಾಸನದ ಮೇಲಿರಿಸಿ ರಾಜ್ಯಭಾರ ಮಾಡತೊಡಗಿದ್ದ. ಭರತನ ಆಡಳಿತ ಶೈಲಿ ವಿಕೇಂದ್ರೀಕೃತ ಮಾದರಿಯದಾಗಿತ್ತು.

ರಾಮ-ಲಕ್ಷ್ಮಣ-ಸೀತೆಯರು ದಕ್ಷಿಣಾಭಿಮುಖವಾಗಿ ಪಯಣಿಸುತ್ತಿದ್ದರು. ಅವರು ದಕ್ಷಿಣ ಕೋಸಲ ದಾಟಿಕೊಂಡು ದಂಡಕಾರಣ್ಯ ಸಮೀಪಿಸಿದ್ದರು. ಸಪ್ತಸಿಂಧುಗಳು ನರ್ಮದೆಯನ್ನು ದಾಟಿ ದಕ್ಷಿಣಕ್ಕೆ ಹೋಗುವುದನ್ನು ಮನು ನಿಷೇಧಿಸಿದ್ದ. ಲಕ್ಷಾಂತರ ವರ್ಷಗಳಿಂದ ಭಾರತೀಯರು ನರ್ಮದಾ ನದಿ

ದಾಟದೆಯೂ ದಕ್ಷಿಣಕ್ಕೆ ಹೋಗುವ ಸೃಜನಾತ್ಮಕ ಮಾರ್ಗಗಳನ್ನು ಕಂಡು ಕೊಂಡಿದ್ದಾರೆಂಬುದು ಸೀತೆಯ ವಾದವಾಗಿತ್ತು. ಅಕ್ಷರಶಃ ಮನುವಿನ ನಿಷೇಧ ಪಾಲಿಸಿ ಮನೋಯಾನದಲ್ಲಿ ದಕ್ಷಿಣಾಯನ ಮಾಡಬಹುದೆಂದು ಸೀತೆ ಹೇಳಿದಳು.

ರಾಮನಿಗೆ ಇದು ಮುಜುಗರವುಂಟು ಮಾಡಿತ್ತು. ಉಪಖಂಡದ ಪೂರ್ವ ಪಶ್ಚಿಮ ಕರಾವಳಿಗಳು ರಾವಣನ ನಿಯಂತ್ರಣದಲ್ಲಿದ್ದವು. ದಂಡಕಾರಣ್ಯದ ಮಧ್ಯಪ್ರದೇಶ ನರ್ಮದೆಯ ದಕ್ಷಿಣಕ್ಕಿದ್ದು ಅದು ಸುರಕ್ಷಿತ ತಾಣವಾಗಿತ್ತು. ಅವರು ನೈಋತ್ಯ ದಿಕ್ಕಿನಲ್ಲಿ ಪಯಣಿಸಿದ್ದರು. ಹೀಗೆ ನರ್ಮದೆಯನ್ನು ದಾಟದೆಯೇ ನರ್ಮದೆಯ ದಕ್ಷಿಣಪ್ರದೇಶ ತಲುಪಿದ್ದರು. ಅವರು ಸಣ್ಣಹಳ್ಳಿಯೊಂದನ್ನು ತಲುಪಿದ್ದರು.

"ಜಟಾಯು ಈ ಹಳ್ಳಿಯ ಹೆಸರೇನು? ಇಲ್ಲಿನ ಜನ ನಿನಗೆ ಗೊತ್ತೆ?"

–ರಾಮ ಕೇಳಿದ.

ಜಟಾಯು ಹದಿನೈದು ಮಂದಿ ಸೈನಿಕರೊಂದಿಗೆ ರಾಮ–ಸೀತೆ–ಲಕ್ಷ್ಮಣರ ರಕ್ಷಣೆಗಾಗಿ ಅವರನ್ನು ಹಿಂಬಾಲಿಸಿ ಬರುತ್ತಿದ್ದ.

"ಇದು ಇಂದ್ರಪುರ. ಶಕ್ತಿವೇಲ್ ಎಂಬುವನು ಈ ಪುರದ ಪ್ರಧಾನಿ. ಅವರಿಗೆ ಇದು ಹಬ್ಬ ಸಾಲು. ನಮ್ಮಿಂದೇನೂ ಅಡಚಣೆಯಾಗದು."

ಜಟಾಯುವಿನ ಉತ್ತರ.

"ಈ ಜನರು ಉತ್ತರಾಯಣವನ್ನು ಆಚರಿಸುತ್ತಾರೆಯೆ?"

—ಎಂದು ಕೇಳಿದ.

ಉತ್ತರಾಯಣ ಸೂರ್ಯ ಪಥ ಬದಲಾಯಿಸಿ ಉತ್ತರದತ್ತ ಚಲನೆ ಆರಂಭಿಸುವ ದಿನ. ಈ ಕಾಲಘಟ್ಟವನ್ನು ಪ್ರಕೃತಿಯ ಪುನರ್‌ನವದ ಕಾಲವೆಂದೂ ಜನ ನಂಬಿದ್ದರು. ಹಳತು ಗತಿಸಿ ಹೊಸತು ಹುಟ್ಟುವ ಸಂಕ್ರಮಣ ದಿನಗಳು.

"ಹೌದು. ಭಾರತೀಯರು ಯಾರು ತಾನೇ ಉತ್ತರಾಯಣ ಆಚರಿಸು ವುದಿಲ್ಲ. ನಾವೆಲ್ಲ ಸೂರ್ಯನ ಸಂಬಂಧಿಗಳಲ್ಲವೆ?"

—ಎಂದ ಜಟಾಯು.

ಹೌದು ಎಂದಳು ಸೀತೆ.

ಓಂ ಸೂರ್ಯಾಯ ನಮಃ

ನಾವು ಇಲ್ಲಿನ ಜನರ ಆಚರಣೆಗಳಲ್ಲಿ ಪಾಲ್ಗೊಳ್ಳಬಹುದೇನೋ ಎಂದಳು ಸೀತೆ.

"ಇಲ್ಲಿನ ಜನರ ಸಂಭ್ರಮಾಚರಣೆ ಸ್ವಲ್ಪ ಒರಟಾಗಿರುತ್ತದೆ" – ಎಂದ ಜಟಾಯು.

"ಒರಟು ಎಂದರೆ?"

—ರಾಮ ಹುಬ್ಬೇರಿಸಿದ.

"ಇಲ್ಲಿನ ಉತ್ಸವದಲ್ಲಿ ಪಾಲ್ಗೊಳ್ಳಬೇಕಾದರೇ ಜನರ ಜೊತೆ ಗೂಳಿಗಳೂ ಬೇಕಾಗುತ್ತವೆ."

"ಹೌದೆ? ಈ ಉತ್ಸವವನ್ನು ಏನೆಂದು ಕರೆಯಲಾಗುತ್ತ?"

"ಜಲ್ಲಿಕಟ್ಟು."

—೩೮—

ಇದು ನಮ್ಮ ವೃಷಭಬಂಧನ ಉತ್ಸವದಂತೆ ತೋರುತ್ತದೆ. ಆದರೆ ಈಗ ಸಪ್ತಸಿಂಧುವಿನಲ್ಲಿ ಇದು ಅಷ್ಟಾಗಿ ಆಚರಣೆಯಲ್ಲಿಲ್ಲ. ಎಲ್ಲೋ ಕೆಲವರು ಈ ಕ್ರೀಡೆಯನ್ನು ಆಡುತ್ತಾರೆ ಎಂದ ರಾಮ.

ರಾಮ–ಸೀತೆ–ಲಕ್ಷ್ಮಣ–ಜಟಾಯುಗಳು ಅಂಗರಕ್ಷಕರೊಂದಿಗೆ ಆಗಷ್ಟೆ ಇಂದ್ರಪುರವನ್ನು ಪ್ರವೇಶಿಸಿದ್ದರು. ಅವರು ಸರೋವರದ ಪಕ್ಕದ ಮೈದಾನ ವನ್ನು ನೇರವಾಗಿ ಪ್ರವೇಶಿಸಿದ್ದರು. ಅಲ್ಲಿ ಮರುದಿನ ಜಲ್ಲಿಕಟ್ಟು ಸ್ಪರ್ಧೆಗಾಗಿ ಭರದಿಂದ ಸಿದ್ಧತೆಗಳು ನಡೆದಿದ್ದವು. ಜನ ಬಂದು ಸೇರುತ್ತಿದ್ದರು. ಸ್ಪರ್ಧೆ ನಡೆಯುವ ಸ್ಥಳದ ಸುತ್ತ ಬೇಲಿ ಹಾಕಲಾಗಿತ್ತು.

ಜಟಾಯು ಜಲ್ಲಿಕಟ್ಟು ಕ್ರೀಡೆಯ ವಿವರಗಳನ್ನು ರಾಮಲಕ್ಷ್ಮಣರಿಗೆ ತಿಳಿಸಿದ. ಜಲ್ಲಿಕಟ್ಟು ಎಂದರೆ ಹಣದ ಥೈಲಿ ಎಂದು ಅಕ್ಷರಶಃ ಅರ್ಥ. ಸ್ಪರ್ಧೆ ಯಲ್ಲಿ ಗೆದ್ದವರಿಗೆ ಈ ಹಣದ ಥೈಲಿ ಬಹುಮಾನವಾಗಿ ದೊರೆಯುತ್ತದೆ. ಆಕ್ರೋಶಭರಿತ ಗೂಳಿಯನ್ನು ಹಿಡಿದು ನಿಲ್ಲಿಸಿ ತಬ್ಬಿಕೊಂಡು ನಿಯಂತ್ರಿಸಬೇಕು.

"ಹೌದು ಗೂಳಿಯನ್ನು ಹಿಡಿದು ತಬ್ಬಿಕೊಳ್ಳುವುದು ಎಂದರೆ, ಇದು ನಮ್ಮ ವೃಷಭ ಬಂಧನದಂತೆಯೇ. ಈ ಕ್ರೀಡೆ ದ್ವಾರಕಾದಿಂದ ಸಂಗಮ

ತಮಿಳು ಪೂರ್ವಿಕರಿಗೆ ಹರಿದು ಬಂದಿದೆ" ಎಂದು ಜಟಾಯು ಹೇಳಿದಾಗ, ಸೀತೆ, "ಇದು ಕುತೂಹಲಕಾರಿಯಾಗಿದೆ. ಇಷ್ಟು ಪ್ರಾಚೀನವಾದುದು ಎಂದು ನನಗೆ ತಿಳಿದಿರಲಿಲ್ಲ" ಎಂದಳು.

ಭಾರತದ ಗಡಿಯಾಚೆಯ ದೇಶಗಳಲ್ಲೂ ಈ ಕ್ರೀಡೆ ಪ್ರಚಲಿತದಲ್ಲಿದೆ. ಅಲ್ಲೆಲ್ಲ ಓಡುತ್ತಿರುವ ಸ್ಪರ್ಧೆಯ ಗೂಳಿಯನ್ನು ಬಿಲ್ಲು ಭರ್ಜಿ ಬಾಣಗಳಿಂದ ಹಿಂಸಿಸಲಾಗುವುದು. ಸ್ಪರ್ಧಾಳುವಿನ ಕೈಯ್ಯಲ್ಲಿ ಶಸ್ತ್ರಾಸ್ತ್ರವಿರುತ್ತದೆ. ಅವನು ಕೊನೆಯಲ್ಲಿ ಗೂಳಿಯನ್ನು ಕೊಂದುಬಿಡುತ್ತಾನೆ ಎಂದು ಜಟಾಯು ಮತ್ತಷ್ಟು ವಿವರಣೆ.

"ಹೇಡಿಗಳು. ಅದು ಕ್ಷತ್ರಿಯ ಧರ್ಮವಲ್ಲ" ಎಂದು ಲಕ್ಷ್ಮಣ ಉದ್ಗರಿಸಿದ.

"ಹೌದು. ಅಪರೂಪಕ್ಕೊಮ್ಮೆ ಬದುಕುಳಿದ ಹೋರಿಯನ್ನು ಮತ್ತೆ ಕಣಕ್ಕಿಳಿಸುವುದಿಲ್ಲ. ಇದರಿಂದ ಹೋರಿ ವಿರುದ್ಧ ಹೋರಾಡುವ ಸ್ಪರ್ಧಾಳುಗಳಿಗೆ ಅನುಕೂಲವಾಗುತ್ತದೆ. ಎಂದೇ ಪ್ರತಿವರ್ಷವೂ ಕ್ರೀಡೆಯಲ್ಲಿ ಅನನುಭವಿ ಹೋರಿಗಳನ್ನೇ ಸ್ಪರ್ಧಾಕಣಕ್ಕಿಳಿಸಲಾಗುತ್ತದೆ" ಎಂದ ಜಟಾಯು.

"ಆದರೆ ಜಲ್ಲಿಕಟ್ಟುವಿನಲ್ಲಿ ಇದಿಲ್ಲ" ಎಂದ ರಾಮ.

"ಹೌದು. ಇಲ್ಲಿ ಹೋರಿಗಳನ್ನು ಕಣಕ್ಕಿಳಿಸುವ ಮುನ್ನ ಚೆನ್ನಾಗಿ ಮೇಯಿಸಿ ಕೊಬ್ಬಿಸಿ ಬೆಳೆಸಲಾಗುತ್ತದೆ. ಜಲ್ಲಿಕಟ್ಟುವಿನಲ್ಲಿ ಹೋರಿ ಸಾಯುವುದಿಲ್ಲ. ಪ್ರಾಣಾಪಾಯವಿರುವುದು ಸ್ಪರ್ಧಾಳುಗಳಿಗೆ ಎಂದು ಜಟಾಯು ಮತ್ತಷ್ಟು ವಿವರಣೆ ನೀಡುತ್ತಿದ್ದಂತೆ ಆರೇಳು ವರ್ಷದ ಹಸುಳೆಯೊಬ್ಬ ಅವರ ಮುಂದೆ ಪ್ರತ್ಯಕ್ಷನಾಗಿದ್ದ.

ಬಹುಶಃ ಅವನು ವಾನರನಿರಬೇಕು.

"ಮಗೂ ನಾಳಿನ ಸ್ಪರ್ಧೆಯಲ್ಲಿ ನೀನೂ ಭಾಗವಹಿಸುತ್ತಿದ್ದೀಯ?"

—ಸೀತೆ ಬಾಲಕನನ್ನು ಪ್ರಶ್ನಿಸಿದಳು.

"ಮಕ್ಕಳು ಸ್ಪರ್ಧಿಸುವಂತಿಲ್ಲ. ಅವಕಾಶವಿದ್ದಲ್ಲಿ ನಾನು ಎಲ್ಲರನ್ನೂ ಸೋಲಿಸಿಬಿಡುವೆ."

ಸೀತೆ ನಗುತ್ತ, 'ಮಗು ನಿನ್ನ ಹೆಸರೇನು?' ಎಂದು ಕೇಳಿದಳು.

"ಅಂಗದ."

—ದೊಡ್ಡ ದನಿಯ ಕೂಗು ಕೇಳಿ ಬಂತು.

"ಅಪ್ಪ ಬರ್ತಿದಾನೆ. ನಾನು ಹೋಗಬೇಕು" ಎನ್ನುತ್ತಾ ಬಾಲಕ ಅಲ್ಲಿಂದ ಪರಾರಿಯಾದ.

"ಅವನು ರಾಜಕುವರ ಅಂಗದ. ಕಿಷ್ಕಿಂಧಾ ನಗರದ ವಾಲಿಯ ಪುತ್ರ."

"ಕಿಷ್ಕಿಂಧೆ, ದಂಡಕಾರಣ್ಯದಲ್ಲಿ ದಕ್ಷಿಣ ದಿಕ್ಕಿನಲ್ಲಿದೆ" ಎಂದ ರಾಮ.

ಜಲ್ಲಿಕಟ್ಟು ಸ್ಪರ್ಧೆ ಶುರುವಾಗಿತ್ತು. ಶಕ್ತಿವೇಲು ಮತ್ತು ಸ್ವಾರ್ಥಿ ಇಬ್ಬರು ಸ್ಪರ್ಧಾಳುಗಳು ಕಣಕ್ಕಿಳಿದಿದ್ದರು. ಶಕ್ತಿವೇಲು ಆರ್ಭಟಿಸುತ್ತಿದ್ದ.

"ನಾವಿಗಷ್ಟೇ ಕಣಕ್ಕಿಳಿದಿದ್ದೇವೆ. ಕ್ರೋಧಗೊಳ್ಳಬೇಕಿಲ್ಲ" ಎಂದ ಜಟಾಯು.

"ಜಟಾ ಮೂರ್ಖ ಬಾ ನನ್ನ ತೋಳುಗಳಿಗೆ" ಎಂದು ಆರ್ಭಟಿಸಿದ. ಜಟಾಯು ನಗು ನಗುತ್ತಲೇ ಶಕ್ತಿವೇಲುವನ್ನು ಆಲಂಗಿಸುತ್ತಲೇ "ನೀನೊಬ್ಬ ಹೆಡ್ಡ" ಎಂದು ಜರಿದ.

ಶಕ್ತಿವೇಲು ಮತ್ತು ಜಟಾಯು ಕೈ ಹಿಡಿದುಕೊಂಡೇ ಹಿಂದೆ ಸರಿದರು.

ಜಟಾಯು ರಾಮ-ಲಕ್ಷ್ಮಣ-ಸೀತೆಯರನ್ನು ಪರಿಚಯಿಸಿದ. ಅವರೀಗ ತನ್ನ ಅತಿಥಿಗಳು ಎಂದ ಶಕ್ತಿವೇಲು-ಕೈ ಮುಗಿದು ನಮಸ್ಕರಿಸುತ್ತ.

"ಅಯೋಧ್ಯೆಯ ಅರಸು ಮನೆತನವೇ ಇಲ್ಲಿರುವುದು ನನ್ನ ಪುಣ್ಯ. ರಾತ್ರಿ ನನ್ನ ಮನೆಯಲ್ಲಿ ಆತಿಥ್ಯ ಸ್ವೀಕರಿಸಿ ನಾಳೆ ಜಲ್ಲಿಕಟ್ಟು ವೀಕ್ಷಿಸಬಹುದು" ಎಂದು ಶಕ್ತಿವೇಲು ರಾಮನಲ್ಲಿ ವಿನಂತಿಸಿಕೊಂಡ.

"ನಿನ್ನ ಆಮಂತ್ರಣಕ್ಕೆ ವಂದನೆಗಳು. ನಿನ್ನ ಮನೆಯಲ್ಲಿ ಆತಿಥ್ಯ ಸ್ವೀಕರಿಸುವುದು ಸರಿಯಲ್ಲ. ನಾವು ಅರಣ್ಯದಲ್ಲೇ ಉಳಿಯುತ್ತೇವೆ. ನಾಳೆ ಸ್ಪರ್ಧೆ ನೋಡಲು ಬರುತ್ತೇವೆ" ಎಂದ ರಾಮ.

"ಕನಿಷ್ಠ ನಿಮ್ಮ ಸಹಪಂಕ್ತಿ ಭೋಜನದ ಸಂತೋಷವಾದರೂ ನನ್ನ ಪಾಲಿಗಿರಲಿ"

—ಶಕ್ತಿವೇಲು ವಿನಯದಿಂದ ನುಡಿದ. ರಾಮ ಅನುಮಾನಿಸಿದ.

"ಅರಣ್ಯದಲ್ಲೇ ಸರಳ ಭೋಜನ ವ್ಯವಸ್ಥೆ ಮಾಡುತ್ತೇನೆ"

ರಾಮ ನಗುತ್ತ ಅಸ್ತು ಎಂದ.

—೭೮—

ಮರುದಿನ ಮಧ್ಯಾಹ್ನದ ಸಮಯ.

"ಅತ್ತ ನೋಡು"

—ರಾಮ ಸೀತೆಯ ಕಿವಿಯಲ್ಲಿ ಉಸುರಿದ. ಸರೋವರದ ಬದಿಯ

ಮೈದಾನದಲ್ಲಿ ಸಾವಿರಾರು ಸಂಖ್ಯೆಯಲ್ಲಿ ಜನ ಜಮಾಯಿಸಿದ್ದರು. ಮೈದಾನದ ಪೂರ್ವದ ದ್ವಾರದಿಂದ ಹೋರಿಗಳು ಪ್ರವೇಶಿಸುತ್ತಿದ್ದವು. ಪಶ್ಚಿಮ ದ್ವಾರದತ್ತ ಓಡುವ ರೀತಿ ಗೂಳಿಗಳನ್ನು ತರಬೇತುಗೊಳಿಸಲಾಗಿತ್ತು. ಈ ಮಧ್ಯೆ ಸ್ಪರ್ಧಾಳುಗಳು ಗೂಳಿಯನ್ನು ಅಟಕಾಯಿಸಿ ಕೊಂಬು ಹಿಡಿದು ಅವುಗಳನ್ನು ಮಣಿಸಿ ನೆಲಕ್ಕೆ ಕೆಡುವುವ ಸಾಹಸ ಮಾಡುತ್ತಿದ್ದರು. ಸ್ಪರ್ಧೆಯಲ್ಲಿ ಪ್ರಮುಖನಾದವನು ವೃಶಾಂಕ. ಸ್ಪರ್ಧಾಳುಗಳ ಕೈಗೆ ಸಿಗದೆ ನಾಗಾಲೋಟದಿಂದ ಪಶ್ಚಿಮದ್ವಾರ ತಲುಪುತ್ತಿದ್ದ ಗೂಳಿಯನ್ನು ವಿಜಯೀ ಎಂದು ಘೋಷಿಸಲಾಗುತ್ತಿದ್ದ. ವೃಶಾಂಕ ಗೆದ್ದ ಗೂಳಿಯ ಯಜಮಾನನಿಗೆ ಬಹುಮಾನ ನೀಡುತ್ತಿದ್ದ.

ಜಲ್ಲಿಕಟ್ಟು ಸ್ಪರ್ಧೆಯಲ್ಲಿ ಹಲವಾರು ತಳಿಗಳ ಗೂಳಿಗಳನ್ನು ಸ್ಪರ್ಧೆಗಿಳಿಸಲಾಗುತ್ತಿತ್ತು. ಜೇಬು ಎನ್ನುವ ತಳಿಯ ಗೂಳಿಗಳು ಆಕ್ರಮಣಕಾರಿಯಾದವು. ಸ್ಪರ್ಧೆ ಸಲುವಾಗಿಯೇ ಈ ತಳಿಯನ್ನು ಬೆಳೆಸಲಾಗುತ್ತಿತ್ತು.

ಕಣಕ್ಕೆ ಗೂಳಿಯೊಂದನ್ನು ಇಳಿಸಲಾಯಿತು. ಅದು ಹ್ಣೂಂಕರಿಸುತ್ತ ಪಶ್ಚಿಮ ದ್ವಾರದತ್ತ ಓಡಲಾರಂಭಿಸಿತು.

“ಈ ಗೂಳಿಯನ್ನು ಮಣಿಸುವ ಅದೃಷ್ಟವಂತ ಯಾರಿರಬಹುದು?” ಎಂದು ಸೀತೆ ಉದ್ಗರಿಸಿದಳು.

ಗೂಳಿ ಪ್ರಚಂಡ ವೇಗದಲ್ಲಿ ಮೈದಾನದಲ್ಲಿ ಒಂದು ಸುತ್ತು ಹಾಕಿ ಬೇಲಿ ದಾಟಿಕೊಂಡು ಹೋಗುವ ಭರದಲ್ಲಿ ಪ್ರೇಕ್ಷಕರತ್ತ ನುಗ್ಗಿತು. ಜನ ಹೆದರಿ ಕಂಗಾಲಾಗಿ ಚೆಲ್ಲಾಪಿಲ್ಲಿಯಾದರು. ತನ್ನ ಸಾಮರ್ಥ್ಯವನ್ನು ಮೆರೆಸಿದ ಗೂಳಿ ಯಜಮಾನನ ಬಳಿ ಬಂದು ನಿಂತಿತು. ಜನರತ್ತ ನೋಡಿ ಗುಟುರು ಹಾಕಿತು.

“ಅದ್ಭುತ”

ಎಂದು ಜನ ಕಿವಿಗಡಚಿಕ್ಕುವಂತೆ ಚಪ್ಪಾಳೆ ತಟ್ಟಿದರು.

“ಈ ಗೂಳಿ ಮೈಬಣ್ಣ ಮತ್ತು ಗಾತ್ರಗಳನ್ನು ಮಾತ್ರ ಜೇಬು ತಳಿಯಿಂದ ಪಡೆದಿಲ್ಲ” ಎಂದಳು ಸೀತೆ.

“ಹೌದು ಜೇಬು ತಳಿಯ ವೇಗವನ್ನೂ ಪಡೆದಿದೆ”

—ಎಂದ ಲಕ್ಷ್ಮಣ.

ಮತ್ತೊಂದು ಸುತ್ತಿನ ಸ್ಪರ್ಧೆಗೆ ಮತ್ತೊಂದು ಗೂಳಿಯನ್ನು ಕಣಕ್ಕಿಳಿಸಲಾಯಿತು.

"ಎಂಥ ಭರ್ಜರಿ ಮೃಗ ಇದು. ಸ್ಪರ್ಧೆಗೆ ಯೋಗ್ಯವಾದ ಪ್ರಾಣಿ" ಎಂದ ಲಕ್ಷ್ಮಣ. ರಾಮ ತಮ್ಮನ ಭುಜದ ಮೇಲೆ ಕೈಯ್ಯಿರಿಸಿ ಅವನನ್ನು ತಡೆಯುವ ಪ್ರಯತ್ನ ಮಾಡಿದ.

"ನಾನು ಸ್ಪರ್ಧೆಗಿಳಿದು ಇದರೊಂದಿಗೆ ಹೋರಾಡುತ್ತೇನೆ"

—ಎಂದ ಲಕ್ಷ್ಮಣ ಉತ್ಸಾಹದಿಂದ.

ಅಷ್ಟರಲ್ಲಿ ಶ್ವೇತ ಶುಭ್ರ ಅಂಗವಸ್ತ್ರವೊಂದು ಹಾರಾಡುತ್ತಾ ಬಂದು ಕಣದ ಮಧ್ಯೆ ಬಿತ್ತು. ಸ್ಪರ್ಧಾಳುಗಳು ನಿಲ್ಲುವ ತಾಣದಲ್ಲಿ ಮಧ್ಯಮ ನಿಲುವಿನ ರೋಮಭರಿತ ವ್ಯಕ್ತಿಯೊಬ್ಬ ಹುರುಪಿನಿಂದ ನಿಂತಿದ್ದ. ಅವನ ಹಣೆಯಲ್ಲಿ ತಿಲಕವಿತ್ತು. ರೇಶಿಮೆ ವಸ್ತ್ರಗಳನ್ನು ಧರಿಸಿದ್ದ.

"ಅವನು ವಾಲಿ. ಕಿಷ್ಕಿಂಧೆಯ ದೊರೆ"

—ಎಂದು ಜಟಾಯು ಉದ್ಗರಿಸಿದ.

—೫೧—

ವಾಲಿ ಸ್ಪರ್ಧಾಕಣದ ಪ್ರವೇಶದ್ವಾರದಲ್ಲಿ ನಿಂತಿದ್ದ. ಸ್ಪರ್ಧೆ ಶುರುವಾಗಲಿತ್ತು.

ಎಲ್ಲಾ ವೃಶಾಂಕರ ವೃಶಾಂಕನಾದ ಮಹಾರುದ್ರನ ಆಶೀರ್ವಾದ ಇವನ ಮೇಲಿರಲಿ ಎಂದು ಸ್ಥಳೀಯ ದೇಗುಲದ ಅರ್ಚಕನೊಬ್ಬ ಪ್ರಾರ್ಥಿಸಿದ. ಗೂಳಿ ಹೂಂಕರಿಸುತ್ತಾ ಕಣದ ಮಧ್ಯೆ ಬಂದು ನಿಂತಿತು. ವಾಲಿಯೂ ಕಣಕ್ಕೆ ಬಿರುಗಾಳಿಯಂತೆ ನುಗ್ಗಿಬಂದ. ವಾಲಿ ಗೂಳಿಗಿಂತ ಒಂದೂವರೆ ಅಡಿ ಕುಬ್ಜನಾಗಿದ್ದ. ಅದರ ಮೇಲೆರಗಿ ಕೊಂಬು ಹಿಡಿದು ಮಣಿಸಲೆತ್ನಿಸಿದ. ಕಾಲುಗಳನ್ನು ನೆಲಕ್ಕೆ ಅಪ್ಪಳಿಸಿ ಮೇಲಕ್ಕೆ ಎರಗಿದ ಗೂಳಿ ವಾಲಿಯನ್ನು ದೂರಕ್ಕೆ ಎತ್ತಿ ಒಗೆಯಿತು.

ಗೂಳಿ ಮಧ್ಯೆ ನಿಂತು ನೆಲಕ್ಕೆ ಬಿದ್ದ ವಾಲಿಯತ್ತ ನೋಡಿತು. ಜನರತ್ತ ನೋಡಿತು. ಅದೀಗ ಶಾಂತವಾಗಿತ್ತು. ಅದು ನಿಧಾನವಾಗಿ ನಿರ್ಗಮನ ದ್ವಾರದತ್ತ ಹೆಜ್ಜೆ ಹಾಕಿತು.

"ನಾವು ಗೋಳಾಡಿಸುವುದಿರಲಿ. ಈ ಗೂಳಿ ನಮ್ಮನ್ನೇ ಗೋಳಾಡಿಸು ತ್ತಿದೆ"–ಎಂದ ಲಕ್ಷ್ಮಣ.

"ವಾಲಿಯತ್ತ ನೋಡು... ಅವನ್ನು ಮೇಲೇಳುವ ಪ್ರಯತ್ನ ಮಾಡ್ತಿದಾನೆ" ರಾಮ ತಮ್ಮನ ಭುಜ ತಟ್ಟಿ ಹೇಳಿದ.

ವಾಲಿ ಮೆಲ್ಲಗೆ ಎದ್ದು ನಿಲ್ಲುವ ಪ್ರಯತ್ನ ಮಾಡುತ್ತಿದ್ದ. ವಾಲಿ ಮೆಲ್ಲಗೆ ಎದ್ದು ನಿಂತವನೇ ಗೂಳಿಯತ್ತ ಚಂಗನೆ ನೆಗೆದು ಅದರ ಕೊಂಬು ಹಿಡಿದು ನಿಲ್ಲಿಸಿದ.

"ಇವನೊಬ್ಬ ಹುಚ್ಚನಿರಬೇಕು. ಅದು ತನ್ನ ಗೊರಸಿನಿಂದಲೇ ಅವನನ್ನು ಹೊಸಕಿ ಹಾಕಬಹುದು."

—ಎಂದ ಲಕ್ಷ್ಮಣ.

ಗೂಳಿ ಗುಟುರು ಹಾಕಿತು. ವಾಲಿಯ ಪಟ್ಟು ಭದ್ರವಾಗಿತ್ತು. ಅದು ಮೇಲಕ್ಕೆ ನೆಗೆಯುವ ಯತ್ನ ಮಾಡಿತು. ಆದರೆ ವಾಲಿಯ ಬಿಗಿ ಹಿಡಿತದಿಂದ ಬಿಡಿಸಿಕೊಳ್ಳಲಾಗಲಿಲ್ಲ.

ಜನ ತುಟಪಿಟಕ್ಕೆನ್ನದೆ ಈ ಗುಳಿ-ವಾಲಿ ಕಾಳಗವನ್ನು ನೋಡುತ್ತಿತ್ತು. ಗೂಳಿ ಮತ್ತೊಮ್ಮೆ ವಾಲಿಯನ್ನು ನೆಲಕ್ಕೆತ್ತಿ ಎಸೆಯುವ ವಿಫಲ ಪ್ರಯತ್ನ ಮಾಡಿ ನೆಲಕ್ಕೆ ವಾಲಿತು. ನೆಲಕ್ಕೆ ವಾಲುತ್ತಲೇ ವಾಲಿಯ ಎಡ ತೋಳಿಗೆ ಒದೆಯಿತು. ಈ ಒದೆತಕ್ಕೆ ತೋಳಿನ ಮೂಳೆಗಳು ಲಟಲಟ ಮುರಿದ ಸದ್ದು ಲಕ್ಷ್ಮಣನಿಗೆ ಕೇಳಿಸಿತು. ವಾಲಿ ಕೊಂಬು ಹಿಡಿದೇ ನೆಲಕ್ಕುರುಳಿದ.

"ಗೂಳಿಗೆ ಭಯಂಕರ ಕೋಪ ಬಂದಿರುವಂತಿದೆ" ಎಂದ ರಾಮ.

ವಾಲಿ ಕೊಂಬುಗಳ ಮೇಲೆ ಹಿಡಿತ ಸಡಿಲಸದೇ ಮೇಲೇಳುವ ಪ್ರಯತ್ನ ಮಾಡಿದ.

"ಬೇಡ"

ಎಂದು ಸೀತೆ ಅರಚಿದಳು.

ವಾಲಿ ಮತ್ತೊಮ್ಮೆ ಎದ್ದು ನಿಂತಿದ್ದ.

"ಎಂಥ ಮನುಷ್ಯನಿವ?"

ಎಂದು ಲಕ್ಷ್ಮಣ ವಿಸ್ಮಯದಿಂದ ಉದ್ಗರಿಸಿದ.

ಗೂಳಿಗೂ ಆಶ್ಚರ್ಯವಾಗಿರಬೇಕು. ಅದೂ ದಿಗ್ಭ್ರಾಂತಿಯಿಂದ ವಾಲಿಯತ್ತ ನೋಡಿತು. ವಾಲಿ ಎದೆ ತಟ್ಟಿಕೊಡು "ವಾಲಿ-ವಾಲಿ" ಎಂದು ಆರ್ಭಟಿಸಿದ.

ವಾಲಿ

ವಾಲಿ

ಎಂದು ಜನಸಮೂಹವೂ ಘೋಷ ಮಾಡಿತು.

ಗೂಳಿ ಮತ್ತೆ ಭಯಂಕರವಾಗಿ ಗುಟುರು ಹಾಕುತ್ತಾ ವಾಲಿಯತ್ತ ನುಗ್ಗಿತ್ತು.

ಲಕ್ಷ್ಮಣ ಹಠಾತ್ತನೆ ಬೇಲಿ ದಾಟಿ ಗೂಳಿಯತ್ತ ಧಾವಿಸಿದ.

"ಲಕ್ಷ್ಮಣಾ..."

ಎಂದು ರಾಮ ಸೀತೆಯರು ಚೀರಿದರು. ಲಕ್ಷ್ಮಣನ ದಿಢೀರ್ ಆಕ್ರಮಣ ಗೂಳಿಯ ಗಮನಕ್ಕೆ ಬಂದಿರಲಿಲ್ಲ.

ಲಕ್ಷ್ಮಣ ವಾಲಿಗಿಂತ ಉದ್ದವಾಗಿದ್ದ. ಅವನಿಗಿಂತ ದೇಹಧಾರ್ಢ್ಯತೆಯಲ್ಲೂ ಧಡೂತಿ ಆಸಾಮಿಯಾಗಿದ್ದ. ವಾಲಿಯ ಮೇಲೆ ದಾಳಿ ನಡೆಸಲು ನುಗ್ಗುತ್ತಿದ್ದ ಗೂಳಿಯ ಹಿಂಗಾಲುಗಳನ್ನು ಹಿಡಿದು ಬಿಗಿಯಾಗಿ ಎಳೆದ. ಎಳೆದ ರಭಸಕ್ಕೆ ಗೂಳಿ ಮುಗ್ಗರಿಸಿ ನೆಲಕ್ಕೆ ಬಿತ್ತು. ಇದೇ ವೇಳೆ ರಾಮ ಸೀತೆಯರು ಕಣಕ್ಕೆ ಧುಮುಕಿ ವಾಲಿಯನ್ನು ಮೇಲೆತ್ತಿ ಅಲ್ಲಿಂದ ಹೊರ ತರಲು ಶ್ರಮಪಡುತ್ತಿದ್ದರು. "ನನ್ನ ಬಿಟ್ಟುಬಿಡಿ" ಎಂದು ವಾಲಿ ಚೀರುತ್ತಿದ್ದ.

ಗೂಳಿ ಗುಟುರು ಹಾಕುತ್ತ ಲಕ್ಷ್ಮಣನತ್ತ ನುಗ್ಗಿತು. ಲಕ್ಷ್ಮಣ ಕೊಂಬು ಹಿಡಿದು ಅದನ್ನು ನಿಲ್ಲಿಸಿ ನೆಲಕ್ಕೆ ಮಣಿಸಿದ. ನೆಲಕ್ಕೆ ಬಿದ್ದ ಗೂಳಿ ಸುತ್ತ ಒಮ್ಮೆ ಕಣ್ಣು ಹಾಯಿಸಿ ನಿಧಾನವಾಗಿ ಮೇಲೆದ್ದು ನಿಂತು ತನ್ನ ಯಜಮಾನನತ್ತ ನಡೆಯಿತು.

ವಾಲಿಗೆ ಪ್ರಜ್ಞೆ ತಪ್ಪಿತ್ತು. ರಾಮ ಸೀತೆಯರು ಅವನನ್ನು ಕಣದ ಮಧ್ಯದಿಂದ ಹೊರಕ್ಕೆಳೆದು ತಂದಿದ್ದರು.

ಅಧ್ಯಾಯ – 29

ಅಂದು ಸಂಜೆ ಶಕ್ತಿವೇಲ್ ಅರಣ್ಯದ ಅಂಚಿನಲ್ಲಿದ್ದ ರಾಮಸೀತೆಯರ ಪರ್ಣಕುಟೀರಕ್ಕೆ ಭೇಟಿ ಕೊಟ್ಟಿದ್ದ. ರಾಮ ಪರಾಕ್ರಮಿ ಶಕ್ತಿವೇಲ್‌ಗೆ ಸ್ವಾಗತ ಎಂದು ಸ್ವಾಗತಿಸಿದ. ಶಕ್ತಿವೇಲ್ ಮಹಾರಾಜರಿಗೆ ನಮಸ್ಕಾರ ಎಂದ.

ನೀವು ಅಪೇಕ್ಷಿಸಿದಂತೆ ನಿಮ್ಮ ಆಯುಧಗಳನ್ನೆಲ್ಲಾ ಹರಿತಗೊಳಿಸಲಾಗಿದೆ. ಹೊಳಪುಗೊಳಿಸಲಾಗಿದೆ ಎಂದ ಶಕ್ತಿವೇಲ್ ಆಯುಧಗಳ ಮೂಟೆಯತ್ತ ಬೆರಳು ಮಾಡಿ. ರಾಮ ಖಡ್ಗವೊಂದನ್ನು ಎತ್ತಿಕೊಂಡು ಅದರ ಅಲುಗನ್ನು ಪರೀಕ್ಷಿಸಿ "ಹೊಸದರಂತೆಯೇ ಇದೆ" ಎಂದ.

"ನಮ್ಮ ಲೋಹಕಾರರು ಭಾರತದಲ್ಲೇ ಶ್ರೇಷ್ಠರು" ಎಂದು ಶಕ್ತಿವೇಲ್ ಹೆಮ್ಮೆಯಿಂದ ನುಡಿದ. ನಂತರ "ಸ್ವಲ್ಪ ಇತ್ತ ಬನ್ನಿ ಒಂದು ಖಾಸಾ ಮಾತಿದೆ" ಎಂದು ಪಕ್ಕಕ್ಕೆ ಕರೆದ. ಸೀತೆಯೂ ರಾಮನನ್ನು ಹಿಂಬಾಲಿಸಿದಳು.

"ನೀವು ಇಲ್ಲಿಂದ ಬೇಗ ಹೊರಡುವುದು ಉತ್ತಮವೆಂದು ತೋರುತ್ತದೆ" ಎಂದ ಶಕ್ತಿವೇಲ್.

"ಏಕೆ?"

"ವಾಲಿ"

"ವಾಲಿಯ ಸಾಯಬೇಕೆಂಬುದು ಕೆಲವರ ಇಚ್ಛೆಯಾಗಿತ್ತು. ಅಲ್ಲವೆ?"

—ರಾಮನ ಪ್ರಶ್ನೆ.

"ಅದರಿಂದ ಅವರಿಗೆ ನಮ್ಮ ಮೇಲೆ ಕೋಪ ಬಂದಿರಬಹುದು."

"ಇಲ್ಲ. ಇಲ್ಲ ವಾಲಿಗೇ ನಿಮ್ಮ ಮೇಲೆ ಮತ್ತು ಸೀತೆಯ ಮೇಲೆ ಕೋಪ ಬಂದಿದೆ."

"ಏಕೆ. ನಾವು ಅವನ ಪ್ರಾಣ ಉಳಿಸಿದೆವು."

"ಅವನು ಆ ರೀತಿ ಭಾವಿಸುತ್ತಿಲ್ಲ. ನೀವು ಅವನ ಮಾನ ಕಳೆದಿರಿ ಎಂದೇ ಭಾವಿಸಿದ್ದಾನೆ. ಬೇರೆಯವರಿಂದ ರಕ್ಷಿಸಲ್ಪಡುವುದಕ್ಕಿಂತ ಜೆಲ್ಲಿಕಟ್ಟಿನಲ್ಲಿ ತಾನು ಸತ್ತಿದ್ದಿದ್ದರೇ ಲೇಸಾಗುತ್ತಿತ್ತೆಂದು ಅವನು ಭಾವಿಸಿದ್ದಾನೆ."

ರಾಮ ಸೀತೆಯತ್ತ ಅಚ್ಚರಿಯಿಂದ ನೋಡಿದ. "ಎರಡು ರಾಜ ಮನೆತನಗಳ ನಡುವೆ ಹೋರಾಟ ಸಲ್ಲದು" ಎಂದ ಶಕ್ತಿವೇಲು.

"ಎರಡು ಆನೆಗಳ ಹೋರಾಟದಲ್ಲಿ ಮೊದಲು ಬಲಿಯಾಗುವುದು ಗರಿಕೆ ಹುಲ್ಲು."

ರಾಮ ಶಕ್ತಿವೇಲನ ಭುಜದ ಮೇಲೆ ಕೈಯ್ಯಿರಿಸಿ ಹೇಳಿದ:

"ನೀನು ನಮ್ಮ ಆತಿಥೇಯ ಮಿತ್ರ. ನಿನಗೆ ತೊಂದರೆಯುಂಟು ಮಾಡುವ ಇಚ್ಛೆ ನಮಗಿಲ್ಲ. ನಾಳೆ ಸೂರ್ಯೋದಯಕ್ಕೆ ಮುನ್ನವೇ ನಾವು ಇಲ್ಲಿಂದ ನಿರ್ಗಮಿಸುತ್ತೇವೆ. ನಿನ್ನ ಆತಿಥ್ಯಕ್ಕೆ ವಂದನೆಗಳು."

—೫೭—

ರಾಮ ಸೀತೆ ಲಕ್ಷ್ಮಣರ ವನವಾಸ ಶುರುವಾಗಿ ಇಪ್ಪತ್ನಾಲ್ಕು ತಿಂಗಳುಗಳು ಕಳೆದಿದ್ದವು. ಹದಿನೈದು ಮಂದಿ ಮಲೆಯಪುತ್ರ ಸಿಪಾಯಿಗಳು ಹೋದಲ್ಲೆಲ್ಲ ಅವರನ್ನು ಹಿಂಬಾಲಿಸುತ್ತಿದ್ದರು.

ವನವಾಸ ಕಾಲದಲ್ಲಿ ಅಡಿಗೆ ಮಾಡುವುದು, ಪಾತ್ರೆ ತೊಳೆಯುವುದು, ನೆಲ ಒರೆಸುವುದು ಗುಡಿಸುವುದು, ಬೇಟೆಯಾಡುವುದು ಇತ್ಯಾದಿ ಕೆಲಸ ಗಳನ್ನು ಇವರೆಲ್ಲ ಹಂಚಿಕೊಂಡಿದ್ದರು. ತಂಡದಲ್ಲಿ ಮಾಂಸಾಹಾರಿಗಳು ಹೆಚ್ಚಾಗಿರಲಿಲ್ಲವಾದ್ದರಿಂದ ಪದೇ ಪದೇ ಬೇಟೆಯಾಡಬೇಕಿರಲಿಲ್ಲ. ಒಮ್ಮೆ ಬೇಟೆಯಾಡುತ್ತಿದ್ದಾಗ ಉಗ್ರ ಭಲ್ಲೂಕವೊಂದರಿಂದ ಸೀತೆಯನ್ನು ಪಾರು ಮಾಡಿದ ಸಂದರ್ಭದಲ್ಲಿ ಮಕರಂತ ಗಾಯಗೊಂಡಿದ್ದ. ಅವನ ಗಾಯ ಬೇಗ ವಾಸಿಯಾಗಲಿಲ್ಲ. ಗಾಯಕ್ಕೆ ಔಷಧಿ ಏನೆಂಬುದು ಜಟಾಯುವಿಗೆ ಗೊತ್ತಿತ್ತು.

"ವಾಲ್ಕೇಶ್ವರದ ಜಲವೆ?"

—ಸೀತೆ ಕೇಳಿದಳು.

"ಹೌದು. ಆ ಪವಿತ್ರ ಕೊಳ ಭೂಮಿಯ ಒಡಲಿಂದ ಚಿಮ್ಮುವ ನೀರಿನಿಂದ ಆದುದು. ಅದು ಖನಿಜ ಜಲ. ಆ ಜಲದಿಂದ ಗಾಯಗಳನ್ನು ತೊಳೆದರೆ ಅವನು ಮೊದಲಿನಂತೆ ನಡೆದಾಡುವುದು ಸಾಧ್ಯವಾಗುತ್ತದೆ."

"ಜಟಾಯು ವಾಲ್ಕೇಶ್ವರ ಎಲ್ಲಿದೆ?"

"ಅದು ಪಶ್ಚಿಮ ಕರಾವಳಿಯ ಮುಂಬಾದೇವಿಯಲ್ಲಿನ ಒಂದು ಸಣ್ಣ ದ್ವೀಪ."

"ಅಗಸ್ತ್ಯಕೂಟ ಮಾರ್ಗದಲ್ಲಿ ನಾವು ದಿನಸಿ ಇತ್ಯಾದಿಗಳಿಗಾಗಿ ದ್ವೀಪ ವೊಂದರಲ್ಲಿ ಸ್ವಲ್ಪ ಕಾಲ ಇರಬೇಕಾಗಿದೆಯಲ್ಲವೆ? ಅದು ಕೊಲಬಾದಲ್ಲಿ ಅಲ್ಲವೇ?"

"ಹೌದು ಕೊಲಾಬಾದಲ್ಲಿ ಅಂತ ನಮ್ಮ ಕಪ್ತಾನರು ಹೇಳುತ್ತಾರೆ. ಮುಂಬಾದೇವಿ ಕೊಲಾಬಾಗೆ ವಾಯುವ್ಯ ದಿಕ್ಕಿನಲ್ಲಿರುವ ದೊಡ್ಡ ದ್ವೀಪ."

"ಮುಂಬಾದೇವಿ ಸಪ್ತದ್ವೀಪಗಳಲ್ಲಿ ಒಂದಲ್ಲವೆ?"

"ಹೌದು ಮಹಾವಿಷ್ಣು."

"ಅಂದರೆ ನಾನು ಮತ್ತು ರಾಮ ನಿಮ್ಮ ಜೊತೆ ಅಲ್ಲಿಗೆ ಹೋಗದಿರುವುದೇ ಒಳಿತಲ್ಲವೇ?"

—ಸೀತೆ ನುಡಿದಳು.

"ಹೌದು ಮಹಾವಿಷ್ಣು"

—ಎಂದ ಜಟಾಯು.

"ಆದರೆ ಲಂಕನ್ನರು ಮಲೆಯಪುತ್ರರನ್ನು ಘಾಸಿಗೊಳಿಸುವ ಧೈರ್ಯ ಮಾಡಲಾರರು... ಅಲ್ಲವೆ?"

—ಸೀತೆಯ ಪ್ರಶ್ನೆ.

ಜಟಾಯು ಕಣ್ಣಲ್ಲಿ ಆತಂಕ. ಆದರೆ ದನಿಯಲ್ಲಿ ಅದನ್ನು ತೋರಗೊಡದೆ "ಮಾಡಲಾರರು" ಎಂದು.

ಸೀತೆ ಹುಬ್ಬುಗಂಟಿಕ್ಕಿದಳು.

"ಜಟಾಯು ಇನ್ನೇನಾದರೂ ಹೇಳುವುದಿದೆಯಾ?"

"ನಾನು ಮೂವರ ಜೊತೆ ಅಲ್ಲಿಗೆ ಹೋಗ್ತೀನಿ. ಉಳಿದವರು ಇಲ್ಲೇ ಇರಲಿ. ಎರಡು ತಿಂಗಳಲ್ಲಿ ವಾಪಸಾಗುವೆ."

"ಜಟಾಯುಜೀ ಮುಂಬಾದೇವಿಯಲ್ಲಿ ಏನಾದರೂ ತೊಂದರೆಯಾಗಲಿ ದೆಯೆ?"

ಇಲ್ಲ ಎಂದು ತಲೆಯಾಡಿಸಿದ ಜಟಾಯು.

"ಮಹಾವಿಷ್ಣು ಪ್ರಯಾಣಕ್ಕೆ ತಯಾರಿ ಮಾಡಬೇಕಿದೆ. ನಾನು ಹೋಗ್ತೀನಿ. ನೀವು ಮತ್ತು ರಾಮ ಇಲ್ಲೇ ವಾಸ್ತವ್ಯ ಮಾಡಬೇಕು" ಎಂದ ಜಟಾಯು. ಅಲ್ಲಿಂದ ಕಾಲ್ತೆಗೆದ.

—೧೮—

ಜಟಾಯು ಮತ್ತು ಮೂವರು ಸಿಪಾಯಿಗಳು ನಾಡಿನ ಸಮುದ್ರ ದಂಡೆಯನ್ನು ತಲುಪಿದಾಗ ಕತ್ತಲಾಗಿತ್ತು. ದೂರದಲ್ಲಿ ಮನೆಗಳ ಮೇಲೆ ದೀಪಗಳು ಮಿನುಗುತ್ತಿದ್ದವು. ಅದು ಸಾಲ್‌ಸತ್ತೆ ದ್ವೀಪ. ಅದೊಂದು ನಾಗರಿಕತೆಯ ಕೇಂದ್ರ. ಅಲ್ಲಿ ಅದ್ಭುತವಾದ ಬಂದರು ಕಟ್ಟೆ ಇತ್ತು. ಅದರ ಪೂರ್ವ ದಿಕ್ಕಿನಲ್ಲಿ ಪರೇಲ್, ಮಜಗಾವ್, ಲಿಟ್ಲ್ ಕೋಲಬಾ, ಕೋಲಬಾ ದ್ವೀಪಗಳಿದ್ದವು. ಆದರೆ ಮಹೀಮ್ ಮತ್ತು ವೊರ್ಲಿ ದ್ವೀಪಗಳು ಸ್ಪಷ್ಟವಾಗಿ ಕಾಣಿಸುತ್ತಿರಲಿಲ್ಲ.

ವಾಲ್ಕೇಶ್ವರ ಇದ್ದ ತಾವಿಗೆ ಗೋಡೆ ಕಟ್ಟಿದಂತಿದ್ದ ಗುಡ್ಡ ಬೆಟ್ಟಗಳಿಂದಾಗಿ ಅದು ಸುಲಭ ಗೋಚರವಾಗಿರಲಿಲ್ಲ. ಜಟಾಯುವಿಗೆ ಏನೂ ಕಾಣಿಸುತ್ತಿರಲಿಲ್ಲ. ದೀಪ ಇಲ್ಲ. ವಸತಿ ಇಲ್ಲ. ವಾಲ್ಕೇಶ್ವರ ಪರಿತ್ಯಕ್ತ ತಾಣವಾಗಿತ್ತು. ಅದೊಂದು ಭಗ್ನಾವಶೇಷ ತಾಣವಾಗಿತ್ತು.

ಜಟಾಯುವಿಗೆ ಆ ಭಯಂಕರ ದಿನಗಳನ್ನು ನೆನೆದು ನಡುಕ ವುಂಟಾಯಿತು. ಅದು ಅವನ ಪ್ರಾಯದ ದಿನಗಳು. ರಾವಣ ಸೇನೆ ಬಂದ ದಿನಗಳು.

ಭಗವಾನ್ ಪರಶುರಾಮ ಕ್ಷಮಿಸು... ನಮ್ಮ ಪಾಪಗಳಿಗಾಗಿ ಕ್ಷಮಿಸು...

ಇಲ್ಲಿ ನದಿ ದಾಟುವುದೇ...

ಕಪ್ತಾನನ ಪ್ರಶ್ನೆ.

"ಇಲ್ಲ. ಬೆಳಿಗ್ಗೆ ದಾಟೋಣ. ಈ ರಾತ್ರಿ ಇಲ್ಲೇ ಬಿಡಾರ."

—೧೮—

ಜಟಾಯು ನಿದ್ದೆ ಬಾರದೆ ಹೊರಳಾಡಿದ. ಹಳೆಯ ನೆನಪುಗಳು ನುಗ್ಗಿ ಬರುತ್ತಿದ್ದವು. ಗತಕಾಲದ ದುಃಸ್ವಪ್ನಗಳು.

ಹಲವಾರು ವರ್ಷಗಳ ಹಿಂದೆ ರಾವಣ ನಮ್ಮನ್ನು ಜಯಿಸಲು ನಮ್ಮ ಜನರನ್ನೇ ಬಳಸಿಕೊಂಡ.

ಜಟಾಯು ಎದ್ದು ಕುಳಿತ. ತಾರುಣ್ಯದ ದಿನಗಳಲ್ಲಿ ನಾಗಾ ಆದ ತಾನು ವಿಕಲಾಂಗನಾಗಿ ಅನುಭವಿಸಿದ ನೋವು ಅಪಮಾನಗಳು. ಅಪಮಾನಕ್ಕೊಳಗಾದವರು ನಾಗಾಗಗಳಷ್ಟೇ ಅಲ್ಲ. ಬೇರೆ ಸಮುದಾಯಗಳವರೂ ಇದ್ದರು. ಇವರೆಲ್ಲ ಸಪ್ತಸಿಂಧುವಿನ ಅಂಧಾಭಿಮಾನಿ ಗಣ್ಯರಿಂದ ನಿಂದನೆ–ಅಪಮಾನಗಳಿಗೊಳಗಾಗಿದ್ದರು. ಅವರಿಗೆ ರಾವಣ ಕ್ರಾಂತಿಕಾರಿ ನಾಯಕನಾಗಿ ಕಂಡ. ಅವನ ಜೊತೆ ಸೇರಿಕೊಂಡರು. ಅವನಿಗಾಗಿ ಹೋರಾಡಿದರು. ಅವನಿಗಾಗಿ ಹತ್ಯೆಗೈದರು. ರಾವಣನ ಪರ ಹೋರಾಡಿದ ಜನರಲ್ಲಿ ಒಬ್ಬನಾಗಿದ್ದ ಜಟಾಯುವಿನಲ್ಲಿ ಶೋಷಕ ವರ್ಗದ ವಿರುದ್ಧ ಸೇಡು ಜ್ವಲಿಸುತ್ತಿತ್ತು.

ರಾವಣನ ಪಡೆಗಳನ್ನು ಎರಡು ತುಕಡಿಗಳನ್ನಾಗಿ ವಿಭಜಿಸಲಾಗಿತ್ತು. ಒಂದು ತುಕಡಿ ಭೂ ಗಡಿಗಳ ರಕ್ಷಣೆಯನ್ನು ನೋಡಿಕೊಳ್ಳುತ್ತಿತ್ತು. ಈ ತುಕಡಿಯ ಸೇನಾನಿಗಳನ್ನು ಮಹಾರಾವಣರೆಂದು ಕರೆಯಲಾಗುತ್ತಿತ್ತು. ಸಮುದ್ರದ ಗಡಿಗಳು ಮತ್ತು ಬಂದರುಗಳನ್ನು ಕಾಯುತ್ತಿದ್ದ ತುಕಡಿಯ ಸೇನಾನಿಯನ್ನು ಅಹಿರಾವಣರೆಂದು ಕರೆಯಲಾಗುತ್ತಿತ್ತು.

ಪ್ರಹಸ್ತನೆಂಬುವನು ಜಲಗಡಿ ರಕ್ಷಣಾ ತುಕಡಿಯ ಅಹಿರಾವಣನಾಗಿದ್ದ. ಜಟಾಯು ಅವನ ತುಕಡಿಯಲ್ಲಿದ್ದ. ಈ ಅಹಿರಾವಣ ಜಟಾಯುವನ್ನು ಸಪ್ತದ್ವೀಪಗಳಲ್ಲಿನ ಮುಂಬಾದೇವಿಗೆ ವರ್ಗಾಯಿಸಿದ್ದ.

ಸಪ್ತದ್ವೀಪಗಳಲ್ಲಿ ದೇವೇಂದ್ರರು ಎಂಬ ಸಮುದಾಯ ವಾಸವಿತ್ತು. ಇಂದ್ರ ಈ ಸಮುದಾಯದ ನಾಯಕ. ಈ ದೇವೇಂದ್ರರು ಆಮದು ರಫ್ತು ಸಾಮಗ್ರಿಗಳನ್ನು ಸಂಗ್ರಹಿಸಿ ಮಾರಾಟ ಮಾಡುತ್ತಿದ್ದರು. ನೌಕಾಯಾತ್ರಿಗಳಿಗೆ ಅವರು ಆಶ್ರಯ ನೀಡುತ್ತಿದ್ದರು. ಹೀಗೆ ದೇವೇಂದ್ರರಲ್ಲಿ ಆಶ್ರಯ ಪಡೆದವರಲ್ಲಿ ಜಟಾಯೂ ಒಬ್ಬ. ಈಗ ಅನೇಕ ವರ್ಷಗಳ ನಂತರ ಅದೇ ಮುಂಬಾದೇವಿಯನ್ನು ವಶಪಡಿಸಿಕೊಳ್ಳುವ ಸಲುವಾಗಿ ನಿಯೋಜಿಸಲಾಗಿದ್ದ ಸೇನಾ ತುಕಡಿಯ ಸೈನಿಕನಾಗಿ ಜಟಾಯು ಮುಂಬಾದೇವಿಗೆ ಆಗಮಿಸಿದ್ದ.

ರಾವಣನ ತಂತ್ರೋಪಾಯಗಳು ಸ್ಪಷ್ಟವಾಗಿದ್ದವು. ಹಿಂದೂ ಸಾಗರದ ಮೇಲಣ ವಾಣಿಜ್ಯ ವಹಿವಾಟುಗಳನ್ನು ಸಂಪೂರ್ಣ ತನ್ನ ಹತೋಟಿಗೆ ತೆಗೆದುಕೊಳ್ಳುವುದು ಅವನ ಉದ್ದೇಶವಾಗಿತ್ತು. ಭಾರತೀಯ ಉಪಖಂಡದ

ಹಾಗೂ ಅರೇಬಿಯಾ, ಆಫ್ರಿಕಾ ಮತ್ತು ಆಗ್ನೇಯ ಏಷ್ಯಾದ ಪ್ರಮುಖ ಬಂದರುಗಳನ್ನು ರಾವಣ ವಶಪಡಿಸಿಕೊಂಡಿದ್ದ. ಸಿಂಧೂ-ಸರಸ್ವತಿ ನದಿಗಳು ಹಾಗೂ ಲಂಕೆಯ ನದಿಗಳ ನಡುವಣ ಜಲಮಾರ್ಗದಲ್ಲಿನ ಬಂದರುಗಳನ್ನು ವಶಪಡಿಸಿಕೊಳ್ಳುವುದು ಅವನ ಕುಟಿಲೋಪಾಯವಾಗಿತ್ತು.

ಅಹಿರಾವಣ ಪ್ರಹಸ್ತನನ್ನು ಈ ವಿಷಯದಲ್ಲಿ ಸಂಧಾನ ನಡೆಸಲು ನಿಯೋಜಿಸಲಾಗಿತ್ತು. ಲಂಕೆಯ ಸೇನೆ ಮುಂಬಾದೇವಿ ಬಂದರಿನಲ್ಲಿ ಬೀಡು ಬಿಟ್ಟಿತ್ತು. ಒಂದು ವಾರ ಕಳೆದರೂ ಏನೂ ಆಗಲಿಲ್ಲ. ಅಖೈರಾಗಿ, ಮುಂಬಾದೇವಿಯ ಪಶ್ಚಿಮಕ್ಕಿರುವ ವಾಕಲೇಶ್ವರದತ್ತ ಚಲಿಸಲು ಸೇನೆಗೆ ಆಜ್ಞೆ ಮಾಡಲಾಯಿತು. ಈ ಸೇನೆಯಲ್ಲಿ ಕಿರಿಯನಾಗಿದ್ದ ಜಟಾಯು ಕೊನೆಯ ಸಾಲಿನಲ್ಲಿದ್ದ.

ಶಾಂತಿಪ್ರಿಯ ಸಮುದಾಯವಾದ ದೇವೇಂದ್ರರಿಂದ ಯುದ್ಧ ಅಸಾಧ್ಯ ಎಂದು ತಿಳಿದಿದ್ದ ಜಟಾಯುವಿಗೆ ನಗರದ ಮುಖ್ಯ ಚೌಕವನ್ನು ಕಂಡದ್ದೇ ತಬ್ಬಿಬ್ಬಾಯಿತು.

ಚೌಕ ಬರಿದೋ ಬರಿದಾಗಿತ್ತು. ಒಂದು ನರಪಿಳ್ಳೆಯೂ ಅಲ್ಲಿರಲಿಲ್ಲ. ಅಂಗಡಿ ಮುಂಗಟ್ಟುಗಳೂ ತೆರದಿದ್ದರೂ ಕೊಳ್ಳುವ ಗಿರಾಕಿಗಳಿರಲಿಲ್ಲ. ಚೌಕದ ಮಧ್ಯೆ ಶ್ರೀಗಂಧದ ತುಂಡುಗಳನ್ನು ಸೇರಿಸಲಾಗಿತ್ತು. ಅದರ ಮೇಲೆ ತುಪ್ಪ ಸುರಿಯಲಾಗಿತ್ತು. ಅದೊಂದು ಬೃಹತ್ ಚಿತೆಯಂತೆ ಕಾಣುತ್ತಿತ್ತು.

ದೇವೇಂದ್ರರು ಶಾಂತವಾಗಿ ಶರಣಾಗುವರೆಂಬುದು ಪ್ರಹಸ್ತನ ನಿರಕ್ಷೆಯಾಗಿತ್ತು. ಆದರೆ ಈ ನೋಟ ಅನಿರೀಕ್ಷಿತವಾಗಿತ್ತು. ಸೇನೆಗೆ ಸಜ್ಜಾಗಿ ನಿಲ್ಲಲು ಅವನು ಆಜ್ಞೆ ಮಾಡಿದ.

ಅರಮನೆಯ ಗೋಡೆಗಳ ಬದಿಯಿಂದ ಸಂಸ್ಕೃತ ಶ್ಲೋಕಗಳ ಪಠಣ ಕೇಳಿಬಂತು. ಅದು ಗರುಡ ಪುರಾಣದ ಶ್ಲೋಕಗಳಾಗಿದ್ದವು-ಸಾವಿನ ಮನೆಯಲ್ಲಿ ಪಠಿಸುವ ಮಂತ್ರಗಳು.

ಹಠಾತ್ತನೆ ಅರಮನೆಯ ಆವರಣದಿಂದ ಹೊಗೆ ಅಲೆಅಲೆಯಾಗಿ ತೇಲಿಬಂತು. ಹೊಗೆ ದಟ್ಟವಾಯಿತು. ಮರದ ಅರಮನೆಗೆ ಬೆಂಕಿ ಇಡಲಾಗಿತ್ತು. ನಂತರ ಅರಮನೆಯ ದ್ವಾರಗಳು ತೆರೆದುಕೊಂಡವು.

"ಖಡ್ಗಗಳ ಹಿರಿಯಿರಿ, ಸನ್ನದ್ಧರಾಗಿ' ಪ್ರಹಸ್ತ ತಕ್ಷಣ ಆಜ್ಞೆ ಮಾಡಿದ-ದಾಳಿಯ ನಿರೀಕ್ಷೆಯಲ್ಲಿ.

ಇಂದ್ರನ ನಾಯಕತ್ವದಲ್ಲಿ ದೇವೇಂದ್ರರೆಲ್ಲ ಸಾಲುಗಟ್ಟಿ ಹೊರಬಂದರು. ಅವರೆಲ್ಲ ಅಂತಿಮ ಯಾತ್ರೆಯ ಕೇಸರಿ ವಸ್ತ್ರಗಳನ್ನು ಧರಿಸಿದ್ದರು. ಎಲ್ಲರ ಕೈಯ್ಯಲ್ಲೂ ನಗನಾಣ್ಯ ವಜ್ರವೈಢೂರ್ಯಗಳಿದ್ದವು.

"ನಮ್ಮ ಸಂಪತ್ತನ್ನೆಲ್ಲ ತೆಗೆದುಕೊಳ್ಳಿ. ನಮ್ಮ ಪ್ರಾಣಗಳನ್ನೂ ತೆಗೆದುಕೊಳ್ಳಿ. ಆದರೆ ನಮ್ಮ ಧರ್ಮವನ್ನು ನಿಮ್ಮಿಂದ ಕಸಿದುಕೊಳ್ಳಲಾಗದು."

—ಇಂದ್ರ ವಿಚಲಿತನಾಗದೆ ನುಡಿದ. ಲಂಕೆಯ ಸೇನೆ ಸ್ತಂಭೀಭೂತ ವಾಯಿತು.

"ಇಂದ್ರ, ಸರಿಯಾಗಿ ಮತ್ತೊಮ್ಮೆ ಯೋಚಿಸು ರಾವಣ ಮೂಲೋಕದ ದೊರೆ. ದೇವರುಗಳೂ ಅವನಿಗೆ ಹೆದರುತ್ತಾರೆ. ಸುಮ್ಮನೆ ಶರಣಾಗು."

ಇಂದ್ರ ನಸುನಕ್ಕು ನುಡಿದ "ನಾವು ಎಂದೆಂದಿಗೂ ನಮ್ಮ ಧರ್ಮವನ್ನು ಬಿಟ್ಟು ಕೊಡುವುದಿಲ್ಲ" ನಂತರ ಇಂದ್ರ ಘೋಷಿಸಿದ : "ನಿಮ್ಮಾತ್ಮ ರಕ್ಷಿಸಿಕೊಳ್ಳಿ. ನೀವು ನಿಮ್ಮ ಕರ್ಮಫಲವನ್ನು ಅನುಭವಿಸುವಿರಿ."

"ಖಡ್ಗ ಹಿರಿಯಿರಿ. ಇದೊಂದು ಕುತಂತ್ರ"

—ಎಂದ ಪ್ರಹಸ್ತ ಸೈನಿಕರಿಗೆ ಆದೇಶಿಸಿದ.

ಇಂದ್ರ ಆಕಾಶದತ್ತ ಮುಖ ಮಾಡಿ, ಕೈ ಜೋಡಿಸಿ–

"ಜೈರುದ್ರ, ಜೈ ಪರಶುರಾಮ್"

—ಎಂದು ಘೋಷ ಮಾಡಿದ. ಘೋಷ ಕೇಳಿದ್ದೇ ಭಾರತದ ಸೈನಿಕರು ಚಿತೆಗೆ ಧುಮುಕಿದರು.

"ಬೇಡ–ಬೇಡ" ಎಂದ ಜಟಾಯು ಅರಚಿದ.

ಇದರಿಂದ ಲಂಕೆಯ ಸೈನಿಕರಿಗೂ ದಿಗ್ಭ್ರಾಂತಿಯುಂಟಾಗಿತ್ತು. ದೇವೇಂದ್ರರು ಆತ್ಮಾಹುತಿ ಮಾಡಿಕೊಳ್ಳುತ್ತಿದ್ದರು. ಕೊನೆಯಲ್ಲಿ ಇಂದ್ರ ಚಿತೆಗೆ ಹಾರಿದ.

"ದುಃಖಿಸಬೇಡಿ ಯೋಧರೆ. ಇಲ್ಲಿನ ನಗನಾಣ್ಯ ಸಂಪತ್ತೆಲ್ಲ ನಮ್ಮದು. ನೀವು ಇಂದು ಹಿಂದೆಂದಿಗಿಂತ ಶ್ರೀಮಂತರು... ಅವರಿಂದ ರಾವಣ ಸೇನೆಯನ್ನು ಎದುರಿಸಲಾಗಲಿಲ್ಲ. ಮುಂದೆಯೂ ಅದಾಗದು"

ಎಂದು ಪ್ರಹಸ್ತ ಘೋಷಿಸಿದ. ಆದರೆ ಈ ಘೋಷಣೆ ಸೇನೆಯ ಮೇಲೆ ಏನೂ ಪರಿಣಾಮ ಮಾಡಲಿಲ್ಲ. ಈ ಘಟನೆ ಅವರ ಆತ್ಮವನ್ನು ಅಲುಗಾಡಿಸಿತ್ತು. ಜಟಾಯು ಅವರಲ್ಲೊಬ್ಬನಾಗಿದ್ದ.

ಹಿಂದಿನ ಘಟನೆಗಳ ನೆನಪಿನಿಂದ ಜಟಾಯುವಿನ ದೇಹ ಕಂಪಿಸುತ್ತಿತ್ತು. ಅವನು ಧೈರ್ಯ ತಂದುಕೊಂಡು–

"ಭಗವಂತ ನನ್ನ ಕ್ಷಮಿಸು"

—ಎಂದು ಮೊರೆ ಇಡುತ್ತಾ ವಾಲ್ಕೇಶ್ವರ ತಲುಪಿದ್ದ.

—೯೨—

ಜಟಾಯು ಮುಂಬಾದೇವಿಯಿಂದ ಹಿಂದಿರುಗಿ ಕೆಲವು ತಿಂಗಳುಗಳಾಗಿದ್ದವು. ವಾಲ್ಕೇಶ್ವರದ ಔಷಧಿ ಮಕರಂತನ ಕಾಲಿನ ಗಾಯವನ್ನು ಗುಣಪಡಿಸಿತ್ತು.

ಮುಂಬಾದೇವಿಯ ಹೆಸರು ಹೇಳಿದರೆ ನೀನೇಕೆ ವಿಚಲಿತನಾಗುತ್ತೀಯ ಎಂದು ಜಟಾಯುವನ್ನು ಕೇಳಬೇಕೆನ್ನಿಸಿತ್ತು ಸೀತೆಗೆ. ಹೀಗೆ ಅನೇಕ ಬಾರಿ ಅನ್ನಿಸಿದರೂ ಅವಳು ಕೇಳಿರಲಿಲ್ಲ.

ಇಂದು ಮುಂಜಾನೆ ಸೀತೆ ಎಲ್ಲರಿಂದ ಬೇರೆಯಾಗಿ ಹನುಮಂತಣ್ಣನನ್ನು ಭೇಟಿಯಾಗಲು ರಹಸ್ಯ ತಾಣವೊಂದಕ್ಕೆ ಬಂದಿದ್ದಳು.

"ನೀನು ಮತ್ತು ರಾಜಕುವರ ರಾಮ ಎಲ್ಲಾದರೂ ಒಂದು ಕಡೆ ನೆಲೆ ನಿಲ್ಲಬೇಕು. ಹೀಗೆ ಅಲೆಯುವುದು ಸಲ್ಲ"–ಎಂದ ಹನುಮಾನ್.

"ನನಗೆ ಗೊತ್ತು. ಆದರೆ ಸುರಕ್ಷಿತ ಸ್ಥಳ ಸಿಕ್ಕಿಲ್ಲ"

"ನನ್ನ ಮನಸ್ಸಿನಲ್ಲೊಂದು ಜಾಗ ಹೊಳೆಯುತ್ತಿದೆ. ಅದು ಸುರಕ್ಷಿತ. ಊಟ ವಸತಿ ಎಲ್ಲ ಸೌಕರ್ಯಗಳು ಸಾಧ್ಯ ಹಾಗೂ ಅದು ನನ್ನ ತಾಣಕ್ಕೂ ಹತ್ತಿರ."

"ಎಲ್ಲಿ?"

"ಆ ಸ್ಥಳ ಗೋದಾವರಿ ಸಮೀಪದಲ್ಲಿದೆ."

"ಆಯಿತು. ಆಮೇಲೆ ಆ ಬಗ್ಗೆ ಮಾಹಿತಿ ಪಡೆಯುವೆ. ರಾಧಿಕಾ ಹೇಗಿದ್ದಾಳೆ?"

"ರಾಧಿಕಾಗೆ ವಿವಾಹವಾಯಿತು. ಅವಳು ಅತ್ತೆ ಮನೆಗೆ ಹೋದಳು."

"ವಿವಾಹ."

"ಹೌದು"

"ಅಯ್ಯೋ ಪಾಪ, ಭರತ..."

"ಭರತ ಇನ್ನೂ ಅವಳನ್ನು ಪ್ರೀತಿಸ್ತಾನೆ ಎಂದು ಕೇಳಿದ್ದೇನೆ"

—ಎಂದ ಹನುಮ.

"ಅವನಿಂದ ಅವಳನ್ನು ಮರೆಯಲಾಗದು"

"ಪ್ರೀತಿಸದೇ ಇರುವುದಕ್ಕಿಂತ, ಪ್ರೀತಿಸಿ ಮರೆತುಬಿಡುವುದು ಒಳ್ಳೆಯದು ಎನ್ನುವ ನಾಣ್ನುಡಿಯನ್ನು ನಾನು ಕೇಳಿರುವುದುಂಟು."

"ಹನುಮಣ್ಣ ದಯವಿಟ್ಟು ಕ್ಷಮಿಸು. ಪ್ರೀತಿಸದೇ ಇರುವವರು ಮಾತ್ರ ಈ ಮಾತನ್ನು ಹೇಳಬಹುದು"

ಹನುಮಂತ ಭುಜ ಕುಣಿಸಿದ.

ಅಧ್ಯಾಯ – 30

ರಾಮ–ಸೀತೆ–ಲಕ್ಷ್ಮಣರ ವನವಾಸ ಶುರುವಾಗಿ ಆರು ವರ್ಷಗಳ ಕಳೆದಿವೆ. ಅವರೀಗ ಗೋದಾವರಿ ನದಿಯ ಪಶ್ಚಿಮ ದಂಡೆಯಲ್ಲಿ ಪಂಚವಟಿ ಆಶ್ರಮ ಸ್ಥಾಪಿಸಿ ಅಲ್ಲಿ ನೆಲೆಸಿದ್ದಾರೆ. ಈ ಸ್ಥಳವನ್ನು ಸೂಚಿಸಿದವನು ಹನುಮಂತ. ಮಣ್ಣಿನ ಗೋಡೆಗಳಿಂದ ನಿರ್ಮಿಸಿದ ಎರಡು ಕೊಠಡಿಗಳು 'ಪಂಚವಟಿ'ಯಲ್ಲಿದ್ದವು. ಒಂದು ರಾಮ–ಸೀತೆಯರಿಗೆ, ಮತ್ತೊಂದು ಲಕ್ಷ್ಮಣನಿಗೆ. ಆಶ್ರಮಕ್ಕೆ ಸಮೀಪ ಪೂರ್ವದಲ್ಲಿ ಜಟಾಯು ಮತ್ತು ಅವನ ತಂಡಕ್ಕಾಗಿ ಗುಡಿಸಲುಗಳನ್ನು ನಿರ್ಮಿಸಲಾಗಿತ್ತು. ತರುಲತೆಗಳಿಂದ, ಪಕ್ಷಿಗಳ ಕೂಜನದಿಂದ ಆಶ್ರಮದ ವಾತಾವರಣ ಚೇತೋಹಾರಿಯಾಗಿತ್ತು.

ಈ ಆರು ವರ್ಷಗಳಲ್ಲಿ ರಾಮ–ಸೀತೆ–ಲಕ್ಷ್ಮಣ ಹಲವಾರು ಅಪಾಯ ಗಳನ್ನೆದುರಿಸಿದ್ದರು. ಆದರೂ ಅವರು ಧೈರ್ಯಗುಂದಿರಲಿಲ್ಲ. ದೇಹ ಧಾರ್ಡ್ಯತೆಯೂ ಕುಂದಿರಲಿಲ್ಲ. ಸೋಮರಸ ಅವರ ಚೈತನ್ಯವನ್ನು ಹುರುಪು ಗೊಳಿಸಿತ್ತು. ಅವರ ಮೈ ಕಾಂತಿ ಅಯೋಧ್ಯೆಯಲ್ಲಿದ್ದಾಗಿನಂತೆಯೇ ಕಂಗೊಳಿಸುತ್ತಿತ್ತು.

ರಾಮ–ಸೀತೆ ಮುಂಜಾನೆ ಎದ್ದು ಗೋದಾವರಿ ನದಿಯಲ್ಲಿ ಮೀಯು ತ್ತಿದ್ದರು. ಮುಂಜಾನೆಯ ಸಮಯ ದಿನದಲ್ಲಿ ಅವರಿಗೆ ಆಪ್ಯಾಯಮಾನವಾದ ವೇಳೆಯಾಗಿತ್ತು. ಮಿಂದ ನಂತರ ನದಿ ದಂಡೆಯಲ್ಲಿ ಕುಳಿತು ಆಪ್ತ ಸಮಾಲೋಚನೆಯಲ್ಲಿ ತೊಡಗುತ್ತಿದ್ದರು.

ರಾಮ ಸೀತೆಯ ತೊಡೆಯ ಮೇಲೆ ತಲೆ ಇಟ್ಟು ಮಲಗಿದ್ದ. ಸೀತೆ ಅವನ ಕುರುಳುಗಳೊಂದಿಗೆ ಆಡುತ್ತಿದ್ದಳು. ರಾಮನೂ ಸೀತೆಯ ಕೇಶರಾಶಿಯೊಂದಿಗೆ ಆಡತೊಡಗಿದ.

"ನಿನ್ನ ಕುದುರೆ ಜುಟ್ಟು ಕಂಡು ನಂಗೆ ಬೇಸರವಾಗಿದೆ."

"ಹಾಗಿದ್ದಲ್ಲಿ ನೀನೇ ಬೇರೆ ರೀತಿಯ ಜುಟ್ಟನ್ನು ಕಟ್ಟು ನಾನಿನ್ನೂ ಕೂದಲು ಹೆಣೆದುಕೊಂಡಿಲ್ಲ."

"ಆಯಿತು. ಆಮೇಲೆ ಕಟ್ತೀನಿ?"

—ಎಂದ ರಾಮ.

"ರಾಮ ನಾನು ನಿಂಗೊಂದು ವಿಚಾರ ಹೇಳೋದಿದೆ."

"ಏನದು?"

"ನಿನ್ನೆಯ ಸಂಭಾಷಣೆಗೆ ಸಂಬಂಧಿಸಿದ್ದು"

ರಾಮ ಮುಂದಿನ ವಿಷ್ಣು ಎಂಬ ವಸಿಷ್ಠರ ನಂಬಿಕೆ ಕುರಿತಂತೆ ಅವರು ಹಿಂದಿನ ದಿನ ಮಾತನಾಡಿದ್ದರು. ಆನಂತರ ರಾಮ "ನಿನ್ನ ಗುರು ಯಾರೆಂದು" ಸೀತೆಯನ್ನು ಕೇಳಿದ್ದ. ಸೀತೆ ಉತ್ತರಿಸಿರಲಿಲ್ಲ.

"ದಂಪತಿಗಳ ಮಧ್ಯೆ ರಹಸ್ಯಗಳಿರಬಾರದು."

"ಗುರು ವಿಶ್ವಾಮಿತ್ರರು."

"ಮಲೆಯಪುತ್ರರು ಯಾರೆಂಬುದೂ ನನಗೆ ಗೊತ್ತು. ಅವರು ವಿಶ್ವಾಮಿತ್ರರ ಆಪ್ತ ಶಿಷ್ಯರು"

—ಎಂದ ರಾಮ. ಸೀತೆಯ ಕೈಗಳನ್ನು ಹಿಡಿದುಕೊಂಡು ಕೇಳಿದ, "ಈಗ ಹೇಳು..."

ಸೀತೆ ದೀರ್ಘವಾದ ಉಸಿರು ತೆಗೆದುಕೊಂಡಳು.

"ಮಲೆಯಪುತ್ರರು ನನ್ನನ್ನು ತಮ್ಮ ವಿಷ್ಣುವೆಂದು ನಂಬಿದ್ದಾರೆ' ಎಂದಳು ಸೀತೆ.

"ನೀನು ಮಹಾವಿಷ್ಣು ಆಗುತ್ತೀಯ. ನಿನ್ನನ್ನು ಹೆಮ್ಮೆಯಿಂದ ನಾನು ಹಿಂಬಾಲಿಸುವೆ"

—ರಾಮ ನುಡಿದ.

"ಹಿಂಬಾಲಿಸಬೇಡ. ಸಂಗಾತಿಯಾಗಿರು."

ರಾಮ ಹುಬ್ಬುಗಂಟಿಕ್ಕಿದ.

"ಇಬ್ಬರು ವಿಷ್ಣುಗಳು ಏಕಿರಬಾರದು? ನಾವಿಬ್ಬರು ಒಟ್ಟಿಗೆ ಕೆಲಸ ಮಾಡುವುದು ಸಾಧ್ಯವಾದಲ್ಲಿ ಮಲೆಯಪುತ್ರರು ಮತ್ತು ವಾಯುಪುತ್ರರ ನಡುವಣ ವ್ಯಾಜ್ಯವನ್ನು ಬಗೆಹರಿಸಬಹುದು–ಭಾರತಕ್ಕೆ ಹೊಸ ದಿಕ್ಕು ತೋರಿಸಬಹುದು."

"ಸೀತೆ, ಅದಕ್ಕೆ ಅವಕಾಶವಿಲ್ಲ. ವಿಷ್ಣು ಕಾನೂನನ್ನು ಉಲ್ಲಂಘಿಸುವ ಮೂಲಕ ತನ್ನ ಯಾನ ಆರಂಭಿಸಲಾಗದು... ಅಂಥ ಕಾನೂನು ಇಲ್ಲ... ಆದಾಗ್ಯೂ ನಾವಿಬ್ಬರೂ ಒಂದಾಗಿ ಕೆಲಸ ಮಾಡಲು ಅಡ್ಡಿ ಇರದು. ಆಗ ಮಲೆಯಪುತ್ರರೂ ವಾಯುಪುತ್ರರೂ ಒಗ್ಗಟ್ಟಿನಿಂದ ಕೆಲಸ ಮಾಡಿಯಾರು? ಆದರೆ ವಸಿಷ್ಠ–ವಿಶ್ವಾಮಿತ್ರ ಗುರುಗಳ ವಿಚಾರ ಏನು? ಅವರಿಬ್ಬರ ನಡುವಣ ಹಗೆತನ ಗಾಢವಾದದ್ದು."

"ಅದನ್ನು ಹೇಗಾದರೂ ನಿಭಾಯಿಸೋಣ" ಅಂದಳು ಸೀತೆ.

"ಇದನ್ನು ನೀನು ನಿನ್ನೆಯೇ ಹೇಳ್ತೀಯ ಎಂದು ನಾನು ಭಾವಿಸಿದ್ದೆ" ಎಂದ ರಾಮ.

"ಅದಿರಲಿ... ನಿಮಗೆ ಗೊತ್ತೆ ವಸಿಷ್ಠರ ನಂಬಿಕೆಯೆಂದರೆ..."

"ಸೀತೆ, ವಸಿಷ್ಠರು ವಿಶ್ವಾಮಿತ್ರರಂತೆಯೇ. ಅವರು ಬುದ್ಧಿವಂತರು. ಅವರೂ ಮನುಷ್ಯರೋ. ಒಮ್ಮೊಮ್ಮೆ ಪರಿಸ್ಥಿತಿಯನ್ನು ತಪ್ಪಾಗಿ ಗ್ರಹಿಸುತ್ತಾರೆ."

ಸೀತೆ ನಕ್ಕಳು.

"ನಾವೀಗ ಏನು ಮಾಡೋಣ?"

—ಸೀತೆ ಕೇಳಿದಳು.

"ವನವಾಸ ಮುಗಿಯುವವರೆಗೆ ಏನೂ ಮಾಡುವಂತಿಲ್ಲ"

—ಎಂದ ರಾಮ.

"ವಸಿಷ್ಠರು ನನ್ನ ಒಪ್ಪಿಕೊಂಡಿದ್ದಾರೆ. ಹೀಗಾಗಿ ನಮ್ಮ ಸಹಭಾಗಿತ್ವಕ್ಕೆ ಅವರು ಆಕ್ಷೇಪಿಸಲಾರರು" ಎಂದಳು ಸೀತೆ.

"ಆದರೆ ಗುರು ವಿಶ್ವಾಮಿತ್ರರು ನನ್ನನ್ನು ಒಪ್ಪಿಕೊಳ್ಳುವುದಿಲ್ಲ."

—ಎಂದ ರಾಮ.

"ಅವರ ಬಗ್ಗೆ ನಿಮಗೆ ಕೋಪತಾಪಗಳಿಲ್ಲವೆ? ಮಿಥಿಲೆಯಲ್ಲಿ ಅವರು ಎಸಗಿದ ಕಾರ್ಯಕ್ಕಾಗಿ?"

—ಸೀತೆಯ ಪ್ರಶ್ನೆ.

"ಅವರು ವಿಷ್ಣುವನ್ನು ಉಳಿಸುವ ಕಾರ್ಯ ಮಾಡಿದರು. ದೈವೀ ಅಸ್ತ್ರ ಬಳಸಿದ್ದಕ್ಕಾಗಿ ನಾನು ಅವರನ್ನು ಕ್ಷಮಿಸಲಾರೆ. ಆದರೆ ನನಗೆ ಅವರು ಎಲ್ಲಿಂದ ಬಂದವರೆಂಬುದು ತಿಳಿದಿದೆ."

"ಅದಿರಲಿ. ನಾವು ಮಲೆಯಪುತ್ರರಿಗೆ ನಮ್ಮ ನಿರ್ಧಾರ ತಿಳಿಸೋದು ಬೇಡ.'

"ಆದರೆ ವಾಯುಪುತ್ರರಿಗೆ ತಿಳಿಸಬಹುದು?"

"ವಾಯುಪುತ್ರನನ್ನು ಪತ್ತೆ ಮಾಡುವುದು ಹೇಗೆ?"

"ನನಗೊಬ್ಬ ವಾಯುಪುತ್ರ ಗೊತ್ತು. ಗುರುಕುಲರಲ್ಲಿ ನನ್ನ ಸ್ನೇಹಿತೆ ಮೂಲಕ ಅವನ ಪರಿಚಯವಾಯಿತು. ಅವನು ನಮಗೆ ಸಹಾಯ ಮಾಡಬಹುದು."

"ಯಾರದು?"

"ಅವನು ರಾಧಿಕಾಳ ಸೋದರ."

"ರಾಧಿಕಾ, ಭರತನ ರಾಧಿಕಾಳೇ."

"ಹೌದು"–ವಿಷಾದದ ನಗೆಯಿಂದ ಸೀತೆ ಹೇಳಿದಳು.

"ಭರತನಿಗೆ ಇನ್ನೂ ಅವಳಲ್ಲಿ ಪ್ರೀತಿ ಇದೆ."

"ಹೌದು. ಅವಳನ್ನು ಮರೆಯುವಂತೆ ನಾನವನಿಗೆ ಹೇಳಿದ್ದೇನೆ."

"ಅವಳ ಸೋದರನ ಹೆಸರೇನು?"

"ಹನುಮಣ್ಣ... ಹನುಮಣ್ಣ ಎಂದು ನಾವು ಕರೆಯುವುದು. ಆದರೆ ಜಗತ್ತಿಗೆ ಅವನು ಭಗವಾನ್ ಹನುಮಾನ್"

— ೯೭ —

"ವಿಷ್ಣು ರಾಮನಿಗೆ, ವಿಷ್ಣು ಸೀತಾಮಾತೆಗೆ ಪ್ರಣಾಮಗಳು"

—ಎಂದು ಹನುಮಂತ ನಮಸ್ಕರಿಸಿದ.

ರಾಮ ಸೀತೆಯರು ಮುಜುಗರದಿಂದ ಪರಿಸ್ಪರ ನೋಡಿಕೊಂಡರು.

ಸೀತೆ ಮತ್ತು ರಾಮರು ಬೇಟೆಯಾಡಲು ಹೋಗುವುದಾಗಿ ಲಕ್ಷ್ಮಣನಿಗೆ ತಿಳಿಸಿ ಹನುಮಂತನ ಭೇಟಿಗಾಗಿ ಬಂದಿದ್ದರು. ಗೋದಾವರಿಯ ಇನ್ನೊಂದು ತಟದಲ್ಲಿ ಹನುಮಂತ ಅವರಿಗಾಗಿ ಕಾಯುತ್ತಿದ್ದ. ಅವರು ಹನುಮಂತನಿಗೆ ತಮ್ಮ ನಿರ್ಧಾರ ತಿಳಿಸಿದರು. ಹನುಮಂತನಿಗೆ ಅದು ಒಪ್ಪಿತವಾಯಿತು.

"ಗುರುಗಳಾದ ವಸಿಷ್ಠ-ವಿಶ್ವಾಮಿತ್ರರು ಇದನ್ನು ಒಪ್ಪುವರೆಂದು ನೀನು ಭಾವಿಸುವಿಯಾ?"

—ಸೀತಾಳ ಪ್ರಶ್ನೆ.

"ನನಗೆ ತಿಳಿಯದು. ನೀನು ವಿಷ್ಣುವಾಗಲಿದ್ದೀಯ ಎಂಬುದು ವಸಿಷ್ಠರ ನಿರೀಕ್ಷೆ. ಇದನ್ನು ತಿಳಿದು ವಿಶ್ವಾಮಿತ್ರರು ಕೆಂಡಾಮಂಡಲವಾಗಿದ್ದಾರೆ."

—ಎಂದ ಹನುಮಂತ.

ರಾಮ ಮೌನದಿಂದಿದ್ದ.

"ಲಕ್ಷ್ಮಣ ನಿನ್ನ ನಿಷ್ಠಾವಂತ ತಮ್ಮ. ಆದರೆ ಕೆಲವೊಮ್ಮೆ ಅವನು ರಹಸ್ಯಗಳನ್ನು ಬಿಟ್ಟುಕೊಡ್ತಾನೆ"

—ಎಂದ ಹನುಮಂತ.

"ಹೌದು. ಅವನು ಅದನ್ನು ಅರಿಷ್ಠನೇಮಿಗೆ ತಿಳಿಸಿರುವುದು ದಿಟ. ಆದರೆ ಲಕ್ಷ್ಮಣನಿಂದ ಏನೂ ಅಪಾಯವಾಗದು."

"ಅದು ನಿಜ" ಎಂದು ಹನುಮಂತ ಒಪ್ಪಿಕೊಂಡ.

"ಗುರುಗಳಾದ ವಸಿಷ್ಠ ವಿಶ್ವಾಮಿತ್ರರ ನಡುವಣ ವೈರಕ್ಕೆ ಏನು ಕಾರಣ? ನನಗೆ ಅದನ್ನು ತಿಳಿಯುವುದು ಸಾಧ್ಯವಾಗೇ ಇಲ್ಲ"

—ಎಂದಳು ಸೀತೆ.

"ವಿಶ್ವಾಮಿತ್ರರೂ ಈ ಬಗ್ಗೆ ಮಾತನಾಡುವುದಿಲ್ಲ"

—ಎಂದ ರಾಮ.

"ನನಗೆ ಖಾತ್ರಿಯಾಗಿ ತಿಳಿಯದು. ಇದರಲ್ಲಿ ನಂದಿನಿ ಎಂಬ ಹೆಂಗಸೊಬ್ಬಳ ಪಾತ್ರವಿರುವಂತಿದೆ"

—ಎಂದ ಹನುಮಂತ.

"ನಿಜಕ್ಕೂ ಅವರಿಬ್ಬರ ನಡುವಣ ವೈರಕ್ಕೆ ಮಹಿಳೆಯೊಬ್ಬಳು ಕಾರಣವೆ?"

—ಸೀತೆ ವಿಸ್ಮಯಪಟ್ಟಳು.

"ಬೇರೆ ಕಾರಣಗಳೂ ಇವೆ. ಯಾರಿಗೂ ಸರಿಯಾಗಿ ತಿಳಿಯದು. ಎಲ್ಲ ಊಹಾಪೋಹ"

—ಎಂದ ಹನುಮಂತ.

"ಮಲೆಯಪುತ್ರರು-ವಾಯುಪುತ್ರರೂ ಒಂದಾಗಬಹುದೆ? ಅವರು ಈರ್ವರು ವಿಷ್ಣುಗಳನ್ನು ಒಪ್ಪಿಕೊಳ್ಳುವರೆ?"

—ರಾಮನ ಪ್ರಶ್ನೆ.

"ರಾಮದೇವ, ಈ ವಿಷ್ಣು-ಮಹಾದೇವರುಗಳ ವ್ಯವಸ್ಥೆ ಎಷ್ಟು ದಿನಗಳಿಂದ ಇದೆ ಎಂಬುದು ನಿಮಗೆ ಗೊತ್ತೆ?"

-ಹನುಮಂತ ನಗುತ್ತ ಕೇಳಿದ.

"ನನಗೆ ತಿಳಿಯದು. ಸಾವಿರಾರು ವರ್ಷಗಳಿಂದ" ಎಂದ ರಾಮ ಅನುಮಾನದಿಂದ.

"ಸರಿ. ಲಕ್ಷಾಂತರ ವರ್ಷಗಳಲ್ಲಿ ವಿಷ್ಣು ಮತ್ತು ಮಹಾದೇವರುಗಳು ಹಿಂದಿನ ವ್ಯವಸ್ಥೆಯಂತೆ ಈ ಭೂಮಿಯಲ್ಲಿ ಎಷ್ಟು ಸಲ ಅವತಾರವೆತ್ತಿದ್ದಾರೆ."

"ನನಗೆ ತಿಳಿಯದು"

—ಎಂದು ರಾಮ.

"ಒಮ್ಮೆಯೂ ಇಲ್ಲ. ಯೋಜನೆಯಂತೆ ಒಮ್ಮೆಯೂ ಅವತಾರವೆತ್ತಿಲ್ಲ. ಉತ್ಕೃಷ್ಟ ಯೋಜನೆಗಳೂ ಹಾಳಾಗುವ ಪ್ರವೃತ್ತಿ ಇದೆ."

"ಹೌದು ನಮ್ಮ ದೇಶಕ್ಕೆ ಯೋಜನೆಗಳೆಂದರೆ ಆಗುವುದಿಲ್ಲ" ಎಂದ ರಾಮ.

"ಆದರೆ ನಮಗೆ ಆಗುತ್ತೆ. ಯೋಜನೆಗಳನ್ನು ಯಶಸ್ವಿಯಾಗಿ ಅನುಷ್ಠಾನಗೊಳಿಸಿದ್ದರಿಂದಲೇ ವಿಷ್ಣು-ಮಹಾದೇವರುಗಳ ಕಾರ್ಯಭಾರಗಳು ವಿಫಲವಾದದ್ದು" ಎಂದ ಹನುಮಾನ್.

"ವಾಯುಪುತ್ರರು-ಮಲೆಯಪುತ್ರರುಗಳನ್ನು ಒಪ್ಪಿಸುವುದರಲ್ಲಿ ನಾವು ಯಶಸ್ವಿಯಾಗಬಹುದೇ?"

—ಸೀತೆಯ ಪ್ರಶ್ನೆ.

"ಹೌದು. ಯಶಸ್ವಿಯಾಗ್ತೀವಿ. ಅವರಿಗೆ ಭಾರತದ ಬಗ್ಗೆ ಪ್ರೀತಿ ಇಲ್ಲವೆ? ಹೇಗೆ ಯಶಸ್ವಿಯಾಗ್ತೀವಿ ಅಂತ ಕೇಳಬೇಡಿ. ನನ್ನ ಬಳಿ ಯೋಜನೆಗಳೇನೂ ಇಲ್ಲ. ಆದರೆ ನೀವಿಬ್ಬರೂ ಸಪ್ತಸಿಂಧುವಿಗೆ ಮರಳಿ ಬರುವವರೆಗೆ ಏನನ್ನೂ ಮಾಡಲಾಗದು" ಎಂದ ಹನುಮಂತ.

—೨೮—

ವನವಾಸದಲ್ಲಿ ಹದಿಮೂರು ವರ್ಷಗಳಿಗೂ ಹೆಚ್ಚು ಕಾಲ ಕಳೆದಿದೆ. ಸೀತೆಯನ್ನು ವಿಷ್ಣುವಾಗಿ ಸ್ವೀಕರಿಸುವಂತೆ ಹನುಮಂತ ವಾಯುಪುತ್ರರನ್ನು

ಒಪ್ಪಿಸಿದ್ದಾನೆ. ಮಲೆಯಪುತ್ರರೂ ರಾಮನನ್ನು ವಿಷ್ಣುವಾಗಿ ಸ್ವೀಕರಿಸುವ ಒಲವು ತೋರಿದ್ದಾರೆ. ರಾಮ–ಸೀತೆಯರನ್ನು ಒಟ್ಟಿಗೆ ವಿಷ್ಣುವಾಗಿ ಸ್ವೀಕರಿಸಲು ವಸಿಷ್ಠರಿಗೂ ಸಮಸ್ಯೆಯೇನೂ ಇದ್ದಂತಿಲ್ಲ. ಆದರೆ ವಿಶ್ವಾಮಿತ್ರರು... ಅವರ ವಿಷಯವೇ ಬೇರೆ...

ಆದರೆ ಸದ್ಯಕ್ಕೆ ಇದು ರಾಮ ಸೀತೆಯರಿಗೆ ತಲೆ ತಿನ್ನುವ ಪ್ರಶ್ನೆಯಾಗಿರ ಲಿಲ್ಲ. ರಾಮ–ಸೀತೆ–ಲಕ್ಷ್ಮಣರು ಕುಟೀರದ ಸಮೀಪ ಕುಳಿತು ವರ್ಣರಂಜಿತ ಆಕಾಶವನ್ನು ಗಮನಿಸುತ್ತಿದ್ದರು. ಹಠಾತ್ತನೆ ಗೂಡುಗಳಲ್ಲಿದ್ದ ಹಕ್ಕಿಗಳು ಕಲರವ ಮಾಡುತ್ತ ಹೊರಬಂದವು. ಆಶ್ರಮದೊಳಕ್ಕೆ ಅಕ್ರಮ ಪ್ರವೇಶವಾಗಿತ್ತು.

"ಏನದು?"

—ಲಕ್ಷ್ಮಣ ಕೇಳಿದ.

"ಶಸ್ತ್ರಾಸ್ತ್ರಗಳನೆತ್ತಿಕೋ"

—ಎಂದ ರಾಮ ಆದೇಶಿಸಿದ.

ಸೀತೆ–ಲಕ್ಷ್ಮಣರು ಬಿಲ್ಲು ಬಾಣಗಳಿಂದ ಸಜ್ಜಾದರು. ಜಟಾಯು ಧಾವಿಸಿ ಬಂದ. ಆಕ್ರಮಣವಾಗಿದೆ. ಆದರೆ ಮೃಗಗಳಿಂದಲ್ಲ.

"ಯಾರಿರಬಹುದು?"

—ಜಟಾಯು ಪ್ರಶ್ನೆ.

"ತಿಳಿಯದು"

—ಎಂದ ರಾಮ.

"ಲಕ್ಷ್ಮಣನ ಗೋಡೆ?"

—ಸೀತೆಯ ಪ್ರಶ್ನೆ.

ಕುಟೀರದ ಪೂರ್ವಕ್ಕೆ ರಕ್ಷಣೆಗಾಗಿ ಗೋಡೆಯೊಂದನ್ನು ನಿರ್ಮಿಸಲಾಗಿತ್ತು. ಲಕ್ಷ್ಮಣ ಗೋಡೆಯ ವಿನ್ಯಾಸಕಾರ. ಆದ್ದರಿಂದ ಮಕರಂತ ಅದಕ್ಕೆ ಲಕ್ಷ್ಮಣ ಗೋಡೆ ಎಂದು ನಾಮಕರಣ ಮಾಡಿದ್ದ.

ಎಲ್ಲರೂ ಗೋಡೆಯತ್ತ ಧಾವಿಸಿದರು. ಲಕ್ಷ್ಮಣ ಗೋಡೆಯ ದಕ್ಷಿಣ ತುದಿಯಲ್ಲಿದ್ದ ರಂಧ್ರದಿಂದ ಹೊರಕ್ಕೆ ಇಣುಕಿ ನೋಡಿದ. ಹತ್ತು ಜನರ ಗುಂಪೊಂದು ಆಶ್ರಮದತ್ತ ಬರುತ್ತಿದೆ. ಒಬ್ಬ ಗಂಡಸು ಹಾಗೂ ಹೆಂಗಸೊಬ್ಬಳು ಇದರ ನಾಯಕತ್ವ ವಹಿಸಿದ್ದಾರೆ.

ಗಂಡಸು ಮಟ್ಟಸ ಎತ್ತರದ ಆಳು. ನೋಡಲು ಯೋಧನಂತೆ

ಕಾಣುತ್ತಿರಲಿಲ್ಲ. ಧೋತಿ ಉಟ್ಟು ಅಂಗವಸ್ತ್ರ ಹೊದ್ದಿದ್ದ. ಅವನ ಪಕ್ಕ ನಿಂತಿದ್ದ
ಮಹಿಳೆ ತಂಗಿ ಇರಬಹುದು. ಊರ್ಮಿಳೆಯಂತೆ ಕುಳ್ಳಿ. ಮೈ ಬಣ್ಣ ಬಿಳುಪು.
ಚೂಪು ಮೂಗು ಉಬ್ಬಿದ ಕೆನ್ನೆಗಳು. ಕಣ್ಣಿನಲ್ಲಿ ಅದ್ಭುತವಾದ ಬೆಳಕು. ಅವಳು
ನೇರಳತೆ ಬಣ್ಣದ ಸೀರೆ ಉಟ್ಟಿದ್ದಳು. ಅಳ್ಳಕವಾಗಿ ಅಂಗವಸ್ತ್ರ ಹೊದ್ದಿದ್ದಳು.
ಮೈ ತುಂಬ ಆಭರಣಗಳನ್ನು ಧರಿಸಿದ್ದಳು. ನೋಡಿ ಕಣ್ ತುಂಬಿಕೊಳ್ಳ
ಬೇಕಾದಂಥ ಚಿತ್ರ ಅವಳು.

"ಯಾರದು?"

ರಾಮ ಸೀತೆಯತ್ತ ನೋಡಿ ಕೇಳಿದ. ಸೀತೆ ತಿಳಿಯದೆಂಬಂತೆ ಗೋಣು
ಅಲ್ಲಾಡಿಸಿದಳು.

ಆ ಗಂಡಸು ರಾವಣನ ತಮ್ಮ ವಿಭೀಷಣನೆಂದೂ ಹೆಂಗಸು ತಂಗಿ
ಶೂರ್ಪನಖಿ ಎಂದು ಮಲಯಪುತ್ರರಿಂದ ತಿಳಿದುಬಂತು.

ವಿಭೀಷಣನ ಪಕ್ಕ ಇದ್ದವನು ಶಾಂತಿಯ ಪ್ರತೀಕವಾದ ಶ್ವೇತಧ್ವಜ
ಹಿಡಿದಿದ್ದ.

ಅವರೇಕೆ ಬರುತ್ತಿದ್ದಾರೆ?

ರಾಮ ಮತ್ತೆ ಕಿಂಡಿಯಲ್ಲಿ ನೋಡಿದ.

"ನಾವು ಒಟ್ಟಿಗೆ ಹೊರಕ್ಕೆ ಹೋಗಿ ಅವರನ್ನು ತಡೆದು ನಿಲ್ಲಿಸೋಣ"
ಎಂದ ರಾಮ.

"ಒಳ್ಳೆಯ ಉಪಾಯ"

—ಜಟಾಯು ಪ್ರತಿಕ್ರಿಯೆ.

ರಾಮನ ನೇತೃತ್ವದಲ್ಲಿ ಎಲ್ಲರೂ ರಾವಣನ ಬಂಧುಗಳ ಮುಖಾಮುಖಿ
ಯಾಗಲು ಹೊರ ನಡೆದರು.

ವಿಭೀಷಣ ಇವರನ್ನು ಕಂಡು ಕೊಂಚ ಭೀತನಾಗಿ ನಿಂತ. ಪಕ್ಕದಲ್ಲಿದ್ದ
ಶೂರ್ಪನಖಿಯತ್ತ ನೋಡಿದ. ಶೂರ್ಪನಖಿಯಾದರೋ ರಾಮನನ್ನು ಕಣ್ಣಲ್ಲಿ
ತುಂಬಿಕೊಳ್ಳುತ್ತಿದ್ದಳು.

"ಅಯೋಧ್ಯೆಯ ದೊರೆಗಳೇ ನಾವು ಶಾಂತಿಗಾಗಿ ಬಂದಿದ್ದೇವೆ"

—ಎಂದ ವಿಭೀಷಣ ನೆಟ್ಟಗೆ ನಿಂತು.

"ನಮಗೂ ಶಾಂತಿ ಬೇಕು"

—ಎಂದ ರಾಮ, ಅದಿರಲಿ ಲಂಕೆಯ ಯುವರಾಜರು ಬಂದಂಥ
ಕಾರ್ಯವಾದರೂ ಏನು ಎಂದು ಪ್ರಶ್ನಿಸಿದ.

"ಸಪ್ತಸಿಂಧುಗಳಿಗೆ ತಿಳಿಯದ್ದು ಏನಿದೆ? ನಮ್ಮಲ್ಲಿ ಕೆಲವರು ಭಾವಿಸಿರುವಂತೆ ಅವರು ಅಜ್ಞಾನಿಗಳಲ್ಲ."

ರಾಮ ಸೌಜನ್ಯದ ನಗೆ ಬೀರಿದ. ಶೂರ್ಪನಖಿ ಅಂಗವಸ್ತ್ರದಿಂದ ಮೂಗು ಮುಚ್ಚಿಕೊಂಡಳು. ಲಕ್ಷ್ಮಣ ಅವಳ ಶೋಕಿಯ ವೇಷಭೂಷಣ ಅಲಂಕಾರಗಳನ್ನು ಗಮನಿಸಿದ.

"ಸಪ್ತಸಾಧುಗಳ ವಿಚಾರಗಳನ್ನು ನಾವು ಗೌರವಿಸುತ್ತೇವೆ"–ಎಂದ ವಿಭೀಷಣ.

ಸೀತೆ ಶೂರ್ಪನಖಿಯನ್ನು ದಿಟ್ಟಿಸಿ ನೋಡುತ್ತಿದ್ದಳು. ಅವಳ ಕಂಗಳು ನೀಲಿಯಾಗಿದ್ದವು. ಅವಳಲ್ಲಿ ಮ್ಲೇಚ್ಛರ ರಕ್ತ ಹರಿಯುತ್ತಿರುವಂತೆ ತೋರಿತು. ಈಜಿಪ್ಟಿನ ಪೂರ್ವದಿಂದೀಚೆಗೆ ನೀಲಿಕಂಗಳವರು ಇಲ್ಲವೇ ಇಲ್ಲ ಎನ್ನಬಹುದು.

"ನಮ್ಮ ಬಡಕುಟೀರದೊಳಕ್ಕೆ ಬರಬಹುದಲ್ಲವೆ?"

—ರಾಮ ಕೇಳಿದ.

"ಇಲ್ಲ. ಇರುವಲ್ಲಿಯೇ ನಾವು ಸೌಖ್ಯದಿಂದಿದ್ದೇವೆ ದೊರೆಗಳೇ"

—ಎಂದ ವಿಭೀಷಣ.

ಜಟಾಯುವನ್ನು ಅಲ್ಲಿ ಕಂಡು ವಿಭೀಷಣ ಹೌಹಾರಿದ್ದ. ಒಳಕ್ಕೆ ಹೋಗಿ ಮತ್ತಷ್ಟು ವಿಸ್ಮಯಗಳಿಗೆ ಈಡಾಗುವುದು ಬೇಡವೆನ್ನಿಸಿತ್ತು ಅವನಿಗೆ.

"ಆಯಿತು ನಮ್ಮಿಂದೇನಾಗಬೇಕು?"

—ರಾಮ ಕೇಳಿದ.

"ಸುರಸುಂದರಾಂಗನೇ, ನಾವು ಆಶ್ರಯ ಕೋರಿ ಬಂದಿದ್ದೇವೆ" ಎಂದಳು ಶೂರ್ಪನಖಿ.

"ನಮಗಷ್ಟು ಶಕ್ತಿ ಇಲ್ಲ..."

ಎಂದು ರಾಮ ಮಾತು ಮುಗಿಸುವ ಮೊದಲೇ ವಿಭೀಷಣ ಉದ್ಗರಿಸಿದ–"ಮಹಾತ್ಮನೇ, ನಾವು ಬೇರೆಲ್ಲಿ ಹೋಗೋಣ? ರಾವಣನ ಕ್ರೂರ ದಮನ ಕೃತ್ಯಗಳಿಂದ ನಾವು ನೊಂದುಬೆಂದು ಬಂದಿದ್ದೇವೆ. ಅಲ್ಲಿಂದ ಪರಾರಿಯಾಗುವುದು ನಮಗೆ ಅನಿವಾರ್ಯವಾಗಿತ್ತು" ಎಂದು ವಿಭೀಷಣ ಬಡಬಡಿಸಿದ.

ರಾಮ ಮಾತಾಡಲಿಲ್ಲ.

"ನಾವು ಲಂಕೆಯಿಂದ ಬಂದಿರಬಹುದು. ಆದರೆ ನಾನು ನಿನ್ನ ತಮ್ಮಂದಿರಂತೆಯೇ ಅಲ್ಲವೆ? ಶೂರ್ಪನಖಿಯೂ ನನ್ನಂತೆಯೇ... ನಮ್ಮ ಬಗ್ಗೆ ನಿನಗೆ ಕರ್ತವ್ಯಗಳಿಲ್ಲವೆ?"

"ಪ್ರಾಚೀನ ಕವಿವಾಣಿ ಹೇಳುತ್ತದೆ. ಕೊಡಲಿಗಳು ಅರಣ್ಯ ಪ್ರವೇಶಿಸಿದಾಗ ಮರಗಳು ಪರಸ್ಪರ ಹೇಳಿಕೊಂಡವಂತೆ, ಚಿಂತೆ ಬೇಡ–ಆ ಕೊಡಲಿಗಳ ಹಿಡಿ ನಾವು ಎಂದು"

—ಸೀತೆ ವಿಭೀಷಣನ ಮಾತನ್ನು ತುಂಡರಿಸಿ ಹೇಳಿದಳು.

"ಹಾಗಾದರೆ ರಘುವಂಶದ ಮಹಾಪುತ್ರ ನಿರ್ಣಯಗಳನ್ನು ಪತ್ನಿಗೆ ಬಿಟ್ಟಿದ್ದಾನೇನು?"

—ಶೂರ್ಪನಖಿ ವ್ಯಂಗ್ಯವಾಗಿ ನುಡಿದಳು.

ವಿಭೀಷಣ ಶೂರ್ಪನಖಿಯನ್ನು ತಡೆದು ಹೇಳಿದ: "ರಾಣಿ ಸೀತಾದೇವಿಯವರೇ, ಇಲ್ಲಿಗೆ ಮರದ ಹಿಡಿಗಳು ಮಾತ್ರ ಬಂದಿವೆ. ಕೊಡಲಿ ಲಂಕೆಯಲ್ಲೇ ಇದೆ. ನಾವೂ ನಿನ್ನಂತೆಯೇ"

ಶೂರ್ಪನಖಿ ಜಟಾಯುವಿನತ್ತ ತಿರುಗಿ ನುಡಿದಳು : "ಮಹಾನ್ ಮಲೆಯಪುತ್ರನೇ, ನಮಗೆ ಆಶ್ರಯ ನೀಡುವುದು ನಿನ್ನ ಹಿತಾಸಕ್ತಿಯಿಂದಲೇ ಒಳ್ಳೆಯದಲ್ಲವೇ? ಲಂಕೆಯ ಬಗ್ಗೆ ನಾವು ನಿನಗೆ ಮತ್ತಷ್ಟು ಮಾಹಿತಿ ನೀಡಬಲ್ಲೆವು. ಅದು ನಿನ್ನ ಪಾಲಿಗೆ ಚಿನ್ನವಾಗಿರುತ್ತೆ."

"ನಾವು ಪರಶುರಾಮನ ಭಕ್ತರು. ನಮಗೆ ಚಿನ್ನದ ಆಸೆ ಇಲ್ಲ"

—ಎಂದು ಜಟಾಯು ಮೂಗು ಮುರಿದ.

ವಿಭೀಷಣ ಲಕ್ಷ್ಮಣನ ಮೊರೆಹೊಕ್ಕ.

"ನಾನು ನಿನ್ನ ಮೊರೆಯನ್ನು ಮನ್ನಿಸಬಹುದು. ಆದರೆ ಆಗ ನಾವಿಬ್ಬರೂ ತಪ್ಪಿತಸ್ಥರಾಗುತ್ತೇವೆ" ಎಂದ ಲಕ್ಷ್ಮಣ.

"ವಿಭೀಷಣ... ಆಗದು. ನನಗೆ ಬೇಸರವೆನ್ನಿಸುತ್ತದೆ. ಆದರೂ..."

"ದಶರಥ ಪುತ್ರನೇ, ಮಿಥಿಲೆಯ ಯುದ್ಧವನ್ನು ನೆನಪಿಸಿಕೊ. ನನ್ನಣ್ಣ ರಾವಣ ನಿನ್ನ ಶತ್ರು, ಅವನು ನನ್ನ ಶತ್ರುವೂ ಹೌದು. ಇಷ್ಟು ಸಾಲದೆ ನಮ್ಮ ನಡುವಣ ಮೈತ್ರಿಗೆ"

—ಎಂದ ವಿಭೀಷಣ.

ರಾಮ ಮೌನಿಯಾದ.

"ಮಹಾರಾಜ ಸ್ವಲ್ಪಕಾಲ ನಮಗೆ ಆಶ್ರಯ ನೀಡಲಾಗದೆ? ನೆನಪಿಸಿಕೊ. **ತೈತ್ತರೀಯ ಉಪನಿಷತ್ತಿನ** ವಾಕ್ಯವನ್ನು: **ಅತಿಥಿ ದೇವೋಭವ.** ನಾವು ಕೇಳುತ್ತಿರುವುದು ಕೆಲವು ದಿನಗಳ ಆಶ್ರಯ ಮಾತ್ರ."

ವಿಭೀಷಣ ಮತ್ತೆ ದೈನ್ಯದಿಂದ ವಿನಂತಿಸಿಕೊಂಡ.

ಸೀತೆ ರಾಮನತ್ತ ನೋಡಿದಳು. ಉಪನಿಷತ್ತಿನ ಸಂದೇಶವನ್ನು ಎಳೆದು ತರಲಾಗಿದೆ. ರಾಮ ಇಲ್ಲ ಎನ್ನುವುದಿಲ್ಲ ಎಂಬುದು ಸೀತೆಗೆ ಗೊತ್ತು.

"ಕೇವಲ ಕೆಲವು ದಿನಗಳು ಮಾತ್ರ."

—ವಿಭೀಷಣ ಅಂಗಲಾಚಿದ.

ರಾಮ ವಿಭೀಷಣನ ಭುಜ ಹಿಡಿದು ಹೇಳಿದ: "ನೀವು ಕೆಲವು ದಿನ ಮಾತ್ರ ಇಲ್ಲಿ ಉಳಿಯಬಹುದು. ಒಂದೆರಡು ದಿನಗಳ ವಿಶ್ರಾಂತಿ ನಂತರ ಪಯಣ ಮುಂದುವರಿಸಬಹುದು."

ರಘುವಂಶದ ಕೀರ್ತಿ ಆಚಂದ್ರಾರ್ಕವಾಗಿ ಉಳಿಯಲಿ ಎಂದ ವಿಭೀಷಣ.

೩೧

ಅಧ್ಯಾಯ – 31

ನಾಲ್ಕನೆಯ ಪ್ರಹರದ ನಾಲ್ಕನೆಯ ಗಂಟೆ. ಪಂಚವಟಿ ಆಶ್ರಮದಲ್ಲಿ ಸಂಜೆಯ ಭೋಜನ ನಡೆದಿತ್ತು. ಎಲ್ಲರೂ ಸವಿಯೂಟದಲ್ಲಿ ಮಗ್ನರಾಗಿದ್ದಾಗ ಶೂರ್ಪನಖಿ "ಹುಳಿಗೆ ಉಪ್ಪು ಸಾಲದು" ಎಂದು ಅಪಸ್ವರವೆತ್ತಿದಳು.

"ಪಂಚವಟಿಯಲ್ಲಿ ಉಪ್ಪು ಸಿಗುತ್ತಿಲ್ಲ. ಇದ್ದುದರಲ್ಲಿ ತೃಪ್ತಿ ಪಟ್ಟುಕೊಳ್ಳ ಬೇಕು. ಊಟ ಇಷ್ಟವಾಗದಿದ್ದರೆ, ರಾಜಕುಮಾರಿ ನೀವು ಉಪವಾಸವಿರಲು ಸ್ವತಂತ್ರರು"

—ಎಂದು ಸೀತೆ ಕಟುವಾಗಿ ನುಡಿದಳು.

"ಈ ಊಟ ನಾಯಿಗಳಿಗಷ್ಟೆ ಚೆನ್ನ" ಎಂದಳು ಶೂರ್ಪನಖಿ.

"ಹಾಗಿದ್ದಲ್ಲಿ ಅದು ತಮಗಾಗಿಯೇ ತಯಾರಿಸಿರುವ ಆಹಾರ"

—ಎಂದು ಲಕ್ಷ್ಮಣ ಚುಚ್ಚಿದ.

ಶೂರ್ಪನಖಿ ತಟ್ಟೆಯನ್ನು ದೂರ ತಳ್ಳಿ ಬಿರುಗಾಳಿಯಂತೆ ಎದ್ದು ಹೋದಳು. "ಶೂರ್ಪಾ" ಎನ್ನುತ್ತಾ ವಿಭೀಷಣನೂ ಅವಳನ್ನು ಹಿಂಬಾಲಿಸಿ ಹೋದ. ಉಳಿದವರು ಊಟ ಮುಂದುವರಿಸಿದರು.

ಒಂದು ಗಂಟೆಯ ನಂತರ... ರಾಮ ಸೀತೆಯರು ಅವರ ಪರ್ಣಕುಟಿ ಯಲ್ಲಿದ್ದರು. ಲಂಕನ್ನರಲ್ಲಿ ಶೂರ್ಪನಖಿ ಹೊರತಾಗಿ ಉಳಿದವರು ಸುಶೀಲ

ರಾಗಿದ್ದರು. ಆದಾಗ್ಯೂ ಲಕ್ಷ್ಮಣ ಮತ್ತು ಜಟಾಯುವಿಗೆ ಅವರ ಬಗ್ಗೆ ಸಂಶಯ ಉಂಟಾಗಿತ್ತು. ಅವರು ಲಂಕನ್ನರ ಬಳಿ ಇದ್ದ ಶಸ್ತ್ರಾಸ್ತ್ರಗಳನ್ನು ಪಡೆದುಕೊಂಡು ಉಗ್ರಾಣದಲ್ಲಿರಿಸಿದ್ದರು. ರಾತ್ರಿಯೆಲ್ಲ ಜಟಾಯು ಮತ್ತು ಮಕರಂತ ಕಾವಲು ಕಾಯುವ ವ್ಯವಸ್ಥೆಯಾಗಿತ್ತು.

"ಬಜಾರಿ ರಾಜಕುವರಿಗೆ ನಿಮ್ಮ ಮೇಲೆ ಮನಸ್ಸಾದಂತಿದೆ" ಎಂದಳು ಸೀತೆ ರಾಮನನ್ನುದ್ದೇಶಿಸಿ.

"ಅದು ಹೇಗೆ ಸಾಧ್ಯ, ಸೀತೆ? ನಾನು ವಿವಾಹಿತ. ಅದು ಅವಳಿಗೆ ಗೊತ್ತು. ನನ್ನಲ್ಲೇನು ಆಕರ್ಷಣೆ ಕಂಡಾಳು?"

"ನೀನು ತಿಳಿದುಕೊಂಡಿರುವುದಕ್ಕಿಂತ ಹೆಚ್ಚು ಆಕರ್ಷಕ ವ್ಯಕ್ತಿಯಾಗಿದ್ದೀಯಾ."

—ಎಂದು ಸೀತೆ ಛೇಡಿಸಿದಳು.

"ಹೌದು ಪ್ರಿಯೆ"

—ಎನ್ನುತ್ತಾ ರಾಮನು ಸೀತೆಯನ್ನು ಬರಸೆಳೆದು ಚುಂಬಿಸಿದ.

ರಾತ್ರಿಯಾದಂತೆ ನಿಗೂಢ ಮೌನ ಅರಣ್ಯವನ್ನು ಆವರಿಸಿತು.

—५८—

ಅತಿಥಿಗಳು ಪಂಚವಟಿಯಲ್ಲಿ ಆಶ್ರಯ ಪಡೆದು ಒಂದು ವಾರವಾಗಿತ್ತು. ಅಂದು ಬೆಳಿಗ್ಗೆ ತಿಂಡಿಯಾದ ಕೂಡಲೇ ವಿಭೀಷಣ ತಾವು ಇನ್ನು ಕೆಲವೇ ಗಂಟೆಗಳಲ್ಲಿ ಆಶ್ರಮದಿಂದ ನಿರ್ಗಮಿಸಲಿರುವುದಾಗಿ ಪ್ರಕಟಿಸಿದ.

"ಆಗದು. ನಾನಿನ್ನೂ ಸ್ನಾನ ಮಾಡಿಲ್ಲ" ಎಂದ ಶೂರ್ಪನಖಿ ಸ್ನಾನದ ಕೊಳಕ್ಕೆ ತನ್ನೊಡನೆ ಬರುವಂತೆ ಸೀತೆಗೆ ಆಗ್ರಹಪಡಿಸಿದಳು.

"ಇಲ್ಲಿನ ಆಶ್ರಮವಾಸಿಗಳು ಹೋದಲ್ಲೆಲ್ಲ ನನ್ನ ಮೇಲೆ ಕಣ್ಣಿಟ್ಟಿದ್ದಾರೆ. ಸ್ನಾನದ ಸಮಯದಲ್ಲೂ... ಆದರೆ ನಿನ್ನ ಸಂಪನ್ನ ಗಂಡನಲ್ಲ. ಅವನು ನಿನ್ನ ಹೊರತು ಬೇರಾರನ್ನೂ ಕಣ್ಣೆತ್ತಿಯೂ ನೋಡುವುದಿಲ್ಲ"

—ಎಂದಳು ಶೂರ್ಪನಖಿ ಸೀತೆಯನ್ನು ರೇಗಿಸುವಂತೆ.

"ಆಯಿತು ನಡಿ"

—ಎಂದಳು ಸೀತೆ. ಇಬ್ಬರೂ ನದಿಗೆ ಹೋದರು. ಶೂರ್ಪನಖಿ ಮೀಯಲು ನೀರಿಗಿಳಿದಂತೆ ಸೀತೆ ದೋಣಿಯಲ್ಲೇ ಒರಗಿ ಕುಳಿತಳು.

ಅವಳಿಗರಿವಿಲ್ಲದಂತೆಯೇ ನಿದ್ದೆ ಬಂದುಬಿಟ್ಟಿತು. ಎಚ್ಚರವಾದಾಗ ಶೂರ್ಪನಖಿ ನೀರಿನಲ್ಲಿ ಆಡುತ್ತಿದ್ದಳು.

"ಮಿಂದಾಯಿತೆ? ನಿನ್ನ ಕೂದಲು ಒರೆಸಲೆ?"

—ಸೀತೆ ಕೇಳಿದಳು.

"ನೀನು ನನ್ನ ಕೂದಲನ್ನು ಮುಟ್ಟಗೊಡುವುದಿಲ್ಲ."

"ಹಾಗಿದ್ದಲ್ಲಿ ನನ್ನೇಕೆ ಜೊತೆಗೆ ಕರೆತಂದೆ?"

"ಪುರುಷರು ಯಾರನ್ನೂ ಕರೆ ತರುವಂತಿರಲಿಲ್ಲ. ನನ್ನ ಈ ಸ್ಥಿತಿಯಲ್ಲಿ ನೋಡಿದರೆ ಅವರೇನು ಮಾಡುತ್ತಿದ್ದರೆಂಬುದು ದೇವೇಂದ್ರನಿಗೇ ಗೊತ್ತು."

"ನಿನ್ನ ನೀರಿನಲ್ಲಿ ಮುಳುಗಿಸಿ ಬಿಡುತ್ತಿದ್ದರು"

—ಎಂದಳು ಸೀತೆ.

"ಏನಂದಿ?"

"ಏನಿಲ್ಲ. ಬೇಗ ಮುಗಿಸು. ನಿನ್ನಣ್ಣ ಹೊರಡಲು ಸಿದ್ಧನಾಗಿ ನಿಂತಿದ್ದಾನೆ."

"ನನ್ನಣ್ಣ ನಾನು ಹೇಳಿದಾಗಲೇ ಇಲ್ಲಿಂದ ಹೊರಡುವುದು" ಎನ್ನುತ್ತಾ ಶೂರ್ಪನಖಿ ಈಜತೊಡಗಿದಳು.

"ಸದ್ಯ ಪೀಡೆ ಇವತ್ತು ತೊಲಗತ್ತೆ"

—ಎಂದುಕೊಂಡು ಸೀತೆ ಕಾಯುತ್ತ ಕುಳಿತಳು.

ಅತ್ತ ಆಶ್ರಮದಲ್ಲಿ ವಿಭೀಷಣ ರಾಮನೊಡನೆ ಮಾತಿನಲ್ಲಿ ತೊಡಗಿದ್ದ.

"ನಾವೀಗ ಹೊರಡುತ್ತಿದ್ದೇವೆ. ನಮ್ಮ ಶಸ್ತ್ರಾಸ್ತ್ರಗಳನ್ನು ಹಿಂದುರಗಿಸಲಾದೀತೆ?"

"ಆದೀತು?"

ವಿಭೀಷಣ ಸಮೀಪದಲ್ಲೇ ಇದ್ದ ಜಟಾಯು ಮತ್ತು ಮಲಯಪುತ್ರರತ್ತ ದೃಷ್ಟಿಹರಿಸಿದ. ನಂತರ ದೂರದ ಗೋದಾವರಿ ತಟದತ್ತ. ಅವನೆದೆ ಡವಗುಟ್ಟಿತ್ತಿತ್ತು.

ಅವರು ತಲುಪಿದ್ದಾರೆಂದು ಭಾವಿಸುವೆ.

"ನೀನು ಮಿಂದಿದ್ದು ಸಾಕು... ನಾವಿನ್ನು ಹೊರಡೋಣ. ಹೊತ್ತಾಯಿತು" —ಎಂದಳು ಸೀತೆ. ಶೂರ್ಪನಖಿಯನ್ನುದ್ದೇಶಿಸಿ ಮುಜುಗರದಿಂದ.

ಶೂರ್ಪನಖಿ ಅರಣ್ಯದತ್ತ ನೋಡುತ್ತಿದ್ದಳು.

"ನಾನಿನ್ನು ಹೊರಡುತ್ತೇನೆ. ನೀನು ಏನು ಬೇಕಾದರೂ ಮಾಡಿಕೋ" ಎಂದು ಸೀತೆ ದೋಣಿಯಲ್ಲಿ ಕುಳಿತು ಹುಟ್ಟು ಹಾಕಲಾರಂಭಿಸಿದಳು. ಶೂರ್ಪನಖಿ ಮಾತಿಲ್ಲದೆ ದೋಣಿಯಲ್ಲಿ ಕುಳಿತಳು.

—೫೭—

ಹತ್ತು ನಿಮಿಷಗಳಲ್ಲಿ ಸೀತೆ-ಶೂರ್ಪನಖಿ ಆಶ್ರಮ ತಲುಪಿದ್ದರು. ಶೂರ್ಪನಖಿ ಮೊದಲು ದೋಣಿಯಿಂದ ಇಳಿಯಲೆಂದು ಸೀತೆ ಕಾದಳು. ಸೀತೆ ಒಬ್ಬಳೇ ದೋಣಿಯನ್ನು ದಡಕ್ಕೆ ತಂದು ನಿಲ್ಲಿಸುವ ಕಾರ್ಯದಲ್ಲಿ ತೊಡಗಿದ್ದಳು. ಶೂರ್ಪನಖಿ ತನ್ನ ಚೀಲದಿಂದ ಕೆಲವು ಗಿಡಮೂಲಿಕೆಗಳನ್ನು ಹೊರತೆಗೆದು ಸೀತೆಯ ಮುಖ ಮೈಗಳಿಗೆ ಹಚ್ಚುವ ಪ್ರಯತ್ನ ಮಾಡಿದಳು. ಶೂರ್ಪನಖಿ ಬಳಸುತ್ತಿದ್ದ ಸುಗಂಧ ದ್ರವ್ಯಗಳ ವಾಸನೆ ಅರಣ್ಯದ ಗಿಡ ಮೂಲಿಕೆಗಳ ವಾಸನೆಗಿಂಥ ಭಿನ್ನವಾಗಿತ್ತು. ಶೂರ್ಪನಖಿ ತನ್ನ ಬಾಯಿಗೆ ತುರುಕಿದ ಗಿಡಮೂಲಿಕೆಗಳನ್ನು ಸೀತೆ ತಕ್ಷಣ ಉಗಿದಳು. ಕೂಡಲೆ ಶೂರ್ಪನಖಿಯ ಮುಖಕ್ಕೆ ಗುದ್ದಿದಳು. ಶೂರ್ಪನಖಿ ನೋವಿನಿಂದ ಚೀರುತ್ತ ನೆಲಕ್ಕೆ ಬಿದ್ದಳು. ಸೀತೆ ಅವಳನ್ನು ಮೇಲಕ್ಕೆತ್ತುವ ಪ್ರಯತ್ನ ಮಾಡುತ್ತಿದ್ದಂತೆಯೇ ಶೂರ್ಪನಖಿ ಅವಳನ್ನು ನದಿಗೆ ತಳ್ಳಿದಳು. ತಾನೂ ನದಿಗೆ ಧುಮುಕಿ ಮತ್ತೆ ಸೀತೆಯ ಬಾಯಲ್ಲಿ ಗಿಡಮೂಲಿಕೆಗಳನ್ನು ತುರುಕಲೆತ್ನಿಸಿದಳು.

ಸೀತೆ ಶೂರ್ಪನಖಿಗಿಂತ ಉದ್ದವಾಗಿದ್ದಳು. ಕುಶಾಗ್ರಮತಿಯಾಗಿದ್ದಳು. ಶೂರ್ಪನಖಿಯನ್ನು ಬಲವಾಗಿ ತಳ್ಳಿದಳು. ಬಾಯಿಗೆ ತುರುಕಲಾಗಿದ್ದ ಗಿಡಮೂಲಿಕೆಗಳನ್ನು ಉಗಿದಳು. ಒರೆಯಿಂದ ಚಾಕುವನ್ನು ಹಿರಿದು ಹಡಗಿನ ಹಗ್ಗವನ್ನು ತುಂಡರಿಸಿದಳು.

ನೀರಿನಲ್ಲಿದ್ದ ಶೂರ್ಪನಖಿ ಸೀತೆಯತ್ತ ಹೋಗಲು ಈಜತೊಡಗಿದಳು. ಈಸಿಕೊಂಡು ಹತ್ತಿರ ಬಂದ ಶೂರ್ಪನಖಿಯ ಎರಡೂ ಕೈಗಳನ್ನು ಸೀತೆ ಭದ್ರವಾಗಿ ತನ್ನ ಎಡಗೈಯ್ಯಲ್ಲಿ ಹಿಡಿದಳು. ಕೈ ತಿರುಚಿದಳು. ಈ

ತಿರುಚುವಿಕೆಯಿಂದ ಶೂರ್ಪನಖಿ ಒಂದು ಸುತ್ತು ತಿರುಗಿ ಸೀತೆಗೆ ಮುಖಾಮುಖಿಯಾದಳು. ಶೂರ್ಪನಖಿಯ ಕುತ್ತಿಗೆಯನ್ನು ಕೈಯ್ಯಿಂದ ಭದ್ರವಾಗಿ ಬಳಸಿ ಹಿಡಿದ ಸೀತೆ ಚಾಕುವನ್ನು ಅವಳ ಮುಖಕ್ಕೆ ಹಿಡಿದು ಹೇಳಿದಳು–

"ತಿರುಗಿ ಏನಾದರೂ ಭಾನಗಡಿ ನಡೆಸಿದರೆ ನಿನ್ನ ಕೊಂದುಬಿಡುತ್ತೇನೆ"

ಶೂರ್ಪನಖಿ ಮಾತನಾಡಲಿಲ್ಲ. ಸೀತೆ ಅಂಗವಸ್ತ್ರದಿಂದ ಅವಳ ಬಾಯನ್ನು ಕಟ್ಟಿದಳು. ನಂತರ ಶೂರ್ಪನಖಿಯ ಚೀಲದ ತಪಾಸಣೆ ನಡೆಸಿದಳು. ಅದರಲ್ಲಿ ಮತ್ತಷ್ಟು ಗಿಡಮೂಲಿಕೆಗಳಿದ್ದವು.

"ಹೆಚ್ಚು ಗಲಾಟೆ ಮಾಡಿದರೆ ಇವುಗಳನ್ನು ನಿನ್ನ ಬಾಯಿಗೆ ತುರುಕುತ್ತೇನೆ"

ಎನ್ನುತ್ತಾ ಸೀತೆ ಶೂರ್ಪನಖಿಯನ್ನು ದಡಕ್ಕೆ ಎಳೆದು ತಂದಳು. ಶೂರ್ಪನಖಿಯ ಕೈಗಳನ್ನು ಭದ್ರವಾಗಿ ಕಟ್ಟಲಾಗಿತ್ತು.

ರಾಮ ಲಕ್ಷ್ಮಣರು ಖಡ್ಗ ಹಿರಿದರು.

"ಏನು ನಡೆಯುತ್ತಿದೆ ಇಲ್ಲಿ? ಏನಿದೆಲ್ಲ?" ಎಂದು ಲಕ್ಷ್ಮಣ ವಿಭೀಷಣನತ್ತ ನೋಡಿ ಗರ್ಜಿಸಿದ.

ವಿಭೀಷಣನಿಗೆ ಆಘಾತವಾಗಿತ್ತು. ಅವನು ಧೈರ್ಯ ತಂದುಕೊಂಡು ಮೆಲ್ಲಗೆ ಕೇಳಿದ:

"ನಿನ್ನ ಅತ್ತಿಗೆ ನನ್ನ ತಂಗಿಗೆ ಏನು ಮಾಡ್ತಿದಾರೆ? ಶೂರ್ಪನಖಿಯ ಮೇಲೆ ಬಿದ್ದಿರುವುದು ಅವರೆ..."

"ಸಾಕು ಮಾಡು ಈ ನಾಟಕವನ್ನು... ನಿನ್ನ ತಂಗಿ ಆಕ್ರಮಣ ನಡೆಸದೇ ನನ್ನತ್ತಿಗೆ ಆಕ್ರಮಣ ನಡೆಸುವವರಲ್ಲ" ಎಂದು ಲಕ್ಷ್ಮಣ ಅಬ್ಬರಿಸಿದ.

ಸೀತೆ ಶೂರ್ಪನಖಿಯ ಕೈಗಳನ್ನು ಕಟ್ಟಿದ್ದ ಹಗ್ಗವನ್ನು ಬಿಚ್ಚಿದಳು. ವಿಭೀಷಣ ತಂಗಿಯತ್ತ ಧಾವಿಸಿದ.

"ನೀನು ತೆಪ್ಪಗಿರು ನಾನು ವಿಚಾರಿಸ್ತೇನೆ" ಎಂದು ತಂಗಿಯ ಕಿವಿಯಲ್ಲಿ ಉಸುರಿದ.

ಸೀತೆ ರಾಮನತ್ತ ತಿರುಗಿ ಅವನ ಮುಂದೆ ಗಿಡಮೂಲಿಕೆಗಳನ್ನು ಪ್ರದರ್ಶಿಸಿ, "ಈ ಹೆಂಗಸು ಇದನ್ನು ನನ್ನ ಬಾಯಿಗೆ ತುರುಕುವ ಪ್ರಯತ್ನ ಮಾಡಿದಳು" ಎಂದು ನುಡಿದಳು.

ರಾಮನಿಗೆ ಗಿಡಮೂಲಿಕೆಗಳ ಗುರುತು ಹತ್ತಿತು. ಅವು ಶಸ್ತ್ರಚಿಕಿತ್ಸೆಗೆ ಮುನ್ನ ಪ್ರಜ್ಞೆ ತಪ್ಪಿಸಲು ಬಳಸುವ ಗಿಡಮೂಲಿಕೆಗಳಾಗಿದ್ದವು.

"ಏನಿದೆಲ್ಲ?" ಎಂದು ವಿಭೀಷಣನನ್ನು ಪ್ರಶ್ನಿಸಿದ.

"ಎಲ್ಲೋ ಏನೋ ತಪ್ಪಾಗಿದೆ. ನನ್ನ ತಂಗಿ ಹೀಗೆಲ್ಲ ಮಾಡುವವಳಲ್ಲ"

—ಎಂದ ವಿಭೀಷಣ ತಂಗಿಯತ್ತ ದುರುಗುಟ್ಟಿ ನೋಡಿದ. ಶೂರ್ಪನಖಿ ಈ ವೇಳೆಗೆ ಚೇತರಿಸಿಕೊಂಡಿದ್ದಳು.

"ಅದೆಲ್ಲ ಸುಳ್ಳು... ನಾನು ಹಾಗೇನೂ ಮಾಡಿಲ್ಲ"

—ಎಂದು ಜೋರಿನಿಂದ ಹೇಳಿದಳು ಶೂರ್ಪನಖಿ.

"ನನ್ನ ಸುಳ್ಳುಗಾತಿ ಎಂತೀಯ?"

—ಎಂದು ಸೀತೆ ಆರ್ಭಟಿಸಿದಳು.

ಶೂರ್ಪನಖಿ ಭಯಂಕರ ವೇಗದಲ್ಲಿ ಸೀತೆಯತ್ತ ನುಗ್ಗಿ ಚಾಕು ಹಿರಿದಳು. ಲಕ್ಷ್ಮಣ "ಅತ್ತಿಗೇ" ಎಂದು ಚೀರುತ್ತ ಸೀತೆಯತ್ತ ಧಾವಿಸಿದ.

ಸೀತೆ ಥಟ್ಟನೆ ಹಿಂದೆ ಸರಿದು ಶೂರ್ಪನಖಿಯ ದಾಳಿಯಿಂದ ತಪ್ಪಿಸಿಕೊಂಡಳು. ಲಕ್ಷ್ಮಣ ಶೂರ್ಪನಖಿಯತ್ತ ಧಾವಿಸಿ ಅವಳ ಎರಡು ತೋಳುಗಳನ್ನು ಹಿಡಿದು ಬಲವಾಗಿ ಹಿಂದಕ್ಕೆ ನೂಕಿದ.

ಶೂರ್ಪನಖಿ ನೂಕಿದ ರಭಸಕ್ಕೆ ಮಕಾಡೆ ನೆಲಕಚ್ಚಿದಳು. ಅವಳ ಕೈಯ್ಯಲಿದ್ದ ಚಾಕು ಅವಳ ಮುಖಕ್ಕೆ ಬಡಿಯಿತು. ಅಡ್ಡಡ್ಡ ಮುಖಕ್ಕೆ ತಾಕಿದ ಚಾಕು ಅವಳ ಮೂಗಿನ ಮೇಲೆರಗಿ ಮೂಗನ್ನು ತುಂಡರಿಸಿತ್ತು. ರಕ್ತ ಚಿಲುಮೆಯಂತೆ ಪುಟಿಯಿತು. ವಿಭೀಷಣ ತಂಗಿಯತ್ತ ಧಾವಿಸಿದ. ಅವಳನ್ನು ತೋಳುಗಳಲ್ಲಿ ಹಿಡಿದು ಸಂಭಾಳಿಸಲೆತ್ನಿಸಿದ.

"ಅವರನ್ನು ಸಿಗಿದು ತೋರಣ ಕಟ್ಟು"

—ಶೂರ್ಪನಖಿ ಅರಚಿದಳು.

"ತಾಳಿಕೋ... ತಾಳಿಕೋ"

—ಎಂದು ವಿಭೀಷಣ ಉದ್ಗರಿಸಿದ. ರಾಮ ವಿಭೀಷಣನ ಕೈ ಹಿಡಿದು ಹೇಳಿದ... "ಇಲ್ಲಿಗೆ ಬಿಟ್ಟುಬಿಡು... ಇಲ್ಲವಾದಲ್ಲಿ ನರಕವಾಗುತ್ತೆ."

"ಬಿಟ್ಟುಬಿಡುವುದೆ... ಮರೆಯುವುದೇ... ಅವರನ್ನೆಲ್ಲ ಕೊಂದು ಹಾಕು ವಿಭೀಷಣ"

—ಎಂದು ಶೂರ್ಪನಖಿ ಮತ್ತೆ ಚೀರಿದಳು.

"ವಿಭೀಷಣ ಇಲ್ಲಿಗೆ ಸಾಕು ಮಾಡೋಣ"

—ರಾಮ ಸ್ಪಷ್ಟವಾಗಿ ಹೇಳಿದ.

"ಎಲ್ಲ ಹಿಂದಕ್ಕೆ ಸರಿಯಿರಿ"

—ಎಂದು ವಿಭೀಷಣ ತನ್ನ ಸೈನಿಕರಿಗೆ ಆಜ್ಞೆ ಮಾಡಿದ.

"ಕೊಲ್ಲು... ಕೊಂದು ಬಿಡು"

—ಶೂರ್ಪನಖಿ ಅರಚುತ್ತಲೇ ಇದ್ದಳು.

ರಾಮಲಕ್ಷ್ಮಣರು ದೃಢವಾಗಿ ನಿಂತಿದ್ದರು.

"ಇನ್ನು ಹೆಚ್ಚು ಹೊತ್ತು ಇಲ್ಲಿರುವುದು ಬೇಡ"

—ಎಂದ ಜಟಾಯು. ರಾಮ ಜಟಾಯುವಿನತ್ತ ನೋಡಿದ.

"ಲಂಕೆಯ ಅರಸು ಮನೆತನದ ರಕ್ತ ಹರಿದಿದೆ. ಅವರು ಅರಮನೆಯ
ಬಂಡಾಯಗಾರರೇ ಇರಬಹುದು. ರಾವಣ ಸುಮ್ಮನಿರುವುದಿಲ್ಲ. ಇದಕ್ಕೆ
ಪ್ರತೀಕಾರ ತೀರಿಸಿಕೊಳ್ಳುತ್ತಾನೆ. ರಾವಣ ಬರ್ತಾನೆ. ವಿಭೀಷಣ ಹೇಡಿ. ಆದರೆ
ರಾವಣ, ಕುಂಭಕರ್ಣರು ಹೇಡಿಗಳಲ್ಲ. ಅವರು ಸಾವಿರಾರು ಸಿಪಾಯಿ
ಗಳೊಂದಿಗೆ ಬರ್ತಾರೆ. ಇದು ಮಿಥಿಲೆಗಿಂತ ಹೀನವಾಗುವುದು. ಅಲ್ಲಿ
ನಡೆದದ್ದು ಸಾಮ್ರಾಜ್ಯಗಳ ನಡುವಣ ಯುದ್ಧ. ಇಲ್ಲಿಯದು ವೈಯಕ್ತಿಕ.
ರಾವಣನ ತಂಗಿಯ ಮೇಲೆ ಆಕ್ರಮಣ ನಡೆದಿದೆ. ರಕ್ತಪಾತವಾಗಿದೆ. ಅವನ
ಗೌರವ ಸೇಡಿಗೆ ತವಕಿಸುತ್ತದೆ"

—ಜಟಾಯು ಉಸಿರುಗಟ್ಟಿ ಹೇಳಿದ.

"ನಾನು ಅವಳ ಮೇಲೆ ಆಕ್ರಮಣ ನಡೆಸಲಿಲ್ಲ"

—ಲಕ್ಷ್ಮಣ ಸೆಟೆದು ನಿಂತು ಹೇಳಿದ.

"ರಾವಣ ಹಾಗೆ ನೋಡುವುದಿಲ್ಲ. ಲಕ್ಷ್ಮಣ ಅವನು ಈ ವಿವರಗಳನ್ನೆಲ್ಲ
ಗಮನಿಸುವುದಿಲ್ಲ. ನಾವು ಈಗಿಂದೀಗಲೇ ಇಲ್ಲಿಂದ ಕಾಲ್ತೆಗೆಯಬೇಕು"
ಎಂದು ಜಟಾಯು ಧಾವಂತಪಡಿಸಿದ.

ಅಧ್ಯಾಯ – 32

ಮುವತ್ತು ದಿನಗಳಿಂದ ಅವರ ಪಯಣ ನಿರಂತರವಾಗಿ ಸಾಗಿತ್ತು. ದಂಡಕಾರಣ್ಯದ ಮೂಲಕ ಪೂರ್ವದತ್ತ ಗೋದಾವರಿಗೆ ಸಮಾನಾಂತರವಾಗಿ ಅವರು ನಡೆದಿದ್ದರು. ಯಾರ ಕಣ್ಣಿಗೂ ಬೀಳದಂತೆ. ಆದರೆ ಅವರು ಉಪನದಿಗಳು ಮತ್ತು ಕೆರೆಕಟ್ಟೆಗಳಿಂದ ದೂರ ಸಂಚರಿಸುವಂತೆಯೂ ಇರಲಿಲ್ಲ. ಇಲ್ಲವಾದಲ್ಲಿ ಬೇಟೆಯ ಅವಕಾಶಗಳು ತಪ್ಪಿಹೋಗುತ್ತಿದ್ದವು.

ಅರಣ್ಯದ ಹಣ್ಣುಹಂಪಲು, ಒಣಮಾಂಸ ಇವುಗಳ ಬಲದ ಮೇಲೆ ಅವರು ಜೀವ ಉಳಿಸಿಕೊಂಡಿದ್ದರು. ಲಂಕನ್ನರಿಗೆ ದಾರಿ ತಪ್ಪಿರಬಹುದು. ಎಂದೇ ಅವರಿಂದ ನಮ್ಮನ್ನು ಹಿಂಬಾಲಿಸಲಾಗುತ್ತಿಲ್ಲ ಎಂದುಕೊಂಡರು. ರಾಮ ಮತ್ತು ಲಕ್ಷ್ಮಣ ಆಹಾರಕ್ಕಾಗಿ ಬೇಟೆಗೆ ಹೊರಟಿದ್ದರು. ಸೀತೆ ಮತ್ತು ಮಲಯಪುತ್ರ ಮಕರಂತ ಬಾಳೆ ಎಲೆಗಳಿಗಾಗಿ ಹುಡುಕತೊಡಗಿದರು.

ರಹಸ್ಯ ಕಾಪಾಡುವುದು ಮುಖ್ಯವಾಗಿತ್ತು. ಭೂಗತ ಒಲೆ ಹೂಡಿ ಆಹಾರ ಬೇಯಿಸಿಕೊಳ್ಳುತ್ತಿದ್ದರು. ಹೊಗೆ ಮೇಲೇರಿ ತಮ್ಮ ಪತ್ತೆಯಾಗಬಾರದೆಂದು. ಹೊಗೆ ಮೇಲೇಳದಿರಲೆಂದು ಅಡುಗೆಪಾತ್ರೆಗಳನ್ನು ಸೀತೆ ಬಾಳೆ ಎಲೆಗಳಿಂದ ಮುಚ್ಚುತ್ತಿದ್ದಳು.

ಆದರೇನು! ಸೀತೆಗೆ ಅರಿವಿಲ್ಲಂತೆಯೇ ಅವರ ಬಿಡಾರಕ್ಕೆ ಅನತಿ ದೂರದಲ್ಲೇ ರಾವಣನ ಪುಷ್ಪಕ ವಿಮಾನ ಬಂದಿಳಿದಿತ್ತು. ಅದರ ಕಿವಿಗಡಚಿಕ್ಕುವ ಶಬ್ದ ಗಾಳಿಯ ಹುಯಿಲನ್ನೂ ತಣ್ಣಗಾಗಿಸಿತ್ತು. ಅಕಾಲಿಕ ಮಳೆ

ಆಗಾತನೆ ಬಿದ್ದಿತ್ತು. ನೂರು ಲಂಕನ್ ಸೈನಿಕರು ವಿಮಾನದಿಂದ ಇಳಿದರು. ಬಿಡಾರದ ಮೇಲೆ ಹಠಾತ್ ದಾಳಿ ನಡೆಸಿ ತ್ವರಿತವಾಗಿ ಮಲೆಯಪುತ್ರರನ್ನು ಸಂಹಾರಗೈದರು.

ಲಂಕೆಯ ಕೆಲವು ಸೈನಿಕರು ರಾಮ-ಸೀತೆ-ಲಕ್ಷ್ಮಣರಿಗಾಗಿ ಹುಡುಕಾಡ ತೊಡಗಿದರು. ಬಿಡಾರಕ್ಕೆ ವಾಪಾಸಗುತ್ತಿದ್ದ ಸೀತೆ-ಮಕರಂತ ಅವರ ಕೈಗೆ ಸಿಕ್ಕಿಬಿದ್ದರು. ಲಂಕನ್ನರು ನಡೆಸಿದ ಬಾಣದ ದಾಳಿಯಲ್ಲಿ ಮಕರಂತ ಗತಿಸಿದ್ದ. ಸೀತೆ ಸಿಕ್ಕಿಬೀಳುವ ಮುನ್ನ ಇಬ್ಬರು ಲಂಕಾ ಸಿಪಾಯಿಗಳನ್ನು ಸಂಹರಿಸಿದ್ದಳು. ಜಟಾಯು ಹೊರತಾಗಿ ಉಳಿದೆಲ್ಲ ಮಲಯಪುತ್ರರೂ ಹತರಾಗಿದ್ದರು. ಜಟಾಯುವಿಗೆ ತೀವ್ರ ಗಾಯಗಳಾಗಿದ್ದವು.

ಸೀತೆಯನ್ನು ಜೀವಂತ ಸೆರೆಹಿಡಿಯುವಂತೆ ರಾವಣನ ತಮ್ಮ ಕುಂಭಕರ್ಣ ಸೇನೆಗೆ ಆಜ್ಞೆ ಮಾಡಿದ್ದ. ಆದರೂ ಲಂಕನ್ ಸಿಪಾಯಿಗಳು ಅವಳ ಮೇಲೆ ಶಸ್ತ್ರಾಸ್ತ್ರಗಳಿಂದ ದಾಳಿ ನಡೆಸಿದರು. ಸೀತೆ ಅವರ ವಿರುದ್ಧ ಧೈರ್ಯ-ಪರಾಕ್ರಮಗಳಿಂದ ಹೋರಾಡಿದಳು. ಕೊನೆಗೆ ಸೆರೆಸಿಕ್ಕಳು.

ಸಿಪಾಯಿಗಳು ಸೀತೆಯನ್ನು ಹೊತ್ತೊಯ್ದು ಪುಷ್ಪಕವಿಮಾನದೊಳಕ್ಕೆ ತಳ್ಳಿದರು. ಇತ್ತ ರಾಮ-ಲಕ್ಷ್ಮಣರು ಬಿಡಾರಕ್ಕೆ ಹಿಂದಿರುಗಿದಾಗ ಚೆಲ್ಲಾಪಿಲ್ಲಿಯಾಗಿದ್ದ ಮಲೆಯಪುತ್ರರ ಮೃತದೇಹಗಳು ಅವರನ್ನು ಸ್ವಾಗತಿಸಿದವು. ತೀವ್ರ ಗಾಯಗೊಂಡಿದ್ದ ಜಟಾಯು ಮೂಲೆಯಲ್ಲಿ ಬಿದ್ದಿದ್ದ.

—೫೭—

ಸೀತೆಗೆ ತಾನೆಷ್ಟು ಹೊತ್ತು ಪ್ರಜ್ಞಾಹೀನಳಾಗಿದ್ದೆ ಎಂಬುದು ಗೊತ್ತಾಗಲಿಲ್ಲ. ಬಹುಶಃ ಹಲವು ಗಂಟೆಗಳ ಕಾಲವಿದ್ದೀತು. ಅವಳ ಪ್ರಜ್ಞೆ ಇನ್ನೂ ಮಸುಕು ಮಸುಕಾಗಿತ್ತು. ನಿತ್ರಾಣಿಯಾಗಿದ್ದಳು. ವಿಮಾನದ ಬೆಳಕಿಂಡಿಗಳಿಂದ ಬೆಳಕು ಸ್ಫುರಿಸುತ್ತಿತ್ತು. ನಿರಂತರವಾಗಿ ಕೇಳಿಬರುತ್ತಿದ್ದ ಒಂದು ಬಗೆಯ ಸದ್ದುಗದ್ದಲದಿಂದಾಗಿ ತಲೆ ನೋಯುತ್ತಿತ್ತು.

ವಿಮಾನ ಶಬ್ದ ನಿರೋಧಕವಾಗಿರಲಿಲ್ಲ.

ಸೀತೆ ತಲೆನೋವು ತಾಳಲಾಗದೆ ಹಣೆಯ ಎರಡು ತುದಿಗಳನ್ನು ಬಿಗಿಯಾಗಿ ಅದುಮಿಕೊಂಡಳು. ಕೆಲ ನಿಮಿಷ ಹಾಯೆನಿಸಿತು. ಮತ್ತೆ ತಲೆನೋವು.

ನನ್ನ ಕೈಗಳನ್ನು ಕಟ್ಟಿಹಾಕಿಲ್ಲ.

ಅವಳು ಕಾಲುಗಳನ್ನು ನೋಡಿಕೊಂಡಳು. ಕಾಲುಗಳನ್ನೂ ಕಟ್ಟಿಹಾಕಿರಲಿಲ್ಲ.

ಅವಳಲ್ಲಿ ಆಶಾಭಾವನೆ ಉದಿಸಿತು.

ನಾನೆಲ್ಲಿಗೆ ಹೋಗ್ತಿದೀನಿ? ನಾನು ಸಾವಿರಾರು ಹೆಜ್ಜೆಗಳಷ್ಟು ಮೇಲೆ ಆಕಾಶದಲ್ಲಿದ್ದೇನೆ. ನೀಲಿ ವಿಷ ನನ್ನ ಗತಿಯನ್ನು ಮಂದವಾಗಿಸಿದೆ.

ಅವಳು ಸುತ್ತ ದೃಷ್ಟಿ ಬೀರಿದಳು. ವಿಮಾನ ಬೃಹದಾಕಾರವಾಗಿತ್ತು. ನೂರಕ್ಕೂ ಹೆಚ್ಚು ಮಂದಿ ಹಿತಕರವಾಗಿ ಕೂರುವಷ್ಟು ದೊಡ್ಡದಾಗಿತ್ತು ಪುಷ್ಪಕ ವಿಮಾನ.

ರಾವಣ, ಕುಂಭಕರ್ಣರು ಕುಳಿತಿರುವುದನ್ನು ಅವಳು ನೋಡಬಹುದಿತ್ತು. ಅವರು ಕುಳಿತಿದ್ದ ಆಸನಗಳಿಗೆ ಪರದೆ ಜೋಡಿಸಲಾಗಿತ್ತು. ಅವರು ಹತ್ತಿರದಲ್ಲೇ ಇದ್ದರು. ಅವರು ಪಿಸುಗುಟ್ಟಿಕೊಳ್ಳುತ್ತಿದ್ದರು. ಆದ್ದರಿಂದ ಅವರ ಮಾತುಗಳು ಸೀತೆಗೆ ಸ್ಪಷ್ಟವಾಗಿ ಕೇಳಿಸಲಿಲ್ಲ. ಅವಳು ಸ್ಟ್ರೆಚರ್ ಮೇಲೆ ಎದ್ದು ಕುಳಿತಳು. ನಿತ್ರಾಣ ಇನ್ನೂ ಇತ್ತು.

ರಾವಣ ಕುಂಭಕರ್ಣರು ಅವಳತ್ತ ದೃಷ್ಟಿಹರಿಸಿದರು. ಎದ್ದು ನಿಂತು ಅವಳತ್ತ ನಡೆಯಲಾರಂಭಿಸಿದರು. ಉಟ್ಟಿದ್ದ ಧೋತಿಯಿಂದಾಗಿ ರಾವಣ ಮುಗ್ಗರಿಸಿಬಿದ್ದ.

ಸೀತೆ ಅವರಿಬ್ಬರತ್ತ ತಿರಸ್ಕಾರದ ನೋಟ ಬೀರಿದಳು.

"ಕೊಂದುಬಿಡಿ ನನ್ನ ಇಲ್ಲವಾದರೆ ಪಶ್ಚಾತ್ತಾಪ ಪಡುವಿರಿ"

—ಎಂದು ಸೀತೆ ಅರಚಿದಳು.

"ನಿಮ್ಮನ್ನು ನೋಯಿಸುವ ಉದ್ದೇಶ ನಮಗಿಲ್ಲ. ನಿಮಗ ಆಯಾಸವಾಗಿರುವಂತಿದೆ. ವಿಶ್ರಾಂತಿ ತೆಗೆದುಕೊಳ್ಳಿ"

—ಎಂದ ಕುಂಭಕರ್ಣ ಸೀತೆಯನ್ನುದ್ದೇಶಿಸಿ. ಸೀತೆ ಉತ್ತರಿಸಲಿಲ್ಲ

"ನಮಗೆ ಗೊತ್ತಾಗಲಿಲ್ಲ. ಪ್ರಜ್ಞೆ ತಪ್ಪಿಸುವ ಮದ್ದನ್ನು ನಾವು ಬೇರೆ ರೀತಿ ಬಳಸಬಹುದಿತ್ತು"

ಕುಂಭಕರ್ಣ ಅನುಮಾನಿಸುತ್ತಲೇ ನುಡಿದ.

ಸೀತೆ ಮಾತಾಡಲಿಲ್ಲ. ರಾವಣನತ್ತ ತಿರುಗಿದಳು. ರಾವಣನ ದೃಷ್ಟಿ ಅವಳಲ್ಲೇ ನೆಟ್ಟಿತ್ತು. ಅವನ ಮುಖದಲ್ಲಿ ವಿಷಣ್ಣತೆ ಇತ್ತು. ಅವನ ಕಂಗಳಲ್ಲಿ ವಿಚಿತ್ರ ಪ್ರಭೆ ಇತ್ತು. ಅವು ಪ್ರೀತಿ ಸೂಸುತ್ತಿರುವಂತಿತ್ತು.

ಸೀತೆ ಮೈ ತುಂಬ ಅಂಗವಸ್ತ್ರ ಹೊದ್ದಿಕೊಂಡು ಮುದುಡಿ ಕುಳಿತಳು.

ಥಟ್ಟನೆ ಒಂದು ಕೈ ಗೋಚರಿಸಿತು. ಒಂದು ಬೇವಿನ ಎಸಳು, ನೀಲಿ ಬಣ್ಣದ ಪೇಸ್ಟ್, ಅವಳ ಮೂಗು.

ಕಣ್ಣಿಗೆ ಕಾವಳ ಬಡಿಯುತ್ತಿರುವಂತೆ ಸೀತೆಗೆ ಭಾಸವಾಯಿತು.

ರಾವಣ ಸೀತೆಯ ಬಲಗಡೆ ನೋಡುತ್ತಿದ್ದ. ಅಲ್ಲಿ ಸೀತೆಗೆ ಮದ್ದು ಪ್ರಯೋಗಿಸಿದ ವ್ಯಕ್ತಿ ನಿಂತಿದ್ದ.

ಕತ್ತಲು ಆವರಿಸಿತು.

—೪೮—

ಸೀತೆಯ ಕಣ್ಣುಗಳು ತೆರೆದವು. ಬೆಳಕಿಂಡಿಗಳ ಮೂಲಕ ಮಂದ ಬೆಳಕು ಬರುತ್ತಿತ್ತು. ಸೂರ್ಯ ದಿಗಂತದ ಅಂಚನ್ನು ತಲುಪಿದ್ದ.

ಎಷ್ಟು ಹೊತ್ತು ನಾನು ಪ್ರಜ್ಞಾಹೀನಳಾಗಿದ್ದೆ?

ಅವಳಿಗೇ ಖಾತ್ರಿ ಇರಲಿಲ್ಲ. ಗಂಟೆಗಳೇ ಅಥವಾ ಅನೇಕ ಪ್ರಹರಗಳೆ?

ಅವಳು ಸುತ್ತ ಕಣ್ಣು ಹಾಯಿಸಿದಳು. ಸೈನಿಕರು ನೆಲದ ಮೇಲೆ ಮಲಗಿ ನಿದ್ರಿಸುತ್ತಿದ್ದರು. ಆದರೆ ಅವಳು ನಿದ್ರಿಸುತ್ತಿದ್ದ ಕಟ್ಟೆಯ ಹತ್ತಿರ ಸೈನಿಕರು ಯಾರೂ ಇರಲಿಲ್ಲ.

ಅವಳೊಬ್ಬಳೇ ಇದ್ದಳು.

ಸಮೀಪದಲ್ಲಿ ರಾವಣ, ಕುಂಭಕರ್ಣರು ತಮ್ಮ ಆಸನಗಳ ಹತ್ತಿರ ನಿಂತು ಪಿಸುಗುಟ್ಟಿಕೊಳ್ಳುತ್ತಿದ್ದರು. ಅವರು ಸೀತೆಯಿಂದ ಹದಿನೈದು ಇಪ್ಪತ್ತು ಅಡಿ ದೂರದಲ್ಲಿದ್ದರು. ಅವರು ಗಾಢವಾದ ಮಾತುಕತೆಯಲ್ಲಿ ಮಗ್ನರಾಗಿದ್ದರು. ಅವಳ ಹತ್ತಿರ ಚಾಕುವೊಂದು ಬಿದ್ದಿತ್ತು. ಅವಳು ಸದ್ದು ಮಾಡದಂತೆ ಅದನ್ನೆತ್ತಿಕೊಂಡಳು. ಚಾಕುವನ್ನು ಕೈಯ್ಯಲ್ಲಿ ಹಿಡಿದು ಆಳವಾಗಿ ಉಸಿರೆಳೆದು ಕೊಂಡಳು. ಅವಳಿಗೆ ತಾನು ಕೇಳಿದ್ದ ಮಾತೊಂದು ನೆನಪಾಯಿತು.

ನಾಯಕನನ್ನು ಕೊಲ್ಲು. ಲಂಕನ್ನರು ಶರಣಾಗತರಾಗುತ್ತಾರೆ.

ಅವಳು ಮತ್ತೊಮ್ಮೆ ಆಳವಾಗಿ ಉಸಿರೆಳೆದುಕೊಂಡಳು. ಎದ್ದು ನಿಂತಳು. ಸದ್ದು ಮಾಡದೆ ರಾವಣನತ್ತ ತೆವಳಿದಳು. ರಾವಣನ ಬೆನ್ನು ಕೆಲವೇ ಅಡಿ ದೂರದಲ್ಲಿತ್ತು. ಅವಳು ಚಾಕುವನ್ನು ಎತ್ತಿ ಹಿಡಿದು ಮುಂದಕ್ಕೆ ಅಡಿ ಇಟ್ಟಳು.

ಭಯಂಕರ ಶಬ್ದ. ಹಿಂದಿನಿಂದ ಯಾರೋ ಸೀತೆಯನ್ನು ಅವುಕಿ ಹಿಡಿದುಕೊಂಡಿದ್ದರು. ಚಾಕು ಒಂದು ಅವಳ ಗಂಟಲಿನ ಬಳಿ ಆಕ್ರಮಣಕಾರಿಯಾಗಿ ಬಂದು ನಿಂತಿತ್ತು. ಸೀತೆಯ ಮೇಲೆ ಬಿದ್ದು ಹೆಂಗಸೊಬ್ಬಳು ಅವಳನ್ನು ಬಂಧಿಸಿದ್ದಳು.

ರಾವಣ, ಕುಂಭಕರ್ಣ, ಸೈನಿಕರು ಎಲ್ಲ ಸಿದ್ಧರಾಗಿ ನಿಂತಿದ್ದರು.

"ಚಾಕುವನ್ನು ಕೆಳಕ್ಕೆ ಬಿಸಾಡು."

ಸೀತೆಯನ್ನು ಅಮುಕಿ ಹಿಡಿದಿದ್ದ ತೋಳುಗಳ ಹಿಡಿತ ಮತ್ತಷ್ಟು ಬಿಗಿಯಾಯಿತು. ಸೈನಿಕರು ತುದಿಗಾಲಿನಲ್ಲಿ ನಿಂತಿದ್ದರು.

"ಚಾಕುವನ್ನು ಬಿಸಾಡು"

—ಕುಂಭಕರ್ಣ ಮತ್ತೊಮ್ಮೆ ಗರ್ಜಿಸಿದ.

ಸೀತೆಗೆ ಕುತ್ತಿಗೆಯ ಮೇಲೆ ಏನೋ ಚುಚ್ಚಿದಂತಾಯಿತು. ಅವಳನ್ನು ಬಂಧಿಸಿದ್ದವಳು ಚೂರಿಯನ್ನು ಕೊರಳ ಸಮೀಪ ತಂದು ತಿವಿಯಲು ಸಿದ್ಧಳಾಗಿ ನಿಂತಿದ್ದಳು.

"ಖಾರಾ ಸತ್ತಿದ್ದಾನೆ. ಅವನು ಮರಳಿ ಬರುವುದಿಲ್ಲ. ಚಾಕುವನ್ನು ನೆಲಕ್ಕೆಸೆದು ಬಿಡು."

—ಮತ್ತೊಮ್ಮೆ ಗಡಸು ದನಿಯ ಆಜ್ಞೆ.

ಸೀತೆ ಕದಲಲಿಲ್ಲ. ಅಸ್ಥೈರಾಗಿ ರಾವಣ ಅವಳ ಹತ್ತಿರ ಹೋದ. ಕರ್ಕಶ ದನಿಯಲ್ಲಿ ಹೇಳಿದ:

"ಚಾಕುವನ್ನು ನೆಲಕ್ಕೆಸೆದು ಬಿಡು."

ಸೀತೆಗೆ ತನ್ನ ಕೊರಳನ್ನು ಬಂಧಿಸಿದ್ದ ಕೈಗಳ ಹಿಡಿತ ಸಡಿಲಗೊಂಡಂತೆ ಭಾಸವಾಯಿತು. ಮೃದು ದನಿಯ ಮಾತೊಂದು ಕೇಳಿಬಂತು:

"ತಮ್ಮಾಜ್ಞೆಯಂತೆ, ಇರೈವಾ"

ಸೀತೆ ಈ ಧ್ವನಿ ಕೇಳಿ ಸ್ತಂಭೀಭೂತಳಾದಳು. ಅವಳು ಸುತ್ತ ತಿರುಗಿ ನೋಡಿದಳು. ತಿರುಗಿ ವಿಮಾನದ ಗೋಡೆಗೆ ಆತು ನಿಂತಳು.

ಅವಳು ಮತ್ತೊಮ್ಮೆ ತನ್ನ ದಾಳಿಕಾರರ ಮುಖವನ್ನು ದಿಟ್ಟಿಸಿ ನೋಡಿದಳು. ಕೆಲ ನಿಮಿಷಗಳ ಹಿಂದೆ ತಾನು ಕೊಲ್ಲಬಯಸಿದ್ದ ದಾಳಿಕಾರರು.

ರಾವಣನ ನಿಯಂತ್ರದಲ್ಲಿದ್ದವರು...
ಒಂದು ಕಾಲಕ್ಕೆ ಸೀತೆಯ ಪ್ರಾಣ ಉಳಿಸಿದವರು...
ತನ್ನ ಗೆಳತಿ ಎಂದು ಸೀತೆ ಭಾವಿಸಿದ್ದವಳು...
ಸಮೀಚಿ.

ಮುಂದುವರಿಯುವುದು...

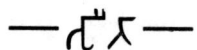